I0718271

PHAN THANH GIẢN
VÀ VỤ ÁN
"PHAN LÂM MÃI QUỐC,
TRIỀU ĐÌNH KHÍ DÂN"

PHAN THANH GIẢN VÀ VỤ ÁN
"PHAN LÂM MÃI QUỐC, TRIỀU ĐÌNH KHÍ DÂN"
Winston Phan Đào Nguyên

Artwork: Nguyên Anh
Trình bày bìa: Uyên Nguyên Trần Triết
Layout: Nguyễn Thành
ISBN: 978-1990434174
Nhà Xuất Bản Nhân Ảnh - 2021
© 2021 by Winston Phan. All Rights Reserved

PHAN THANH GIẢN
VÀ VỤ ÁN
"PHAN LÂM MÃI QUỐC,
TRIỀU ĐÌNH KHÍ DÂN"

Winston Phan Đào Nguyên

NHÂN ẢNH

2021

Lời Cảm Tạ

Người viết xin chân thành cảm tạ Giáo Sư Nguyễn Trung Quân, Chuyên Gia Thư Viện Phạm Lệ Hương, Giáo Sư Phạm Phú Minh, Tiến Sĩ Nguyễn Duy Chính, cùng hai đồng môn Huỳnh Thiện Tiến và Bùi Hữu Anh Huy đã tận tình khuyến khích, ủng hộ và giúp đỡ người viết về mọi phương diện trong việc hoàn thành tác phẩm này.

DẪN NHẬP

Có lẽ ít có nơi đâu trên thế giới mà một "câu" gồm 8 chữ và không có xuất xứ rõ ràng lại được đem ra làm bằng chứng, mà lại là bằng chứng độc nhất, để buộc tội "bán nước" cho một nhân vật lịch sử. Nhưng chính điều đó đã và đang diễn ra trong sử học cận đại Việt Nam suốt 60 năm qua. Và cái câu 8 chữ nói trên là ***"Phan Lâm mãi quốc, triều đình khí dân"***. Sử dụng câu này liên tục từ thập niên 1950 đến nay, các sử gia tại miền Bắc Việt Nam đã nhân danh "nhân dân" để kết tội bán nước cho hai đại thần triều Nguyễn là Phan Thanh Giản (Phan) và Lâm Duy Hiệp (Lâm); với sự chú trọng đặc biệt vào Phan Thanh Giản, vị tiến sĩ đầu tiên của đất Nam Kỳ.

Mặc dù không có xuất xứ rõ ràng, mặc dù không biết tác giả của nó là ai, và mặc dù không biết cái câu gồm 8 chữ đó là câu đối, câu thơ, câu phú, "khẩu hiệu", hay thậm chí là một loại "vè", nó đã được đem ra để làm bằng chứng mỗi khi một "sử gia" nào đó tại Việt Nam muốn lên án Phan Thanh Giản. Và do không hề có một bài viết hay một tác giả nào đặt vấn đề để gạn hỏi một cách rõ ràng và có hệ thống về câu này, hiện nay ở Việt Nam hầu như tất cả mọi người đều chấp nhận sự hiện hữu cũng như tính chất "lịch sử" của nó. Họ dễ dãi cho rằng nó có gốc gác "trong dân gian", đồng thời nhìn nhận rằng nó đã nói lên tâm trạng của "nhân dân" thời đó, là lên án cả hai ông Phan, Lâm và triều đình nhà Nguyễn thời vua Tự Đức.

Điển hình là bài viết sau đây về Phan Thanh Giản trong Wikipedia:

"Ngày 5 tháng 6 năm 1862, Phan Thanh Giản, Lâm Duy Hiệp có Trương Vĩnh Ký làm thông ngôn đã ký với Bonard và Palanca một hiệp ước gọi là Hòa ước Nhâm Tuất (1862), cắt đứt 3 tỉnh miền

*Đông cho Pháp, bồi thường chiến phí trong 10 năm, mỗi năm 400 ngàn quan cho đại diện của Pháp ở Sài Gòn . . . **Do hành động này mà dân gian có câu truyền 'Phan Lâm mãi quốc, triều đình khí dân' (Phan Thanh Giản và Lâm Duy Hiệp bán nước; triều đình bỏ dân chúng).** "*[1]

Hay như một sử gia nổi tiếng của giới sử học Việt Nam là ông Trần Quốc Vượng [2], đã phát biểu một cách rất thoải mái tự nhiên về câu "Phan Lâm mãi quốc, triều đình khí dân" này, khi được phỏng vấn về một đề tài không liên hệ:

"Về thất bại, có phải chỉ vì lực lượng giặc ngoại xâm hùng mạnh hơn, hay còn nguyên nhân nào khác. Phải chăng do nguyên nhân nội tại - những thói tật trong tính cách, tình cảm người Việt Nam ta? Vua Tự Đức, người nói câu Phan Lâm mãi quốc, triều đình khí dân... "[3]

Cách phát biểu tùy tiện như trên của giáo sư Trần Quốc Vượng cho thấy rằng câu "Phan Lâm mãi quốc, triều đình khí dân" đã ăn sâu vào tiềm thức của mọi người Việt, kể cả một vị giáo sư sử học uy tín như Trần Quốc Vượng. Bởi nó đã được ông nói ra như một sự thật hiển nhiên không cần dẫn chứng.

Nhưng đáng sợ hơn nữa là câu "Phan Lâm mãi quốc, triều đình khí dân" đã đi sâu vào kiến thức phổ thông của tất cả dân chúng Việt Nam, chứ không phải chỉ được lưu truyền trong giới nghiên cứu lịch sử mà thôi. Điển hình là trên một trang mạng thuộc loại giải đáp thắc mắc về kiến thức lịch sử phổ thông hiện nay, nó đã được giải thích như sau:

*"... Trương Định đã là (sic) cho Pháp khiếp sợ với nhiều chiến thắng ở Gò Công, Rạch Giá (sic), Quý Sơn, Tân An... **Trương Định còn nổi tiếng với khẩu hiệu "Phan – Lâm mãi quốc, triều đình khí***

---

(1) https://vi.wikipedia.org/wiki/Phan_Thanh_Gi%E1%BA%A3n. Từ đây về sau trong bài viết này, những chữ in đậm trong các trích dẫn là do người viết muốn nhấn mạnh. Sẽ chú thích rõ nếu những chỗ nhấn mạnh hay in đậm không phải do người viết.

(2) Một trong "tứ trụ Lâm-Lê-Tấn Vượng" của ngành sử học miền Bắc, gồm các giáo sư Đinh Xuân Lâm (1925-2017); Phan Huy Lê (1934-2018); Hà Văn Tấn (1937-2019); Trần Quốc Vượng (1934-2005).

(3) https://vnexpress.net/giai-tri/se-xuat-ban-cuon-sach-ve-thoi-hu-tat-xau-cua-nguoi-vn-1873193.html

dân"- nghĩa là (họ Phan, Lâm bán nước, Triều đình bỏ rơi dân chúng) thiêu (sic) trên lá cờ "Bình Tây đại nguyên soái".[4]

Nếu chỉ đứng riêng một mình thì có lẽ câu "Phan Lâm mãi quốc, triều đình khí dân" đã không có nhiều ảnh hưởng như hiện nay. Nhưng nó lại luôn luôn được gắn liền với một lãnh tụ nghĩa quân chống Pháp tại Nam Kỳ vào thập niên 1860 là Trương Định, người mà các sử gia Việt Nam coi như một anh hùng dân tộc. Và anh hùng Trương Định hay nghĩa quân của ông ta được cho là đã dùng cái câu 8 chữ này để lên án cả Phan Thanh Giản lẫn triều đình Huế, bằng cách viết nó lên trên lá cờ khởi nghĩa của họ. Vì lý do đó, cho nên ngày nay nếu nói về Phan Thanh Giản tại Việt Nam, thì không thể không nhắc đến Trương Định, và ngược lại cũng vậy.

Chỉ có điều là đối với những người đã từng sống tại miền Nam Việt Nam[5] từ trước năm 1975 thì câu "Phan Lâm mãi quốc, triều đình khí dân" dùng để kết tội Phan Thanh Giản như trên vốn không hề được nghe nói đến, kể cả trong các công trình nghiên cứu sử học chuyên sâu về Phan Thanh Giản và Trương (Công) Định. Ngược lại, Phan Thanh Giản đã được tất cả mọi người miền Nam kính trọng và khen ngợi. Ở Sài Gòn, một trong những con đường lớn nhất thành phố mang tên ông. Ở Cần Thơ, trường trung học lớn nhất thành phố cũng được mang tên ông.

Thế nhưng sau năm 1975 thì câu "Phan Lâm mãi quốc, triều đình khí dân" đã được đem từ miền Bắc vào phổ biến ở Nam Kỳ. Rồi từ đó, nó được coi như một sự thật lịch sử, trong cả nước. Vì vậy, cho dù đã có đến hai cuộc hội thảo ở Việt Nam về Phan Thanh Giản, vào năm 1994 và năm 2003, với mục đích "đánh giá" lại nhân vật lịch sử này, cho dù đã có không ít những sự chất vấn về lai lịch của nó, nhưng câu "Phan Lâm mãi quốc, triều đình khí dân" vẫn luôn được tiếp tục đem ra sử dụng như là một thứ sử liệu không thể thiếu, khi nghiên cứu về nhân vật lịch sử Phan Thanh Giản. Và cho dù đã có đến hai cuộc hội thảo qui mô như trên, lai lịch của câu này vẫn tiếp tục mù mờ , không rõ ràng lên thêm được chút nào.

---

(4) https://hoidap247.com/cau-hoi/308333

(5) Người viết dùng "miền Nam" và "miền Bắc" trong bài viết này để chỉ hai chính thể khác nhau tại Việt Nam từ 1954 đến 1975.

Một thí dụ điển hình về vấn đề này là trường hợp Giáo sư Phan Huy Lê, người được coi như một trong những sử gia tại Việt Nam muốn "nhìn lại" về nhân vật lịch sử Phan Thanh Giản trong những năm gần đây. Ông đã viết như sau về câu "Phan Lâm mãi quốc, triều đình khí dân" này, trong một cuộc hội thảo nói trên về Phan Thanh Giản:

"Nhưng lại có nguồn tin tương truyền rằng, Trương Định lên án Phan Thanh Giản bán nước khi đề cờ khởi nghĩa "Phan, Lâm mãi quốc; triều đình khí dân".

*Ở đây chưa bàn về nguồn gốc và tính xác thực của câu nói trên, nhưng sự tồn tại và lưu truyền dù trong giới hạn nào, **ít nhiều cũng phản ánh một thái độ lên án Phan Thanh Giản.**"*[6]

Như vậy, ngay tại một cuộc hội thảo nhằm "đánh giá" lại Phan Thanh Giản, giáo sư Phan Huy Lê đã phải nhắc lại sự tồn tại của câu "Phan Lâm mãi quốc, triều đình khí dân", và đã phải nhắc lại "giai thoại" hay câu chuyện luôn luôn đi cùng với nó - là anh hùng Trương Định đã từng dùng nó để viết lên lá cờ của mình, nhằm lên án bán nước cho Phan Thanh Giản.

Nhưng rồi tiếp theo đó thì giáo sư Phan Huy Lê lại "chưa", hay nói đúng hơn là không chịu, *"bàn về nguồn gốc và tính xác thực"* của nó. Cho dù nó đã được lưu truyền trong giới sử học miền Bắc trong suốt mấy mươi năm qua, và cho dù giáo sư đang nói về nó trong cuộc hội thảo - với tư cách một giáo sư sử học uy tín hàng đầu cả nước - để tìm hiểu thêm và đánh giá lại về nhân vật lịch sử Phan Thanh Giản

Để rồi bây giờ thì giáo sư Phan Huy Lê đã thành người thiên cổ (1934-2018), và đương nhiên là chẳng còn có dịp nào để mà "bàn" về nguồn gốc và tính xác thực của câu "Phan Lâm mãi quốc, triều đình khí dân" này nữa.

Nhưng đó không phải là trường hợp duy nhất về sự chấp nhận câu trên của giới sử học Việt Nam. Năm 2003, trong cuộc hội thảo

---

(6) Phan Huy Lê, "Phan Thanh Giản - Con Người, Sự Nghiệp Và Bi Kịch Cuối Đời". Xưa & Nay, số 70-B (12-1999), p. III. http://namkyluctinh.com/a-lichsu/phanhuyle-phanthanhgian.htm

có tên là "Thế Kỷ XXI Nhìn Về Nhân Vật Lịch Sử Phan Thanh Giản", giáo sư Đinh Xuân Lâm, người đứng đầu nhóm "tứ trụ" sử học ở miền Bắc, đã làm giống như giáo sư Phan Huy Lê; là xác định sự hiện hữu của câu "Phan Lâm mãi quốc, triều đình khí dân", như sau:

"Bất chấp mọi thủ đoạn, Trương Định vẫn cương quyết ở lại cùng nhân dân chống quân cướp nước, với danh hiệu "Bình Tây đại nguyên soái". .. *Ở đây có vấn đề* **sáu** *(sic) chữ 'Phan Lâm mãi quốc, triều đình khí dân' (Phan Thanh Giản và Lâm Duy Hiệp bán nước, triều đình bỏ rơi chân (sic) chúng) trên lá cờ của nghĩa quân Trương Định,* **cho tới nay vẫn chưa xác minh được việc đó có thật hay không… Nhưng dù có hay không thì cũng phản ánh một luồng dư luận trong nhân dân thời đó đánh giá Phan Thanh Giản.** *"*[7]

Nghĩa là cả hai sử gia hàng đầu của miền Bắc, và rồi của cả nước Việt Nam sau năm 1975, đã xác nhận giống y như nhau, rằng câu "Phan Lâm mãi quốc, triều đình khí dân" là sự *"phản ánh"* một *"luồng dư luận trong nhân dân"*. Và hai vị này - cho dù là những sử gia hàng đầu, cho dù là những diễn giả cốt cán trong các cuộc hội thảo lịch sử nhằm đánh giá Phan Thanh Giản như vậy - lại không hề cho thấy có trách nhiệm phải giải thích, hay ít ra là đã có nghiên cứu chút nào về câu này.

Do đó, không mấy ngạc nhiên là tại Việt Nam hiện nay, từ Wikipedia cho đến những trang mạng giải đáp thắc mắc phổ thông, từ những giáo sư sử học nổi tiếng cho đến những người thường dân, câu "Phan Lâm mãi quốc, triều đình khí dân" và câu chuyện chung quanh nó đã được chấp nhận như một sự thật lịch sử gắn liền với hai nhân vật Phan Thanh Giản và Trương Định. Nó tạo ra và liên kết hình ảnh của một kẻ "phong kiến bán nước" là Phan Thanh Giản với hình ảnh của một người "anh hùng yêu nước" là Trương Định, như một sự đối nghịch rõ rệt giữa hai nhân vật người Nam Kỳ trong lịch sử Việt Nam cận đại.

---

(7) Đinh Xuân Lâm, "Phan Thanh Giản - Khối Mâu Thuẫn Lớn", Nghiên Cứu Lịch Sử, số 6 (331), 2003, pp. 25-31, p. 27 https://drive.google.com/file/d/1QDMatXuSP7XetoysITAEu1t-2Vq3jNaSp/view
https://drive.google.com/file/d/1Bks9E1m-Y-K_P4tIT_2hjmA_XRQngcF7/view?usp=sharing

Mặc dù đó là một câu có nguồn gốc hết sức mù mờ. Mặc dù từ trước đến nay chưa có ai xác định được xuất xứ, tác giả, thời gian và hoàn cảnh ra đời của nó. Mặc dù nó trình bày những điều ngược với sự thật lịch sử.

Do đó, trong bài nghiên cứu này, người viết xin được trình bày với các bạn đọc quá trình tìm hiểu của mình về câu "Phan Lâm mãi quốc, triều đình khí dân" nói trên.

Bài viết sẽ được chia ra làm ba phần để các bạn đọc tiện theo dõi.

Phần 1, từ chương I đến chương III, tìm hiểu về quá trình xuất hiện của câu "Phan Lâm mãi quốc, triều đình khí dân" tại miền Bắc Việt Nam từ sau năm 1954, đặc biệt là vai trò của nó và câu chuyện chung quanh nó trong sự kiện các sử gia miền Bắc lên án "bán nước" và "đầu hàng" cho Phan Thanh Giản tại một cuộc "đánh giá nhân vật lịch sử" - mà thực chất là một phiên tòa đấu tố Phan Thanh Giản - trên tờ Nghiên Cứu Lịch Sử vào năm 1963.

Chương I cho thấy rằng câu "Phan Lâm mãi quốc, triều đình khí dân" không hề và khó có thể đã từng xuất hiện trên sách vở báo chí bằng chữ Quốc Ngữ ở cả ba miền Việt Nam từ trước năm 1954, vì trong thời gian đó mọi bài vở sách báo trên khắp nước đều cho thấy một sự kính trọng Phan Thanh Giản.

Chương II xem xét vai trò chính yếu và nổi bật của câu "Phan Lâm mãi quốc, triều đình khí dân" và câu chuyện chung quanh nó trong phiên toà đấu tố để buộc tội "bán nước" và "đầu hàng" cho Phan Thanh Giản trong suốt nửa năm 1963, trên tờ báo Nghiên Cứu Lịch Sử của Viện Sử Học do ông Trần Huy Liệu làm Viện Trưởng.

Chương III thuật lại quá trình xuất hiện của câu "Phan Lâm mãi quốc, triều đình khí dân" một cách dần dà tuần tự tại miền Bắc như thế nào, từ sau năm 1954 cho đến năm 1963. Quá trình này cho thấy một sự đồng tình viết lại lịch sử Nam Kỳ vào thế kỷ 19 của các sử gia miền Bắc. Theo đó, các sử gia nói trên, dẫn đầu bởi hai ông Trần Huy Liệu và Trần Văn Giàu, đã phân chia các nhân vật và phe nhóm của thời gian này theo lập trường giai cấp và dân tộc cực đoan của họ, khi kể lại câu chuyện chung quanh câu "Phan Lâm mãi quốc, triều đình khí dân".

Phần 2, từ Chương IV đến Chương XI nghiên cứu các tài liệu lịch sử của thời gian đó (thập niên 1860) và so sánh lại với câu "Phan Lâm mãi quốc, triều đình khí dân" cùng câu chuyện chung quanh nó - để xem câu trên có đúng với sự thật lịch sử hay không. Các tài liệu lịch sử này cho thấy rằng những mối quan hệ giữa các phe phái và nhân vật lịch sử của Nam Kỳ vào thập niên 1860 là rất phức tạp chồng chéo, chứ không đơn giản và trắng đen rõ rệt như đã được thuật lại bởi các sử gia miền Bắc, dựa trên lập trường giai cấp và dân tộc cực đoan của họ.

Chương IV giới thiệu văn kiện chính thức đầu tiên giữa triều đình Huế và Pháp trong cuộc chiến, hòa ước 1862. Chính xác hơn, chương này giới thiệu một điều khoản cực kỳ quan trọng nhưng không hề được nhắc tới của hòa ước này là điều số 11, vì nó giải thích lý do tại sao các nhân vật và phe phái lịch sử trong thời gian đó lại có những hành động để dẫn đến sự ra đời của câu "Phan Lâm mãi quốc, triều đình khí dân".

Chương V nghiên cứu tác phẩm "Lãnh Binh Trương Định Truyện" của Nguyễn Thông để hiểu thêm về cuộc khởi nghĩa Trương Định và mối liên hệ giữa Trương Định với triều đình Huế, cũng như mối liên hệ giữa Trương Định với chính các nghĩa quân của ông ta.

Chương VI nói về bài "Hịch Quản Định", tức lời tuyên bố lý do kháng chiến chống Pháp của chính nhân vật Trương Định. Bài hịch này cho thấy mối quan hệ giữa triều đình Huế và Trương Định, để từ đó người đọc suy xét xem Trương Định có thể là tác giả của một câu như "Phan Lâm mãi quốc, triều đình khí dân" hay không.

Chương VII xét đến hai bản tấu trình của Võ Duy Dương, một lãnh tụ kháng chiến tại Nam Kỳ cùng thời với Trương Định. Qua tài liệu này, việc triều đình Huế đã từng phong chức Bình Tây Tướng Quân cho Trương Định cho thấy rằng hai bên vẫn giữ một mối quan hệ mật thiết sau hòa ước 1862.

Chương VIII nghiên cứu những văn kiện được cho là của Trương Định, qua bản dịch bằng tiếng Pháp. Những tài liệu này gồm có hai lá thư mà ông gửi cho một người bạn đang làm việc với Pháp và một lá thư/tuyên ngôn gửi đến các quan tỉnh Vĩnh Long. Những lá thư trên biểu lộ mối quan hệ rất tinh tế và phức tạp giữa Trương Định và triều đình Huế cũng như với Phan Thanh Giản.

Chương IX giới thiệu bản báo cáo mật của một lãnh tụ kháng chiến bên cạnh Trương Định tên là Phạm Tiến. Nó được gửi cho triều đình Huế để báo cáo về tình hình các tỉnh Nam Kỳ sau hòa ước 1862. Tài liệu rất quý hiếm và rất nhiều chi tiết này cho thấy rõ thêm các mối quan hệ giữa các phe phái cũng như giới thiệu thêm về nhiều nhân vật lịch sử có ảnh hưởng đến những mối quan hệ nói trên.

Chương X nghiên cứu một tài liệu bằng thơ lục bát là bài "Thơ Nam Kỳ". Bài thơ này được viết ra bởi những người thường dân vô danh Nam Kỳ, về cuộc chiến Pháp Việt, và với những nhận xét trung thực về các nhân vật và phe phái trong cuộc. Đây mới chính là tiếng nói của "nhân dân Nam Kỳ", với những cách dùng chữ và suy nghĩ hoàn toàn "Nam Kỳ".

Chương XI giới thiệu một tài liệu vừa được tìm ra gần đây về cuộc đối thoại giữa Phan Thanh Giản và một sĩ quan Pháp tên là Henri Rieunier. Tài liệu này được ghi lại bằng chữ quốc ngữ, và qua đó Phan Thanh Giản nói ra mục đích của chuyến đi Pháp và mối quan hệ giữa hai nước Pháp-Việt.

Phần 3, từ Chương XII đến Chương XVI, đi tìm nguồn gốc xuất xứ của câu "Phan Lâm mãi quốc, triều đình khí dân" để dẫn đến kết luận của người viết rằng ai là tác giả của nó, cũng như lý do tại sao nó được ra đời.

Chương XII cho thấy có một sự cố ý làm sai những phương pháp sử học sơ đẳng của các sử gia miền Bắc và đặc biệt là ông Trần Huy Liệu, khi họ sử dụng tiêu chuẩn ngày nay để xét đoán các nhân vật lịch sử thời xưa, cũng như khi họ không hề cho biết về xuất xứ của câu "Phan Lâm mãi quốc, triều đình khí dân".

Chương XIII cho thấy có một sự cố tình im lặng trước những vấn đề bất hợp lý rõ rệt về hình thức của câu "Phan Lâm mãi quốc, triều đình khí dân", như tại sao lại là "mãi" mà không phải là "mại" theo đúng với ý nghĩa "bán" của nó.

Chương XIV cho biết lý do của những sự cố ý nói trên khi tìm hiểu về mục đích và sự cần thiết phải ra đời của câu "Phan Lâm mãi quốc, triều đình khí dân", bởi chính tác giả của nó tiết lộ.

Chương XV cho biết lý do tại sao Phan Thanh Giản lại trở thành nhân vật chính trong câu "Phan Lâm mãi quốc, triều đình khí dân", và là mục tiêu cho phiên tòa đấu tố trên tờ Nghiên Cứu Lịch Sử vào năm 1963.

Chương XVI giới thiệu một tác phẩm của Phan Bội Châu tên là "Việt Nam Vong Quốc Sử" và tầm ảnh hưởng của nó với các nhà cách mạng Việt Nam. Tác phẩm này kết tội Phan Thanh Giản là "đầu hàng" người Pháp, giống như phiên tòa năm 1963 đã làm.

Chương XVII giới thiệu một tài liệu đặc biệt là bài thơ "Việt Nam Chính Khí Ca", được làm với thể thơ lục bát nhưng lại bằng chữ Hán (Việt). Bài thơ này, giống như phiên tòa năm 1963, đã kết tội "bán nước" cho Phan Thanh Giản.

Chương XVIII xét đến tôn chỉ về sử học của tác giả câu "Phan Lâm mãi quốc, triều đình khí dân" và tài nghệ cũng như bản lãnh sáng tạo của người này. Từ đó, có thể hiểu được lý do tại sao ông ta lại chế tạo ra câu đó như ta thấy ngày nay.

PHẦN 1

SỰ XUẤT HIỆN ĐỘT NGỘT VÀ VAI TRÒ CHỦ YẾU CỦA CÂU "PHAN LÂM MÃI QUỐC, TRIỀU ĐÌNH KHÍ DÂN" TRONG PHIÊN TÒA ĐẤU TỐ PHAN THANH GIẢN TRÊN TỜ NGHIÊN CỨU LỊCH SỬ TẠI MIỀN BẮC NĂM 1963

Trước khi đi vào bài viết này, xin mời bạn đọc trở lại với bối cảnh lịch sử Việt Nam (Annam) vào thập niên 1860 của thế kỷ 19.

Năm 1861, liên quân Pháp-Tây Ban Nha đánh bại Nguyễn Tri Phương và quân đội nhà Nguyễn tại chiến lũy Chí Hòa ở Sài Gòn, rồi thừa thắng tiến chiếm cả ba tỉnh miền Đông Nam Kỳ là Gia Định, Biên Hòa, Định Tường. Sau đó, họ tấn công và chiếm luôn tỉnh thành quan trọng nhất ở miền Tây Nam Kỳ là Vĩnh Long vào đầu năm 1862. Như vậy, nhà Nguyễn đã bị mất cả ba tỉnh miền Đông lẫn thủ phủ của ba tỉnh miền Tây là Vĩnh Long, tức tổng cộng là bốn tỉnh, vào tay Pháp, năm 1862.

Phần vì quân đội yếu kém, phần vì tài chánh kiệt quệ, lại thêm mối lo vì cuộc nổi loạn của Lê Duy (Tạ Văn) Phụng ở Bắc Kỳ, vua Tự Đức đã cử hai vị đại thần là Phan Thanh Giản và Lâm Duy Hiệp vào Sài Gòn để đàm phán, và ký hòa ước năm 1862 (Nhâm Tuất) với Đề Đốc Bonard của Pháp và Đại Tá Palanca Gutierrez của Tây Ban Nha. Theo hòa ước này, nước Annam của nhà Nguyễn phải chịu mất ba tỉnh miền Đông Nam Kỳ cho Pháp. Nhưng bù lại, họ sẽ được Pháp trả lại tỉnh thành Vĩnh Long nếu nhà vua của nước Annam thực hành điều khoản thứ 11 của hòa ước, là giải giáp và triệu hồi các đạo quân của nhà vua đang kháng chiến chống Pháp tại Gia Định và Định Tường.

Mặc dù hoàn toàn được sự đồng ý của vua Tự Đức - bởi chính nhà vua sau đó đã thỏa thuận tất cả mọi điều khoản của hòa ước 1862, cũng như đã chính thức mời Bonard và Palanca Gutierrez ra Huế để làm lễ ký kết - hai ông Phan Thanh Giản và Lâm Duy Hiệp đã phải đứng ra để lãnh hết tất cả những búa rìu dư luận thay cho nhà vua. Bởi vì họ chính là những người đã đại diện cho vua Tự Đức để thương thuyết và ký kết hòa ước 1862. Trong khi đó, vua Tự Đức dù đã đồng ý với hòa ước này và là người có quyền uy tối thượng, vẫn đổ hết tội làm mất ba tỉnh miền Đông cho hai ông Phan, Lâm. Còn trên thực tế thì liên quân Pháp-Tây đã dễ dàng đánh bại quân đội nhà Nguyễn và lúc ấy đang chiếm đóng cả bốn tỉnh Biên Hòa, Gia Định, Định Tường và Vĩnh Long ở Nam Kỳ.

Rồi ngay sau đó thì vua Tự Đức đã "xử phạt" hai ông Phan Lâm về "tội" ký kết hòa ước 1862 và cho hai ông lấy công chuộc tội, bằng cách xuống chức cho Phan Thanh Giản làm Tổng Đốc Vĩnh Long và Lâm Duy Hiệp làm tuần phủ tỉnh Bình Thuận, hai tỉnh giáp giới với ba tỉnh miền Đông mà nay đã thuộc Pháp. Nhưng trên thực tế thì hai ông Phan, Lâm lại một lần nữa được nhà vua giao cho một nhiệm vụ cực kỳ khó khăn và tế nhị, là phải "tiếp thu" và "giải giáp" những lực lượng kháng chiến của các quan lại, sĩ phu ở ba tỉnh miền Đông, những lực lượng đã và đang tiếp tục cuộc chiến đấu chống Pháp sau khi quân Pháp phá vỡ chiến lũy Chí Hòa và chiếm các tỉnh miền Đông. Mục đích tối hậu của việc "giải giáp" này, mà thật sự là một nhiệm vụ còn khó khăn hơn việc "giải giáp" đó nữa, là để chứng tỏ cho người Pháp thấy rằng bên Việt đã thực hiện đúng như điều 11 của hòa ước 1862 yêu cầu, nhằm đòi hỏi Pháp phải trả lại tỉnh thành Vĩnh Long.

Sau khi thua trận tại đại đồn Chí Hòa năm 1861, tàn quân nhà Nguyễn tản mác ra các vùng lân cận Sài Gòn. Một số tướng lãnh cùng với các quan lại cũ nổi lên chống Pháp ở những vùng bị chiếm. Trong số đó có một vị lãnh tụ nổi bật nhất là Quản Cơ Trương Định, người thường được gọi là "Quản Định" theo các tài liệu thời đó. Ông ta là người đã từng chiến đấu dưới trướng Nguyễn Tri Phương trong lực lượng phòng thủ đại đồn Chí Hòa. Sau trận Chí Hòa, Trương Định tiếp tục cuộc kháng chiến chống Pháp của ông tại vùng cứ địa Tân Hòa (Gò Công), với sự ủng hộ của triều đình Huế.

Trong khi đó, sau khi được vua Tự Đức cử làm Tổng Đốc Vĩnh Long để thi hành nhiệm vụ "giải giáp" các lực lượng chống Pháp ở hai tỉnh Gia Định và Định Tường nhằm lấy lại tỉnh thành Vĩnh Long theo điều 11 của hòa ước 1862, Phan Thanh Giản đã viết thư kêu gọi Trương Định hãy chấp hành lệnh vua và giải tán quân đội. Theo lệnh này, Trương Định được triều đình Huế điều đi làm lãnh binh ở An Giang.

Tuân lệnh vua, Trương Định cho vợ con đi trước rồi sửa soạn để lên đường nhậm chức mới. Nhưng những tướng sĩ trong lực lượng chống Pháp của ông ta đã giữ ông lại và không cho đi An Giang. Trương Định đồng ý ở lại, rồi sau đó tự xưng là Bình Tây Đại Nguyên Soái. Ông ta bắt đầu tổ chức lại một "chính phủ" của nhà Nguyễn tại các nơi bị chiếm đóng, để tiếp tục chống Pháp.

Nhờ chính sách ngoại giao thành công của Phan Thanh Giản, Pháp đã thực hiện điều số 11 của hòa ước 1862 là trả lại tỉnh thành Vĩnh Long cho nhà Nguyễn vào đầu năm 1863. Liền sau thắng lợi về ngoại giao này, vua Tự Đức tiếp tục giao cho Phan Thanh Giản một trọng trách ngoại giao kế tiếp: dẫn đầu một phái đoàn Annam qua Pháp để điều đình chuộc lại ba tỉnh miền Đông Nam Kỳ. Việc chuộc đất rốt cuộc không thành, nhưng vua Tự Đức lại một lần nữa giao trọng trách cho Phan Thanh Giản làm Kinh Lược Sứ ba tỉnh miền Tây Nam Kỳ, với hy vọng mong manh là có thể đối phó với Pháp, và chỉ bằng tài ngoại giao của Phan Thanh Giản.

Nhưng vào năm 1867, trước áp lực nặng nề của quân đội Pháp và thế yếu quá rõ ràng của nhà Nguyễn ở ba tỉnh miền Tây, Phan Thanh Giản trao thành Vĩnh Long cho Pháp rồi uống thuốc độc tự tử - sau khi viết một tờ Di Sớ để nhận tội với, cũng như thay cho, vua Tự Đức.

Và theo các sử gia miền Bắc thì chính trong bối cảnh lịch sử này mà câu "Phan Lâm mãi quốc, triều đình khí dân" đã được ra đời. Và đó là do lực lượng nghĩa quân Trương Định đã sử dụng nó để đề trên lá cờ khởi nghĩa của mình, nhằm lên án cả hai thế lực là triều đình Huế và thực dân Pháp đang "câu kết" với nhau.

Tuy vậy, như người viết sẽ trình bày trong chương I dưới đây, câu "Phan Lâm mãi quốc, triều đình khí dân" này không hề được thấy trong sách báo chữ quốc ngữ của cả nước từ trước năm 1954 cũng như tại miền Nam từ năm 1954 đến 1975.

CHƯƠNG I

CÂU "PHAN LÂM MÃI QUỐC, TRIỀU ĐÌNH KHÍ DÂN" KHÔNG CÓ MẶT TRONG SÁCH BÁO BẰNG CHỮ QUỐC NGỮ CỦA CẢ NƯỚC TRƯỚC NĂM 1954 VÀ Ở MIỀN NAM TỪ NĂM 1954 ĐẾN 1975

A. Cả Nước Trước 1954

Theo sự tìm hiểu của người viết thì trong khoảng thời gian trước năm 1954, tức trước khi nước Việt Nam bị chia cắt thành hai miền Nam Bắc, Phan Thanh Giản là một nhân vật lịch sử được kính trọng bởi hầu hết toàn dân Việt Nam, từ Nam chí Bắc.

Sau khi ông chết, Phan Thanh Giản đã được tất cả các sĩ phu và dân chúng miền Nam cũng như cả nước ngợi khen, như có thể thấy qua thơ văn của Nguyễn Đình Chiểu, Nguyễn Thông, Phạm Viết Chánh, Phạm Phú Thứ... Điển hình nhất có lẽ là bài thơ sau đây của Nguyễn Đình Chiểu, một nhà thơ miền Nam nổi tiếng theo trường phái "chủ chiến":

Non nước tan tành, hệ bởi đâu
Dàu dàu mây bạc cõi Ngao-châu
Ba triều công cán vài hàng sớ
Sáu tỉnh cương thường một gánh thâu
Trạm Bắc ngày chiều tin điệp vắng
Thành Nam đêm quạnh tiếng quyên sầu
Minh sanh chín chữ lòng son tạc
Trời đất từ đây mặc gió thu.[8]

---

(8) Phan Văn Hùm, "Nỗi Lòng Đồ Chiểu", Tân Việt, Saigon 1957, p. 50. Tác giả Phan Văn Hùm chép bài thơ này lại từ ông Nguyễn Đình Chiêm, con trai của Nguyễn Đình Chiểu. http://www.tusachtiengviet.com/images/file/zm_jCI2k0wgQAGpS/noi-long-do-chieu.pdf

Còn trong số những sĩ phu cùng thời cũng không thấy có một người nào lên án Phan Thanh Giản.

Chỉ có một người duy nhất mà ta có thể tạm cho là có giọng điệu phê phán Phan Thanh Giản.[9] Đó là Phan Văn Trị với câu *"ngậm cười hết nói nỗi oan (quan) ta"* trong bài thơ dưới đây:

> *Tò le kèn thổi tiếng năm ba*
> *Nghe lọt vào tai dạ xót xa*
> *Uốn khúc sông Rồng mù mịt khói*
> *Vắng hoe thành Phụng ủ sầu hoa.*
> *Tan nhà cảm nỗi câu ly hận,*
> *Cắt đất thương thay cuộc giảng hòa.*
> *Gió bụi đòi cơn xiêu ngã cỏ,*
> *Ngậm cười hết nói nỗi oan (quan) ta.*[10]

Tuy vậy, ý nghĩa của câu cuối cùng trong bài thơ trên cũng vẫn chưa rõ ràng là phê phán. Như đã thấy, câu này từng được chép ra chữ Quốc Ngữ là *"nỗi oan ta"* hoặc *"nỗi quan ta"* - và cả hai trường hợp đều có thể đúng, theo giọng nói của người Nam Kỳ. Nhưng cả hai đều cho thấy một nỗi niềm xót xa; hoặc cho việc cắt đất giao hòa, hoặc cho sự đau khổ của các "quan ta". Cùng lắm thì cũng chỉ có thể cho rằng đây là một câu trách móc rất nhẹ nhàng, chứ không phải là một lời lên án hay kết tội chi cả.

---

(9) Theo tờ Nghiên Cứu Lịch Sử thì trong thời gian này có một vị quan nhà Nguyễn tên là Phan Huân dâng sớ tâu vua Tự Đức xin chém Phan Thanh Giản "tại trận tiền" và hành tội Trương Đăng Quế - qua "sưu tầm" của ông Đặng Huy Vận. Tuy vậy, ông Đặng Huy Vận cũng như tờ Nghiên Cứu Lịch Sử không bao giờ công bố nguyên văn tờ sớ nói trên, mà chỉ trích đăng vài câu, trong đó lại có những câu rất đáng nghi ngờ vì xúc phạm đến nhà vua. Nếu như tờ sớ này có thật và quả đã được dâng lên cho nhà vua thì ông Phan Huân khó lòng thoát tội khi quân. Đây là đoạn văn được cho là của Phan Huân do ông Đặng Huy Vận sưu tầm: "Phan Huân, người sĩ phu Hà-tĩnh làm quan ngự sử thời Tự-đức đã anh dũng dâng sớ xin giết Phan-thanh-Giản và Trương-đăng-Quế, những người cầm đầu phái đầu hàng. Trong bài sớ, Phan Huân có đoạn viết: **Thiên hạ giả, thiên hạ chi thiên hạ, phi bệ hạ chi thiên hạ**, yên độc đắc sở chuyên. Tiên thỉnh trảm Phan-thanh-Giản ư trận tiền dĩ nghiêm quân lệnh. Thứ thối Trương-đăng-Quế hoàn ư tư đệ dĩ đậu mưu gian" (2) (**Thiên hạ là của thiên hạ không phải là của bệ hạ mà chuyên giữ lấy một mình**. Trước hết, xin giết Phan-thanh-Giản tại trận để nghiêm quân lệnh rồi sau xin đuổi Trương-đăng Quế về nhà riêng để ngăn chặn mưu gian. (2) Tài liệu sưu tầm của Ty Văn hóa Hà-tĩnh." Đặng Huy Vận, "Thêm Một Số Tài Liệu Về Cuộc Khởi Nghĩa Năm Giáp Tuất (1874) Ở Nghệ An Và Hà Tĩnh", Nghiên Cứu Lịch Sử số 75, 1965, pp. 10-22, p.11. https://drive.google.com/file/d/1wMYtA2Am8l_JD7VWyFsrBZVdi5khDFnJ/view?usp=sharing

(10) Nam Xuân Thọ, "Phan Thanh Giản (1796-1867)", Tân Việt, Saigon 1957, p. 79. http://www.tusachtiengviet.com/images/file/xoFX1oMg0wgQAlsl/phan-thanh-gian.pdf

Còn nếu như đó là chữ "nổi" chứ không phải "nỗi", giống như "hết nói nổi" về một chuyện gì đó, thì câu này cũng chỉ nói lên một sự ngao ngán chán chường của tác giả về việc "cắt đất giảng hòa" của triều đình. Do đó, nếu như câu thơ trên quả tình là "hết nói nổi quan ta" đi nữa, thì chắc chắn nó cũng không bao giờ lên tới mức độ phê phán của câu "Phan Lâm mãi quốc, triều đình khí dân".

Và như đã nói, ở miền Nam thời gian trước năm 1975, một con đường lớn và thuộc loại quan trọng nhất Sài Gòn mà nay là đường Điện Biên Phủ trước đó từng mang tên Phan Thanh Giản. Tên của ông cũng được dùng để đặt cho hai ngôi trường trung học tại hai thành phố lớn nhất miền Nam là Cần Thơ và Đà Nẵng. Ngoài ra, các sách báo ở miền Nam trước 1975 đều không thấy nhắc tới câu "Phan Lâm mãi quốc, triều đình khí dân" nói trên.

Còn ở miền Bắc trong thời gian trước năm 1954 thì cũng không hề nghe nói tới câu này. Người viết đã cố gắng tìm nó trong hai tờ báo uy tín nhất miền Bắc vào thời gian đó, là bộ Nam Phong Tạp Chí của Thượng Chi Phạm Quỳnh và bộ Tri Tân Tạp Chí của Ứng Hòe Nguyễn Văn Tố. Nhưng chỉ thấy trong hai bộ báo nói trên toàn là những bài viết ca ngợi về sự hy sinh và đức độ, cũng như thương cảm cho hoàn cảnh của Phan Thanh Giản. Mà không hề thấy câu "Phan Lâm mãi quốc, triều đình khí dân" nói trên.

Nếu như câu này quả tình đã được lưu truyền đâu đó ở Việt Nam trước năm 1954, thì chắc chắn là phải ở Nam Kỳ. Và những tác giả chuyên nghiên cứu về Phan Thanh Giản như Lê Thọ Xuân, Trường Sơn Chí, Khuông Việt, Trực Thần - những người gốc gác Nam Kỳ - thế nào cũng phải có bài viết về nó. Thế nhưng các tác giả nổi tiếng này đã không hề có một chữ nào để nói đến câu đó. Thí dụ như ông Lê Thọ Xuân, dưới tên thật là Lê Văn Phúc, đã cùng với một tác giả người Pháp viết ra cả một cuốn sách bằng tiếng Pháp để cung cấp tài liệu về Phan Thanh Giản.[11] Nhưng ông ta đã không hề nhắc đến câu "Phan Lâm mãi quốc, triều đình khí dân" trong cuốn sách này.

---

(11) Pierre Daudin & Le Van Phuc, Phan-Thanh-Gian et sa famille, 1796-1867, Société des Etudes Indochinoises, Saigon Imprimerie de l'Union, 1941.

Hơn nữa, một học giả thông thái nổi tiếng khắp cả nước như Ứng Hòe Nguyễn Văn Tố chắc chắn sẽ truy tìm xuất xứ của câu "Phan Lâm mãi quốc, triều đình khí dân" để xem có phải là nó đã được nghĩa quân Trương Định đề lên lá cờ khởi nghĩa của mình hay không. Bởi ông Nguyễn Văn Tố là một học giả cực kỳ nghiêm cẩn, nhất là trong việc nghiên cứu về Phan Thanh Giản.

Một thí dụ điển hình về sự nghiêm cẩn này của ông Ứng Hòe là khi ông Ngô Tất Tố, một học giả cùng thời với Nguyễn Văn Tố và cũng rất nổi tiếng ở Việt Nam, viết cuốn "Thi Văn Bình Chú" - và ông Nguyễn Văn Tố đã có lời phê bình rất tận tình. Đó là vì ở phần viết về Phan Thanh Giản trong cuốn sách trên, ông Ngô Tất Tố đã trích dẫn sai lầm về bài thơ khóc Phan Thanh Giản của Nguyễn Đình Chiểu mà người viết vừa dẫn ra bên trên. Bên cạnh đó, ông Ngô Tất Tố còn lầm lẫn rất lớn khi cho rằng bài thơ này là do chính Phan Thanh Giản làm ra.

Học giả Nguyễn Văn Tố đã lên tiếng chỉnh sửa ông Ngô Tất Tố về cách ông Ngô nghiên cứu thơ văn Phan Thanh Giản một cách rất tận tình, như sau:

"Những tập văn thơ của cụ Phan-thanh-Giản, ông Ngô Tất-Tố cũng chép thiếu và chép sai….

Còn những bài thơ nôm mà ông Ngô Tất-Tố sao lại sai-nhầm thiếu-sót thế nào, Tri Tân, số 89, 96 và 97, đã đăng rõ, tôi chỉ thí dụ bài Tuyệt mệnh thứ hai là bài của ông Nguyễn đình-Chiểu (tác giả quyển Lục-vân-Tiên), mà ông Ngô Tất-Tố chép là của cụ Phan-thanh-Giản! Bài thơ ấy có chữ Ngao-châu là tên bãi chỗ cụ ở, thế mà ông Ngô Tất-Tố "chú dẫn" là "cõi của cá ngao, chỉ về những xứ loạn lạc"! Lại có câu "Minh tinh chín chữ", ông Ngô Tất-Tố "chú dẫn" chỉ viết có bảy chữ, là "Hải nhai lão thư sinh chi cữu", dẫn cả chữ nho, cũng chỉ có bảy chữ! Có lẽ ông Ngô Tất-Tố đếm kiểu Chiêu Hổ Xuân-hương! Chín chữ ấy, người ta có tìm thấy trong di-bút của cụ Phan-thanh-Giản như sau này: "Minh tinh thỉnh tỉnh, nhược vô, ưng thơ: 'Đại-Nam hải nhai lão thư sinh tính Phan chi cữu', diệc dĩ thử chi mộ". Nghĩa là "minh tinh xin bỏ, nếu không chịu bỏ, thì nên viết thế này "Cái cữu của người học-trò già, ở góc bể Đại Nam là họ Phan, mộ chí cũng đề như thế". Sở dĩ gọi là chín chữ là tính từ chữ "Đại Nam hải nhai lão thư sinh tính Phan". Cứ như thế là cụ dặn bỏ minh tinh, bất đắc dĩ hãy viết, chứ không phải như lời ông Ngô Tất-Tố nói cụ "tự tay viết sẵn chín chữ... để làm lòng minh tinh".

Nói tóm lại, từ tiểu-truyện đến sao-lục văn thơ và chú-thích dẫn-giải, ông Ngô Tất-Tố đã làm rất dối-dá, đã không bổ ích gì, lại thêm hại nữa, vì nhầm lẫn nhiều quá, mà toàn là những chỗ hệ-trọng, như bài ông này sao cho ông kia, việc năm trước chép vào năm sau, tên đất nọ dẫn ra đất kia, v.v.!" [12]

Như vậy, có thể thấy rằng học giả Nguyễn Văn Tố đã có một sự kính trọng rất rõ ràng đối với Phan Thanh Giản. Ngoài ra, đoạn văn trên cũng chứng tỏ rằng vị học giả này đã nghiên cứu rất kỹ về Phan Thanh Giản. Với sự chiếu cố ông Ngô Tất Tố một cách nồng nhiệt như trên, khi ông Ngô trích dẫn sai về Phan Thanh Giản, điều chắc chắn là học giả Nguyễn Văn Tố sẽ không thể nào bỏ qua được vấn đề lai lịch và xuất xứ của một câu nặng ký và đi ngược lại với sự hiểu biết về lịch sử thời đó, như câu "Phan Lâm mãi quốc, triều đình khí dân".

Nhưng như đã nói, trong suốt bộ Tri Tân Tạp Chí của ông Nguyễn Văn Tố, với rất nhiều bài viết về Phan Thanh Giản, người viết không hề tìm thấy một dòng nào về tám chữ nói trên.

B. Miền Nam Sau 1954

Còn ở miền Nam vào thời gian trước năm 1954 thì không ai nghe nói tới câu "Phan Lâm mãi quốc, triều đình khí dân". Và từ sau năm 1954 cho đến năm 1975 cũng vẫn không hề thấy nó xuất hiện trên sách báo. Trong hàng chục bài nghiên cứu rất giá trị trên một tờ đặc san về Phan Thanh Giản của Tập San Sử Địa tại Sài Gòn, không thấy có một bài nào nhắc tới câu này với nguyên văn như ta thấy hiện nay.

---

(12) Ứng Hòe Nguyễn Văn Tố, "Quyển Thi Văn Bình Chú" X, Tri Tân số 99, 10 Juin 1943, pp. 8-9.
https://drive.google.com/file/d/1wMYtA2Am8l_JD7VWyFsrBZVdi5khDFnJ/view?usp=sharing

Chỉ có một trường hợp ngoại lệ duy nhất. Vì cũng trong tờ đặc san Sử Địa này, có một bài viết nhắc tới câu "Phan Lâm mãi quốc, triều đình khí dân"; nhưng lại trích dẫn sai nguyên văn của câu. Và đó là bài viết với tựa đề "Chung Quanh Cái Chết Và Trách Nhiệm Của Phan thanh Giản Trước Các Biến Cố Của Nam Kỳ Cuối Thế Kỷ XIX" của sử gia Phạm Văn Sơn, một sĩ quan cao cấp thuộc Quân Lực Việt Nam Cộng Hòa.

Và câu "Phan Lâm mãi quốc, triều đình khí dân" đã được ông Phạm Văn Sơn trích dẫn sai lạc như sau trong bài viết này:

"Và khi tin Hòa ước đã ký xong sĩ-dân toàn quốc đều nổi lòng công phẫn. Phản ứng đầu tiên là của đồng bào Nam-kỳ, được biểu hiện trên lá cờ của Bình-Tây Nguyên-Soái Trương-Định bằng câu thóa mạ hai đại diện của triều-đình và thống trách vua quan đời Tự-Đức:

Phan, Lâm bán nước, triều đình khí dân. "[13]

Điều đáng nói là ông Phạm Văn Sơn đã không ghi chú nguồn gốc xuất xứ của câu "*Phan, Lâm bán nước, triều đình khí dân*" nói trên ngay tại chỗ, để cho người đọc biết rằng ông lấy nó từ đâu ra. Mà ông cũng chẳng buồn để câu "thóa mạ" đó trong ngoặc kép. Sau cùng, ông đã trích dẫn sai nguyên văn câu này - bởi thay vì là "mãi quốc" thì ông Phạm Văn Sơn lại tự diễn dịch luôn ra thành "bán nước". Trong khi nguyên văn thì phải là "mãi quốc", mới đối xứng được với "khí dân".

Nhưng một người đọc cẩn thận vẫn có thể thấy rằng ông Phạm Văn Sơn đã "mượn" câu trên từ hai sử gia miền Bắc sau 1954, là hai ông Trần Huy Liệu và Trần Văn Giàu. Vì mặc dù không chú thích gì về câu này ngay tại chỗ, ông Phạm Văn Sơn sau cùng cũng đã chú thích một cách rất e dè ở cuối bài viết của ông trên tờ Tập San Sử Địa nói trên, trong phần "Tài Liệu Tham Khảo", như sau:

*"**Lịch sử 80 năm chống Pháp** của T-H-L trang 32, **Nam-kỳ chống Pháp** của T-V-G trang 160.*

---

(13) Phạm Văn Sơn, "Chung Quanh Cái Chết Và Trách Nhiệm Của Phan thanh Giản Trước Các Biến Cố Của Nam Kỳ Cuối thế Kỷ XIX", Tập san Sử Địa, số 7-8, 1967, pp. 78-95, p. 85. https://drive.google.com/file/d/1wMYtA2Am8l_JD7VWyFsrBZVdi5khDFnJ/view?usp=sharing

CHÚ-THÍCH: Trong Việt Sử Tân Biên... chúng tôi đã dành cho cụ Phan-Thanh-Giản rất nhiều mỹ cảm, nhưng ngày nay đã kiếm ra được nhiều tài liệu có giá trị và đáng tin cậy, chúng tôi phải có một thái độ cẩn trọng trước chủ trương chánh trị của cụ."[14]

Như vậy, có thể thấy rằng ông Phạm Văn Sơn đã kiếm được câu "Phan Lâm mãi quốc, triều đình khí dân" (mà ông viết sai thành *"Phan, Lâm bán nước, triều đình khí dân"*) từ hai tác phẩm của hai sử gia miền Bắc là Trần Huy Liệu và Trần Văn Giàu. Rồi ông Phạm Văn Sơn cũng đã có chú thích sơ sài ở cuối bài viết này[15]. Tuy nhiên, ông Phạm Văn Sơn có lẽ vì là một sĩ quan cao cấp của miền Nam, nên mặc dù đã dùng tài liệu của hai sử gia miền Bắc về Phan Thanh Giản, nhưng lại không muốn hay không dám chú thích tên thật của hai tác giả này ra, mà chỉ dám đề chữ tắt là "T-H-L" và "T-V-G"!

Ngoại trừ ông Phạm Văn Sơn với bài viết và sự trích dẫn sai lầm thiếu sót như trên, người viết không tìm ra được một bài viết hay tác phẩm nào khác để cho thấy rằng câu "Phan Lâm mãi quốc, triều đình khí dân" đã có mặt tại miền Nam từ trước năm 1975.

Do đó, tóm lại, theo sự tìm hiểu của người viết thì trong sách báo bằng chữ Quốc Ngữ cả nước trước năm 1954 và ở miền Nam từ năm 1954 đến năm 1975, không hề có câu "Phan Lâm mãi quốc, triều đình khí dân". Chỉ có một trường hợp ngoại lệ như trên của ông Phạm Văn Sơn, vào năm 1967 trên tờ Sử Địa.

Mà thật tình thì đó cũng chẳng phải là một ngoại lệ, vì hai lý do. Thứ nhất, vì ông Phạm Văn Sơn đã học được câu trên từ hai sử gia miền Bắc là Trần Huy Liệu và Trần Văn Giàu, chứ không phải từ miền Nam. Thứ hai, ông Phạm Văn Sơn không hiểu do vô tình hay cố ý, nhưng đã trích dẫn sai thành ra *"Phan Lâm bán nước"* thay vì *"Phan Lâm mãi quốc"*. Cho nên, có thể kết luận rằng câu này đã không hề có mặt trên sách vở của cả miền Nam vào thời gian từ năm 1954 đến năm 1975.

---

(14) Ibid, p. 95

(15) Hai cuốn "Lịch sử 80 năm chống Pháp" của Trần Huy Liệu và "Nam Kỳ Kháng Pháp" của Trần Văn Giàu sẽ được người viết nói đến với nhiều chi tiết hơn ở chương III.

Mà câu này chỉ xuất hiện tại miền Bắc từ sau năm 1954, như người viết sẽ trình bày trong các chương II và III tiếp theo dưới đây. Và chẳng những chỉ xuất hiện không thôi, mà nó còn đóng một vai trò chủ yếu trong việc kết tội "mãi quốc" cho Phan Thanh Giản vào năm 1963.

Bởi vì ở miền Bắc đã có cả một phiên tòa để lên án "bán nước" cho Phan Thanh Giản vào năm 1963, khi Phan Thanh Giản được đem ra để "đánh giá" trong suốt nửa năm trời trên tờ tạp chí Nghiên Cứu Lịch Sử. Trong đợt "đánh giá" mà thực chất là một phiên tòa giống như một cuộc "đấu tố" đã được dàn xếp từ trước này, câu "Phan Lâm mãi quốc, triều đình khí dân" đã được đem ra sử dụng triệt để. Và kết cuộc thì Phan Thanh Giản đã bị các sử gia miền Bắc dưới sự dẫn dắt của "người anh cả"[16] là ông Viện Trưởng Viện Sử Học Trần Huy Liệu "nhất trí" kết án "tội nhân của lịch sử", với bản án "mãi quốc" được cho là rất "công minh". Và bản án nói trên đã được dựa vào một bằng chứng duy nhất nhưng không có nguồn gốc xuất xứ rõ ràng là câu "Phan Lâm mãi quốc, triều đình khí dân".

Trong chương II tiếp theo dưới đây, người viết sẽ trình bày diễn tiến của phiên tòa này, và vai trò độc đáo có một không hai của câu "Phan Lâm mãi quốc, triều đình khí dân" trong cuộc đấu tố đã được dàn xếp đó.

---

(16) Ông Văn Tân, người thay thế ông Trần Huy Liệu, đã viết về vai trò "người anh cả" của ông Trần Huy Liệu như sau: "Trần Huy Liệu là cán bộ lãnh đạo công tác sử học xuất sắc. Anh là nhà sử học được giới sử học tin yêu nhất. Nhân ngày sinh 65 của anh, giới sử học đã tặng anh một tập ảnh đề những chữ sau đây: 'Trân trọng kính tặng đồng chí Trần Huy Liệu, **người anh cả của giới sử học nước Việt-nam dân chủ cộng hòa**'". Văn Tân, "Trần Huy Liệu Với Giới Báo Chí, Giới Văn Học Và Giới Sử Học", Nghiên Cứu Lịch Sử số 125, pp. 8-20, 20. https://drive.google.com/file/d/1wMYtA2Am8I_JD7VWyFsrBZVdi5khDFnJ/view?usp=sharing

CHƯƠNG II

CÂU "PHAN LÂM MÃI QUỐC, TRIỀU ĐÌNH KHÍ DÂN" ĐÃ ĐƯỢC SỬ DỤNG RA SAO TRONG PHIÊN TÒA ĐẤU TỐ PHAN THANH GIẢN TRÊN TỜ TẠP CHÍ NGHIÊN CỨU LỊCH SỬ TẠI MIỀN BẮC VÀO NĂM 1963

Nhà nghiên cứu Cao Tự Thanh ở Việt Nam, một người có mối quan hệ thân tình "bác cháu" với sử gia Trần Văn Giàu, đã thuật lại mẩu chuyện sau đây giữa ông ta với ông Trần Văn Giàu về cuộc "đấu tố" Phan Thanh Giản trên tờ Nghiên Cứu Lịch Sử tại miền Bắc vào năm 1963:

*"Khoảng 1992, lúc ấy tôi (Cao Tự Thanh) nhận viết bài Nho giáo ở Gia Định trong quyển Địa chí văn hóa Thành phố Hồ Chí Minh, tập IV (Tư tưởng) do bác Sáu (Trần Văn Giàu) chủ biên nên thường tới gặp ông, có lần ông hỏi về thơ Phan Thanh Giản, tôi thưa là thơ Phan Thanh Giản hay lắm, Tự Đức khen là cổ nhã không phải sai đâu, kế nói 'Ông Sáu biết **Phan Thanh Giản chết mấy lần không? Cả thảy bốn lần**'.*

Bác Sáu lập tức cảnh giác 'Sao nhiều quá vậy?'.

*'Lần đầu là Phan Thanh Giản uống thuốc độc tự tử, lần thứ hai là thực dân khen Phan Thanh Giản sáng suốt không chống lại Pháp, đó là bị ám sát, lần thứ ba là triều đình Tự Đức ra bản án xử tội Phan Thanh Giản 'đục tên trong bia Tiến sĩ...', đó là bị bức tử, **lần thứ tư vào khoảng 1960 – 1963, sau khi Đảng ta hạ quyết tâm dùng bạo lực cách mạng để giải phóng miền Nam, Phan Thanh Giản là một nhân vật 'chủ hòa' bị mang ra đấu tố, và trong phiên tòa ấy Phan Thanh Giản đã bị xử tử...**".*

Bác Sáu vội nói 'Đó là thằng Liệu, không phải tao'.

'Đừng có chối ông già ơi. **Lần đó ông Trần Huy Liệu ngồi ghế Chánh án thì bác ngồi ghế Thẩm phán**, *báo hại bác Tư (tức Giáo sư Ca Văn Thỉnh) phải im lặng không dám làm Luật sư... ' (*).*

Ông thở dài, lát sau nói "Gần đây bác không khỏe lắm, muốn viết cái gì dài cũng khó, định viết ngắn ngắn thôi, cháu thấy bác nên viết cái gì?"[17]

Như ông Cao Tự Thanh nhận xét, Phan Thanh Giản đã bị hai ông Trần Huy Liệu và Trần Văn Giàu, hai cây cổ thụ của làng sử học miền Bắc, đem ra "đấu tố" vào năm 1963. Cũng theo ông Cao Tự Thanh, vụ đấu tố này có thể coi như một phiên tòa xử tử Phan Thanh Giản.

Và quả đúng như vậy, vì phiên tòa "đấu tố" này là một vụ xử án một chiều rất trắng trợn, khi tội trạng của Phan Thanh Giản đã được dàn xếp sẵn từ trước. Nhưng điều đáng nói nhất về phiên tòa này, là câu "Phan Lâm mãi quốc, triều đình khí dân" đã được đem ra sử dụng triệt để, cho ba vai trò hay mục đích của vụ án.

Trước nhất, câu này đã được dùng để **khẳng định tội "mãi quốc"**, theo như "bản án lịch sử" mà "nhân dân" đã dành cho Phan Thanh Giản.

Kế đến, cũng chính nó đã được dùng như **một bằng chứng duy nhất** cho tội danh "mãi quốc" nói trên của Phan Thanh Giản.

Sau cùng, câu này lại được dùng một lần nữa để chứng minh cho việc Phan Thanh Giản đã đi ngược lại **"nguyện vọng của nhân dân"**; và rồi từ đó để **bác bỏ lời xin khoan hồng** cho tội "mãi quốc" của Phan Thanh Giản.

Qua việc xem xét những bài viết trong phiên tòa đó, theo thứ tự thời gian trên tờ Nghiên Cứu Lịch Sử vào năm 1963, người viết sẽ cho thấy ba vai trò chủ yếu nói trên của câu "Phan Lâm mãi quốc, triều đình khí dân" trong phiên tòa đấu tố Phan Thanh Giản này, cũng như cách thức phiên tòa đã được dàn xếp sắp đặt chu đáo trước đó ra sao.

---

(17) Cao Tự Thanh, "Rượu Đắng Chén Xuân Thu", https://trucnhatphi.wordpress.com/2008/01/26/r%C6%B0%E1%BB%A3u-d%E1%BA%AFng-chen-xuan-thu/

A. Mở Màn Phiên Tòa: Tạp Chí Nghiên Cứu Lịch Sử - "Bình Luận Nhân Vật Lịch Sử Phan Thanh Giản"

Năm 1963, tờ tạp chí "Nghiên Cứu Lịch Sử", cơ quan báo chí chính thức của Viện Sử Học miền Bắc (nước Việt Nam Dân Chủ Cộng Hòa), đã cho đăng một loạt bài với mục đích "đánh giá" nhân vật lịch sử Phan Thanh Giản. Trong khoảng nửa năm trời và trên nhiều số báo liên tục, từ số 48 đến số 55, những bài viết lên án "bán nước" cho Phan Thanh Giản đã được đăng tải theo một thứ tự rõ rệt, rồi kết thúc với bài viết tuyên án "mãi quốc" không khoan hồng của ông quan tòa Trần Huy Liệu.

Tờ Tạp Chí Nghiên Cứu Lịch Sử nói trên là hậu thân của tờ tập san Văn Sử Địa, và tờ Văn Sử Địa được ra đời vào tháng 6 năm 1954.[18] Kể từ thời gian này, tờ tập san Văn Sử Địa đã được biết đến như là "cơ quan ngôn luận của Ban Nghiên Cứu Văn Học Lịch Sử Địa Lý", do ông Trần Huy Liệu làm trưởng ban. Rồi sau khi ra được 48 số trong 4 năm, từ 1954 đến 1959, thì tờ tập san Văn Sử Địa được đổi tên thành tờ tạp chí Nghiên Cứu Lịch Sử, còn Ban Nghiên Cứu Văn Sử Địa được thay thế bởi một cơ quan tên là Viện Sử Học.

Nhưng người lãnh đạo của cả hai tờ báo cũng như cả hai cơ quan nói trên, từ trước tới sau vẫn chỉ là một: ông Trần Huy Liệu. Ông Trần Huy Liệu đã chủ trì tờ báo chuyên về lịch sử này suốt từ năm 1954 cho đến năm 1969 khi ông qua đời, trong cương vị cuối cùng là Viện Trưởng Viện Sử Học. Do đó, ông ta luôn được biết đến như là "người anh cả của giới sử học" miền Bắc.

Trước khi có loạt bài đánh giá Phan Thanh Giản, tờ Nghiên Cứu Lịch Sử cũng như tiền thân của nó là tờ Văn Sử Địa đã có những loạt bài để đánh giá vài nhân vật lịch sử khác như Hồ Quý Ly, Nguyễn Trường Tộ, và Lưu Vĩnh Phúc. Nhưng những bài đánh giá các nhân vật lịch sử nói trên thường là rời rạc và không có một sự phối hợp chặt chẽ như loạt bài đánh giá Phan Thanh Giản vào năm 1963. Hơn nữa, những nhân vật nói trên đều được cả khen lẫn chê - thậm chí ngay như ông tướng cướp Cờ Đen Lưu Vĩnh Phúc

---

(18) Nhưng số 1 lại được gọi là Sử Địa Văn, rồi từ số 3 trở đi mới đổi tên thành Văn Sử Địa.

cũng vẫn được các sử gia miền Bắc "đánh giá cao" bởi "lòng căm thù giặc Pháp" của ông ta. Không có một nhân vật lịch sử nào trong những cuộc "đánh giá" nói trên lại được"nhất trí" lên án như Phan Thanh Giản. Mà lại là sự nhất trí về một tội danh ghê gớm nhất: tội "bán nước".

Bởi trong hơn nửa năm trời, từ số 48 tháng 3 năm 1963 đến số 55 tháng 10 năm 1963, tờ Nghiên Cứu Lịch Sử đã sắp xếp cho đăng loạt bài "đánh giá" này, mà thực chất là một phiên tòa đấu tố Phan Thanh Giản không hơn không kém. Để cuối cùng thì tất cả mọi tác giả tham gia phiên tòa đều đi đến sự "nhất trí" với bản án "bán nước" dành cho Phan Thanh Giản.

Mở màn cho loạt bài hay phiên tòa này là một đoạn văn ngắn để giới thiệu phiên tòa, với tựa đề "Bình Luận Nhân Vật Lịch Sử Phan Thanh Giản" trong số 48. Đoạn văn đó, tuy được đăng dưới tên tác giả "Tạp Chí Nghiên Cứu Lịch Sử", nhưng phần chắc là do chính ông Viện Trưởng Trần Huy Liệu chấp bút, đã vạch rõ luật lệ phiên tòa như sau ngay từ đầu:

*"Trong mục bình luận nhân vật lịch sử, hôm nay chúng tôi bàn đến Phan-thanh-Giản. Đối với Phan-thanh-Giản, một nhân vật có nhiều khía cạnh, nhiều tình tiết, nên việc đánh giá ông cũng có nhiều phiền phức. Bắt đầu từ số tạp chí này, chúng tôi sẽ lần lượt đăng lên những bài của các bạn đã gửi tới và sẽ có ý kiến sau. Theo ý chúng tôi, trong việc bình luận nhân vật lịch sử, nhất là những nhân vật như Phan-thanh-Giản, chúng ta cần **dựa vào quan điểm chủ nghĩa Mác, đem yêu cầu của thời đại và nguyện vọng của nhân dân để soi vào hành động của người đó** sẽ thấy rõ có công hay có tội, đáng tán dương hay đáng chỉ trích. Chúng ta có thể nhìn vào nhiều mặt nhưng bao giờ cũng phải nhắm vào mặt chính của nó. Nhất là **không thể chiều theo tình cảm riêng hay chỉ nhìn vào đạo đức tư cách cá nhân** mà phải nhìn vào sự việc cụ thể để đánh giá cho đúng. Một khi đã có những kiến giải rõ ràng rồi thì đối với đối tượng mà mình phê phán cần có thái độ dứt khoát."*[19]

---

(19) Tạp Chí Nghiên Cứu Lịch Sử "Bình Luận Nhân Vật Lịch Sử Phan Thanh Giản" Nghiên Cứu Lịch Sử số 48, p. 12. https://drive.google.com/file/d/1-8vXNR-legVIAn5XKdnUbUZ-iEUrg_qzb/view?usp=sharing

Như vậy, ngay từ bài giới thiệu để mở màn phiên tòa, *"chúng tôi"*, tức tòa soạn tạp chí Nghiên Cứu Lịch Sử mà ông Trần Huy Liệu là chủ nhiệm, đã đặt ra những điều luật và tiêu chuẩn mà phải được *"chúng ta"* sử dụng cho việc "đánh giá" Phan Thanh Giản.

Rồi như sẽ thấy, những điều lệ đó chính là kim chỉ nam, và là dấu hiệu cho sự dàn xếp sẵn của phiên tòa này. Bởi những bài viết tiếp theo sẽ phải đi theo những điều lệ đã vạch sẵn ở trên, để sau cùng chính ông quan tòa Trần Huy Liệu cũng sẽ lặp lại những điều lệ đó khi kết thúc phiên tòa. Sự nhất quán từ đầu đến cuối này cho thấy rằng cuộc "đánh giá nhân vật lịch sử Phan Thanh Giản" trên tờ Nghiên Cứu Lịch Sử vào năm 1963 hoàn toàn không có một sự đối thoại hay tranh luận nào hết. Bởi vì nó chỉ đơn thuần là một cuộc đấu tố đã được dàn xếp sẵn - để cuối cùng đi tới kết luận rằng Phan Thanh Giản là một kẻ bán nước không xứng đáng được hưởng bất cứ một sự khoan hồng nào.

B. *Đặng Huy Vận - Chương Thâu - "Phan-Thanh-Giản Trong Lịch Sử Cận Đại Việt Nam"*

Tiếp theo và ở ngay dưới đoạn văn giới thiệu phiên tòa nói trên là bài viết mở màn phiên tòa của hai tác giả Đặng Huy Vận - Chương Thâu, với tựa đề "Phan-Thanh-Giản Trong Lịch Sử Cận Đại Việt Nam".[20]

Trước một tựa đề rất trung dung như vậy, người đọc ắt phải có cảm giác rằng đây chỉ là một bài giới thiệu về Phan Thanh Giản với độc giả, để bắt đầu cuộc đánh giá. Và quả thật trong bài viết đầu tiên này hai tác giả Đặng Huy Vận - Chương Thâu đã tóm tắt tiểu sử, cung cấp một số tài liệu về Phan Thanh Giản, cũng như thuật lại những chi tiết lịch sử về thời gian đó.

Nhưng thật sự thì đây là một bài viết mà **nếu đọc không kỹ, người đọc sẽ có ý nghĩ rằng tác giả của nó muốn bênh vực cho Phan Thanh Giản.** Bởi khác hẳn với các bài viết theo sau, bài này

---

(20) Đặng Huy Vận - Chương Thâu, "Phan-Thanh-Giản Trong Lịch Sử Cận Đại Việt Nam", Nghiên Cứu Lịch Sử số 48, pp. 12-23. https://drive.google.com/file/d/1-8vXNR-legVlAn5X-KdnUbUZiEUrg_qzb/view?usp=sharing

có nêu lên những ưu điểm nổi bật của Phan Thanh Giản, như đạo đức của ông, như lòng thương dân của ông. Do đó, bài viết mở màn này sẽ cho tạo cho người đọc một cảm tưởng rằng đây là một cuộc đánh giá tương đối công bình, vì ít nhất cũng đã có bài bênh vực Phan Thanh Giản như vậy ngay từ lúc đầu.

Nhưng nếu đọc kỹ thì sẽ thấy rằng đây là một bài viết có chủ đích hẳn hoi, và nằm trong một sự dàn xếp công phu. Vì nó đã được đưa ra đầu tiên nhằm mục đích đánh lạc hướng người đọc, hay chính xác hơn, để định hướng phiên tòa.

Đó là vì ngay từ đầu bài thì hai tác giả Đặng Huy Vận - Chương Thâu đã **xác nhận tội danh "mãi quốc" hay "bán nước" cho Phan Thanh Giản**.

Rồi sau đó họ mới **kêu gọi sự "khoan hồng"** cho Phan Thanh Giản, qua lời biện hộ rằng ông không có trách nhiệm trực tiếp trong việc "bán nước", và vì những đạo đức tốt đẹp cũng như lòng thương dân của ông.

Sự nhận tội và lời kêu gọi khoan hồng ngay từ bài viết đầu tiên này, do đó, đã tạo ra một hướng đi khác biệt và cực kỳ dễ dàng cho các "công tố viên" trong các bài viết theo sau của phiên tòa. Vì nếu trong một cuộc xử án mà luật sư của bị cáo đã tự động nhận tội "mãi quốc" cho thân chủ của mình ngay từ đầu phiên tòa, thì những "công tố viên" trong các bài viết tiếp theo **không cần phải chứng minh tội bán nước** của Phan Thanh Giản nữa.

Mà những "công tố viên" này chỉ cần tập trung để bắn vào một cái đích rất lớn đã được dương ra bởi hai ông Đặng Huy Vận - Chương Thâu: lời xin khoan hồng của hai tác giả này. Lời cầu xin ấy đã tạo cho họ một cơ hội để đi sâu vào đời tư của Phan Thanh Giản - nhằm chứng minh rằng ông không hề có những đạo đức như hai ông Đặng Huy Vận - Chương Thâu đã viết, và do đó, không xứng đáng được hưởng khoan hồng.

Trong khi mục đích và công việc chủ yếu của bất cứ một phiên tòa xử án nào là cũng phải có những sự chứng minh và biện hộ cho bị cáo - mà trong trường hợp này là tội "mãi quốc" hay "bán nước" của Phan Thanh Giản - thì không có một tác giả nào trong phiên tòa đấu tố nói trên đã/phải làm điều này.

Vì đó là do hai ông Đặng Huy Vận - Chương Thâu đã nhận tội "mãi quốc" cho Phan Thanh Giản ngay từ đầu. Hơn thế nữa, hai ông còn trình bày tội trạng này với độc giả như là một sự thật lịch sử không có gì để bàn cãi, dựa vào câu "Phan Lâm mãi quốc, triều đình khí dân".

1. Mục Tiêu Thứ Nhất: Nhận Tội "Mãi Quốc" Cho Phan Thanh Giản Để Lái Phiên Tòa Qua Một Hướng Khác

Dưới đây là những lời nhận tội "mãi quốc" dùm cho bị cáo Phan Thanh Giản của hai tác giả trẻ[21] đã được thủ trưởng Trần Huy Liệu chỉ định làm "trạng sư" cho Phan Thanh Giản trong phiên tòa:

*"Tinh thần chiến đấu của nhân dân cao như vậy mà triều đình vẫn cứ khư khư giữ lấy đường lối "chủ hòa" phản động rồi cắt đất - phần lớn trong vùng có nghĩa quân, nộp cho Pháp... **Nhân dân ta** đã trả lời hành vi nhục nhã ấy bằng cách suy tôn Trương-Định lên làm "Bình Tây đại nguyên soái" và **giương cao ngọn cờ "Phan Lâm mãi quốc, triều đình khí dân"** tập hợp thêm lực lượng chống Pháp. Do đó, chúng ta thấy rằng **trách nhiệm "mãi quốc" và "khí dân"** mà nhân dân ta lúc bấy giờ cần thiết phải đề lên như vậy chính là **trách nhiệm chung của giai cấp phong kiến**, của triều đình nhà Nguyễn thối nát, **mà Phan-thanh-Giản là** một người trong đó, **người trực tiếp thực hiện chủ trương chính sách phản động của triều đình**....*

*"Mặt khác, chúng ta cũng phải thấy rằng, mâu thuẫn giai cấp trong nước giữa nông dân đông đảo với thế lực phong kiến... đã nhiều phen nổ ra mãnh liệt... Thế mà, khi tiếng súng xâm lược của thực dân Pháp vừa nổ, thì **nhân dân ta sẵn sàng gác mối thù giai cấp đó lại để đứng bên cạnh triều đình chống xâm lược...** Nhưng triều đình Huế đã ngu xuẩn không biết được điều đó... và cuối cùng là **dâng đất nước ta cho giặc**. Điều đó đã làm cho nhân dân ta công phẫn hô to khẩu hiệu "**Phan Lâm mãi quốc, triều đình khí***

---

(21) Ông Đặng Huy Vận sinh năm 1930, ông Chương Thâu sinh năm 1935, là hai cán bộ "trẻ" lúc đó (1963) làm việc dưới quyền ông Trần Huy Liệu, người sinh năm 1901.

*dân". **Tội lỗi đó triều đình và Phan-thanh-Giản phải chịu lấy!** Lịch sử vốn không tư tình với một ai... Lịch sử đã là kẻ chứng kiến những **hành động phản phúc của triều đình nhà Nguyễn và của Phan-thanh-Giản.** "*[22]

Qua đoạn văn trên, có thể thấy rằng hai vị "trạng sư"[23] của Phan Thanh Giản đã xác nhận ngay từ đầu tội danh "bán nước" hay "mãi quốc" của Phan Thanh Giản. Hơn nữa, hai ông Đặng Huy Vận - Chương Thâu lại còn khẳng định **"trách nhiệm trực tiếp"** của Phan Thanh Giản trong việc thi hành tội "mãi quốc" nói trên; khi mà hai ông viết rõ ràng rằng Phan Thanh Giản là người "trực tiếp thực hiện chủ trương chính sách phản động của triều đình", và vì vậy "tội lỗi" (mãi quốc) đó, Phan Thanh Giản phải chịu lấy.

Như vậy, có thể nói rằng hai ông Đặng Huy Vận - Chương Thâu đã đóng vai trò công tố viên buộc tội, đúng hơn là luật sư biện hộ, cho Phan Thanh Giản trong phiên tòa này. Bởi hai ông đã buộc tội "trực tiếp" "mãi quốc" một cách rất hùng hồn cho Phan Thanh Giản như trên, ngay từ đầu bài viết.

Quan trọng hơn nữa, hai ông Đặng Huy Vận - Chương Thâu đã đưa ra lời nhận tội nói trên, bởi vì theo hai ông thì "nhân dân ta" đã buộc tội Phan Thanh Giản như vậy, và họ đã thể hiện bằng câu "Phan Lâm mãi quốc, triều đình khí dân". Rồi cũng theo đoạn văn trên thì "nhân dân ta" đã rộng lượng gác qua một bên mối thù giai cấp truyền đời với bọn phong kiến, để sẵn sàng cùng nhau chống ngoại xâm khi Pháp đánh Nam Kỳ. Thế nhưng triều đình nhà Nguyễn, mà người đại diện là Phan Thanh Giản, đã chẳng những không thấy được sự hy sinh đó của nhân dân, lại còn quay ra đầu hàng giặc. Vì vậy, "nhân dân", tức nghĩa quân Trương Định, đã dùng câu "Phan Lâm mãi quốc, triều đình khí dân" để làm khẩu hiệu, rồi lại đề nó lên lá cờ khởi nghĩa của mình, với mục đích rõ rệt là lên án các lực lượng phong kiến và thực dân đã câu kết với nhau.

Mà như thế thì hai ông Đặng Huy Vận - Chương Thâu đã vừa

---

(22) Ibid, p. 16

(23) Đây là chức danh đã được ông Trần Huy Liệu dùng để gọi hai tác giả Đặng Huy Vận - Chương Thâu trong bài viết cuối cùng của phiên tòa để tuyên án Phan Thanh Giản, mà người viết sẽ nói đến với nhiều chi tiết hơn dưới đây.

xác định lại vừa chứng nhận tội danh "mãi quốc" hay "bán nước" của Phan Thanh Giản - bằng cách **kể lại một câu chuyện lịch sử**, rằng nghĩa quân Trương Định đã đề câu "Phan Lâm mãi quốc, triều đình khí dân" lên lá cờ khởi nghĩa của họ, để chứng minh cho sự lên án này của "nhân dân". Và người đọc phải hiểu rằng một khi "nhân dân" cùng với anh hùng Trương Định đã kết tội Phan Thanh Giản như vậy, thì tội này nhất định phải đúng và phải được chấp nhận.

Do đó, hai ông Đặng Huy Vận - Chương Thâu chính là những người nhận tội, hay đúng hơn là những người buộc tội - chứ không phải là những người biện hộ - cho Phan Thanh Giản.

Mà hai ông thậm chí cũng không đóng cho tròn được vai trò của những người giới thiệu về Phan Thanh Giản, như tựa đề bài viết của hai ông cho biết. Bởi nếu có vai trò là người giới thiệu về Phan Thanh Giản, thì khi đưa ra câu "Phan Lâm mãi quốc, triều đình khí dân" và câu chuyện chung quanh nó như vậy, ít nhất hai ông cũng phải dẫn ra nguồn gốc hay xuất xứ của câu này. Thế nhưng hai ông Đặng Huy Vận - Chương Thâu đã hoàn toàn không có một lời chú thích hay dẫn chứng gì cả, để cho thấy rằng câu "Phan Lâm mãi quốc, triều đình khí dân" đã được lấy ra từ nguồn nào. Cũng như không hề cho thấy rằng hai ông đã từng thẩm tra, để xác định mức độ khả tín của nó và câu chuyện chung quanh nó về nghĩa quân Trương Định ra sao.

Như vậy, hai ông Đặng Huy Vận - Chương Thâu đã không làm được công việc giới thiệu Phan Thanh Giản với một mức độ công bình hay nghiêm cẩn tối thiểu. Đừng nói chi đến việc nghĩ rằng hai ông là những "trạng sư" biện hộ cho Phan Thanh Giản. Bởi nếu thật sự muốn biện hộ cho Phan Thanh Giản thì việc đầu tiên mà hai ông Đặng Huy Vận - Chương Thâu phải làm, là đòi hỏi những bằng chứng cụ thể cho thấy Phan Thanh Giản đã "bán nước" ra sao. Thí dụ như Phan Thanh Giản đã giao dịch mua bán với người nào, ở đâu, và giá cả là bao nhiêu tiền ... chẳng hạn.

Nhưng như đã thấy, điều này lại không hề xảy ra. Đó là vì hai ông Đặng Huy Vận - Chương Thâu đã thật sự gánh vác vai trò của những người nhận hay buộc tội "mãi quốc" cho Phan Thanh Giản, bằng câu "Phan Lâm mãi quốc, triều đình khí dân" nói trên, cho dù hai ông đang khoác lên người lớp áo trạng sư biện hộ. Và đó là một sự sắp xếp có mục đích rõ rệt, để cho ngay từ đầu phiên tòa thì tội danh "mãi quốc" của Phan Thanh Giản đã/phải được khẳng định.

Tóm lại, trong bài viết mở màn cho phiên tòa xử án "mãi quốc" của Phan Thanh Giản, hai tác giả Đặng Huy Vận - Chương Thâu đã đội lốt luật sư biện hộ để nhận tội cho Phan Thanh Giản, và với mục đích là để **lái phiên tòa qua một hướng khác.** Bởi một khi chính những người có vai trò biện hộ lại đã chấp nhận, hay đúng hơn là quay ra **buộc tội** "bán nước" cho thân chủ của mình, thì tội này không cần phải được chứng minh nữa. Và phần còn lại của phiên tòa thì chỉ để dùng cho việc bàn cãi về mức độ nặng nhẹ cho tội trạng "mãi quốc" của bị cáo Phan Thanh Giản, và mức độ "khoan hồng" thích hợp mà thôi.

Theo lẽ thường, trong bất cứ một phiên tòa để xử tội một bị cáo nào đó, thì bên buộc tội tức công tố viên phải đưa ra được những bằng chứng ngay từ đầu, để chứng minh tội trạng của bị cáo với bồi thẩm đoàn hay vị quan tòa. Rồi bồi thẩm đoàn hay vị quan tòa cũng phải có cơ hội để xem xét và đánh giá các bằng chứng do công tố viên cũng như của bên biện hộ đưa ra, trước khi đi đến quyết định sau cùng là bị cáo có tội hay không.

Nhưng trong phiên tòa này thì mọi diễn biến đã đi ngược lại với lẽ thường. Đó là nhờ sự sắp xếp tinh vi của tờ Nghiên Cứu Lịch Sử và ông viện trưởng Trần Huy Liệu, khi họ đưa bài viết của hai ông Đặng Huy Vận - Chương Thâu ra đầu tiên. Bởi theo lẽ thường như đã nói trên thì công tố viên hay bên buộc tội cần phải đưa ra đầy đủ bằng chứng để chứng minh cho tội trạng "mãi quốc" của bị cáo Phan Thanh Giản từ đầu phiên tòa. Nhưng với bài viết này thì hai tác giả Đặng Huy Vận - Chương Thâu đã lái phiên tòa qua hẳn một hướng khác. Vì trong vai trò trạng sư biện hộ cho Phan Thanh Giản, hai ông Đặng Huy Vận - Chương Thâu đã tự động xác nhận tội "bán nước" dùm cho thân chủ, và do đó, biến phiên tòa này trở thành một cuộc xem xét coi tội "mãi quốc" đó nặng nhẹ đến mức nào mà thôi.

Tóm lại, hai ông Đặng Huy Vận - Chương Thâu đã hoàn thành **mục tiêu đầu tiên của phiên tòa, là khẳng định tội "bán nước" hay "mãi quốc" cho Phan Thanh Giản**, trong vai trò được chỉ định là luật sư biện hộ cho bị cáo hoặc trong vai trò giới thiệu về Phan Thanh Giản. Hai ông đã thành công trong việc đóng lại tất cả mọi vấn đề cần phải được thảo luận và chứng minh về tội "mãi quốc" của Phan Thanh Giản, và đồng thời lái phiên tòa sang một hướng khác.

Và đó chính là lý do mà bài viết của hai ông tác giả trẻ này lại được đưa ra để mở màn cuộc "đánh giá" Phan Thanh Giản trên tờ Nghiên Cứu Lịch Sử vào năm 1963.

2. Mục Tiêu Thứ Hai: Tạo Ra Đích Nhắm Qua Việc Xin Khoan Hồng Cho Phan Thanh Giản

a. Trách Nhiệm Gián Tiếp

Rồi sau khi xác nhận rằng Phan Thanh Giản là kẻ đã phạm tội "mãi quốc" như trên, hai tác giả Đặng Huy Vận - Chương Thâu trong vai trò "trạng sư" biện hộ mới bắt đầu xin giảm tội cho Phan Thanh Giản.

Trước nhất, theo hai ông thì đó là do trách nhiệm "bán nước" của Phan Thanh Giản chỉ ở mức độ gián tiếp mà thôi, còn kẻ chủ mưu chính là triều đình Huế:

*"Ngày nay có lẽ chúng ta cũng không nên quá khắt khe như thời ông sống, thời mà phong trào kháng chiến của nhân dân lục tỉnh đang lên cao, đang cần thiết phải nêu lên khẩu hiệu "Phan Lâm mãi quốc, triều đình khí dân" để tập hợp lực lượng kháng chiến. Nói một cách công bằng hơn, trách nhiệm của Phan-thanh-Giản là gắn chặt với trách nhiệm của triều đình Huế, **chính triều đình phong kiến thối nát ấy mới là kẻ đầu sỏ bán nước, còn Phan-thanh-Giản chỉ là một trong số những người chủ trương và thi hành** đường lối tội lỗi ấy mà thôi."*[24]

Thế nhưng với cách "bào chữa" như trên, hai ông Đặng Huy Vận - Chương Thâu không hiểu vô tình hay cố ý lại một lần nữa

---

(24) Ibid, pp. 20-21

xác nhận tội danh "mãi quốc" của Phan Thanh Giản. Hơn nữa, hai ông tuy có vẻ bênh vực rằng Phan Thanh Giản không phải là "kẻ đầu sỏ", nhưng lại chỉ ra rằng ông chính là "một trong số những người **chủ trương và thi hành**"... đường lối bán nước tội lỗi đó!

Và chỉ trước đó ba trang thôi, thì hai ông Đặng Huy Vận - Chương Thâu đã chỉ đích danh Phan Thanh Giản là người **"trực tiếp"** thực hiện chủ trương chính sách phản động của triều đình:

*"Do đó, chúng ta thấy rằng **trách nhiệm "mãi quốc" và "khí dân"** mà nhân dân ta lúc bấy giờ cần thiết phải đề lên như vậy chính là trách nhiệm chung của giai cấp phong kiến, của triều đình nhà Nguyễn thối nát, **mà Phan-thanh-Giản là một người trong đó, người trực tiếp** thực hiện chủ trương chính sách phản động của triều đình"*

Còn trước đó hai trang thì hai ông Đặng Huy Vận - Chương Thâu cũng đã từng chỉ đích danh Phan Thanh Giản và trách nhiệm của ông như sau:

*"Thật là tai hại đáng muôn đời nguyền rủa cho cái chính sách đầu hàng của Tự-đức và cũng thật đáng thương hại thay cho những đại thần thiếu minh mẫn như Phan-thanh-Giản - Lâm-duy-Hiệp. Riêng về phần Phan-thanh-Giản, ông phải **chịu lấy một phần trách nhiệm to lớn** trong chính sách ấy.*[25]

Do đó, với cách biện hộ như trên, hai ông Đặng Huy Vận - Chương Thâu đã khéo léo tái khẳng định với độc giả tội danh "mãi quốc" mà "nhân dân" đã gán cho Phan Thanh Giản. Bởi tuy không phải là "đầu sỏ", nhưng lại là người "chủ trương và thi hành", thì cách gì đi nữa Phan Thanh Giản cũng vẫn là một kẻ có tội. Cho nên dù lý luận của hai ông ở đây là vì Phan Thanh Giản chỉ là kẻ tòng phạm nên phải nhẹ tội hơn kẻ đầu sỏ, nhưng cách trình bày như trên của hai ông thật tình lại không cho ta thấy là nó nhẹ hơn được bao nhiêu. Mà có thể nói là nó làm cho người đọc cảm thấy rằng Phan Thanh Giản quả có tội nặng thật, do hai tác giả Đặng Huy Vận - Chương Thâu đã thòng thêm một câu rằng Phan Thanh Giản chính là người "chủ trương và thi hành" việc bán nước này!

____

(25) Ibid, p.18

Nhưng hơn thế nữa, với lối biện hộ nửa vời và mâu thuẫn như trên - nghĩa là vừa buộc tội có trách nhiệm trực tiếp bán nước đầu hàng cho Phan Thanh Giản, lại vừa biện hộ rằng ông không phải là đầu sỏ - hai ông Đặng Huy Vận - Chương Thâu đã cố tình tạo ra một cái đích nhắm rất lớn với cái khe hở này trong lập luận của mình. Để cho các bài viết tiếp theo nhắm bắn vào điểm yếu hay sự mâu thuẫn rõ rệt đó.

b. Động Cơ Yêu Nước Thương Dân

Kế đến, hai ông Đặng Huy Vận - Chương Thâu lập luận rằng do lòng yêu nước thương dân của Phan Thanh Giản mà tội "mãi quốc" của ông cần phải được khoan hồng. Để chứng minh cho lập luận trên, hai ông Đặng Huy Vận - Chương Thâu **cho rằng** (mà không hề đưa ra bằng chứng) "nhân dân ta" cũng đã thấy được lòng yêu nước thương dân đó của Phan Thanh Giản. Vì vậy, hai ông **"nghĩ rằng"** chữ "mãi quốc" trong câu "Phan Lâm mãi quốc, triều đình khí dân" mà "nhân dân ta" sử dụng ở đây phải được hiểu theo một cách khác với định nghĩa "bán nước" thông thường như "nhân dân ta bao đời nay vẫn ghép" cho những người loại Tôn Thọ Tường:

*"Phần trên chúng tôi đã nói về trách nhiệm của Phan-thanh-Giản gắn liền với trách nhiệm của triều đình Huế trong việc để mất sáu tỉnh Nam-kỳ. Nhưng chúng ta còn phải xét thêm **cá nhân Phan-thanh-Giản và động cơ của những hành động của ông** như thế nào nữa để có thể đi đến một nhận định toàn diện hơn về Phan. Quan niệm cho rằng Phan-thanh-Giản là một người 'bán nước' - chữ 'bán nước' hiểu theo nghĩa thông thường có hoàn toàn đúng không? **Chúng tôi nghĩ rằng, cái khẩu hiệu 'Phan Lâm mãi quốc, triều đình khí dân' viết trên lá cờ của nghĩa quân Trương Định, nghĩa chữ 'mãi quốc' này không giống nghĩa thật chữ 'bán nước'** mà nhân dân ta bao đời nay vẫn ghép cho bọn vong quốc vong bản, quỳ gối liếm gót giày cho bọn giặc như Tôn-thọ-Tường chẳng hạn."*[26]

Như vậy, với cách lý luận yếu ớt và không có bằng chứng như

---

(26) Ibid, p. 18

trên - khi cho rằng kiểu "mãi quốc" của Phan Thanh Giản khác với kiểu "mãi quốc" của Tôn Thọ Tường - hai ông Đặng Huy Vận - Chương Thâu đã dương ra một cái đích ngắm rất lớn cho những bài buộc tội Phan Thanh Giản tiếp theo trên tờ Nghiên Cứu Lịch Sử, mà người viết sẽ trình bày trong chương này.

c. Công Trạng Và Đức Tốt

Sau cùng, hai ông Đặng Huy Vận - Chương Thâu tiếp tục xin khoan hồng cho tội "mãi quốc" của Phan Thanh Giản vì những đạo đức tốt đẹp của ông:

*"Chúng ta cần trở lại xét thêm những **công trạng và đức tốt** của Phan-thanh-Giản đối với nhân dân thì mới thấy rõ hơn vì sao Phan đáng được nhân dân khoan dung và trân trọng. Trước hết vì Phan-thanh-Giản là một người cần cán, rất đỗi thương yêu nhân dân"* [27]

Thế nhưng khi làm điều này, hai ông Đặng Huy Vận - Chương Thâu lại đi ngay vào cái bẫy đã được giăng sẵn bởi ông Trần Huy Liệu trong phần mở màn phiên tòa, khi ông Trần Huy Liệu dưới danh nghĩa tòa soạn Nghiên Cứu Lịch Sử đã giao hẹn trước là không được chỉ xét đến đạo đức cá nhân của Phan Thanh Giản.

Hai ông Đặng Huy Vận - Chương Thâu quên, hay cố tình làm như vậy theo kế hoạch đã được định sẵn từ trước phiên tòa? Và đó là kế hoạch đánh lạc hướng người đọc bằng cách lái cả phiên tòa sang một nẻo khác. Đó là thay vì phải chứng minh hay chất vấn về tội danh "mãi quốc" của Phan Thanh Giản như bất cứ một phiên tòa thông thường nào khác, thì hai ông lại biến phiên tòa này trở thành một cuộc xét xử về những lời xin khoan hồng cho Phan Thanh Giản mà thôi.

Hơn nữa, theo kế hoạch đã định sẵn nói trên thì hai ông Đặng Huy Vận - Chương Thâu còn cần phải đưa ra những lập luận mâu thuẫn và yếu ớt như đã thấy trong lời cầu xin khoan hồng cho tội "mãi quốc" của Phan Thanh Giản. Để cho những bài viết theo sau hai ông được dịp tấn công vào những lý luận này cũng như vào cá

---

(27) Ibid, p. 21

nhân Phan Thanh Giản, thay vì phải chứng minh rằng Phan Thanh Giản đã "mãi quốc" như thế nào.

Tóm lại, sau khi thành công với mục tiêu thứ nhất của bài viết là xác định tội "mãi quốc" của bị cáo Phan Thanh Giản, hai ông Đặng Huy Vận - Chương Thâu cũng đã thành công trong **mục tiêu thứ hai. Đó là tạo ra một cái đích** cho các tác giả theo sau nhắm bắn vào.

3. Mục Tiêu Thứ Ba: Biến Câu "Phan Lâm Mãi Quốc, Triều Đình Khí Dân" Thành Một "Sự Thật Lịch Sử"

Bên cạnh hai mục tiêu nói trên, hai ông Đặng Huy Vận - Chương Thâu còn thực hiện được một **mục tiêu thứ ba** trong bài viết mở màn này. Đó là việc giới thiệu câu "Phan Lâm mãi quốc, triều đình khí dân" và câu chuyện chung quanh nó như là **một sự thật lịch sử**. Để cho từ bài viết này trở đi thì tội "mãi quốc" của Phan Thanh Giản sẽ được coi như là sự thật, với "bằng chứng" là câu "Phan Lâm mãi quốc, triều đình khí dân" và câu chuyện chung quanh nó. Để rồi nó sẽ được các tác giả tiếp theo sử dụng như một loại "siêu bằng chứng" hay "siêu tài liệu" trong việc lên án Phan Thanh Giản, cũng như trong việc bác bỏ lời xin khoan hồng cho tội "mãi quốc".

Và đó là hoàn toàn nhờ công của hai ông Đặng Huy Vận - Chương Thâu đã trình bày câu "Phan Lâm mãi quốc, triều đình khí dân" và câu chuyện chung quanh nó ngay từ đầu phiên tòa trong bài viết mở màn này - như là một sự thật lịch sử không còn gì để mà nghi ngờ tranh cãi.

Để nhắc lại, hai ông Đặng Huy Vận - Chương Thâu đã buộc tội "mãi quốc" cho Phan Thanh Giản, bằng cách sử dụng "bằng chứng" và "sự thật lịch sử" "Phan Lâm mãi quốc, triều đình khí dân" như sau từ đầu:

"Điều đó đã làm cho nhân dân ta công phẫn hô to khẩu hiệu ***"Phan Lâm mãi quốc, triều đình khí dân"****. Tội lỗi đó triều đình và Phan-thanh-Giản phải chịu lấy!* ***Lịch sử vốn không tư tình với một ai... Lịch sử đã là kẻ chứng kiến những hành động phản phúc*** *của triều đình nhà Nguyễn và của Phan-thanh-Giản...*

... Tất cả những lời nói việc làm ấy của sĩ phu, của nghĩa quân đã tố cáo một cách đanh thép rằng, triều đình Huế là tội phạm chính của việc để mất đất mất nước, bỏ dân bỏ nước để chỉ lo khư khư giữ lấy cái ngai vàng đã mọt ruỗng và quyền lợi bẩn thỉu của chúng. Cho nên, những tiếng **'mãi quốc'**, **'khí dân'** *chúng phải chịu lấy.* "[28]

Như vậy, để buộc "tội lỗi đó", tức là tội "mãi quốc", cho Phan Thanh Giản, hai ông Đặng Huy Vận - Chương Thâu đã hoàn toàn dựa vào một **"bằng chứng"** duy nhất là câu "Phan Lâm mãi quốc, triều đình khí dân" – câu mà hai ông đã cho "nhân dân ta" làm tác giả, và đã cho Trương Định đặt lên trên lá cờ khởi nghĩa của mình.

Quan trọng hơn nữa, hai ông Đặng Huy Vận - Chương Thâu còn khẳng định rằng đó chính là một **sự thật lịch sử**. Bởi hai ông quả quyết rằng "tội lỗi" (mãi quốc) này, qua những hành động "phản phúc" nói trên của Phan Thanh Giản, đã được **"lịch sử"** chứng kiến, và đã được "nhân dân" ghi nhận. Như có thể thấy, hai ông đã lặp đi lặp lại tính chất "lịch sử" của câu này, khi cho rằng *"lịch sử vốn không tư tình"*, và *"lịch sử đã là kẻ chứng kiến"*, trong đoạn văn trên. Và hai ông cũng không quên nhấn mạnh rằng nó chính là tác phẩm của "nhân dân", để làm cho tính chính thống của nó càng thêm nổi bật.

Nhưng điều đáng nói là hai ông Đặng Huy Vận - Chương Thâu lại không hề đưa ra được bất cứ một bằng chứng nào để chứng minh cho tội "mãi quốc" nói trên của Phan Thanh Giản. Thí dụ như việc Phan Thanh Giản đã thỏa thuận với người Pháp để được một lợi ích gì đó - như danh vọng hay tiền bạc cho cá nhân ông, hoặc cho gia đình ông chẳng hạn.

Mà hai ông Đặng Huy Vận - Chương Thâu chỉ có mỗi một "bằng chứng" độc nhất là câu "Phan Lâm mãi quốc, triều đình khí dân", để sử dụng cho việc buộc/nhận tội "mãi quốc" của Phan Thanh Giản. Và hai ông đã dựa vào uy tín của "nhân dân" và Trương Định, để làm cho câu này trở thành một sự thật lịch sử không còn gì để nghi ngờ hay bàn cãi nữa.

---

(28) Ibid, p. 17

Để rồi trong các bài viết tiếp theo trên tờ Nghiên Cứu Lịch Sử, các sử gia miền Bắc, dẫn đầu bởi ông Trần Huy Liệu, đã tiếp tục sử dụng câu "Phan Lâm mãi quốc, triều đình khí dân" và câu chuyện chung quanh nó như là một bằng chứng lịch sử để lên án Phan Thanh Giản; mà không phải bận lòng chú thích về nguồn gốc, xuất xứ, cũng như độ tin cậy của nó. Và đó là vì nó đã được xác nhận như một sự thật lịch sử ngay từ bài viết đầu tiên của hai ông Đặng Huy Vận - Chương Thâu rồi!

Do đó, câu "Phan Lâm mãi quốc, triều đình khí dân" và tội danh "mãi quốc" của Phan Thanh Giản đã được hai ông Đặng Huy Vận - Chương Thâu **trình bày với độc giả như là một sự thật lịch sử** ngay từ bài viết mở màn phiên tòa của hai ông. Và đó chính là **mục tiêu thứ ba** của bài viết này.

4. Tóm Tắt Bài Viết Của Đặng Huy Vận - Chương Thâu

Tóm lại, trong bài viết để mở màn phiên tòa "đánh giá" Phan Thanh Giản, dưới vai trò vừa là luật sư biện hộ vừa là công tố viên, hai ông Đặng Huy Vận - Chương Thâu đã vừa buộc tội lại vừa nhận tội "mãi quốc" cho bị cáo Phan Thanh Giản. Và hai ông đã làm điều này với một bằng chứng duy nhất là câu "Phan Lâm mãi quốc, triều đình khí dân" - mà hai ông nói rằng do "nhân dân ta" tức nghĩa quân Trương Định làm ra và để trên lá cờ khởi nghĩa của mình. Rồi sau đó, hai ông mới biện hộ với phiên tòa rằng tội "mãi quốc" của Phan Thanh Giản có thể được khoan hồng, do Phan Thanh Giản chỉ là tòng phạm chứ không phải chủ mưu, và vì ông là một người đạo đức thương dân.

Với sự nhận tội như trên, hai ông Đặng Huy Vận - Chương Thâu đã đạt được **mục đích thứ nhất của bài viết - là lái phiên tòa qua một hướng khác** ngay từ lúc đầu. Để từ đó chấm dứt tất cả mọi vấn đề, mọi câu hỏi về tội danh "mãi quốc" của Phan Thanh Giản. Và phiên tòa quả thật đã diễn ra đúng y như vậy. Bởi không có một bài viết theo sau nào nêu lên thắc mắc gì về tội trạng này. Cũng như không có một tác giả nào cảm thấy cần phải xem xét những bằng chứng, mà theo lẽ thường thì phải được đưa ra, để chứng minh cho sự thông đồng với Pháp nhằm "bán nước" của

Phan Thanh Giản. Thí dụ như những nhân chứng, vật chứng, hoặc giấy tờ cho thấy một sự mặc cả hay thỏa thuận giữa hai bên. Mà tất cả các bài viết tiếp theo đều chỉ xoay quanh hai vấn đề, là trách nhiệm của Phan Thanh Giản trong việc "bán nước" trực tiếp đến độ nào, và "động cơ" yêu nước thương dân cũng như đạo đức cá nhân của Phan Thanh Giản có đủ để làm giảm bớt tội trạng đó hay không.

Mục đích thứ hai của bài viết mở màn này là tạo nên một cái đích rất lớn cho các bài viết theo sau ngắm bắn, bởi vì lời kêu gọi khoan hồng cho Phan Thanh Giản của hai ông Đặng Huy Vận - Chương Thâu đã sẵn chứa những bằng chứng và lập luận đầy mâu thuẫn. Do đó, việc "biện hộ" cho Phan Thanh Giản theo kiểu này của hai ông đã vừa khẳng định sự hiện hữu của câu "Phan Lâm mãi quốc, triều đình khí dân", lại vừa tạo thêm cơ hội cho những bài viết theo sau tiếp tục tấn công cá nhân Phan Thanh Giản sâu hơn nữa.

Sau cùng, **mục đích thứ ba** của bài viết mở màn này là đem câu "Phan Lâm mãi quốc, triều đình khí dân" và câu chuyện chung quanh nó vào phiên tòa **như một sự thật lịch sử.** Và đó là do hai ông Đặng Huy Vận - Chương Thâu trong vai trò những người giới thiệu bằng chứng này đã tự khẳng định tính chất lịch sử của nó. Cho nên những tác giả theo sau không có trách nhiệm phải truy vấn hay thắc mắc gì về câu này cũng như câu chuyện chung quanh nó.

Rồi như sẽ thấy, tiếp theo bài viết mở màn này của hai ông Đặng Huy Vận - Chương Thâu là những bài viết rất ăn khớp và phù hợp với ba mục tiêu nói trên.

C. Nguyễn Anh - "Về Nhân Vật Lịch Sử Phan-Thanh-Giản"

Tiếp theo bài viết mở màn của hai ông Đặng Huy Vận - Chương Thâu, trong một bài viết với tựa đề "Về Nhân Vật Lịch Sử Phan-Thanh-Giản", tác giả Nguyễn Anh đã đánh ngay vào điểm yếu hay đúng hơn là cái đích đã được dương ra bởi hai ông tác giả nói trên. Và đó là lời xin khoan hồng giảm án cho Phan Thanh Giản do "động cơ" yêu nước thương dân.

Như đã trình bày, ngay từ đầu bài viết của mình thì hai ông Đặng Huy Vận - Chương Thâu đã xác nhận, hay đúng hơn là đã buộc tội "mãi quốc" cho Phan Thanh Giản. Để rồi sau đó mới kêu gọi khoan hồng, vì hai ông "nghĩ rằng" mức độ bán nước của Phan Thanh Giản không sánh bằng, hay không tệ hại như mức độ bán nước của những người theo Pháp loại Tôn Thọ Tường. Và hai ông tiếp tục lý luận rằng vì vậy cho nên chữ "mãi quốc" mà nhân dân dùng cho Phan Thanh Giản thật ra không giống như chữ "mãi quốc" đã được họ dùng cho Tôn Thọ Tường.

Nhưng với sự "nghĩ rằng" như thế; mà lại không hề có một lời giải thích nào, hay một thí dụ cụ thể nào, để cho thấy sự khác nhau về ý nghĩa của chữ "mãi quốc" trong câu "Phan Lâm mãi quốc, triều đình khí dân" dành cho Phan Thanh Giản và chữ "mãi quốc" mà "nhân dân ta" đã dành cho Tôn Thọ Tường ra sao, hai ông Đặng Huy Vận - Chương Thâu quả tình đã tạo ra một cái đích rất lớn cho ông Nguyễn Anh bắn vào:

"Mất đất, nhân dân Nam-kỳ bùng lên một tinh thần căm thù, đã đứng dậy chống Pháp dưới khẩu hiệu: "Phan Lâm mãi quốc, triều đình khí dân", tập hợp chung quanh vị anh hùng dân tộc Bình Tây đại nguyên soái Trương Định. Trước tình thế đó, Phan-thanh-Giản lại kêu gọi nhân dân giải giáp, chính Phan đã ba lần đưa thư khuyên dụ và bốn lần chuyển thư dụ hàng của giặc cho Trương Định, kêu gọi nghĩa quân hạ vũ khí...

Nhân dân Nam-kỳ rất sáng suốt nhìn thấy dã tâm của kẻ thù cho nên đã nổi dậy chống giặc bất chấp cả chủ trương giải giáp hòa nghị của triều đình, và nhân dân Nam-kỳ cũng rất sáng suốt khi chỉ đích danh kẻ bán nước và bỏ dân. Bán nước cũng tức là bỏ dân và ngược lại. Trách nhiệm của Phan-thanh-Giản, Lâm-duy-Hiệp và của triều đình Huế' trong việc để mất nước là một, không hơn không kém....

*Nói đến động cơ của Phan-thanh-Giản, hai ông (Đặng Huy Vận - Chương Thâu) đã phân tích về **cái tội "bán nước"** mà nghĩa quân Trương Định đã buộc cho Phan như sau: 'Chúng tôi **nghĩ rằng**, cái khẩu hiệu "Phan Lâm mãi quốc, triều đình khí dân" viết* *trên lá cờ của nghĩa quân Trương Định,* **nghĩa chữ "mãi quốc" này không giống nghĩa thật chữ "bán nước"** *mà nhân dân ta bao đời nay vẫn ghép cho bọn vong quốc vong bản, quỳ gối liếm gót giày cho bọn giặc như Tôn-thọ-Tường chẳng hạn.'"* (N.C.L.S. số 48, tr. 18), **và chúng tôi chờ đợi ở hai ông một sự cắt nghĩa chữ "mãi quốc" đó ra sao? Không thấy!** *Người đọc chỉ thấy hai ông ở một đoạn sau phát biểu rằng: 'Ở Phan-thanh-Giản, chúng ta thấy một tấm lòng ưu ái sâu sắc đối với dân, với nước'. Theo chúng tôi nghĩ, thật là một* **mâu thuẫn** *lớn... Một người có tấm lòng 'ưu ái sâu sắc đối với dân với nước' lại bị* **nghĩa quân khép vào tội "mãi quốc"! Ai đúng, ai sai?** *"*[29]

Như vậy, tác giả Nguyễn Anh đã đánh trúng ngay vào lý luận xin khoan hồng một cách yếu ớt và không có bằng chứng như trên của hai ông Đặng Huy Vận - Chương Thâu - là chữ "mãi quốc" dùng trong câu "Phan Lâm mãi quốc, triều đình khí dân" không giống như nghĩa "bán nước" thông thường.

Bởi nếu thật sự muốn phân biệt trường hợp "mãi quốc" của Phan Thanh Giản là khác hơn và nhẹ hơn trường hợp "mãi quốc" của Tôn Thọ Tường, thì ít ra hai ông Đặng Huy Vận - Chương Thâu cũng phải đưa ra được một thí dụ về trường hợp mà "nhân dân" đã nói như thế nào về tội bán nước hay "mãi quốc" của Tôn Thọ Tường, tương tự như câu "Phan Lâm mãi quốc, triều đình khí dân" chẳng hạn. Rồi từ đó mới có thể đem so sánh câu này với câu "Phan Lâm mãi quốc, triều đình khí dân", để thấy được ý nghĩa của chữ "mãi quốc" trong hai trường hợp đó khác nhau như thế nào, và trường hợp Tôn Thọ Tường nặng hơn trường hợp Phan Thanh Giản ra sao.

Thế nhưng hai ông Đặng Huy Vận - Chương Thâu đã không làm một điều sơ đẳng như vậy. Mà rõ ràng là hai ông đã cố tình đưa ra một sự so sánh về hai trường hợp "mãi quốc" như trên, nhưng lại không đưa ra một bằng chứng nào hết nhằm chứng minh cho sự khác nhau của chúng. Do đó, có thể nói rằng hai ông Đặng Huy

---

(29) Nguyễn Anh, "Về Nhân Vật Lịch Sử Phan-Thanh-Giản", Nghiên Cứu Lịch Sử số 50, pp. 29-35, p.31.
https://drive.google.com/file/d/1-8vXNR-legVIAn5XKdnUbUZiEUrg_qzb/view?usp=sharing

Vận - Chương Thâu đã tạo ra một cơ hội bằng vàng, để cho "công tố viên" Nguyễn Anh đánh ngay vào lỗ hổng rất lớn trong cách biện hộ này.

Chẳng những vậy thôi, mà sự so sánh không có bằng chứng này của hai ông Đặng Huy Vận - Chương Thâu còn tạo cho ông Nguyễn Anh thêm một cơ hội để lặp lại câu "Phan Lâm mãi quốc, triều đình khí dân" và câu chuyện cho rằng nó đã do "nghĩa quân" Trương Định (mà ông Nguyễn Anh đã cố ý mập mờ đồng hóa với "nhân dân Nam Kỳ") đưa ra, như là một sự thật lịch sử mà ai ai cũng biết.

Để rồi từ đó thì ông Nguyễn Anh có thể tự nhiên mà sử dụng câu này như một sự thật lịch sử, và từ đó thực hiện một **sự so sánh** giữa sự thật lịch sử này với lời kêu gọi xin khoan hồng cho Phan Thanh Giản của hai ông Đặng Huy Vận - Chương Thâu vì "động cơ" thương dân của Phan Thanh Giản. Ngược lại với sự so sánh không có bằng chứng nói trên của hai ông Đặng Huy Vận - Chương Thâu, ông Nguyễn Anh đã làm một sự so sánh giữa ý kiến của "nhân dân" và ý kiến của hai ông Đặng Huy Vận - Chương Thâu về Phan Thanh Giản. Theo ông Nguyễn Anh, nếu nói rằng Phan Thanh Giản là người thương dân, như hai ông Đặng Huy Vận Chương Thâu đã làm, thì tại sao Phan Thanh Giản lại bị chính nhân dân kết tội "mãi quốc", với "bằng chứng" là câu "Phan Lâm mãi quốc, triều đình khí dân"?

Hơn nữa, khi đem so sánh cái câu "sự thật lịch sử" này với ý kiến cho rằng Phan Thanh Giản là người thương dân của hai ông Đặng Huy Vận - Chương Thâu, ông Nguyễn Anh muốn cho người đọc phải đi đến kết luận rằng cái "bằng chứng" "Phan Lâm mãi quốc, triều đình khí dân" này của "nhân dân" **nặng ký** hơn lý luận suông của hai ông Đặng Huy Vận - Chương Thâu rất nhiều. Vì do "nhân dân" và "anh hùng dân tộc" Trương Định nói ra, cho nên chắc chắn là nó phải đúng; và chắc chắn là nó phải đúng hơn lý luận không có chứng cứ của hai ông Đặng Huy Vận - Chương Thâu!

Cũng cần nhắc lại rằng câu "Phan Lâm mãi quốc, triều đình khí dân" là một "sự thật lịch sử" đã do chính hai ông Đặng Huy

Vận - Chương Thâu giới thiệu với phiên tòa. Và như đã thấy, ông Nguyễn Anh sử dụng ngay cái "sự thật lịch sử" nói trên để tấn công hai ông "trạng sư" này. Như vậy, chẳng những hai ông Đặng Huy Vận - Chương Thâu đã dương ra một cái đích rất lớn, mà hai ông "trạng sư" còn cung cấp một vũ khí cực kỳ lợi hại cho các "công tố viên"; để cho các "công tố viên" này có thể dễ dàng bắn nát cái đích rất lớn mà hai ông đã dương ra. Và cái vũ khí lợi hại đó chính là câu "Phan Lâm mãi quốc, triều đình khí dân".

Tóm lại, có thể thấy rằng hai ông Đặng Huy Vận - Chương Thâu đã thành công mỹ mãn qua bài viết mở màn phiên tòa nói trên. Vì cả ba mục tiêu của bài viết này đều đã được một tác giả theo sau là Nguyễn Anh sử dụng triệt để. Trước nhất, ông Nguyễn Anh không hề phải chứng minh hay thảo luận gì hết về tội danh "mãi quốc" đã được "chứng nhận" của Phan Thanh Giản. Kế đến, ông Nguyễn Anh chỉ cần vạch ra và phê bình về những sự mâu thuẫn trong việc biện hộ cho Phan Thanh Giản của hai ông Đặng Huy Vận - Chương Thâu. Và sau cùng, ông Nguyễn Anh đã sử dụng ngay thứ vũ khí hạng nặng mà hai ông "trạng sư" đã cung cấp, câu "Phan Lâm mãi quốc, triều đình khí dân", để bắn vào lời xin khoan hồng cho Phan Thanh Giản của hai ông.

D. Nhuận Chi - "Cần Vạch Rõ Hơn Nữa Trách Nhiệm Của Phan-Thanh-Giản Trước Lịch Sử"

Tiếp theo tác giả Nguyễn Anh là bài viết của tác giả Nhuận Chi - và cũng với mục đích là công kích lời kêu gọi xin khoan hồng cho Phan Thanh Giản của hai ông Đặng Huy Vận - Chương Thâu. Nhưng "công tố viên" Nhuận Chi đã đánh vào một điểm khác với Nguyễn Anh. Như tựa đề bài viết cho thấy, tác giả Nhuận Chi đã đánh vào lý luận về mức độ "trách nhiệm" của Phan Thanh Giản do hai "trạng sư" Đặng Huy Vận - Chương Thâu đưa ra trong bài viết mở màn. Như đã trình bày, hai vị "trạng sư" cho rằng Phan Thanh Giản chỉ có trách nhiệm gián tiếp, vì là đồng phạm chứ không phải là kẻ đầu sỏ, trong việc "mãi quốc".

Ngược lại với hai ông Đặng Huy Vận - Chương Thâu, tác giả Nhuận Chi quả quyết rằng Phan Thanh Giản phải có trách nhiệm trực tiếp, vì chính Phan Thanh Giản là người đã trực tiếp kêu gọi các lực lượng nghĩa quân phải giải giáp:

"Trước hết, chúng tôi thấy cần nêu lên trách nhiệm lớn lao và tai hại của Phan-thanh-Giản đối với phong trào chống Pháp của nhân dân hồi bấy giờ. **Trách nhiệm** *của Phan-thanh-Giản không phải chỉ có việc* **ký kết hàng ước nhục nhã nhượng đứt ba tỉnh miền Đông Nam kỳ năm 1862,** *hay để mất nhanh chóng ba tỉnh miền Tây Nam kỳ cho giặc Pháp năm 1867, mà còn ở chỗ* **kìm hãm, ngăn trở, phá hoại phong trào kháng chiến** *của nhân dân ta hồi đó... Trước sau Phan-thanh-Giản đã* **trực tiếp ba lần dụ** *lãnh tụ nghĩa binh lỗi lạc nhất lúc đó là Trương Định phải theo mệnh lệnh bãi binh của triều đình... Tai hại hơn nữa là cũng chính Phan-thanh-Giản đã làm* **môi giới bốn lần** *đưa thư của tướng giặc Bô-na cho Trương Định để dụ dỗ đầu hàng...."*

Như vậy, trái với cách biện bạch đầy mâu thuẫn về mức độ trách nhiệm của hai ông Đặng Huy Vận - Chương Thâu trong bài viết mở màn, tác giả Nhuận Chi đã tỏ ra rất dứt khoát trong việc quy **trách nhiệm** - mà ông ta gọi là "lớn lao và tai hại đối với phong trào kháng Pháp của nhân dân ta" - **trực tiếp** cho Phan Thanh Giản. Theo ông Nhuận Chi, đó là do Phan Thanh Giản đã ký kết hòa ước 1862, cũng như đã *"trực tiếp ba lần dụ"* và *"bốn lần môi giới"* cho Trương Định đầu hàng.

Cần biết rằng những lời cáo buộc với hình ảnh "ba lần, bốn lượt" như trên của tác giả Nhuận Chi, tuy không có dẫn chứng rõ ràng minh bạch, nhưng lại rất được ưa chuộng bởi các "sử gia" miền Bắc sau này, bất cứ khi nào họ cần lên án Phan Thanh Giản. Như đã thấy, tác giả Nhuận Chi không hề cho ta biết rằng Phan Thanh Giản đã ba lần dụ dỗ trực tiếp và bốn lần làm môi giới đưa thư cho giặc vào lúc nào, hay do sách vở nào ghi lại. Rồi sau này, cũng như ông Nhuận Chi, các "sử gia" nói trên đã luôn luôn sẵn sàng đem điển tích "ba lần dụ dỗ, bốn lần môi giới" này ra để chứng minh cho tội "mãi quốc" của Phan Thanh Giản. Mặc dù cũng như ông Nhuận Chi, họ không bao giờ dẫn chứng để cho ta biết chính xác rằng những lần dụ dỗ đó diễn ra bao giờ và được ghi chú ở đâu.

Nhưng điều đáng nói nhất là qua cách dùng hình ảnh "ba lần dụ dỗ, bốn lần môi giới" như trên để chứng minh cho trách nhiệm *"trực tiếp"* *"mãi quốc"* của Phan Thanh Giản; và ngược lại lý luận của hai ông Đặng Huy Vận - Chương Thâu rằng Phan Thanh Giản chỉ là đồng phạm chứ không phải đầu sỏ trong việc "mãi quốc", tác giả Nhuận Chi đã mặc nhiên đánh đồng, hay đúng hơn là đã coi, **công trình thương thuyết và thực hiện hòa ước 1862** của Phan Thanh Giản, như là **những hành động "mãi quốc"**. Bởi như đã thấy, tác giả Nhuận Chi đã sử dụng những hình ảnh nói trên để chứng minh cho trách nhiệm bán nước trực tiếp của Phan Thanh Giản, tức là ngược lại với lý luận của hai ông Đặng Huy Vận - Chương Thâu rằng Phan Thanh Giản chỉ có trách nhiệm gián tiếp trong mưu đồ "mãi quốc" mà thôi.

Tưởng cũng nên biết rằng nếu Phan Thanh Giản quả thật đã có những hành động "ba lần, bốn lượt" chiêu dụ Trương Định như trên, thì đó là vì ông đang thực hiện điều số 11 của Hòa Ước 1862: chứng tỏ cho người Pháp thấy rằng ông đã tích cực kêu gọi các lực lượng kháng chiến như Trương Định bãi binh. Mục đích là để người Pháp phải trả lại tỉnh thành Vĩnh Long cho nhà Nguyễn, một khi triều đình Huế thực hiện điều này. Và kết quả là Phan Thanh Giản đã thành công trong sứ mạng ngoại giao đó, vì người Pháp đã trả lại Vĩnh Long cho nhà Nguyễn vào đầu năm 1863. (Sự kiện lấy lại Vĩnh Long này sẽ được người viết trình bày với bạn đọc một cách chi tiết hơn ở Phần 2 của bài viết).

Như vậy, khi tác giả Nhuận Chi gọi việc Phan Thanh Giản theo lệnh vua để kêu gọi Trương Định giải giáp là hành động chứng tỏ trách nhiệm trực tiếp của Phan Thanh Giản trong việc làm mất ba tỉnh miền Đông, thì điều này cho thấy rằng ông ta không biết, hay không thèm biết hòa ước 1862 nói gì. Hơn nữa, ông ta đã cố tình bóp méo lịch sử, nên mới cho rằng việc làm theo hòa ước và lệnh vua như trên của Phan Thanh Giản là những hành động chứng minh trách nhiệm trực tiếp của ông trong việc "bán nước".

Tuy vậy, khi sử dụng những "bằng chứng" kiểu này để chứng minh cho trách nhiệm "trực tiếp" "mãi quốc" của Phan Thanh Giản, tác giả Nhuận Chi đã bắn trúng ngay vào cái đích mà hai ông Đặng Huy Vận - Chương Thâu đưa ra trước đó - khi hai ông "trạng sư" kêu gọi sự khoan hồng cho Phan Thanh Giản vì trách nhiệm gián tiếp trong việc "mãi quốc". Để nhắc lại, hai ông Đặng Huy Vận - Chương Thâu đã viết như sau về mức độ trách nhiệm này:

*"Ngày nay có lẽ chúng ta cũng không nên quá khắt khe như thời ông sống, thời mà phong trào kháng chiến của nhân dân lục tỉnh đang lên cao, đang cần thiết phải nêu lên khẩu hiệu "Phan Lâm mãi quốc, triều đình khí dân" để tập hợp lực lượng kháng chiến. Nói một cách công bằng hơn, **trách nhiệm của Phan-thanh-Giản là gắn chặt với trách nhiệm của triều đình Huế, chính triều đình phong kiến thối nát ấy mới là kẻ đầu sỏ bán nước, còn Phan-thanh-Giản chỉ là một trong số những người chủ trương và thi hành đường lối tội lỗi ấy mà thôi.*"[30]*

Mặc dù cũng chính trong bài viết mở màn nói trên thì hai ông Đặng Huy Vận – Chương Thâu lại nói rằng Phan Thanh Giản phải chịu trách nhiệm trực tiếp cho tội "mãi quốc", như người viết đã trình bày trong mục B của chương này.

Do đó, giống như Nguyễn Anh, tác giả Nhuận Chi đã tận tình khai thác lập luận đầy mâu thuẫn nói trên của hai ông Đặng Huy Vận - Chương Thâu về bản án "Phan Lâm mãi quốc, triều đình khí dân". Vì như đã thấy, hai ông Đặng Huy Vận - Chương Thâu từng khẳng định trước đó rằng chính "nhân dân ta" đã "công phẫn" hô lên điều này, rằng "lịch sử" đã ghi nhận "tội lỗi" đó. Nhưng rồi hai ông lại quay ra nói ngược lại như trên, rằng "nhân dân" thời đó có lẽ vì cần tập hợp và cần một "khẩu" hiệu nên mới phải sử dụng nó mà thôi. Với cách lập luận như trên , hai ông Đặng Huy Vận - Chương Thâu đã tự mâu thuẫn với chính mình. Cũng như đã tự bày ra thêm một lỗ hổng trong cách lý luận nữa, qua việc hai ông không hề đưa ra được một bằng chứng nào để cho thấy rằng chỉ vì cần một khẩu hiệu mà "nhân dân ta" đã phải dùng đến câu "Phan Lâm mãi quốc, triều đình khí dân".

---

(30) Ibid, Đặng Huy Vận - Chương Thâu, "Phan-Thanh-Giản Trong Lịch Sử Cận Đại Việt Nam", Nghiên Cứu Lịch Sử số 48, pp. 20-21

Và đương nhiên là tác giả Nhuận Chi đã dùng ngay cái "gậy" "Phan Lâm mãi quốc, triều đình khí dân" mà hai ông Đặng Huy Vận - Chương Thâu từng đưa lên hàng "sự thật lịch sử" trước đó, để đập lại cái lý luận không có bằng chứng nói trên của hai ông "trạng sư":

*"Qua các phần trình bày trên, thiết tưởng chúng ta đều đã thấy rõ cần đánh giá Phan-thanh-Giản như thế nào rồi. Chúng tôi chỉ xin nói thêm rằng chính **người đương thời** đã lên án Phan-thanh-Giản một cách vô cùng **công minh**. Đó là **tiếng thét uất ức và căm phẫn của quần chúng yêu nước ghét giặc cô đọng trong 6 (sic) chữ "Phan Lâm mãi quốc, triều đình khí dân"** sau khi hàng ước 1862 được ký kết..."*

*... Rõ ràng là người đồng thời với Phan-thanh-Giản đã đánh giá ông một cách công minh... Và chúng ta ngày nay, khi xem lại **bản án** đó, cũng chỉ có thể công nhận rằng người xưa quả thật **vô cùng sáng suốt**, chớ đâu lại dám có ý chê trách là 'quá khắt khe' và cho rằng người xưa chỉ vì 'cần thiết phải nêu lên khẩu hiệu 'Phan Lâm mãi quốc, triều đình khí dân' để tập hợp lực lượng kháng chiến".[31]*

Tóm lại, cũng như tác giả Nguyễn Anh, "công tố viên" Nhuận Chi đã bắn thẳng vào cái đích đã được dương ra sẵn sàng bởi hai ông Đặng Huy Vận - Chương Thâu với lời xin khoan hồng cho Phan Thanh Giản. Và ông Nhuận Chi cũng sử dụng chính cái vũ khí hay "sự thật lịch sử" đã được hai ông Đặng Huy Vận - Chương Thâu giới thiệu trước đó là câu "Phan Lâm mãi quốc, triều đình khí dân" để làm điều này. Ông Nguyễn Anh đã nhấn mạnh vào sự mâu thuẫn giữa ý kiến của hai ông Đặng Huy Vận – Chương Thâu cho rằng Phan Thanh Giản thương dân, với cái "sự thật lịch sử" là chính nhân dân đã nói ra câu "Phan Lâm mãi quốc, triều đình khí dân". Còn ông Nhuận Chi thì đánh vào lời biện hộ của hai ông "trạng sư" rằng Phan Thanh Giản chỉ là tòng phạm chứ không phải là kẻ đầu sỏ - với bằng chứng là Phan Thanh Giản đã trực tiếp ký

---

(31) Nhuận Chi, "Cần Vạch Rõ Hơn Nữa Trách Nhiệm Của Phan-Thanh-Giản Trước Lịch Sử", Nghiên Cứu Lịch Sử số 52, pp.38-46. https://drive.google.com/file/d/1-8vXNR-IegVl-An5XKdnUbUZiEUrg_qzb/view?usp=sharing

kết và thi hành hòa ước 1862, khiến cho người đương thời tức quần chúng yêu nước ghét giặc phải thét lên 6 (sic) chữ "Phan Lâm mãi quốc, triều đình khí dân".

Cũng cần nói thêm là ông Nhuận Chi còn tô điểm cho cái "sự thật lịch sử" nói trên, bằng cách cho rằng nó là do "người đương thời", và do "quần chúng yêu nước ghét giặc" làm ra. Rồi ông kết luận rằng bản án của người đương thời này là *vô cùng công minh*, *"vô cùng sáng suốt"*. Rằng đó chính là *tiếng thét uất ức và căm phẫn"* của họ, chứ nào phải vì kẹt không có khẩu hiệu mà phải đem câu "Phan Lâm mãi quốc, triều đình khí dân" ra xài, như hai ông Đặng Huy Vận - Chương Thâu đã nghĩ![32]

Như vậy, có thể thấy rằng bài giới thiệu mở màn phiên tòa của hai ông "trạng sư" Đặng Huy Vận - Chương Thâu đã cung cấp hướng đi, ý tưởng, đích nhắm và cả vũ khí, cho hai tác giả theo sau là Nguyễn Anh và Nhuận Chi. Tuy nhiên, hai "công tố viên" Nguyễn Anh và Nhuận Chi vẫn còn chừa cái đích cuối cùng - lời xin khoan hồng của hai ông Đặng Huy Vận - Chương Thâu vì lý do đạo đức cá nhân tốt đẹp của Phan Thanh Giản - cho một công tố viên đặc biệt.

Đó là vị quan tòa Trần Huy Liệu, khi ông ta lột bỏ bộ áo quan tòa để đội lốt công tố viên, dưới bút hiệu "Hải Thu" - như sẽ thấy trong bài viết có tựa đề "Góp Ý Về Phan-thanh-Giản" dưới đây.

E. Hải Thu (Trần Huy Liệu) - "Góp Ý Về Phan-thanh-Giản"

Theo một thứ tự rất phân minh trong phiên tòa đấu tố Phan Thanh Giản vào năm 1963 trên tờ Nghiên Cứu Lịch Sử, trước khi ông Viện Trưởng Viện Sử Học Trần Huy Liệu trong vị trí quan tòa viết bài cuối cùng để tuyên án cho Phan Thanh Giản, thì ông phải đóng vai trò một "độc giả" hay một "công tố viên" để buộc tội Phan Thanh Giản, và bằng lý luận của chính ông ta. Để cho sau đó thì vị quan tòa Trần Huy Liệu có thể sử dụng lý luận này khi tuyên án cho bị cáo, để tỏ ra công bình. Vì vậy, ông Trần Huy Liệu đã tham gia phiên tòa này với một bài viết có tựa đề rất khiêm nhường và

---

(32) Tuy rằng "bản án" đó có bao nhiêu chữ, cả hai ông Nhuận Chi cũng như ông giáo sư Đinh Xuân Lâm sau này trong cuộc hội thảo năm 2003 đều không biết, nên họ mới đếm sai thành "sáu" thay vì "tám" chữ một cách giống nhau!

ôn hòa là "Góp Ý Về Phan-thanh-Giản". Nhưng không phải với tên thật, mà là với bút hiệu Hải Thu, và trong vai trò của một "độc giả" góp ý.

Và tuy rằng có một tựa đề ôn hòa như vậy, nhưng thật sự thì đây là một bài viết nảy lửa để đánh vào cái đích cuối cùng đã được dương ra với lời xin khoan hồng cho Phan Thanh Giản của hai ông Đặng Huy Vận - Chương Thâu. Cũng như vì bài viết này được đưa ra dưới bút hiệu của một người góp ý là Hải Thu, chứ không phải của quan tòa vụ án, cho nên ông Viện Trưởng Viện Sử Học Trần Huy Liệu đã tha hồ mà phóng bút miệt thị Phan Thanh Giản và đưa ra thêm những lý lẽ buộc tội Phan Thanh Giản của chính ông ta. Để cho sau đó thì ngài quan tòa Trần Huy Liệu có thể dựa vào bài "góp ý" này của "độc giả" Hải Thu mà tuyên bố rằng tất cả mọi người tham gia phiên tòa đã cùng nhau "nhất trí" trong việc kết án "mãi quốc" cho Phan Thanh Giản.

Đó chính là lý do tại sao ông Trần Huy Liệu đã dùng bút hiệu Hải Thu trong bài viết này. Chỉ có điều là văn phong và cách lý luận của ông thì khó mà lầm lẫn với ai được. Và sau khi ông chết thì chính tờ Nghiên Cứu Lịch Sử đã xác nhận rằng "Hải Thu" là một trong rất nhiều bút hiệu của ông chủ nhiệm tờ báo kiêm Viện Trưởng Viện Sử Học Trần Huy Liệu.[33]

Như sẽ thấy, bài viết của "độc giả" kiêm "công tố viên" Hải Thu thật sự là một bài để dọn đường cho bản án của vị quan tòa Trần Huy Liệu. Vì vậy, những lập luận của Hải Thu đã được Trần Huy Liệu sử dụng tối đa sau đó.

Trong bài viết này, tác giả Hải Thu - Trần Huy Liệu đã buộc thêm một **tội mới** cho Phan Thanh Giản, bên cạnh tội "mãi quốc" mà hai ông Đặng Huy Vận - Chương Thâu đã buộc/nhận cho thân chủ Phan Thanh Giản ngay từ đầu phiên tòa. Tội danh mới nói trên là tội **"đầu hàng"** vì **"sợ địch"**, và do đó, đi **"ngược lại với**

---

(33) Thư Mục Của Trần Huy Liệu, Nghiên Cứu Lịch Sử số 125, 1969, p. 21: "Dưới đây là bảng thư mục bao gồm những tác phẩm và các báo, tạp chí mà đồng chí Trần Huy Liệu đã viết từ năm 1917 đến 1969, dưới các bút danh khác nhau như Đầu Nam, Côi Vị, Hải Khách, Hải Thu, Nam Kiều, Kiếm Bút, Ẩm Hận... Chúng tôi mong bạn nào biết các tác phẩm khác của đồng chí Trần Huy Liệu xin cho chúng tôi biết để bổ sung - Tạp chí NCLS". https://drive.google.com/file/d/12my1-vf3NJVa_qEjJgT_YPVwyU03V9Wf/view?usp=sharing

nguyện vọng của nhân dân". Như sẽ thấy, quan tòa Trần Huy Liệu đã sử dụng tối đa cái tội mới này, để bác bỏ tất cả những lời xin khoan hồng cho Phan Thanh Giản của hai ông Đặng Huy Vận - Chương Thâu.

Nhưng trước khi đi vào việc luận tội Phan Thanh Giản, tác giả Hải Thu - Trần Huy Liệu cần phải lặp lại những luật lệ mà chính ông ta trong vai trò chủ nhiệm của tờ Nghiên Cứu Lịch Sử đã từng đặt ra trong lời giới thiệu phiên tòa, ngay trước bài mở màn của hai ông Đặng Huy Vận - Chương Thâu:

*"Về Phan-thanh-Giản, theo chúng tôi nghĩ, tài liệu lịch sử đã khá đầy đủ; chỉ cần chúng ta xuất phát từ **quyền lợi của tổ quốc**, **lợi ích của nhân dân**, đối chiếu **yêu cầu của thời kỳ lịch sử bấy giờ** với chủ trương và hành động của Phan mà phân tích, đánh giá cho đúng nữa thôi.*

Thời kỳ lịch sử bấy giờ yêu cầu những gì?

*Chúng ta đều biết là dưới chế độ phong kiến, nhân dân, đại bộ phận là nông dân chỉ mong có ruộng đất, cơm áo, hòa bình. Lúc nước nhà bị xâm lăng thì yêu cầu khẩn thiết nhất của mọi từng lớp nhân dân là đoàn kết chống xâm lăng... **Vậy yêu cầu khẩn thiết trước mắt của thời kỳ lịch sử mà Phan-thanh-Giản sống và hoạt động là chống đế quốc xâm lược Pháp...***"[34]

Do đó, tác giả Hải Thu - Trần Huy Liệu đã một lần nữa tự đặt ra luật lệ cho phiên tòa. Và ông ta đã làm điều trên một cách tùy tiện - nhưng không phải ngẫu nhiên, mà là để phù hợp với lý luận vốn đã được chuẩn bị sẵn từ trước của ông ta. Như đoạn văn trên cho thấy, chỉ với một vài dòng chữ, ông Trần Huy Liệu đã tùy tiện khẳng định, mà không cần chứng minh, rằng "yêu cầu của thời kỳ lịch sử", "quyền lợi của tổ quốc", hay **"lợi ích của nhân dân"** trong thời gian đó, là chống Pháp!

Mặc dù bình thường thì nhân dân chỉ cần cơm ăn áo mặc, nhưng khi "nước nhà bị xâm lăng" thì họ không cần những thứ đó nữa, mà chỉ cần chống xâm lăng thôi! Đó chính là lập luận của ông

---

(34) Hải Thu "Góp Ý Về Phan-thanh-Giản", Nghiên Cứu Lịch Sử số 53, pp. 48-52, p. 48. https://nhatbook.com/2020/02/26/tap-san-nghien-cuu-lich-su-so-53-thang-08-1963/

Hải Thu - Trần Huy Liệu.

Rồi để chứng minh cho điều này, ông ta viết tiếp như sau:

"... Sự phẫn nộ của toàn thể dân tộc lúc Phan-thanh- Giản cùng triều đình nhà Nguyễn dâng ba tỉnh miền Đông Nam-kỳ cho giặc đã nói lên quyết tâm kháng chiến của mọi từng lớp nhân dân. Nhân dân quyết tâm kháng chiến và tin tưởng ở thắng lợi.

*'Nhân dân 3 tỉnh không muốn đất nước bị chia cắt, nên họ suy tôn chúng tôi cầm đầu. Chúng tôi không thể nào làm khác hơn điều mà chúng tôi đang làm, **cho nên chúng tôi sẵn sàng tử chiến, lôi địch đàng đông, kéo địch đàng tây, chúng tôi chống địch, đánh địch và sẽ thắng địch (chúng tôi nhấn mạnh H.T.).** Nếu ngài còn nói hòa nghị cắt đất cho địch thì chúng tôi xin không tuân lệnh triều đình, và chắc hẳn là như thế không bao giờ có hòa thuận giữa các ông và chúng tôi, ngài sẽ không lấy gì làm lạ cả' (Chú thích số 1: Trích theo Trần-văn-Giàu trong cuốn Nam-kỳ kháng Pháp tr. 160, Xây dựng phát hành, 1956).*

*Bức thư của Trương-Định trả lời Phan-thanh-Giản lúc Phan theo lệnh Pháp dụ dỗ giải giáp đã nói với chúng ta nhiều điều quí báu: nhân dân không những 'sẵn sàng tử chiến', mà còn biết cách đánh **'lôi địch đàng đông, kéo địch đàng tây và tin là đánh như vậy nhất định 'sẽ thắng địch'.** "*[35]

Như vậy, ông Hải Thu - Trần Huy Liệu đã sử dụng Trương Định, hay đúng hơn là lá thư của Trương Định, để chứng minh cho tinh thần quyết chiến và nghệ thuật chiến tranh của "nhân dân" Nam Kỳ, cho "lợi ích" của họ và "quyền lợi của tổ quốc" cũng như "yêu cầu của thời kỳ" đó.

Rất tiếc là ông Hải Thu - Trần Huy Liệu lại dựa vào một bản dịch sai lầm về ý nghĩa của lá thư này! Và đó là chưa nói đến nội dung của cả lá thư bằng tiếng Pháp (mà người viết sẽ giới thiệu ở Phần 2) hoàn toàn không phải như ông Hải Thu - Trần Huy Liệu đã tin tưởng và dẫn ra như trên, để chứng minh cho lập luận của ông ta về "yêu cầu" của thời kỳ đó là chống Pháp.

---

(35) Ibid

Và sau khi xác định rằng việc "chống Pháp" chính là mục tiêu tối hậu của nhân dân và thời đại như trên, ông Hải Thu - Trần Huy Liệu mới khẳng định rằng Phan Thanh Giản đã làm ngược lại điều thiêng liêng ấy. Và đó là do tư tưởng "sợ địch":

*"... Do **tư tưởng khiếp nhược, sợ địch,** do nhãn quan thiển cận, không thấy chỗ mạnh của ta, chỗ yếu của địch, nên từ chủ trương đến hành động, Phan luôn luôn đi ngược lại yêu cầu của lịch sử, quyền lợi của tổ quốc, nguyện vọng của nhân dân... Phan bưng tai trước **những lời nguyền rủa của quốc dân (như Phan Lâm mãi quốc, triều đình khí dân).** Phan bịt mắt trước những lời cảnh cáo đanh thép như kiểu bức thư Trương Định đã nêu ở trên... Từ chủ trương **chủ hòa,** Phan đã lùi từng bước trước địch và cuối cùng đi đến hành động của **một tên phản bội đáng nguyền rủa** - không hơn không kém - lúc ra sức cản trở nhân dân miền Đông kháng chiến, cùng với Pháp dụ dỗ các lãnh tụ nghĩa quân khác giải giáp, nhất là lúc đưa tay dâng ba tỉnh miền Tây Nam-bộ cho giặc... "*[36]

Như vậy, để chứng minh cho tư tưởng "sợ địch" và "đi ngược lại với nguyện vọng của nhân dân" này của Phan Thanh Giản, tác giả Hải Thu - Trần Huy Liệu đã dẫn ra hai việc: 1) Phan Thanh Giản **"bịt mắt"** trước lá thư của Trương Định, và 2) **"bưng tai"** trước **"lời nguyền rủa của quốc dân (như Phan Lâm mãi quốc, triều đình khí dân)".**

Có nghĩa rằng, đối với ông Hải Thu - Trần Huy Liệu thì lá thư của Trương Định và câu "Phan Lâm mãi quốc, triều đình khí dân" chính là những bằng chứng nói lên "nguyện vọng của nhân dân" thời đó.

Nhưng với hai bằng chứng nói trên, trong khi dẫn chứng đàng hoàng về xuất xứ lá thư của Trương Định (là theo sách của ông Trần Văn Giàu), thì ông Hải Thu - Trần Huy Liệu lại không đưa ra một dẫn chứng nào hết về xuất xứ của câu "Phan Lâm mãi quốc, triều đình khí dân". Mà ông chỉ nhắc đến nó như một sự thật lịch sử ai nấy đều biết.

---

(36) Ibid, pp. 49-50

Và đó là nhờ công của hai ông Đặng Huy Vận - Chương Thâu, như đã nói trên.

Tóm lại, trong bài viết này, tác giả Hải Thu - Trần Huy Liệu đã giới thiệu thêm **một tội danh mới** cho Phan Thanh Giản. Đó là tội **"sợ địch"**, vì **"tư tưởng khiếp nhược"**, nên đã đi tới tư tưởng **"chủ hòa"**, không dám đánh Pháp và cắt đất **"đầu hàng"** Pháp. Mà như vậy là **ngược lại** với "yêu cầu của thời kỳ lịch sử" hay "quyền lợi của tổ quốc", hay **"nguyện vọng của nhân dân"**.

Và tội danh mới này lại được ông Hải Thu - Trần Huy Liệu chứng minh bởi câu "Phan Lâm mãi quốc, triều đình khí dân"!

Bài viết này, do đó, đã được tác giả Hải Thu - Trần Huy Liệu đưa ra để bổ sung cho bài viết mở màn của hai ông Đặng Huy Vận - Chương Thâu và tội danh "mãi quốc" mà hai ông đã nhận/buộc cho Phan Thanh Giản. Và mục đích của tác giả Hải Thu - Trần Huy Liệu là để tạo ra và sử dụng một tội mới, tội "đầu hàng" vì "khiếp nhược sợ địch", để bác bỏ lời xin khoan hồng vì đạo đức tốt đẹp của Phan Thanh Giản - như sẽ thấy trong bài viết kết thúc phiên tòa do chính ông Trần Huy Liệu chấp bút dưới đây.

F. Trần Huy Liệu - *"Chúng Ta Đã Nhất Trí Về Việc Nhận Định Phan-Thanh-Giản"*

Phiên tòa "đánh giá" Phan Thanh Giản trên tờ tạp chí Nghiên Cứu Lịch Sử năm 1963 sau cùng đã được kết thúc với bài viết "Chúng Ta Đã Nhất Trí Về Việc Nhận Định Phan-Thanh-Giản" của quan tòa Trần Huy Liệu trên số 55 Nghiên Cứu Lịch Sử. Ông Trần Huy Liệu mở đầu bài viết này như sau:

*"Từ khi Tạp chí Nghiên Cứu Lịch Sử đề ra việc bình luận một số nhân vật lịch sử, qua Hồ-quý-Ly, Nguyễn-trường-Tộ, Lưu-vĩnh-Phúc cho đến Phan-thanh-Giản, không lần nào bằng lần này, những bạn tham gia cuộc thảo luận, mặc dầu có những khía cạnh khác nhau, nhưng về căn bản đều **nhất trí ở chỗ kết án tội nhân của lịch sử**... Điều đáng chú ý là: trong quá trình thảo luận, hai bạn Chương-Thâu và Đặng-huy-Vận, trong chỗ không ngờ, đã **trở***

nên "đối tượng" cho một loạt súng bắn vào chỉ vì hai bạn còn có chỗ chưa "dứt khoát" về tình cảm với họ Phan! "[37]

1. Phiên Tòa Đã Được Dàn Xếp Sẵn

Như vậy, ngay từ đoạn văn mở đầu trên đây, ông quan tòa Trần Huy Liệu đã cho thấy rất rõ rằng đây là một phiên tòa được sắp xếp từ trước, hay đúng ra, là một cuộc 'đấu tố" không hơn không kém. Bởi trong suốt hơn nửa năm trời và qua hàng chục bài viết về một nhân vật lịch sử đã được kính trọng trong khắp nước từ trước đến nay như Phan Thanh Giản, cuộc "đánh giá" này lại dễ dàng kết thúc với sự **"nhất trí ở chỗ kết án tội nhân của lịch sử"**, mà không hề có bất kỳ một sự phản biện nào về tội danh **"mãi quốc"** hay "bán nước" của Phan Thanh Giản.

Và, như đã thấy, sự "nhất trí" này lại hoàn toàn dựa vào một bằng chứng duy nhất, là câu "Phan Lâm mãi quốc, triều đình khí dân". Sự "nhất trí" này được tạo ra ngay từ bài viết mở màn phiên tòa của hai ông Đặng Huy Vận - Chương Thâu, khi tội "mãi quốc" hay bán nước của Phan Thanh Giản đã được hai ông khẳng định, trong vai trò giới thiệu độc giả với nhân vật Phan Thanh Giản. Rồi sau đó, trong vai trò "trạng sư" biện hộ, hai ông đã chuyển hướng phiên tòa bằng cách xin cho Phan Thanh Giản được khoan hồng.

Do đó, có thể thấy rằng cuộc "đánh giá" Phan Thanh Giản này quả đã "nhất trí" ở chỗ không một tác giả nào cảm thấy cần phải chứng minh là Phan Thanh Giản có phạm tội "mãi quốc" hay không. Mà họ chỉ cần xem mức độ "mãi quốc" của Phan Thanh Giản đến đâu và có thể được khoan thứ đến độ nào - do trách nhiệm không trực tiếp hoặc do đạo đức của Phan Thanh Giản - rồi thôi.

Chính vì vậy, màn kịch đó đã trở nên rất vụng về, khi ông Trần Huy Liệu cho rằng "trong chỗ không ngờ" của ông ta, hai ông Đặng Huy Vận - Chương Thâu đã trở thành "đối tượng" cho các tác giả khác bắn vào - và do hai ông "chưa dứt khoát về tình cảm" để đi đóng vai trò "trạng sư" xin khoan hồng cho Phan Thanh Giản.

---

(37) Trần Huy Liệu "Chúng Ta Đã Nhất Trí Về Việc Nhận Định Phan-Thanh-Giản", *Nghiên Cứu Lịch Sử* số 55, pp. 18-20, p. 18. https://nhatbook.com/2020/02/27/tap-san-nghien-cuu-lich-su-so-55-thang-10-1963/

Thế nhưng, chắc chắn là ông Trần Huy Liệu phải biết hơn ai hết lý do vì sao ông đã sắp xếp cho hai cán bộ thuộc loại trẻ này được vinh dự viết bài đầu tiên cho phiên tòa, vì sao ngay từ đầu thì họ đã xác nhận mà không cho biết nguồn gốc xuất xứ của câu "Phan Lâm mãi quốc, triều đình khí dân" khi kết tội Phan Thanh Giản, và vì sao bài viết này lại kêu gọi sự khoan hồng cho Phan Thanh Giản, để cho "phiên tòa" của ông Trần Huy Liệu đạo diễn có vẻ nghiêm túc và dân chủ hơn.

Bên cạnh đó, như đã thấy, hai ông Đặng Huy Vận - Chương Thâu đã bị/được "bắn" một cách rất có hệ thống lớp lang. Mà đó là do những lời cầu xin khoan hồng của hai ông đã tạo ra những cái đích rất lớn cho các bài viết theo sau bắn vào. Như người viết đã trình bày, những lập luận xin khoan hồng của hai ông chứa đầy những sự mâu thuẫn, khi chính hai ông là người đã giới thiệu và xác nhận tội "mãi quốc" của Phan Thanh Giản dựa trên câu "Phan Lâm mãi quốc, triều đình khí dân" như một sự thật lịch sử.

Do đó, có thể thấy rằng không hề có một sự ngạc nhiên nào, hay một ý kiến trái chiều nào, đã được đưa ra trong cuộc đấu tố này. Mà mọi sự đều đã được dàn xếp từ trước theo một trật tự rõ ràng. Trước hết, ông quan tòa Trần Huy Liệu gióng lên hồi chuông mở đầu và đặt ra luật lệ cho phiên tòa trong bài giới thiệu cuộc "đánh giá". Kế đó, hai ông Đặng Huy Vận - Chương Thâu được giao nhiệm vụ viết bài mở màn để định hướng "xin khoan hồng" cho phiên tòa. Rồi các tác giả theo sau, trong đó có chính ông Trần Huy Liệu dưới một bút hiệu khác, đã viết theo định hướng này. Để cuối cùng ông Viện Trưởng Trần Huy Liệu lãnh trọng trách kết thúc phiên tòa với bài viết tuyên án "mãi quốc", cộng thêm tội "sợ giặc đầu hàng" cho Phan Thanh Giản, và bác bỏ tất cả các lời xin khoan hồng.

2. Phiên Tòa Đã Tuyên "Bản Án Lịch Sử Muôn Đời" Về Tội Bán Nước Của Phan Thanh Giản Với Một Bằng Chứng Duy Nhất: Câu "Phan Lâm Mãi Quốc, Triều Đình Khí Dân"

Sau khi giới thiệu về phiên tòa đấu tố Phan Thanh Giản mà đã được diễn ra trong nửa năm trời trên tờ Nghiên Cứu Lịch Sử, cuối cùng thì vị quan tòa Trần Huy Liệu đã tuyên bố bản án **"mãi quốc"** cho Phan Thanh Giản. Và chẳng những vậy thôi, mà ông Trần Huy Liệu còn nhấn mạnh thêm rằng bản án đó là một *"bản án lịch sử muôn đời"* và *"rất công minh"* như sau:

*"Chưa nói đến **bản án lịch sử muôn đời**; dư luận nhân dân đương thời biểu hiện trong **tám chữ đề cờ** của dân quân Tân-an Gò-công mà thủ lĩnh là Trương-Định cũng đã rõ ràng lắm. Nó kết án giai cấp phong kiến mà đại diện là triều đình Huế đã "bỏ dân" và **kẻ trực tiếp phụ trách là Phan-thanh-Giản**, Lâm-duy-Hiệp đã ký nhượng đất nước cho giặc. **Dư luận nhân dân** rất sáng suốt cũng như bản án rất công minh. Nếu vị 'trạng sư' nào còn muốn bào chữa cho một bị cáo đã bị bắt quả tang từ non một trăm năm trước thì chỉ là tốn công vô ích!"*[38]

Như vậy, theo lời tuyên bố của ông quan tòa Trần Huy Liệu thì *"bản án lịch sử muôn đời"* và *"rất công minh"* về tội danh "mãi quốc" của Phan Thanh Giản như trên đã hoàn toàn được dựa vào một bằng chứng duy nhất. Và bằng chứng đó chính là **"dư luận nhân dân"**, một dư luận "rất sáng suốt" đã được biểu hiện qua **"tám chữ đề cờ"** **"Phan Lâm mãi quốc, triều đình khí dân"**.

Chứ không phải đây là một bản án lịch sử vì đã được... ghi chép trong lịch sử!

Và cũng theo ông quan tòa Trần Huy Liệu thì nó là bản án "muôn đời", cho dù sự việc xảy ra mới chừng trăm năm! Cho dù nó chỉ là "dư luận nhân dân đương thời".

Sau cùng, đáng chú ý hơn hết là ông quan tòa Trần Huy Liệu tuyên bố rằng bị cáo Phan Thanh Giản đã bị bắt "quả tang", thành ra các **"trạng sư"** như hai ông Đặng Huy Vận - Chương Thâu không còn đường nào để bào chữa cả.

Nhưng ông Trần Huy Liệu lại không cho biết là Phan Thanh Giản đã bị bắt làm chuyện gì, và quả tang ra sao! Mà thật sự thì trong suốt nửa năm trời và qua hàng chục bài viết, kể cả bài viết cuối cùng mà cũng là bản án này của ông ta, toàn thể phiên tòa đấu

---

(38) Ibid, p.19

tố Phan Thanh Giản trên tờ Nghiên Cứu Lịch Sử không hề cho thấy rằng bị cáo Phan Thanh Giản đã bị "bắt quả tang" về tội trạng "mãi quốc" nói trên như thế nào cả.

Có nghĩa là ông quan tòa Trần Huy Liệu đã tuyên bố bản án "mãi quốc" tối hậu cho Phan Thanh Giản trong phiên tòa này - mà chỉ dựa vào **một bằng chứng duy nhất, là "tám chữ đề cờ" "Phan Lâm mãi quốc, triều đình khí dân".**

Nếu như các tác giả khác, kể cả hai ông Đặng Huy Vận - Chương Thâu, đã sử dụng câu trên như một sự thật lịch sử để buộc tội "mãi quốc" cho Phan Thanh Giản, thì mặc dù rất kệch cỡm, nhưng hành động này vẫn còn có thể tạm chống chế được, khi cho rằng đó chỉ là ý kiến cá nhân của những người đóng góp bài viết (mặc dù ta biết rằng không phải thế, mà những tác giả này chính là những "công tố viên" trong phiên tòa).

Nhưng riêng ông Trần Huy Liệu thì chắc chắn không được quyền làm như vậy. Vì ông là người chủ trì cuộc "đánh giá" một nhân vật lịch sử trên một tờ báo chuyên về nghiên cứu lịch sử, vì ông là tổng biên tập của tờ báo Nghiên Cứu Lịch Sử đó, vì ông là Viện Trưởng Viện Sử Học, và vì ông là "người anh cả" của toàn thể giới sử học miền Bắc. Nghĩa là ông đại diện cho toàn thể các sử gia miền Bắc cũng như chính phủ miền Bắc khi ông tuyên bố bản án trên, chứ không phải trong cương vị của một cá nhân.

Hơn nữa, khi nói về tội "bán nước", hay "mãi quốc" của một bị cáo, thì phải hiểu rằng đây là một tội danh rất cụ thể, ngay từ trong tên gọi của nó, chứ không phải chỉ là một tội danh chung chung. Bởi ngay trong tên gọi của tội này thì đã có sẵn động từ "bán" hay "mãi".[39] Và đó là một động từ cho thấy có một sự trao đổi giữa người "bán" và kẻ "mua", có một sự thỏa hiệp giữa bên mua và bên bán, và có một cái giá trao đổi nào đó, cho cuộc mua bán giữa hai bên.

Nếu theo lý luận trong đoạn văn tuyên án trên của ông Trần

---

(39) Chữ này đúng ra phải là "mại" có nghĩa là "bán", chứ không phải "mãi" có nghĩa là "mua". Vấn đề rất quan trọng này sẽ được người viết nói đến với đầy đủ chi tiết hơn trong Phần 3.

Huy Liệu, thì đó là vì Phan Thanh Giản đã trực tiếp "ký nhượng đất nước cho giặc". Nhưng không có gì vô lý hơn nếu ông Trần Huy Liệu cho rằng việc Phan Thanh Giản ký hòa ước 1862 với nhiệm vụ ngoại giao đã được giao phó của mình là một hành động "mãi quốc" mà đã bị "nhân dân ta" "bắt quả tang" từ trăm năm trước!

Nếu như muốn tuyên án "mãi quốc" cho Phan Thanh Giản qua việc "bán" Nam Kỳ cho Pháp, thì ông quan tòa Trần Huy Liệu ít nhất cũng phải có một bằng chứng nào đó về sự thỏa hiệp cho cuộc mua bán đổi chác này giữa Phan Thanh Giản và Pháp - hoặc công khai, hoặc ngấm ngầm. Và ít nhất cũng phải có bằng chứng để cho thấy là người bán Phan Thanh Giản có đủ thẩm quyền để "bán" các tỉnh Nam Kỳ này cho Pháp, rồi kẻ mua là người Pháp cũng biết như vậy, nên mới đồng ý với thương vụ này. Sau cùng, nếu đã là một cuộc mua bán thì cái giá của sự trao đổi này là gì? Có phải là tiền bạc, chức tước, hay đất đai cho chính Phan Thanh Giản hoặc con cháu hay gia đình ông, để đổi lại mấy tỉnh Nam Kỳ mà Phan Thanh Giản đã "bán" cho Pháp hay không?[40]

Rất tiếc là những đòi hỏi nói trên cho tội danh "bán nước" đã không hề được đếm xỉa tới, vì đây chỉ là một phiên tòa với sự sắp xếp cực kỳ thô thiển vụng về. Đến nỗi chỉ có mỗi một tội danh "mãi quốc" như trên thôi, mà cả quan tòa lẫn các công tố viên đều không tìm thấy được bất cứ một bằng chứng nào có liên quan trực tiếp hoặc gián tiếp tới một sự thỏa thuận mua bán nào đó giữa Phan Thanh Giản và Pháp, dù là nhỏ đến đâu đi nữa.

Đấy là chưa nói đến việc Phan Thanh Giản chẳng làm gì có quyền mà "bán", bởi tất cả mọi quyết định tối hậu là ở vua Tự Đức. Và cũng đừng quên rằng sau khi hòa ước 1862 được ký xong thì

---

(40) Tưởng cũng nên bàn thêm về vấn đề tội danh "bán nước" hay "mãi quốc" khác với tội danh thường thấy hơn là "phản quốc" hay "treason" như thế nào. Theo hiến pháp Mỹ thì tội "phản quốc" này là một tội rất nặng, và là một tội dễ dàng bị lạm dụng để kết án cho một đối thủ chính trị, như vua Henry VIII đã dùng tội danh này để xử tử các bà vợ của ông ta. Vì lý do đó, luật pháp Mỹ đã quy định rất nghiêm ngặt cho tội danh này, và công tố viên phải chứng minh được hành động rõ rệt cụ thể của một bị cáo đã làm để giúp đỡ cho kẻ thù của quốc gia. Trong khi đó, với tội danh "bán nước", có thể thấy rằng "bán" là một hành động còn cụ thể hơn "phản" rất nhiều. Do đó, tội danh "bán nước" là một thứ tội vô cùng nặng nề, và vô cùng chính xác. Thậm chí một người không có căn bản về luật pháp cũng có thể hiểu như vậy.

cả hai nguyên thủ của hai quốc gia - trong trường hợp này là vua Napoleon III và vua Tự Đức - phải đồng ý chấp nhận, trong vòng một năm kể từ ngày ký, thì hòa ước 1862 mới có giá trị.

Tóm lại, ông Trần Huy Liệu, **trong vai trò quan tòa**, đã kết án "mãi quốc" cho Phan Thanh Giản mà không hề có một bằng chứng nào hết - cho cái tội trạng đòi hỏi phải có một cuộc mua bán rất rõ rệt này. Vị quan tòa này chỉ dựa vào (**cái được coi là) một "bằng chứng" duy nhất, để chứng minh cho tội "mãi quốc"** của Phan Thanh Giản mà thôi, và đó là câu "Phan Lâm mãi quốc, triều đình khí dân". Và câu này, cho dù ông Trần Huy Liệu đã cường điệu gọi là "bản án lịch sử muôn đời", lại không hề được ghi chép trong lịch sử, cũng như không có nguồn gốc xuất xứ gì cả. Mà nó chỉ là một **"dư luận nhân dân"**, như ông Trần Huy Liệu cho biết.

Nghĩa là ông Trần Huy Liệu và các cộng sự viên/công tố viên của tờ Nghiên Cứu Lịch Sử trong phiên tòa này khỏi cần phải chứng minh rằng "nhân dân" nào đó có đủ hiểu biết về thời sự, có đủ hiểu biết về chính trị, và có hiểu biết gì về bản hợp đồng "bán nước" giữa Phan Thanh Giản và Pháp hay không. Nghĩa là các vị đó không cần bằng chứng (evidence), cũng như không cần nhân chứng (witness) gì cả cho phiên tòa này.

Và đó là vì theo ông quan tòa Trần Huy Liệu thì câu "Phan Lâm mãi quốc, triều đình khí dân" đã được cho là "dư luận" của nhân dân thời đó, cho nên chỉ cần một câu này thôi cũng đủ để kết luận rằng bị cáo Phan Thanh Giản đã bị "bắt quả tang" với tội "mãi quốc" rồi! Nhưng có lẽ ông quan tòa này biết rằng chỉ như vậy thôi thì không đủ sức thuyết phục được ai, cho nên từ một "dư luận" nhân dân rất "sáng suốt", câu này đã được nâng cấp lên thành một "bản án rất công minh", rồi cuối cùng hóa thân thành "bản án lịch sử muôn đời", dưới ngòi bút của ông quan tòa Trần Huy Liệu!

Tóm lại, cần thấy rõ là phiên tòa, hay cuộc đánh giá này, đã được dàn xếp từ trước. Vì bản án về tội danh "mãi quốc" của Phan Thanh Giản đã được khẳng định từ bài đầu tới bài cuối, và chỉ dựa trên một câu 8 chữ không có dẫn chứng cũng như không có nguồn gốc, là câu "Phan Lâm mãi quốc, triều đình khí dân" mà thôi. Nhưng vì tác giả của nó đã được cho là "nhân dân", cho nên câu này dù chỉ là một loại "dư luận" – thì cũng vẫn phải đúng, phải sáng suốt, và phải công minh.

Và qua đó, có thể thấy rõ thêm rằng phiên tòa này thật sự không phải là một phiên tòa để xét xử coi Phan Thanh Giản có phạm tội "mãi quốc" hay không. Mà nó chỉ là một phiên tòa để xem xét coi có thể khoan hồng cho tội nhân "mãi quốc" Phan Thanh Giản đến mức độ nào thôi. Và như đã trình bày, những lập luận xin khoan hồng cho Phan Thanh Giản đã được hai vị trạng sư biện hộ Đặng Huy Vận - Chương Thâu đưa ra ngay từ bài viết mở màn để tạo thành cái đích cho những bài viết tiếp theo nhắm bắn. Để trong bài viết sau cùng này, vị quan tòa Trần Huy Liệu mới tuyên bố bác bỏ tất cả các lập luận xin khoan hồng của hai ông Đặng Huy Vận - Chương Thâu, như sẽ thấy dưới đây.

3. Câu "Phan Lâm Mãi Quốc, Triều Đình Khí Dân" Và Câu Chuyện Chung Quanh Nó Được Dùng Để Chứng Minh Cho "Nguyện Vọng Nhân Dân" Và Từ Đó Để Bác Bỏ Những Lời Xin Khoan Hồng Cho Phan Thanh Giản

Sau khi kết luận rằng tất cả mọi tác giả tham gia cuộc "đánh giá" Phan Thanh Giản đều "nhất trí" xác định "bản án lịch sử muôn đời" về tội "mãi quốc" của Phan Thanh Giản qua câu "Phan Lâm mãi quốc, triều đình khí dân" như trên, ông quan tòa Trần Huy Liệu mới đi vào **mục đích hay hướng đi chính của phiên tòa**. Và đó là để **cứu xét những lời kêu gọi xin khoan hồng** cho bị cáo Phan Thanh Giản của hai ông "trạng sư" Đặng Huy Vận - Chương Thâu.

Như đã nói trên, hai ông trạng sư này đã bị/được hai tác giả Nguyễn Anh và Nhuận Chi đánh trúng ngay vào những lập luận mâu thuẫn của hai ông trong những lời xin khoan hồng dựa trên "động cơ yêu nước thương dân" và "trách nhiệm không trực tiếp" của Phan Thanh Giản. Nhưng còn một lời cầu xin khoan hồng cuối cùng của hai ông mà vẫn chưa được giải quyết thỏa đáng. Đó là lời xin khoan hồng vì "đạo đức tốt đẹp" của Phan Thanh Giản.

Thật ra, có vài tác giả tiếp theo hai ông Đặng Huy Vận - Chương Thâu trong phiên tòa trên tờ Nghiên Cứu Lịch Sử đã dùng cơ hội này để nêu lên những câu hỏi về đời tư của Phan Thanh Giản, như ông có quả thật "Liêm Bình Cần Cán" như vua Tự Đức đã khen tặng hay không, hay cũng chỉ là người tham lam tiền của, tham sống sợ chết như ai. Người viết xin khỏi phải bàn đến những bài viết không mấy giá trị này, bởi chúng chẳng dựa vào một bằng chứng khả tín nào cả.

Nhưng điều đáng nói là các tác giả nói trên lại không thể bêu xấu hay vu cáo Phan Thanh Giản về phương diện đạo đức được, do sách vở đã nói đến quá nhiều về phương diện này của vị đại thần họ Phan. Cho nên chính ông quan tòa Trần Huy Liệu đã phải đích thân giải quyết vấn đề gay go này, nhằm bác bỏ lời cầu xin khoan hồng sau cùng của hai ông Đặng Huy Vận - Chương Thâu.

Và không mấy ngạc nhiên là ông Trần Huy Liệu đã sử dụng lý luận của chính ông ta trước đó, dưới bút hiệu Hải Thu, và với câu thần chú vạn năng "Phan Lâm mãi quốc, triều đình khí dân", để làm điều này.

a. Bác Bỏ Lời Xin Thứ Nhất: Vì Phan Thanh Giản Theo "Thất Bại Chủ Nghĩa", Dẫn Đến "Đầu Hàng" Và Trực Tiếp"Dâng Nước Cho Giặc", Đi Ngược Với "Nguyện Vọng Của Nhân Dân"

Trước khi đi vào cách ông Trần Huy Liệu giải quyết những lời xin khoan hồng cho Phan Thanh Giản của hai ông Đặng Huy Vận - Chương Thâu, tưởng cũng nên trở lại với lời nói đầu của tờ Tạp Chí Nghiên Cứu Lịch Sử ở trước loạt bài về Phan Thanh Giản. Ông Trần Huy Liệu, trong vai trò chủ nhiệm của tờ Nghiên Cứu Lịch Sử, hẳn đã biết trước là thế nào các vấn đề về trách nhiệm và đạo đức của Phan Thanh Giản cũng sẽ được đem ra để xin khoan hồng cho tội "mãi quốc" của ông. Vì vậy, ngay từ lời nói đầu, tòa soạn Nghiên Cứu Lịch Sử, hay chính ông Trần Huy Liệu, đã đưa ra những luật lệ mà chính ông Trần Huy Liệu sẽ sử dụng ở cuối phiên tòa để giải quyết lời xin khoan hồng giảm tội cho Phan Thanh Giản, như sau:

"Theo ý chúng tôi, trong việc bình luận nhân vật lịch sử, nhất là những nhân vật như Phan-thanh-Giản, chúng ta cần dựa vào

*quan điểm chủ nghĩa Mác, đem **yêu cầu của thời đại** và **nguyện vọng của nhân dân** để soi vào hành động của người đó sẽ thấy rõ có công hay có tội, đáng tán dương hay đáng chỉ trích. Chúng ta có thể nhìn vào nhiều mặt nhưng bao giờ cũng phải nhắm vào mặt chính của nó. Nhất là **không thể** chiều theo tình cảm riêng hay chỉ nhìn vào **đạo đức tư cách cá nhân** mà phải nhìn vào sự việc cụ thể để đánh giá cho đúng"*[41]

Như vậy, ngay từ đầu phiên tòa, ông Trần Huy Liệu đã đặt ra luật lệ là phải nhìn vào hành động của Phan Thanh Giản và so sánh với "yêu cầu của thời đại", tức cũng là **"nguyện vọng của nhân dân"**, để xem chúng có phù hợp hay không. Tưởng cũng cần nhấn mạnh rằng những luật lệ hay tiêu chuẩn do ông Trần Huy Liệu đặt ra như trên là để áp dụng cho việc cứu xét những lời xin khoan hồng cho Phan Thanh Giản trong phiên tòa. Chứ không phải là để xem Phan Thanh Giản có phạm tội "mãi quốc" hay không.

Bởi vì như đã thấy, sau nửa năm trời và hàng chục bài viết để gán tội "mãi quốc" cho Phan Thanh Giản, và chỉ với một "bằng chứng" duy nhất là câu "Phan Lâm mãi quốc, triều đình khí dân" trong phiên tòa này, ông Trần Huy Liệu trong cương vị quan tòa đã tuyên bố bản án "mãi quốc" hay "bán nước" dành cho Phan Thanh Giản, mà ông gọi là "bản án lịch sử muôn đời". Và bản án đó, như đã trình bày, không hề trải qua một sự xét xử nào cả.

Do đó, trong bài viết sau cùng này, ông quan tòa Trần Huy Liệu chỉ phải làm công việc bác bỏ tất cả các lời xin khoan hồng của hai ông Đặng Huy Vận - Chương Thâu mà thôi. Nghĩa là đúng y như kế hoạch đánh lạc hướng phiên tòa, như đã được dàn xếp và khởi đầu bằng bài viết mở màn của hai ông Đặng Huy Vận - Chương Thâu, và người viết đã phân tích ở trên.

Rồi ông Trần Huy Liệu đã thực hiện việc bác bỏ những lời xin khoan hồng trong bài viết sau cùng này, bằng cách **trở lại đúng với những luật lệ** mà ông đã đặt ra ngay từ đầu phiên tòa. Chứng tỏ rằng ông đã biết trước cả phiên tòa sẽ diễn ra như thế nào, và hai

---

(41) Ibid, Tạp Chí Nghiên Cứu Lịch Sử "Bình Luận Nhân Vật Lịch Sử Phan Thanh Giản" Nghiên Cứu Lịch Sử số 48, p. 12.

ông Đặng Huy Vận - Chương Thâu sẽ xin khoan hồng cho Phan Thanh Giản ra sao:

*"Điều thứ nhất mà chúng tôi nhận thấy là: Trong khi bình luận một nhân vật lịch sử nào, chúng ta phải đặt người ấy vào hoàn cảnh lịch sử lúc ấy. Chúng ta không đòi hỏi những người sống xa thời đại chúng ta; không cùng một giai cấp với chúng ta, cũng phải có một lập trường tư tưởng như chúng ta. Nhưng để đánh giá họ, chúng ta chỉ cần xem **tư tưởng và hành động** của họ có phù hợp với **nguyện vọng và lợi ích của đông đảo nhân dân đương thời** không? Có theo **chiều hướng tiến lên của thời đại** không? Đối với Phan-thanh-Giản hồi ấy, chúng ta không đòi Phan phải thoát ly ý-thức-hệ của giai cấp phong kiến. Nhưng trong khi những nhân sĩ yêu nước trong giai cấp phong kiến và đông đảo nhân dân **kiên quyết đánh Tây** để giữ lấy nước, thà chết không làm nô lệ thì Phan trước sau vẫn theo **chiều hướng đầu hàng**, từ ký nhượng ba tỉnh miền Đông đến ký nhượng ba tỉnh miền Tây (sic). Phan trước sau vẫn rơi vào **thất bại chủ nghĩa, phản lại nguyện vọng và quyền lợi tối cao của dân tộc, của nhân dân.** Tuy vậy, trong số các bạn tham gia thảo luận, vẫn còn có bạn không phủ nhận tội lỗi của Phan, nhưng vẫn muốn 'giảm nhẹ tội cho Phan một bậc'. Trước tòa án lịch sử, vị trạng sư bất đắc dĩ ấy viện cớ rằng: chủ trương đầu hàng không phải riêng gì họ Phan, mà là cả giai cấp phong kiến nói chung, mà người đứng đầu là vua Tự-đức. Còn Phan-thanh-Giản chỉ là tòng phạm thôi...*

*Nếu ngày nay, trước từng sự kiện lịch sử phải tìm ra trách nhiệm, cái gì cũng đổ chung cho giai cấp phong kiến theo lối 'hầm bà là' cả, vậy thì làm thế nào để phân biệt những người yêu tổ quốc, theo **chính nghĩa, giết giặc cứu nước** với những kẻ **hàng giặc dâng nước cho giặc?**...*

*Chưa nói đến **bản án lịch sử muôn đời**; **dư luận nhân dân đương thời** biểu hiện trong **tám chữ đề cờ** của dân quân Tân-an Gò-công mà thủ lĩnh là Trương-Định cũng đã rõ ràng lắm. Nó kết án giai cấp phong kiến mà đại diện là triều đình Huế đã "bỏ dân" và **kẻ trực tiếp phụ trách** là Phan-thanh-Giản, Lâm-duy-Hiệp đã **ký nhượng đất nước cho giặc. Dư luận nhân dân** rất sáng suốt* *cũng như **bản án rất công minh**. Nếu vị 'trạng sư' nào còn muốn bào chữa cho một bị cáo đã bị bắt quả tang từ non một trăm năm trước thì chỉ là tốn công vô ích!*

*Thì ra, trên **bước đường đầu hàng** của giai cấp phong kiến nói chung, Phan-thanh-Giản còn **bước mau, bước trước hơn Tự-đức** và trước **dư luận phẫn khích của nhân dân**, Tự-đức cũng không dám thốt ra những câu ngược lại ý chí của họ... Vị **trạng sư nào ngụy biện** đến đâu cũng không thể lập luận hồ đồ đem giai cấp phong kiến và Tự-đức làm cái "bung xung" để che dấu tội lỗi của Phan-thanh-Giản đã dâng toàn bộ lục tỉnh Nam-kỳ cho giặc được!"*[42]

Như vậy, qua đoạn văn trên, ông Trần Huy Liệu đã vạch ra rõ ràng những luật lệ tiêu chuẩn để "đánh giá", hay đúng hơn, là để **cứu xét những lời xin khoan hồng** cho tội "mãi quốc" của Phan Thanh Giản. Giống như trong lời nói đầu của phiên tòa, tiêu chuẩn đó là ***"nguyện vọng của nhân dân"*** và *"chiều hướng tiến lên của thời đại"* ("yêu cầu của thời đại" trong lời nói đầu).

Cần nhắc lại rằng tiêu chuẩn này đã từng được chính ông Trần Huy Liệu, dưới bút hiệu Hải Thu và trong vai trò "công tố viên", nhắc đến trong một bài viết trước đó rồi - nhưng với cách gọi hơi khác đi một chút, là ***"yêu cầu của lịch sử, quyền lợi của tổ quốc, nguyện vọng của nhân dân"***.[43]

Như vậy, có tất cả **ba lần** ông Trần Huy Liệu đã đưa tiêu chuẩn **"nguyện vọng của nhân dân"** này ra trong phiên tòa để làm luật lệ cho nó. Mặc dù ông có dùng chữ khác đi hoặc thêm vào vài định nghĩa nữa, nhưng *"nguyện vọng của nhân dân"* lúc nào cũng vẫn là tiêu chuẩn chính yếu. Ở lời nói đầu của phiên tòa, ông Trần Huy Liệu đã thay mặt cho tòa soạn Nghiên Cứu Lịch Sử mà đặt ra tiêu chuẩn này. Rồi theo đoạn văn trên đây, trong bài viết sau cùng của phiên tòa, ông Trần Huy Liệu khẳng định rằng **"nguyện vọng của nhân dân"** trong thời gian đó chỉ là một lòng **"kiên quyết đánh**

---

(42) Ibid, Trần Huy Liệu "Chúng Ta Đã Nhất Trí Về Việc Nhận Định Phan-Thanh-Giản", Nghiên Cứu Lịch Sử số 55, pp. 18-20, p. 18.

(43) Hải Thu, Ibid

Tây". Còn trong bài viết trước đó ký tên Hải Thu thì ông gọi là **"chống Pháp"**. Nghĩa là lý luận của ông Trần Huy Liệu trước sau như một, và lúc nào ông ta cũng đều sử dụng "nguyện vọng của nhân dân" để làm tiêu chuẩn cho cuộc "đánh giá" này.

Rồi sau khi đã đưa ra và khẳng định tiêu chuẩn "nguyện vọng của nhân dân" như trên, ông Trần Huy Liệu cho rằng Phan Thanh Giản đã hoàn toàn đi ngược lại nguyện vọng của nhân dân, tức là vi phạm tiêu chuẩn đã được ông ta đưa ra từ đầu phiên tòa. Đó là vì trong khi nguyện vọng của nhân dân thời đó là đánh Pháp, thì Phan Thanh Giản lại là một người theo "chiều hướng đầu hàng" hay theo *"thất bại chủ nghĩa"*. Còn dưới bút hiệu Hải Thu thì ông Trần Huy Liệu gọi đó là *"tư tưởng khiếp nhược"* và *"sợ địch"*.

Như vậy, trong hai lần đem tiêu chuẩn "nguyện vọng của nhân dân" ra để "đánh giá" Phan Thanh Giản như trên, ông Trần Huy Liệu đều kết luận rằng Phan Thanh Giản vì **"sợ giặc"** mà **"đầu hàng"**, và do đó, đã *"đi ngược lại với nguyện vọng của nhân dân là đánh Pháp"*. Cho nên Phan Thanh Giản không xứng đáng được hưởng sự khoan hồng như hai ông Đặng Huy Vận - Chương Thâu kêu gọi.

Điều đáng nói là trong bài viết ký tên Hải Thu, ông Trần Huy Liệu đã đưa ra **hai bằng chứng để chứng minh cho tiêu chuẩn "nguyện vọng của nhân dân"** thời đó là muốn đánh Pháp: 1) lá thư của Trương Định và 2) câu "Phan Lâm mãi quốc, triều đình khí dân". Sử dụng hai "bằng chứng" nói trên như là biểu hiện cho "nguyện vọng của nhân dân" Nam Kỳ thời đó là muốn đánh Pháp, ông Hải Thu - Trần Huy Liệu cho rằng Phan Thanh Giản đã "bịt mắt" và "bưng tai" trước những sự kiện chứng tỏ nguyện vọng ấy. Và vì thế, Phan Thanh Giản đã "đi ngược" lại với "nguyện vọng của nhân dân".

Còn trong bài kết luận này, ông Trần Huy Liệu tiếp tục chứng minh "chiều hướng đầu hàng" và "thất bại chủ nghĩa", cũng như việc đi ngược lại "nguyện vọng của nhân dân" của Phan Thanh Giản, mà ông đã bắt đầu làm dưới bài viết ký tên Hải Thu, bằng cách đưa ra những dẫn chứng về **"trách nhiệm trực tiếp"** của

Phan Thanh Giản trong việc **"đầu hàng"** Pháp.

Theo đoạn văn trên, ông Trần Huy Liệu đã dẫn ra việc Phan Thanh Giản là người đã **"trực tiếp"** ký hòa ước 1862 để "ký nhượng ba tỉnh miền Đông", rồi *"ký nhượng ba tỉnh miền Tây"* (sic), và cuối cùng là *"dâng toàn bộ lục tỉnh Nam-kỳ cho giặc"*.

Theo cách lý luận này của ông Trần Huy Liệu (mà rất giống như cách lý luận của tác giả Nhuận Chi trước đó), thì việc ký kết một hiệp ước là sự "đầu hàng", là một bằng chứng rõ ràng cho việc "dâng nước cho giặc"! Và vì Phan Thanh Giản là người đã **trực tiếp làm điều đó** (cho dù là trong vai trò đại diện của triều đình), nên ông Trần Huy Liệu đã kết luận rằng Phan Thanh Giản còn đi trước hơn cả vua Tự Đức và triều Nguyễn trong việc "đầu hàng" kia nữa.

Tóm lại, ông Trần Huy Liệu đã dựa vào hành động *"ký nhượng"* nói trên để gắn trách nhiệm trực tiếp trong việc "đầu hàng" Pháp cho Phan Thanh Giản. Và vì có trách nhiệm "trực tiếp" như vậy, cho nên lời xin khoan hồng đầu tiên cho Phan Thanh Giản, do trách nhiệm không trực tiếp trong việc "mãi quốc" theo hai ông Đặng Huy Vận - Chương Thâu, đã bị ông quan tòa Trần Huy Liệu bác bỏ.

Có thể dễ dàng thấy được sự vô lý của ông Trần Huy Liệu ở đây, khi ông ta cho rằng việc thương thuyết và ký hiệp ước với kẻ địch là "đầu hàng", là "dâng nước cho giặc". Và sự thật hoàn toàn ngược lại với cách lý luận như trên của ông Trần Huy Liệu, bởi chính bằng phương pháp ngoại giao và việc ký kết hòa ước 1862 mà Phan Thanh Giản mới lấy lại được thủ phủ của ba tỉnh miền Tây là Vĩnh Long vào năm 1863 cho nhà Nguyễn.[44]

Nhưng trong bài viết sau cùng này, để chứng minh cho việc Phan Thanh Giản vì theo "thất bại chủ nghĩa" nên đã đi ngược lại "nguyện vọng của nhân dân" là kiên quyết đánh Tây, trong mục đích bác bỏ lời cầu xin khoan hồng của hai ông Đặng Huy Vận - Chương Thâu, ông Trần Huy Liệu đã không ngần ngại mà **lý luận rằng việc Phan Thanh Giản trực tiếp ký kết hòa ước là đồng nghĩa với việc trực tiếp "đầu hàng" hay "dâng nước cho giặc",**

____
(44) Người viết sẽ trình bày sự kiện này rõ ràng hơn trong Phần 2 của bài viết.

như đã thấy trong đoạn văn trên.

Và cũng trong đoạn văn này, ngoài lý luận áp đặt nhưng sai lầm rằng thương thuyết là đầu hàng như trên, còn có thể thấy rằng ông Trần Huy Liệu tuy mang tiếng là một sử gia, nhưng lại không hề coi các chi tiết lịch sử là quan trọng. Bởi vì ông ta đã **xuyên tạc lịch sử** một cách trắng trợn, khi gán cho Phan Thanh Giản tội *"ký nhượng ba tỉnh miền Tây"*. Đây là một sự bịa đặt không chứng cứ của ông Trần Huy Liệu, bởi **Phan Thanh Giản không bao giờ "ký nhượng ba tỉnh miền Tây" cho Pháp** như ông Trần Huy Liệu đã viết. Mà sự kiện này đã xảy ra rất lâu sau khi Phan Thanh Giản tự tử vào năm 1867. Vì mãi đến hòa ước Giáp Tuất năm 1874 thì nhà Nguyễn mới nhượng hết Nam Kỳ cho Pháp.

Như vậy, có thể thấy rằng chỉ trong một đoạn văn như trên thôi mà ông Viện Trưởng Viện Sử Học Trần Huy Liệu đã làm hai điều không thể chấp nhận được. Thứ nhất, ông ta đồng hóa việc thương thuyết và ký kết hòa ước theo đường lối ngoại giao với tội "đầu hàng" giặc. Thứ hai, ông ta gán ép cho Phan Thanh Giản việc "ký nhượng ba tỉnh miền Tây", trong khi Phan Thanh Giản đã chết từ lâu trước khi hòa ước này được ký kết.

Nhưng vẫn chưa hết, bởi ông Trần Huy Liệu lại sai thêm một lần nữa! Đó là vì hai ông Đặng Huy Vận - Chương Thâu sau khi buộc/nhận tội "mãi quốc" cho Phan Thanh Giản thì mới quay qua nói rằng tuy vậy nhưng Phan Thanh Giản không phải là "kẻ đầu sỏ **bán nước**", như sau:

*"Nói một cách công bằng hơn, trách nhiệm của Phan-thanh-Giản là gắn chặt với trách nhiệm của triều đình Huế, **chính triều đình phong kiến thối nát ấy mới là kẻ đầu sỏ bán nước**, còn Phan-thanh-Giản chỉ là một trong số những người chủ trương và thi hành đường lối tội lỗi ấy mà thôi."*[45]

Còn trong khi ở đây thì ông Trần Huy Liệu lại đem việc "ký nhượng" ra để chứng minh cho tội **"đầu hàng"** của Phan Thanh Giản. Chứ không phải là tội "mãi quốc" hay "bán nước" mà hai ông Đặng Huy Vận - Chương Thâu đã nhận dùm cho Phan Thanh

---

(45) Đặng Huy Vận - Chương Thâu, Ibid.

Giản trước đó, qua câu "Phan Lâm mãi quốc, triều đình khí dân"! Nghĩa là ông Trần Huy Liệu đã **chứng minh cho một tội khác hẳn** với cái tội mà hai ông Đặng Huy Vận - Chương Thâu đã đưa ra.

Và lý do có lẽ cũng dễ hiểu. Đó là vì ông Trần Huy Liệu cũng như không một người nào khác có thể tìm ra được một bằng chứng nào cho tội "mãi quốc" của Phan Thanh Giản, dù nhỏ mọn đến đâu đi nữa. Đừng nói chi là trực tiếp hay gián tiếp. Họ chỉ có mỗi một thứ mà họ đã dùng làm "bằng chứng" cho tội "mãi quốc" này của Phan Thanh Giản mà thôi. Và đó là câu "Phan Lâm mãi quốc, triều đình khí dân".

Trong khi như người viết đã giải thích, đây là một tội danh mà tự trong cái tên của nó đã đòi hỏi một sự thỏa thuận hay một sự đổi chác giữa hai bên, người bán và người mua. Và nó phải có một cái giá cả rõ ràng cho sự đổi chác đó, thí dụ như tiền tài hay danh vọng cho người bán, và "nước" hay đất đai trong trường hợp này, cho người mua.

Vì không hề có một bằng chứng nào hết cho sự thỏa thuận đổi chác nói trên giữa người bán là Phan Thanh Giản và người mua là Pháp, nên hai ông Đặng Huy Vận - Chương Thâu đã phải dùng câu "Phan Lâm mãi quốc, triều đình khí dân" để chứng minh và buộc tội "mãi quốc" cho Phan Thanh Giản ngay từ bài mở màn.

Nhưng rồi để chứng tỏ rằng đây là một phiên tòa công bằng, hai ông mới cho rằng tuy vậy nhưng Phan Thanh Giản chỉ "mãi quốc" gián tiếp mà thôi, còn triều đình Huế mới là đầu sỏ trực tiếp. Và do đó hai ông xin giảm án cho Phan Thanh Giản.

Rồi như đã thấy, vị quan tòa Trần Huy Liệu trong bài kết luận mà cũng là bản án này, đã bác bỏ lời xin khoan hồng đó, vì trách nhiệm "trực tiếp" ký kết hòa ước của Phan Thanh Giản. Nhưng cũng như đã thấy, ông Trần Huy Liệu đã dùng việc ký kết hòa ước này để chứng minh cho hành động **"trực tiếp đầu hàng", thay vì "trực tiếp mãi quốc"**.

Đó là vì ông Trần Huy Liệu không thể kiếm được một bằng chứng nào cho tội "mãi quốc".

Mà thật tình thì ông Trần Huy Liệu cũng chẳng có một bằng chứng nào hết cho tội "đầu hàng" của Phan Thanh Giản. Vì ký hòa ước không phải là đầu hàng.

Nhưng chỉ có làm như vậy thì ông Trần Huy Liệu mới có thể nhập nhằng giữa việc "trực tiếp ký hòa ước" với việc "trực tiếp đầu hàng".

Rồi từ đó, ông Trần Huy Liệu mới dùng việc "trực tiếp đầu hàng" này để mập mờ biến thành tội "trực tiếp mãi quốc"!

Tóm lại, vì không có bằng chứng nào hết cho tội "mãi quốc", ông Trần Huy Liệu đã chế ra tội "đầu hàng" cho Phan Thanh Giản. Rồi vì cũng không có bằng chứng cho tội "đầu hàng" này, nên ông Trần Huy Liệu mới dùng việc ký kết hòa ước để thay thế. Và để làm điều trên, ông Trần Huy Liệu đã đồng hóa việc ký kết hòa ước với tội "đầu hàng".

Có nghĩa là ông Trần Huy Liệu đã tung ra rất nhiều thủ đoạn về chữ nghĩa để làm rối loạn người đọc, để biến điều này thành điều khác, việc kia ra việc nọ. Người viết đã phải mất rất nhiều thì giờ để nhìn ra những trận hỏa mù nói trên của ông ta.

Nhưng khi sử dụng những thủ thuật nói trên để nhập nhằng buộc tội Phan Thanh Giản, thì ông Trần Huy Liệu lại phạm thêm một sai lầm nghiêm trọng nữa. Đó là vì **hai tội "đầu hàng" và "mãi quốc" không thể đi chung với nhau được**. Đó là vì trên thực tế thì không thể nào vừa "đầu hàng" giặc, lại vừa "bán nước" cho giặc được.

Bởi nếu một người đã "đầu hàng" giặc hay "dâng nước cho giặc" rồi, thì còn "bán nước" cho giặc sao được? Tức là sau khi đã dâng "nước" cho giặc rồi thì làm sao mà gạ "bán" cho chính tên giặc món hàng mà mình vừa "dâng" cho nó được nữa! Việc mua bán, như đã nói, là việc diễn ra giữa hai bên, khi cả hai có những vật gì giá trị ngang nhau để trao đổi. Chứ nếu như một bên đã đầu hàng rồi, đã chịu thua rồi, đã mất đất rồi, thì còn gì để mà "bán"!

Do đó, có thể thấy rằng trong sự cố gắng để bác bỏ lời xin khoan hồng thứ nhất do hai ông Đặng Huy Vận – Chương Thâu đưa ra, là trách nhiệm không "trực tiếp mãi quốc" của Phan Thanh Giản, ông Trần Huy Liệu đã vận dụng tất cả những thủ thuật như trên. Và đó là vì ông quan tòa Trần Huy Liệu cần phải chứng minh cái **"trách nhiệm trực tiếp"** cho Phan Thanh Giản, để chống lại với lời cầu xin khoan hồng đầu tiên của hai ông Đặng Huy Vận - Chương Thâu về trách nhiệm gián tiếp của Phan Thanh Giản trong việc "bán nước".

Nhưng mặc dù đã làm những điều không mấy lương thiện như trên, cái "trách nhiệm trực tiếp" mà ông Trần Huy Liệu muốn gán cho Phan Thanh Giản như trên lại cũng vẫn không phải là trách nhiệm cho tội "mãi quốc" hay "bán nước" - vì không hề có một sự mua bán đổi chác nào trong đó cả!

Ngoài ra, trong sự nhiệt tình để kết tội Phan Thanh Giản bằng mọi giá như vậy, thì ông Trần Huy Liệu lại không thấy được rằng có những tội không thể nào đi chung với nhau được, như đã nói trên.

b. Bác Bỏ Lời Xin Thứ Hai: Đạo Đức Và Lòng Yêu Nước Thương Dân Là Tư Đức Và Không Nghĩa Lý Gì Khi "Công Đức" Đã Bại Hoại Do Đi Ngược Lại "Nguyện Vọng Của Nhân Dân"

Kế tiếp, chỉ khi đọc đến lý luận mà ông quan tòa Trần Huy Liệu đã dùng để bác bỏ lời xin khoan hồng vì đạo đức tốt đẹp của Phan Thanh Giản thì ta mới thấy được tài nghệ sáng tạo của ông ta.

Sau khi bác bỏ lời xin khoan hồng thứ nhất vì trách nhiệm gián tiếp "mãi quốc" của Phan Thanh Giản như trên, ông quan tòa Trần Huy Liệu mới tiếp tục cứu xét đến lời cầu xin khoan hồng thứ hai của hai ông Đặng Huy Vận - Chương Thâu. Đó là vì đạo đức tốt đẹp và lòng ái quốc thương dân của Phan Thanh Giản:

*"Điều thứ hai mà chúng tôi nhận thấy là; trong khi quy định trách nhiệm của Phan trước lịch sử,... còn có người viện những đức tính liêm khiết của Phan ra để mong được "chiếu cố" và "thông cảm". Cũng có người còn cho Phan là một nhà ái quốc và thức thời, chỉ vì **thương dân** muốn tránh nạn binh đao nên đã chủ trương hòa hiếu với giặc... Những người có lòng chiếu cố đến*

*Phan-thanh-Giản chỉ mới nhìn vào **tư đức** của ông mà không nhìn vào **công đức** của ông. Ở vào thời thế nước ta hồi ấy, mỗi người **công dân** còn có cái đạo đức nào cao hơn là **yêu nước thù giặc**, hy sinh quên mình, đáp ứng nguyện vọng của nhân dân. Trái lại, còn có cái gì xấu hơn là theo giặc, **chống lại cách mạng, phản lại quyền lợi tối cao của Tổ quốc**. Đối với Phan-thanh-Giản, công đức như thế là đã bại hoại rồi; mà công đức đã bại hoại thì **tư đức** còn có gì đáng kể?...*

*Ở đây còn một điểm phải trang trải nữa là Phan có yêu nước không?... Thực ra, yêu nước không phải là một danh từ trừu tượng, mà phải biểu hiện một cách cụ thể. Trong lúc quân giặc bắt đầu dày xéo lên Tổ quốc, bao nhiêu văn thân, nghĩa sĩ, hào lý cùng **các tầng lớp nhân dân** đều lao mình vào cuộc giết giặc cứu nước..., vậy mà riêng Phan-thanh-Giản **ba lần dụ Trương Định** bãi binh, **bốn lần làm môi giới cho Pháp**, đưa thư của giặc cho Trương và khuyên nhân dân không nên "bội nghịch" với giặc, vậy chúng ta có thể tặng hai chữ yêu nước cho Phan cả về mặt khách quan lẫn chủ quan được không? Phạm vi "yêu nước" cũng rất rộng, nhưng **danh từ ái quốc không thể chứa một nội dung phản quốc...***"[46]

Như vậy, trước nhất, khi xét đến đạo đức của Phan Thanh Giản, ông Trần Huy Liệu đã phải nhìn nhận những đạo đức tốt đẹp này. Đó là vì ông ta không có một lựa chọn nào khác. Nhưng rồi ông ta đã dùng một thủ thuật nữa, để gạt bỏ chúng qua một bên.

Bởi vì theo ông Trần Huy Liệu thì những đạo đức tốt đẹp của Phan Thanh Giản chỉ là **"tư đức"**, và không thể nào so sánh được với những cái mà ông ta gọi là **"công đức"**. Rồi cũng theo ông Trần Huy Liệu, vì "công đức" của Phan Thanh Giản là "bại hoại rồi", cho nên "tư đức" không còn đáng kể nữa. Do đó, lời xin khoan hồng cho tội "mãi quốc" của Phan Thanh Giản vì những "tư đức" tốt này của hai ông Đặng Huy Vận - Chương Thâu đã bị quan tòa Trần Huy Liệu thẳng tay bác bỏ, dựa vào sự so sánh nói trên.

Khi đọc đoạn văn chứa đựng sự so sánh đó, có lẽ độc giả phải ngạc nhiên và khâm phục trước tài năng sáng tạo của ông Trần Huy

---

(46) Ibid, p. 19

Liệu, qua cách ông chia đạo đức ra làm hai loại như trên: **công đức và tư đức**. Theo đó, "công đức" là đạo đức của một **"công dân"**, là **"yêu nước thù giặc"**, **"hy sinh quên mình"** đáp ứng cho **"nguyện vọng của nhân dân"**. Còn "tư đức" là những thứ như đức tính liêm khiết khi làm quan của Phan Thanh Giản, như lòng thương dân phải chịu nạn binh đao trong chiến tranh.

Và sau khi phân loại đạo đức thành hai thứ như trên thì ông Trần Huy Liệu mới đem so sánh hai loại đạo đức này với nhau, và khẳng định - mà không cần chứng minh - rằng "công đức" quan trọng hơn "tư đức" rất nhiều. Do đó, nếu một người mà không có "công đức", hoặc nói theo chữ của ông Trần Huy Liệu, là công đức "đã bại hoại" rồi, thì có bao nhiêu "tư đức", cũng chỉ vứt đi mà thôi!

Rồi để chứng minh rằng **"công đức"** hay đạo đức công dân của Phan Thanh Giản đã "bại hoại rồi", một lần nữa ông Trần Huy Liệu lại đem cái **tiêu chuẩn "nguyện vọng của nhân dân"** ra làm thước đo. Theo cách giải thích của ông trong đoạn văn trên thì "nguyện vọng của nhân dân" ở đây là **"yêu nước thù giặc"**, là **"theo cách mạng"**, là vì **"quyền lợi tối cao của Tổ quốc"** mà "đánh Tây" giống như Trương Định. Còn trong khi đó, Phan Thanh Giản vì theo lệnh vua Tự Đức mà kêu gọi Trương Định giải giáp theo hòa ước 1862, nên được coi như **"chống lại cách mạng"**, **"phản lại quyền lợi tối cao của Tổ quốc"**, và do đó công đức **"đã bại hoại rồi"**.

Tại đây, có lẽ độc giả thêm một lần nữa phải ngạc nhiên và thán phục trước những chữ nghĩa và ý tưởng thời thượng của thập niên 1960 mà ông Trần Huy Liệu đã có sáng kiến đem áp dụng vào phiên tòa này, để xét đoán một nhân vật lịch sử cách ông một trăm năm. Đó là những khái niệm như "công dân", "cách mạng", "Tổ quốc" nói trên. Và đương nhiên là như cái tiêu chuẩn vàng "nguyện vọng của nhân dân" mà ông Trần Huy Liệu đã dẫn ra trong suốt bài viết này, cũng như trong bài viết ký tên Hải Thu trước đó.

Mặc dù những khái niệm mới mẻ trên đây cho thấy rằng ông Trần Huy Liệu đã phản lại với điều luật mà ông đã đặt ra ngay từ đầu phiên tòa: đó là phải **xét một nhân vật lịch sử theo điều kiện lịch sử lúc đó.**

Nhưng với kiểu cách chế tạo ra những tiêu chuẩn cho "công đức" để gạt bỏ đạo đức (tư đức) của Phan Thanh Giản, với việc đem những khái niệm tân thời như "đạo đức công dân", "cách mạng", "Tổ quốc", "nguyện vọng của nhân dân" vào lập luận để hy vọng có thể lấn át được những đức tính liêm khiết thương dân của Phan Thanh Giản như trên, ông Trần Huy Liệu chỉ càng cho ta thấy rõ hơn sự thiếu thốn bằng chứng, cũng như sự yếu kém trong lý luận về lịch sử của ông ta mà thôi.

Do không thể bác bỏ được những đức tính đã quá nổi tiếng nói trên của Phan Thanh Giản, nên ông Trần Huy Liệu đã phải **dựa vào những khái niệm về đạo đức hoàn toàn khác lạ với thời đó,** để gạt qua và không xét đến những "tư đức" của Phan Thanh Giản - tức là để bác bỏ lời xin khoan hồng thứ hai của hai ông Đặng Huy Vận - Chương Thâu.

Sau cùng, ông Trần Huy Liệu đã tiếp tục dựa vào lý luận về "công đức" đã "bại hoại" nói trên, để bác bỏ ý kiến cho rằng một trong những cái "tư đức" đáng quý chính là sự không tham sống sợ chết, không chối bỏ trách nhiệm mất ba tỉnh miền Tây - nên đã uống thuốc độc tự tử để tạ tội với vua Tự Đức - của Phan Thanh Giản. Ông Trần Huy Liệu cho rằng Phan Thanh Giản **có sống cũng không ích gì**, ngược lại, còn là một sự nhục nhã, nên chết đi là phải đạo. Và do đó, nếu mạng sống của Phan Thanh Giản đã không đáng kể gì, thì chết đi cũng chẳng có chi đáng nói:

"Điểm thứ ba mà tôi muốn nhấn mạnh vào là cái chết của Phan. Thật ra, với những hành động kể trên, nếu Phan không kết thúc bằng một cái chết khá "đặc biệt" thì có lẽ dư luận đối với Phan cũng không có gì phức tạp lắm vì hành động của Phan đã nói lên Phan là người thế nào rồi . Theo tôi, chủ trương của Phan đã dẫn Phan đến chỗ bế tắc mà chỉ có thể kết cục bằng một cái chết. Nói một cách khác, cái chết của Phan là tất nhiên, là rất biện chứng trong chỗ bế tắc của Phan. Tuy vậy có người vẫn ca tụng Phan là **không tham sống sợ chết**. *Ở đây, tôi không muốn nhắc lại những*

*cái "ngoắt ngoéo" trong giờ phút cuối cùng của Phan mà nhiều bạn đã vạch ra để chứng tỏ là Phan không phải không tham sống sợ chết. Tôi chỉ đặt câu hỏi là: có những trang hào kiệt không tham sống sợ chết để làm nên một việc gì tốt đẹp thì cái không tham sống sợ chết ấy mới có nghĩa; còn Phan-thanh-Giản nếu quả có không tham sống sợ chết chăng nữa thì để làm nên cái gì? Nói rằng Phan chết để giữ trọn tiết nghĩa chăng? Thì, **cái sống của Phan đối với dân, với nước đã mất hết tiết nghĩa rồi, còn nói gì cái chết...**"*

Như vậy, tương tự cách lý luận và sự so sánh giữa "công đức bại hoại" với "tư đức còn gì đáng kể"nói trên của Phan Thanh Giản, ở đây ông Trần Huy Liệu lại một lần nữa làm một sự so sánh, để cho rằng "cái sống của Phan đối với dân, với nước đã **mất hết tiết nghĩa** rồi, còn nói gì đến cái chết". Mặc dù ông Trần Huy Liệu đã không hề giải thích về sự "mất hết tiết nghĩa" đó của Phan Thanh Giản ra sao, nhưng có thể thấy rằng khi ông ta đem khái niệm "với dân, với nước" vào câu văn trên đây, thì ông Trần Huy Liệu đã một lần nữa phải đem những khái niệm tân thời vào cho việc xét đoán giá trị cái chết của một nhân vật lịch sử cách đó gần một trăm năm.

Tóm lại, để bác bỏ tất cả các lời xin khoan hồng cho Phan Thanh Giản của hai ông Đặng Huy Vận - Chương Thâu, ông Trần Huy Liệu đã phải dựa vào một **khái niệm tân thời** mà ông ta đặt lên vị trí tối thượng trong suốt bài viết này. Đó là khái niệm **"nguyện vọng của nhân dân"**, mà ông Trần Huy Liệu đã tuyển chọn và sử dụng làm tiêu chuẩn hay luật lệ của phiên tòa ngay từ lời nói đầu, nhằm mục đích bác bỏ tất cả những lời xin khoan hồng mà ông đã biết trước là gì. Kế đến, để chứng minh cho cái "nguyện vọng của nhân dân" thời đó là muốn đánh Pháp, còn Phan Thanh Giản thì đi ngược lại với nguyện vọng này, ông Trần Huy Liệu đã phải dựa vào câu "Phan Lâm mãi quốc, triều đình khí dân" và câu chuyện chung quanh nó như là một "bằng chứng". Để sau cùng, trong cương vị quan tòa, ông Trần Huy Liệu có thể tuyên bản án "mãi quốc" cho Phan Thanh Giản và nhất quyết không chịu khoan hồng.

G. Vai Trò Độc Đáo Của Câu "Phan Lâm Mãi Quốc, Triều Đình Khí Dân" Và Câu Chuyện Chung Quanh Nó Trong Phiên Tòa Đấu Tố Phan Thanh Giản Năm 1963 Trên Tờ Nghiên Cứu Lịch Sử

Như vậy, qua các bài viết đã được dẫn ra trong chương II này về phiên tòa đấu tố Phan Thanh Giản trên tờ Nghiên Cứu Lịch Sử vào năm 1963, có thể thấy rằng **câu "Phan Lâm mãi quốc, triều đình khí dân" đã giữ một vai trò quan trọng độc đáo có một không ha**i trong phiên tòa, và **là trọng tâm** của tất cả mọi sự lên án Phan Thanh Giản qua loạt bài "đánh giá" nói trên.

Trước tiên, nó đã được hai ông ông Đặng Huy Vận - Chương Thâu "giới thiệu" với độc giả trong bài viết mở màn để nhận **tội "mãi quốc"** cho Phan Thanh Giản. Rồi nó đã được ông Trần Huy Liệu tái xác nhận trong bài viết cuối cùng, khi gọi là **"bản án lịch sử muôn đời"**.

Kế đó, như có thể thấy qua các bài viết đã dẫn, nó được sử dụng như một **bằng chứng duy nhất** trong suốt phiên tòa, để buộc tội "mãi quốc" nói trên cho Phan Thanh Giản.

Sau cùng, cũng chính nó đã được sử dụng để **bác bỏ những lời xin khoan hồng** cho Phan Thanh Giản, vì nó là biểu hiện cho "nguyện vọng của nhân dân", còn Phan Thanh Giản thì đi ngược lại với nguyện vọng đó.

Tóm lại, nó chính là một **câu thần chú vạn năng**, mà các tác giả trong loạt bài "đánh giá" Phan Thanh Giản đã đem ra sử dụng bất cứ khi nào cần dùng để giúp cho lý luận của mình trong việc lên án Phan Thanh Giản. Và đấy là vì nó được cho rằng do "nhân dân" làm ra, do đó nói lên "nguyện vọng của nhân dân". Nghĩa là nó có một thứ quyền năng tối thượng, trong tất cả mọi trường hợp.

Hơn nữa, điều đặc biệt cần lưu ý là **cả một câu chuyện đã được xây dựng chung quanh nó**, và đã được đem ra kể **như là những sự thật lịch sử.** Và câu chuyện này cũng như các nhân vật trong đó lại có thể được thay đổi tùy theo hoàn cảnh, để phù hợp với lý luận của tác giả. Có thể thấy rằng trong suốt loạt bài phê bình Phan Thanh

Giản vào năm 1963 trên tờ Nghiên Cứu Lịch Sử nói trên, tất cả các tác giả đã dẫn - từ hai ông Đặng Huy Vận - Chương Thâu cho đến Nguyễn Anh, Nhuận Chi, Hải Thu, và cuối cùng là Trần Huy Liệu - đều phải, và đã, dựa trên những chi tiết trong câu chuyện đã được xây dựng chung quanh câu "Phan Lâm mãi quốc, triều đình khí dân" nói trên, để kết án "bán nước" cho Phan Thanh Giản.

Như đã thấy, ông Trần Huy Liệu và các tác giả trong loạt bài này đã dùng nhân vật Trương Định để làm một hình ảnh đối chọi với Phan Thanh Giản, để cho người đọc thấy rằng thế nào là "yêu nước ghét giặc", thế nào là "cách mạng", và ngược lại, thế nào là "phản quốc, hàng giặc, phản cách mạng".

Trong các bài viết nói trên, Trương Định được coi như một thủ lãnh của "nông dân". Còn quân lính của ông ta được kêu là "nghĩa quân", là "dân quân", là "đồng bào miền Nam", là "quần chúng", và quan trọng nhất, là "nhân dân" hay "dân tộc". Thậm chí còn là "tổ quốc". Do đó, đây là những người thuộc phe **"chính nghĩa"**, vì họ là những đại diện cho cả nước, cho dân tộc Việt, và cho "tổ quốc" Việt Nam.

Trong khi đó, Phan Thanh Giản, qua việc "trực tiếp" "ký nhượng" cả 6 tỉnh Nam Kỳ cho Pháp (!), được coi như người lãnh đạo và đại diện cho "giai cấp phong kiến" phản động, trong đó có cả triều đình Huế và vua Tự Đức. Rồi Phan Thanh Giản và giai cấp phong kiến này được cho là đã cấu kết với thực dân Pháp để "dâng" đất nước của "nhân dân" cho giặc. Vì vậy, đây là phe **"phản động"**, và là kẻ thù của phe "chính nghĩa". Chẳng những vậy thôi, mà Phan Thanh Giản còn được coi là người có tội nặng nhất - hơn cả vua Tự Đức - vì ông là người đã "trực tiếp" "ký nhượng" Nam Kỳ cho Pháp.

Do đó, phe "chính nghĩa", mà lãnh tụ là Trương Định, đã đề lên lá cờ khởi nghĩa của mình "tám chữ" "Phan Lâm mãi quốc, triều đình khí dân" để lên án phe phản động. Nó chính là "dư luận của nhân dân", là "nguyện vọng của nhân dân", là "tiêu chuẩn của thời đại". Và cuối cùng, nó cũng chính là "bản án lịch sử muôn đời"!

Tóm lại, phiên tòa đấu tố Phan Thanh Giản qua loạt bài trên tờ Nghiên Cứu Lịch Sử năm 1963 đã dựa hoàn toàn vào **một câu tám chữ** không có nguồn gốc xuất xứ là câu "Phan Lâm mãi quốc, triều đình khí dân" và **câu chuyện được tạo ra chung quanh nó** để buộc tội Phan Thanh Giản.

Với những độc giả theo dõi phiên tòa đấu tố Phan Thanh Giản nói trên, câu "Phan Lâm mãi quốc, triều đình khí dân" được biết đến lần đầu nhờ bài viết mở màn phiên tòa của hai ông Đặng Huy Vận - Chương Thâu, và qua cách hai ông này trình bày về nó như là một sự thật lịch sử. Nhưng thật sự thì câu này cũng như câu chuyện chung quanh nó đã được các sử gia miền Bắc giới thiệu với độc giả trong một thời gian khá dài trước khi có phiên tòa đấu tố Phan Thanh Giản vào năm 1963.

Và công việc giới thiệu đó đã được thi hành bởi hai nhân vật lãnh đạo ngành sử học miền Bắc sau năm 1954. Đó là ông Viện Trưởng Viện Sử Học kiêm chủ nhiệm tờ Nghiên Cứu Lịch Sử Trần Huy Liệu, và ông giáo sư trường Đại Học Sư Phạm Trần Văn Giàu.

Trong chương III kế tiếp dưới đây, người viết sẽ giới thiệu với bạn đọc quá trình xuất hiện của câu "Phan Lâm mãi quốc, triều đình khí dân" và câu chuyện chung quanh nó - như đã được hai sử gia họ Trần nói trên thực hiện trong khoảng thời gian trước năm 1963 thế nào.

CHƯƠNG III

CÂU "PHAN LÂM MÃI QUỐC, TRIỀU ĐÌNH KHÍ DÂN" VÀ CÂU CHUYỆN CHUNG QUANH NÓ ĐÃ XUẤT HIỆN NHƯ THẾ NÀO SAU NĂM 1954 TẠI MIỀN BẮC

Trong nhiều năm gần đây, đã có khá nhiều bài viết về phiên tòa đấu tố Phan Thanh Giản vào năm 1963 trên tờ Nghiên Cứu Lịch Sử. Những tác giả nghiên cứu về Phan Thanh Giản thường nhắc đến loạt bài này, nhất là đoạn văn tuyên án "mãi quốc" cho Phan Thanh Giản của ông Viện Trưởng Trần Huy Liệu trong bài viết sau cùng, "Chúng Ta Đã Nhất Trí Về Việc Nhận Định Phan-Thanh-Giản". Có thể kể đến các tác giả như Phan Thị Minh Lễ, Trần Đông Phong, Phạm Cao Dương, Trần Gia Phụng, Phan Thanh Tâm. Đa số các tác giả này cho rằng loạt bài nói trên đã được chỉ đạo phải được xuất hiện trong năm 1963, khi chính phủ miền Bắc quyết tâm dùng vũ lực để "giải phóng" miền Nam. Trong số các vị này cũng đã có người nêu lên thắc mắc về nguồn gốc xuất xứ của câu "Phan Lâm mãi quốc, triều đình khí dân". Nhưng họ lại không mấy chú trọng tới **vai trò đặc biệt** của nó, và nhất là **câu chuyện chung quanh nó**, trong phiên tòa đấu tố này.

Mà như người viết đã trình bày khá chi tiết trong Chương II, hầu như tất cả mọi sự "đánh giá" Phan Thanh Giản trong phiên tòa năm 1963 đều dựa vào câu "Phan Lâm mãi quốc, triều đình khí dân" và câu chuyện chung quanh nó - từ việc kết tội bán nước cho tới việc kiên quyết không khoan hồng! Điều này cho thấy tầm quan trọng có một không hai của câu "Phan Lâm mãi quốc triều đình khí dân".

Nếu chỉ xét đến loạt bài trong phiên tòa năm 1963 trên tờ Nghiên Cứu Lịch Sử không thôi, thì câu này xuất hiện lần đầu trong bài viết mở màn phiên tòa của hai ông Đặng Huy Vận - Chương Thâu. Như đã thấy, nó được giới thiệu với độc giả như là một sự thật lịch sử mà không cần phải chú thích về nguồn gốc xuất xứ. Và các tác giả tiếp theo cũng đã (không) làm giống như vậy, kể cả ông Viện Trưởng Viện Sử Học kiêm quan tòa Trần Huy Liệu.

Nhưng theo sự tìm hiểu của người viết thì câu "Phan Lâm mãi quốc, triều đình khí dân" nói trên chẳng phải là một "sự thật lịch sử", và cũng chẳng phải là một "bản án lịch sử muôn đời", như ông Trần Huy Liệu đã khẳng định. Mà nó **chỉ mới xuất hiện trên sách báo ở miền Bắc xã hội chủ nghĩa vào giữa thập niên 1950 thôi.** Chính xác hơn, là chỉ trong một khoảng thời gian ngắn sau hiệp định Genève năm 1954. Và người đưa nó ra đầu tiên, như người viết được biết, cũng không phải ai khác hơn, mà chính là người sau đó đặt cho nó cái tên "bản án lịch sử muôn đời" vào năm 1963.

Đó là ông Viện Trưởng Viện Sử Học Trần Huy Liệu, vị quan tòa chủ trì loạt bài "đánh giá" Phan Thanh Giản, tức phiên tòa đấu tố Phan Thanh Giản vào năm 1963 trên tạp chí Nghiên Cứu Lịch Sử. Và không phải chỉ mình ông Trần Huy Liệu, mà ông đã được sự phụ giúp rất đắc lực của giáo sư Trần Văn Giàu trong việc quảng bá câu "Phan Lâm mãi quốc, triều đình khí dân" này. Cả hai vị sử gia họ Trần đã song song giới thiệu nó với các độc giả miền Bắc, và quan trọng hơn cả, đã đem nó vào tận chốn học đường.

Và cùng với việc giới thiệu câu "Phan Lâm mãi quốc, triều đình khí dân", hai vị sử gia này còn kể cho độc giả nghe một câu chuyện chung quanh nó; như ai là tác giả, và họ dùng nó để làm gì. Dưới ngòi bút của hai sử gia họ Trần, câu chuyện chung quanh câu đó có đại ý giống nhau. Tuy vậy, câu chuyện của mỗi người kể lại có thể khác với người kia chút ít - tùy theo người kể là ai, và tùy theo cái nhìn về lịch sử cận đại của người đó.

Trong chương III này, người viết sẽ trình bày với bạn đọc quá trình xuất hiện của câu "Phan Lâm mãi quốc, triều đình khí dân" và câu chuyện chung quanh nó - theo lời kể của hai vị sử gia họ Trần nói trên, trong thời gian sau năm 1954 tại miền Bắc.

A. Trần Huy Liệu - "Việt Nam Thống Nhất Trong Quá Trình Đấu Tranh Cách Mạng", Tập San Văn Sử Địa, Số 9, Tháng 8, 1955

Vào tháng 8 năm 1955, trên số 9 Tập San Văn Sử Địa, tiền thân của tờ Nghiên Cứu Lịch Sử, câu "Phan Lâm mãi quốc, triều đình khí dân" đã **xuất hiện lần đầu tiên,** trong một bài viết có tựa đề là "Việt Nam Thống Nhất Trong Quá Trình Đấu Tranh Cách Mạng" của ông Trần Huy Liệu. Bài này được cho biết là "bài nói chuyện của ông Trần Huy-Liệu tại câu lạc bộ Đảng Xã hội Việt-nam", và trong đó có những đoạn liên quan như sau:

"Ngày 6-6 vừa qua, chính phủ ta đã chính thức tuyên bố sẵn sàng mở hội nghị hiệp thương với đối phương vào ngày 20-7 để bàn về việc trù bị tổng tuyển cử, thống nhất nước nhà, theo hiệp ước Giơ-ne-vơ đã qui định... **Nhân dịp này,** *chúng tôi muốn ôn lại quá trình đấu tranh giành độc lập và thống nhất của dân tộc ta từ khi thực dân Pháp bắt đầu chia cắt, xâm chiếm nước ta cho tới cuộc Cách mạng tháng Tám... "*[47]

"... Nhớ lại, tháng 5-1862, hai đại biểu của triều đình Huế là Phan Thanh Giản và Lâm Duy Hiệp ký hiệp ước dâng ba tỉnh miền đông Nam-kỳ (Gia-định, Biên-hòa, Định-tường) cho thực dân Pháp. Đất nước yêu quí của chúng ta bị chia cắt từ đó. Toàn quốc bị chinh phục cũng bắt đầu từ đó. Nhưng thân thể con người một khi bị cắt một bộ phận nào tất nhiên cả toàn thân đau đớn rung lên. Một lãnh thổ cũng thế. Vì vậy, hiệp ước vừa ký, một làn sóng phản đối của **nhân dân nổi dậy chống bọn thực dân cướp nước và bọn phong kiến bán nước.** *Các sĩ phu yêu nước bấy giờ như Phan Văn Trị, Nguyễn Đình Chiểu đã thốt ra những lời chua xót trước cảnh đất nước bị chia cắt và sự bất lực của lũ vua quan tại triều.*

Phan Văn Trị đã nói lên trong một bài thơ cảm tác:

Tò te (sic) kèn thổi tiếng năm ba,
Nghe lọt vào tai dạ sót sa (sic)

---

(47) Trần Huy Liệu,"Việt Nam Thống Nhất Trong Quá Trình Đấu Tranh Cách Mạng", Văn Sử Địa số 9, tháng 8, 1955, pp. 53-64, p. 53 https://app.box.com/s/g3ckfkb066jbrejdw4o5x-uakzzma8xpk

Uốn khúc sông Rồng mù mịt khói
Vắng hoe thành Phụng ủ sầu hoa
Tan nhà căm (sic) nỗi câu ly hận
Cắt đất thương thay cuộc giảng hòa
Gió bụi đòi cơn siêu (sic) ngã cỏ
Ngậm ngùi hết nói nỗi quan ta

Nguyễn Đình Chiểu cũng phổ khúc đờn lòng của mình trong bài thơ điếu Phan Thanh Giản, sau khi **Phan ký nhượng 6 tỉnh Nam-kỳ cho thực dân Pháp** (sic) rồi uống thuốc độc tự tử:

Non nước tan tành tự bởi đâu?
Ngùi ngùi mây bạc cõi Ngao-châu
Ba triều công cán vài hàng sớ
Sáu tỉnh cương thường một gánh thâu
Ải Bắc ngày trông tin nhạn vắng
Thành Nam đêm quạnh tiếng quyên sầu
Minh tinh chín chữ lòng son tạc
Trời đất từ đây bạt gió thâu (sic)

Tuy vậy, những bài thơ trên đây chỉ mới là những lời than thở, những tiếng kêu thương trước cảnh "tan nhà, cắt đất" của một giai cấp đương suy bại, không có tiền đồ. Nó chưa nói lên được chí căm thù và tinh thần quật khởi của nhân dân, nhất là nhân dân Nam-kỳ hồi ấy đã được biểu lộ ra bằng những cuộc khởi nghĩa của Trương Định, Đỗ Trình Thoại, Phan Văn Đạt, Hồ Huân Nghiệp, Nguyễn Thông, Nguyễn Quí Bình, Trịnh Quang Nghi, Lưu Tấn Thiện, Lê Quang Quyền và Thiên Hộ Dương ở các vùng Gia-định, Chợ-lớn, Cần-duộc, Tân-an, Gò-công, Định-tường và Đồng tháp Mười trong những năm 1860, 61, 62, 63, 64, 65 và 66....

Trong những cuộc khởi nghĩa kể trên, đáng chú ý nhất là cuộc khởi nghĩa của Trương Định. Sau khi triều đình đã cắt đất đầu hàng, các nghĩa quân địa phương đều được lệnh giải tán. Nhưng chủ trương cắt đất đầu hàng của bọn phong kiến tại triều không đàn áp nổi ý chí chống giặc giữ đất của nhân dân đương vùng dậy. Ngay đến trong hàng thân sĩ ái quốc trước kia lúc nào cũng gắn liền nước với vua, trung vua có nghĩa là yêu nước, thì bây giờ cũng *đã có người ly khai nước với vua, nguyền rủa vua Tự Đức cùng mẹ là Từ Dụ đã hàng giặc, cắt đất, đàn áp những cuộc khởi nghĩa...*

Trương Định lúc đó là lãnh tụ của nghĩa quân Gò-công, được Tự Đức phong làm lãnh binh An giang, cốt cắt đứt giây liên hệ giữa Trương Định với nghĩa quân để kế hoạch đầu hàng được thực hiện. Nhưng nghĩa quân Gò-công, có cả đại biểu của nghĩa quân Tân-an, nhất định giữ Trương lại và cử Trương làm Bình Tây nguyên soái, chiến đấu với giặc. **Lá cờ khởi nghĩa với Tám chữ đề: "Phan Lâm mãi quốc, triều đình khí dân"** *((Chú thích 3)* **Nghĩa là: họ Phan họ Lâm bán nước, triều đình bỏ dân)** *đã nói lên lòng công phẫn của nhân dân đối với lũ thực dân cướp nước và bọn phong kiến cắt đất đầu hàng...*

Ở đây, chúng ta thấy hiện ra một cuộc đấu tranh quyết liệt giữa thực dân Pháp cùng bọn phong kiến đầu hàng muốn chia cắt nước ta để rồi xâm chiếm toàn bộ nước ta và nhân dân cùng các sĩ phu ái quốc nhất định bảo vệ đất nước của Việt-nam thống nhất... "[48]

"... Nước Việt-nam là một khối thống nhất, đã được chứng nhận bằng sự thực lịch sử, đã được bảo vệ bằng bao nhiêu xương máu của dân tộc ta. Mặc dầu đế quốc Mỹ, bọn **thực dân Pháp** *phản hiệp định và* **bọn tay sai** *của chúng muốn trường kỳ chia cắt đất nước ta,* **nuôi lại cái dã tâm muốn dùng Nam-bộ làm căn cứ địa để gây lại chiến tranh, mong chiếm lại nước ta lần nữa,** *dưới sự lãnh đạo của Đảng và Chính phủ, chúng ta tin tưởng vào lực lượng vĩ đại của dân tộc, vào sự giúp đỡ và đồng tình của các nước dân chủ cùng xã hội chủ nghĩa và các người yêu chuộng hòa bình trên thế giới. Chúng ta nhất định thắng. "*[49]

Như vậy, ngay từ năm 1955, trong khi chưa biết chắc rằng sẽ có một cuộc tổng tuyển cử theo hiệp định Genève hay không, thì ông Trần Huy Liệu đã "nhân dịp này" mà chuẩn bị sẵn sàng về công tác tư tưởng cho việc "thống nhất" đất nước, bằng việc "ôn lại lịch sử", và đặc biệt là lịch sử Nam Kỳ thời Pháp bắt đầu xâm lược Việt Nam.

---

(48) Ibid, pp. 56-57

(49) Ibid, pp. 63-64

Mặc dù được gọi là một "bài nói chuyện", nhưng thật sự thì đây là một bài viết rất công phu với đầy đủ chú thích. Riêng câu "Phan Lâm mãi quốc, triều đình khí dân", vì là chữ Hán (Việt), mà ông Trần Huy Liệu lại có lẽ sợ rằng người đọc không hiểu hết ý nghĩa của nó, nên đã chú thích rất kỹ ngay tại đó, là: **"họ Phan họ Lâm bán nước, triều đình bỏ dân"**. (Chú thích số 3, trong đoạn văn trên).

Qua bài viết này, có thể thấy rằng ông Trần Huy Liệu đã so sánh hoàn cảnh Pháp xâm lăng Nam Kỳ vào thập niên 1860 và việc nhà Nguyễn phải "cắt đất" giao Nam Kỳ cho Pháp, với tình hình Việt Nam bị chia cắt thành hai nước trong thời gian ông viết bài trên vào năm 1955. Rồi như ông Trần Huy Liệu quả quyết, thực dân Pháp ngày xưa đã từng câu kết với bọn phong kiến tay sai nhà Nguyễn; còn bây giờ thì chúng lại câu kết với đế quốc Mỹ và bọn "tay sai" mới để *mong chiếm lại nước ta lần nữa*. Do đó, ông cho rằng cần phải ôn lại lịch sử để thấy ngày xưa chúng đã làm gì và chuẩn bị cho thời gian sắp tới.

Và đó chính là lý do cho sự xuất hiện của câu "Phan Lâm mãi quốc, triều đình khí dân" trong "bài nói chuyện" trên của ông Trần Huy Liệu. Bởi nó và câu chuyện chung quanh nó đã **vẽ lại một bức tranh lịch sử Nam Kỳ vào thế kỷ 19** mà ông Trần Huy Liệu muốn trình bày với độc giả.

Trong bài viết, bức tranh hay câu chuyện lịch sử ngày xưa đã được ông Trần Huy Liệu dựng lại rất rõ ràng, theo ý ông. Đó là một cuộc đấu tranh giữa hai phe: 1) phe "nhân dân" chính nghĩa và 2) phe "phong kiến bán nước" câu kết với bọn "thực dân cướp nước". Phe "nhân dân" đã thể hiện "chí căm thù và tinh thần quật khởi" của mình qua những cuộc khởi nghĩa đánh Tây, đặc biệt là cuộc khởi nghĩa của Trương Định. Còn phe "phong kiến" thì lộ rõ ý đồ đầu hàng bán nước, qua việc Phan Thanh Giản *"ký nhượng 6 tỉnh Nam-kỳ cho thực dân Pháp"*[50], cũng như việc vua Tự Đức

---

(50) Bạn đọc chắc có lẽ cũng đã nhận ra rằng sự sai lầm hoặc cố tình xuyên tạc lịch sử như trên lại được tái diễn khi ông Trần Huy Liệu viết bản án kết thúc phiên tòa xử Phan Thanh Giản năm 1963 trên tờ Nghiên Cứu Lịch Sử. Tuy Phan Thanh Giản chỉ ký hiệp ước 1862 mà theo đó triều đình nhà Nguyễn giao ba tỉnh miền Đông là Biên Hòa, Gia Định, Định Tường cho Pháp, ông Trần Huy Liệu lại luôn luôn viết là Phan Thanh Giản đã ký nhượng cả sáu tỉnh Nam Kỳ trong tất cả các bài viết của ông về Phan Thanh Giản.

điều Trương Định đi làm lãnh binh ở An Giang để chấm dứt việc đánh Pháp. Tuy vậy, phe "nhân dân" vẫn cương quyết "chiến đấu với giặc", và đã thể hiện *lòng công phẫn .. đối với lũ thực dân cướp nước và bọn phong kiến cắt đất đầu hàng"*, qua việc đề lên lá cờ khởi nghĩa tám chữ "Phan Lâm mãi quốc, triều đình khí dân".

Và thế là qua bài viết trên, ông Trần Huy Liệu đã hoàn tất công việc vẽ lại một bức tranh về lịch sử Nam Kỳ trong thập niên 1860. Theo cách diễn tả của ông ta, lúc đó có hai phe chính tà và được phân chia rõ rệt: phe chính nghĩa tức "nhân dân" cương quyết giữ nước, với đại diện là Trương Định; còn phe đối nghịch là bọn "phong kiến" làm tay sai cho "thực dân" (giặc), với đại diện là "Phan Lâm" tức Phan Thanh Giản và Lâm Duy Hiệp. Rồi sự liên hệ giữa hai phe nói trên có thể được chứng minh qua lòng công phẫn của nhân dân đối với phe phong kiến thực dân, mà họ thể hiện bằng câu "Phan Lâm mãi quốc, triều đình khí dân" đề trên lá cờ khởi nghĩa của Trương Định.

Cần thấy rằng trong bức tranh lịch sử này thì câu "Phan Lâm mãi quốc, triều đình khí dân" và câu chuyện chung quanh nó không chỉ có vai trò cho thấy một sự "mâu thuẫn" giữa hai phe chính tà nói trên thôi. Mà cũng chính nhờ nó cho nên ông Trần Huy Liệu mới có thể tạo ra được một sự **"câu kết" giữa bọn "phong kiến" và bọn "thực dân"**, nhằm chứng minh rằng cả hai lực lượng "phản động" này là cùng một phe. Và sự "câu kết" giữa hai lực lượng này là rất quan trọng cho lý luận của ông Trần Huy Liệu.

Bởi vì hành động hay tội danh "mãi quốc" trong câu "Phan Lâm mãi quốc, triều đình khí dân" tự nó đòi hỏi phải có người mua và kẻ bán.

Do đó, hành động "mãi quốc" trong câu cho thấy rằng, hay phải được hiểu rằng, những đại diện cho bọn phong kiến là Phan Thanh Giản và Lâm Duy Hiệp chính là những "kẻ bán" đã thông đồng và "bán nước" cho "người mua" là bọn thực dân Pháp. Có nghĩa rằng hành động hay tội danh "mãi quốc" chính là sự thể hiện cho việc câu kết móc ngoặc giữa hai "lực lượng phản động" là phong kiến và thực dân, cho dù trong câu "Phan Lâm mãi quốc, triều đình khí dân" không có chỗ nào nói đến thực dân Pháp cả!

Rồi sau khi vẽ lại bức tranh hay câu chuyện lịch sử tại Nam Kỳ vào thế kỷ 19 qua câu "Phan Lâm mãi quốc, triều đình khí dân" và câu chuyện chung quanh nó như trên, ông Trần Huy Liệu mới làm một sự so sánh giữa cục diện thời đó và bây giờ. Theo ông ta, nếu như tám mươi năm trước bọn phong kiến ở Nam Kỳ mà đại diện là Phan Thanh Giản đã bắt tay với thực dân Pháp để chia cắt đất nước của "nhân dân ta", thì ngày nay bọn "tay sai mới" ở miền Nam lại tiếp tục trợ giúp bọn thực dân và đế quốc để làm lại việc đó một lần nữa.

Do đó, vẫn theo ông Trần Huy Liệu, nếu việc chia cắt đất nước lại xảy ra vì không có cuộc tổng tuyển cử, nếu bọn "tay sai" ở miền Nam lại theo phe với bọn thực dân đế quốc một lần nữa và dùng Nam Bộ làm bàn đạp để chiếm lấy cả nước, thì lòng căm thù và chí quật khởi ấy của nhân dân phải được nung nóng lại, để đi đến chiến thắng và thống nhất đất nước. Bởi vì nước Việt Nam là một nước thống nhất, và bây giờ, "dân tộc" ta, "dưới sự lãnh đạo của Đảng và Chính phủ", lại được *"sự giúp đỡ và đồng tình của các nước dân chủ cùng xã hội chủ nghĩa"*, nên sẽ *"nhất định thắng"*.

Như vậy, để chuẩn bị cho việc *"thống nhất đất nước"*, ông Trần Huy Liệu đã diễn tả lịch sử Nam Kỳ thời Pháp mới xâm chiếm như là sự khởi đầu của hiện tượng câu kết giữa bọn phong kiến nhà Nguyễn và thực dân Pháp. Để rồi ông cho rằng lịch sử đã tái diễn - hay đã được tiếp tục cho đến ngày nay - với sự câu kết giữa đế quốc Mỹ và bọn phong kiến tay sai mới (Bảo Đại - Ngô Đình Diệm). Và theo sự diễn tả như trên của ông Trần Huy Liệu thì từ đó đến giờ bọn "phong kiến" phản động lúc nào cũng câu kết với giặc. Còn phe "nhân dân ta" thì ngay khi ấy đã thấy được sự câu kết này, nên đã lên án cả hai bằng câu "Phan Lâm mãi quốc, triều đình khí dân". Sau cùng, ông Trần Huy Liệu cho rằng đảng và chính phủ của ông ta chính là đại diện cho "nhân dân" ngày nay, giống như Trương Định và nghĩa quân của ông ta là đại diện cho "nhân dân" ngày xưa.

Như vậy, qua cách trình bày nói trên, dụng ý của ông Trần Huy Liệu trong việc so sánh hai trường hợp lịch sử ngày xưa và tình hình chính trị ngày nay đã hiện ra rất rõ. Đó là để giành lấy "chính nghĩa" về phía mình, khi tự nhận là đại diện của "nhân dân" trong công cuộc chống ngoại xâm. Và đó là việc hạ nhục phe địch, khi cho rằng phe địch là "tay sai", là "câu kết" với bọn thực dân, đế quốc.

Vấn đề ở đây là trong sự cố gắng dựng lại câu chuyện lịch sử như trên, để chứng minh cho việc nhân dân ta đã thấy được âm mưu bán nước của bọn phong kiến thực dân và đã lên án chúng, ông Trần Huy Liệu lại chỉ có thể đưa ra được **một bằng chứng duy nhất** cho việc lên án này, và đó là câu "Phan Lâm mãi quốc, triều đình khí dân". Như đã thấy trong đoạn văn trên, ông ta đã đem nó ra để làm dẫn chứng cho tinh thần quật khởi và ý chí căm thù của "nhân dân", nhằm cho thấy sự tương phản giữa nó với những bài thơ than khóc cho sự mất đất của giới "sĩ phu" như Phan Văn Trị và Nguyễn Đình Chiểu. Nhưng trong khi có rất nhiều thí dụ cho những bài thơ loại diễn tả tâm sự như vậy của các "sĩ phu", thì "lòng công phẫn" của nhân dân như được thể hiện trong câu "Phan Lâm mãi quốc, triều đình khí dân" lại hoàn toàn vắng bóng. Chỉ có mỗi một câu này để làm **bằng chứng duy nhất cho bức tranh lịch sử** của ông Trần Huy Liệu.

Và điều khó hiểu hơn hết là ông Trưởng Ban Văn Sử Địa (lúc đó chưa trở thành Viện Sử Học) Trần Huy Liệu lại **không hề cho ta biết nguồn gốc của câu** đó ở nơi nào, hay ông trích dịch câu đó từ đâu, trong bài viết này. Nên biết rằng ông Trần Huy Liệu là một nhà văn, nhà báo lão luyện, và khi viết lách thường có chú thích rất cẩn thận. Như đã thấy, trong bài viết trên, ông ta phải giải nghĩa câu "Phan Lâm mãi quốc, triều đình khí dân" là gì trong một chú thích ngay dưới đó, vì sợ người đọc không hiểu nghĩa của những chữ Hán Việt này. Nhưng điều khó hiểu là đồng thời thì ông Trần Huy Liệu lại không hề có một dòng chữ nào để cho ta biết về nguồn gốc xuất xứ của nó.

Đáng chú ý hơn cả, đây là lần đầu tiên mà câu "Phan Lâm mãi quốc, triều đình khí dân" xuất hiện trên sách báo. Bởi vì trước khi ông Trần Huy Liệu đưa câu "Phan Lâm mãi quốc, triều đình khí dân" ra trong bài viết này thì nó chưa hề xuất hiện trong sách vở hay bài viết nào khác, như người viết được biết.

Trong khi đó, tầm quan trọng của nó lại rất rõ ràng. Bởi không phải chỉ đơn thuần là "tám chữ đề cờ" thôi, mà cùng với câu chuyện chung quanh nó, câu "Phan Lâm mãi quốc, triều đình khí dân" đã tạo nên cả một bức tranh lịch sử cho thời gian đó. Nó đã hạ nhục hai nhân vật Phan Lâm đến tận bùn đen, nó đã đảo ngược tất cả mọi sự suy nghĩ về thời gian này - nhất là khi mà người đưa nó ra là ông Trưởng Ban Trần Huy Liệu khẳng định rằng "nhân dân ta" đã dùng nó để lên án sự câu kết giữa bọn phong kiến và thực dân phản động.

Nhưng mặc dù với một sự đảo ngược lịch sử như vậy, với một tầm vóc quan trọng như vậy, và với sự xuất hiện lần đầu trên sách vở như vậy, thì người đưa câu "Phan Lâm mãi quốc, triều đình khí dân" ra giới thiệu là ông Trần Huy Liệu lại chẳng hề có một dòng chữ nào về nguồn gốc xuất xứ của nó. Và điều khó hiểu như trên lại tồn tại ở Việt Nam suốt từ đó đến giờ. Tức là từ năm 1955 đến nay, đã hơn 60 năm trôi qua, nhưng nguồn gốc xuất xứ của câu "Phan Lâm mãi quốc, triều đình khí dân" vẫn còn là một sự bí ẩn, do chưa bao giờ được tiết lộ!

B. Trần Huy Liệu - Lịch Sử Tám Mươi Năm Chống Pháp

Và đó là do người giới thiệu nó với độc giả, ông Trần Huy Liệu, đã góp phần không nhỏ cho sự bí ẩn này. Bởi trong các bài viết sau đó, kể cả trong các sách giáo khoa về lịch sử mà ông là tác giả, thì ông Trần Huy Liệu vẫn giữ đúng kiểu cách bí mật như trên. Đó là ông luôn luôn đem câu "Phan Lâm mãi quốc, triều đình khí dân" cùng với câu chuyện chung quanh nó ra để kể lại cho độc giả, nhưng lại không bao giờ chú thích về nguồn gốc xuất xứ của nó.

Thí dụ như năm 1957, khi ông Trần Huy Liệu cho xuất bản Quyển 1 của bộ ***Lịch sử tám mươi năm chống Pháp***, một tác phẩm lịch sử thuộc loại "kinh điển" khá đồ sộ của ông ta. Câu "Phan, Lâm mãi quốc, triều đình khí dân" đã được ông Trần Huy Liệu chính thức đưa vào bộ sách lịch sử này, một bộ sách sau đó được dùng để giảng dạy trong các trường học tại miền Bắc.[51]

---

(51) Theo wikipedia: "Ông để lại 290 công trình nghiên cứu và các bản hồi ký là một di sản đồ sộ, ông đã có những cống hiến xuất sắc cho nền sử học đất nước, trong đó cuốn sách "Lịch sử 80 năm chống Pháp" đã đem lại vinh quang cho ông, tác phẩm được đưa vào làm sách giáo khoa trong các trường Đại học. Ông được bầu làm Chủ tịch đầu tiên

Dưới đây là đoạn viết về nó, với đại ý và những câu văn giống như trong bài viết "Việt Nam Thống Nhất Trong Quá Trình Đấu Tranh Cách Mạng" mà ông Trần Huy Liệu đã từng cho đăng trên số 9 Tập San Văn Sử Địa:

*"Tự Đức thi hành hiệp định đình chiến với thực dân Pháp, hạ chiếu điều động Trương Định đi nhậm chức lãnh binh tỉnh An Giang cốt làm cho dân quân mất lãnh tụ và cuộc chuẩn bị khởi nghĩa bị tan rã. Nhưng, trái lại, **dân quân** Tân An và Gò Công đã chặn đường giữ ngựa Trương Định và suy tôn Trương Định là Bình Tây đại nguyên soái. Thế là, **dân đã thắng vua, khởi nghĩa đã thắng đầu hàng** và cuộc khởi nghĩa phải nổ với **tám chữ đề cờ: "Phan, Lâm mãi quốc, triều đình khí dân"** để nói lên lòng công phẫn của nhân dân đối với **bọn thực dân cướp nước và bọn phong kiến bán nước.**"*[52]

Như vậy, câu "Phan, Lâm mãi quốc, triều đình khí dân" lúc này đã không còn chỉ thuộc về phạm vi học thuật hay nghiên cứu nữa, mà đã được ông Trần Huy Liệu chính thức đưa vào một bộ sách lịch sử của ông để giáo dục học sinh miền Bắc, rồi sau này là cả nước Việt Nam sau năm 1975.

Và mặc dù đây là một bộ sách lịch sử, mặc dù là sách giáo khoa, nhưng tác giả của nó là ông Trần Huy Liệu vẫn không cảm thấy cần phải chú thích về nguồn gốc xuất xứ của câu "Phan, Lâm mãi quốc, triều đình khí dân" nói trên. Mà nhà xuất bản Văn Sử Địa cũng không cảm thấy rằng sự chú thích về một "sự kiện lịch sử" như vậy là điều cần thiết.

Nếu như bài viết trong năm 1955 trên số 9 tờ Văn Sử Địa của ông Trần Huy Liệu có thể chỉ được phổ biến trong giới nghiên cứu sử học mà thôi, thì bộ *"Lịch sử tám mươi năm chống Pháp"* này của ông ta chắc chắn đã được phổ biến rộng rãi đến khắp các địa phương miền Bắc. Và có thể thấy rằng đó chính là lý do mà câu "Phan, Lâm mãi quốc, triều đình khí dân" đã trở thành một thứ kiến thức phổ thông như ngày nay, nhất là tại miền Bắc Việt Nam.

của Hội Khoa học Lịch sử Việt Nam." https://vi.wikipedia.org/wiki/Tr%E1%BA%A7n_Huy_Li%E1%BB%87u

(52) Trần Huy Liệu, "Lịch Sử Tám Mươi Năm Chống Pháp", Nhà Xuất Bản Văn Sử Địa, 1957, in lại bởi NXB KHXH Hà Nội 2003, p. 51

C. Trần Huy Liệu - Phong Trào Cách Mạng Việt Nam Qua Thơ Văn, 1957

Và tuy đã được chính phủ miền Bắc đem làm sách giáo khoa, nhưng ông Trần Huy Liệu vẫn cho rằng bộ *"Lịch sử tám mươi năm chống Pháp"* nói trên của ông chưa nói hết được những tư tưởng và văn thơ của thời gian đó. Vì vậy, ông đã viết thêm một loạt bài với tựa đề "Phong Trào Cách Mạng Việt Nam Qua Thơ Văn" và cho đăng nhiều kỳ trên tờ tập san Văn Sử Địa trong cuối thập niên 1950. Ông Trần Huy Liệu cho biết lý do ra đời của loạt bài trên như sau:

*"Lời Nói Đầu: Trong quyển Lịch sử tám mươi năm chống Pháp, chúng tôi đã có dịp trình bày với các bạn đọc về những biến chuyển của xã hội Việt-nam trên mọi phương diện kinh tế, chính trị, văn hóa; đã giới thiệu những cuộc khởi nghĩa, những phong trào đấu tranh qua các giai đoạn và tính chất của nó; nhưng một việc mà chúng tôi chưa làm được là đi sâu vào cõi tư tưởng để phân tích những tâm trạng, tình cảm, chí khí, quan điểm của những người trong cuộc chẳng những đã rọi ra tính chất giai cấp, mà còn in dấu những nếp nghĩ, những tiếng nói của thời đại. Để bổ sung vào khuyết điểm này, chúng tôi giới thiệu những văn thơ qua các phong trào cách mạng... Đọc tập văn thơ cách mạng này, các bạn sẽ thấy như đọc một quyển lịch sử cách mạng cận đại Việt-nam; có điều khác là đọc **lịch sử cách mạng cận đại Việt-nam qua văn thơ**."*[53]

Và ngay trong bài đầu tiên của loạt bài này, ông Trần Huy Liệu lập tức nhắc đến câu "Phan Lâm mãi quốc, triều đình khí dân" mà ông đã giới thiệu với độc giả của tờ Văn Sử Địa hai năm trước đó. Như đã trình bày trong Lời Nói Đầu, lần này thì ông Trần Huy Liệu viết thêm nhiều chi tiết hơn về thơ văn của các sĩ phu miền Nam, để từ đó làm một sự so sánh giữa những tư tưởng trong các bài thơ văn đó với "chí căm thù" và "tinh thần quật khởi" của "nhân dân miền Nam", như sau:

"Tuy vậy, những bài thơ đối đáp kể trên chỉ mới nêu lên những

---

(53) Trần Huy Liệu, "Phong Trào Cách Mạng Việt Nam Qua Thơ Văn", Văn Sử Địa số 27, tháng 4, 1957, pp. 41-61, 41. https://app.box.com/s/mk0slyg30a1yvqyu00vkyr0238ys2ctc

*chính nghĩa, khí tiết của các sĩ phu trên **lập trường phong kiến**, chớ chưa nói lên được **chí căm thù và tinh thần quật khởi của nhân dân**, nhất là nhân dân miền Nam hồi ấy, đã được biểu lộ ra bằng những cuộc khởi nghĩa ở khắp các vùng... Đặc biệt là cuộc khởi nghĩa của Trương Công Định với tám chữ đề cờ "**Phan Lâm mãi quốc, triều đình khí dân**", vạch rõ tội danh lũ thực dân cướp nước và bọn phong kiến cắt đất.* "[54]*

Đối với Phan Thanh Giản, người đã thay mặt triều đình Huế **ký nhượng hai lần** (sic) cho thực dân Pháp ba tỉnh miền đông Nam-kỳ tới ba tỉnh miền tây Nam-kỳ[55] rồi uống thuốc độc tự tử, nhiều sĩ phu đứng về phe kháng chiến hồi ấy không đồng tình với chủ trương của Phan, nhưng cũng còn thương tâm sự của Phan, trọng tiết tháo của Phan, ngay đến Nguyễn Đình Chiểu cũng nói ra trong bài thơ khóc Phan:

> *Non nước tan tành tự bởi đâu*
> *Ngùi ngùi mây bạc cõi Ngao châu*
> *Ba triều công cán vài hàng số*
> *Sáu tỉnh cương thường một gánh thâu*
> *Ải Bắc ngày trông tin nhạn vắng*
> *Thành Nam đêm quạnh tiếng quyên sầu*
> *Minh tinh chín chữ lòng son tạc*
> *Trời đất từ đây bặt gió thâu.*

Nhưng dư luận nhân dân thì phân minh lắm. Nhân dân đã **sắp hàng Phan Thanh Giản với Tôn Thọ Tường**:

> *Lớp sau Thanh Giản tiếng đồn*
> *Là Phan Hiển Đạo với Tôn Thọ Tường*
> *Ông thời nho nhã văn chương*
> *Ông thời thi phú tột đường diễn công*
> *Ông về thác Kim Vĩnh Đông (sic)[56]*
> *Ông ra giúp nước bụng đồng thương chi*

---

(54) Ibid, p. 52

(55) Như đã nói trên, ông Trần Huy Liệu tiếp tục xuyên tạc lịch sử ở điểm này. Ông Phan Thanh Giản hoàn toàn không dính líu gì đến việc ký nhượng ba tỉnh miền Tây cả, vì ông đã tự tử từ năm 1867.

(56) Đúng ra là "Vĩnh Kim Đông"

Một còn một mất trọn nghì
*Ngàn năm bia tạc Nam Kỳ **danh nho.***

Danh nho hay danh nhơ? Lịch sử đã lên án*.* ''[57]

Như vậy, ông Trần Huy Liệu đã lặp lại y hệt những gì mà ông đã viết trong bài "Việt Nam Thống Nhất Trong Quá Trình Đấu Tranh Cách Mạng" năm 1955 về câu "Phan Lâm mãi quốc, triều đình khí dân", về sự căm thù và quật khởi của *"nhân dân"*, nhất là *"nhân dân miền Nam"*, và đặc biệt là nghĩa quân Trương Định, khi họ đã vạch tội bọn thực dân và phong kiến qua tám chữ đó.

Tức là trong loạt bài về lịch sử Việt Nam qua "văn thơ", qua "tư tưởng", "nếp nghĩ" và "tiếng nói của thời đại" nói trên, ông Trần Huy Liệu đã tiếp tục vẽ lại bức tranh lịch sử Nam Kỳ vào thế kỷ 19, với hai phe đối nghịch giữa lằn ranh giai cấp: nhân dân và phong kiến.

Nhưng khác hẳn hai lần trước, lần này thì ông Trần Huy Liệu **nhắm vào một mục tiêu rõ rệt là Phan Thanh Giản**. Và ông cho rằng chính "dư luận nhân dân" thời đó đã đưa ra lời kết án Phan Thanh Giản, **khác hẳn thái độ của các "sĩ phu" là khen ngợi**.

Như đã thấy trong bài viết này, vì không thể không nói đến số lượng thơ phú đồ sộ để khen ngợi và thương tiếc Phan Thanh Giản của các sĩ phu khắp nước, đặc biệt là sĩ phu Nam Kỳ, nên ông Trần Huy Liệu đã phải nhắc đến bài thơ khóc ông của Nguyễn Đình Chiểu. Tuy vậy, ngay sau khi trích dẫn bài thơ nói trên của Nguyễn Đình Chiểu, thì ông Trần Huy Liệu **phải tìm cho ra một bằng chứng khác cho sự đánh giá thấp Phan Thanh Giản của "nhân dân miền Nam"** ngoài câu "Phan Lâm mãi quốc, triều đình khí dân", để biện minh cho lập luận của ông về Phan Thanh Giản. Rằng những "dư luận nhân dân" phê phán Phan Thanh Giản như trên là rất sáng suốt và khác hẳn với luận điệu của các sĩ phu, cho dù là những sĩ phu thuộc loại "tiến bộ" như Nguyễn Đình Chiểu đi nữa.

Có lẽ vì cảm thấy rằng nếu chỉ đem một câu không có xuất xứ minh bạch như câu "Phan Lâm mãi quốc, triều đình khí dân" ra làm

---

(57) Ibid, p. 53

bằng chứng cho sự lên án Phan Thanh Giản của "nhân dân" thời ấy là hơi yếu hoặc chưa đủ, nên ông Trần Huy Liệu đã cố gắng chế tạo ra thêm một bằng chứng khác. Và sự cố gắng đó có thể được thấy rất rõ khi ông ta mập mờ **sửa chữ "danh nho" ra thành "danh nho"** như trên, khi trích dẫn những câu thơ dân gian nổi tiếng của miền Nam. Mục đích của ông ta khi làm điều này là để biến những câu thơ khen tặng Phan Thanh Giản ra thành những câu lên án Phan Thanh Giản. Để từ đó cho rằng "nhân dân" miền Nam đã từng phê phán và sắp Phan Thanh Giản cùng hạng với Tôn Thọ Tường!

Và ông đã làm điều này vì bài thơ ấy chính là một bài thơ thuộc loại "dân gian" đã được truyền tụng từ lâu để khen ngợi ba nhà nho tài giỏi nổi tiếng của đất Nam Kỳ; từ Phan Thanh Giản đến Phan Hiển Đạo và Tôn Thọ Tường, là *"ngàn năm bia tạc Nam Kỳ danh nho"*. Bài thơ này cho thấy rằng "nhân dân miền Nam" thật tình không phân biệt chủ trương chính trị của các ông đó, mà họ chỉ cần biết rằng những ông này có tài hay không, hoặc có phải là người tốt hay không thôi. Vì vậy, họ đã khen ngợi Phan Hiển Đạo là "nho nhã văn chương", cũng như họ cho rằng Tôn Thọ Tường dù làm quan với Pháp vẫn là "giúp nước". Rồi họ nói rõ rằng ba ông này được gọi chung là "Nam Kỳ Danh Nho", bởi tài nghệ, đạo đức và học vấn của các ông. Chứ họ không xét đến lập trường chính trị khác nhau của các ông.

Trong khi đó, ông Trần Huy Liệu lại trắng trợn cho rằng với bài thơ này, nhân dân Nam Kỳ đã **sắp hàng Phan Thanh Giản chung với Phan Hiển Đạo và Tôn Thọ Tường**, như là những kẻ mà *"lịch sử đã lên án"*. Rồi ông Trần Huy Liệu lại cho rằng đó là *"dư luận nhân dân"*, và rất là *"phân minh"*.

Giống hệt như khi ông ta cho rằng câu "Phan Lâm mãi quốc, triều đình khí dân" là "dư luận nhân dân" và là một bản án rất "công minh", trong loạt bài đấu tố Phan Thanh Giản trên tờ Nghiên Cứu Lịch Sử năm 1963 mà ông trong vai trò quan tòa đã tuyên án ở bài viết sau cùng.

Tóm lại, qua đoạn văn trên, có thể thấy rằng **vì không có một bằng chứng nào khác để chứng minh rằng "nhân dân miền**

Nam" đã lên án Phan Thanh Giản, ngoài câu "Phan Lâm mãi quốc, triều đình khí dân" trong loạt bài lịch sử qua văn thơ của ông, nên ông Trần Huy Liệu đã phải "sáng chế" ra một bằng chứng khác. Bằng cách dùng một bài thơ có thật và rất nổi tiếng, nhưng **lại sửa đi một chữ rồi giải thích ngược lại, để phục vụ cho ý đồ của mình.**

Và ý đồ đó là vẽ lại bức tranh lịch sử Nam Kỳ vào thế kỷ 19. Nhưng trong lần này, bức tranh của ông Trần Huy Liệu đã trở nên hoàn chỉnh hơn, với Phan Thanh Giản như là một đại diện của phe phong kiến đã bị "nhân dân" lên án. Hơn nữa, sự lên án qua "dư luận" này của họ, khác với của các "sĩ phu", cho thấy rõ thêm lằn ranh phân chia giai cấp giữa hai phe chính tà.

D. Trần Văn Giàu - Tập San Đại Học Sư Phạm Số 4, Tháng 11- 12, 1955

Một người có địa vị quan trọng không kém ông Trần Huy Liệu bao nhiêu trong ngành sử học miền Bắc là ông Trần Văn Giàu đã góp phần không nhỏ trong việc phổ biến câu "Phan Lâm mãi quốc, triều đình khí dân" - với cương vị giáo sư sử học hàng đầu và là người đã đào tạo ra nhiều thế hệ sử gia tại miền Bắc.

Tương tự như ông Trần Huy Liệu, ông Trần Văn Giàu đã từ một nhà cách mạng và chính trị gia trở thành một sử gia sau năm 1954. Tháng 11 năm 1954, trường Đại Học Sư Phạm Văn Khoa và Đại Học Sư Phạm Khoa Học được thành lập tại miền Bắc, và ông Trần Văn Giàu trở thành Bí thư Đảng ủy đầu tiên của Đảng bộ trường, kiêm giảng dạy các môn khoa học Chính trị, Triết học, Lịch sử thế giới và Lịch sử Việt Nam. Là một người gốc miền Nam, lại từng qua Pháp du học, nên ông Trần Văn Giàu có khá nhiều công trình nghiên cứu về lịch sử Việt Nam thời Pháp thuộc, đặc biệt là về Nam Kỳ. Ngoài ra, ông cũng có rất nhiều công trình nghiên cứu về "hệ tư tưởng yêu nước" của người Việt.

Năm 1955, chỉ một thời gian ngắn sau khi bài viết "Việt Nam Thống Nhất Trong Quá Trình Đấu Tranh Cách Mạng" của ông Trần Huy Liệu trên tờ Văn Sử Địa giới thiệu câu "Phan Lâm mãi quốc, triều đình khí dân" với độc giả miền Bắc, đến phiên ông Trần Văn

Giàu sử dụng nó trong bài viết "Thái Độ Của Các Tầng Lớp Phong Kiến Đối Với Thực Dân Pháp" trên tờ Tập San Đại Học Sư Phạm vào tháng 12 năm 1955 như sau:

*"Từ 1858 đến nay, việc này là việc chứng tỏ rõ rệt nhất tính chất phản nước phản dân của bọn phong kiến đầu sỏ. Cho nên, chẳng những là dân chúng, mà ngay cả **hào mục sĩ phu** các nơi, đặc biệt là hào mục và sĩ phu Nam kỳ vô cùng **bất bình với Tự Đức** và triều thần của hắn. **"Phan, Lâm mãi quốc, triều đình khí dân"** trên ngọn cờ khởi nghĩa của Trương công Định... những việc và chuyện ấy đều chứng minh chắc chắn rằng:... Hào mục, sĩ phu Nam Kỳ lúc ấy bắt đầu chống lại triều đình, đi với dân, để chống thực dân và chống lại cả triều đình phản phúc nữa."*[58]

Giống như ông Trần Huy Liệu, ông Trần Văn Giàu cũng đã cực lực lên án "bọn phong kiến" và sử dụng câu "Phan Lâm mãi quốc, triều đình khí dân" để chứng minh cho sự mâu thuẫn giữa "dân chúng" và bọn "phong kiến". Nhưng thay vì chú trọng vào **"nhân dân"** như ông Trần Huy Liệu, thì ông Trần Văn Giàu lại cho rằng chẳng những chỉ dân chúng thôi, mà **"hào mục, sĩ phu"** ở **"Nam Kỳ"** cũng đã thể hiện tinh thần này, qua câu "Phan Lâm mãi quốc, triều đình khí dân" nói trên.

Tức là trong khi vẫn phải dựa vào câu "Phan Lâm mãi quốc, triều đình khí dân" để lên án "phong kiến" và "thực dân" như ông Trần Huy Liệu, thì ông Trần Văn Giàu lại cho rằng nó là một tác phẩm của "hào mục, sĩ phu", và đặc biệt là có tính chất "Nam Kỳ" trong đó. Như đã thấy trong đoạn văn trên, ông ta đặc biệt nhấn mạnh tính chất "sĩ phu" và "Nam Kỳ" trong hành động phản kháng lệnh vua Tự Đức để "đi với dân" của "hào mục" và "sĩ phu Nam Kỳ", như là một hành động chứng minh lòng yêu nước của người Việt. Và đây là lập luận mà ta sẽ thấy được sử dụng nhiều lần trong các tác phẩm sau này của ông Trần Văn Giàu.

Tuy nhiên, giống như ông Trần Huy Liệu, ông Trần Văn Giàu lại cũng chỉ đưa ra câu "Phan Lâm mãi quốc, triều đình khí dân"

---

(58) Trần Văn Giàu, "Thái Độ Của Các Tầng Lớp Phong Kiến Đối Với Thực Dân Pháp", Tập San Đại Học Sư Phạm Số 4 tháng 11, 12, 1955, pp. 12-24, p. 19. https://app.box.com/s/jdqf0n8tdlrjd32g9dcz2qbih6x7muvc

nói trên như là một "sự thật lịch sử", mà lại không hề cho biết về nguồn gốc xuất xứ của nó. Nghĩa là trong cương vị của một giáo sư trường Đại Học Sư Phạm, ông Trần Văn Giàu đã không cảm thấy cần phải chú thích cho người đọc về nguồn gốc xuất xứ của một câu với tầm vóc như vậy.

E. Trần Văn Giàu - Nam Kỳ Kháng Pháp, Chống Xâm Lăng, 1956

Rồi trong cùng khoảng thời gian mà ông Trần Huy Liệu xuất bản bộ *"Lịch sử tám mươi năm chống Pháp"*, thì ông Trần Văn Giàu cũng cho ra đời bộ sử *"Chống Xâm Lăng - Lịch Sử Việt Nam Từ 1858 Đến 1898"* của mình.[59] Trong bộ sử thuộc loại "kinh điển" này, ông Trần Văn Giàu đã dùng câu "Phan Lâm mãi quốc, triều đình khí dân" cả thảy ba lần. Và điều đáng nói là mặc dù đã từng viết đúng câu "Phan, Lâm mãi quốc, triều đình khí dân" trong bài viết trên tờ tập san Đại Học Sư Phạm vào tháng 12 năm 1955, thì trong bộ sử "kinh điển"này ông giáo sư Trần Văn Giàu lại viết hay dịch nghĩa nó khác đi cả ba lần. Và những chỗ sai lạc đó vẫn còn y nguyên, khi ông Trần Văn Giàu cho tái bản bộ sử này vào năm 2001.

Lần đầu:

*"'**Phan, Lâm bán nước; triều đình khinh dân!**' nổi lên **tiếng thét** của nhân dân, nhất là nhân dân ba tỉnh miền Đông dưới quyền lãnh đạo của Trương-công-Định đương anh dũng kháng chiến khi được tin triều đình ký hòa ước cắt đất cho địch"*[60]

Lần hai:

"... Triều đình cho rằng việc phía Bắc đang khẩn mà việc phía Nam thì 'chưa có cơ hội', nên lệnh cho Định đi làm lãnh binh trấn thủ Phú-yên (sic), cốt rút Định khỏi quần chúng ứng nghĩa mà trị Định về tội không tuân mạng. Định cứ không tuân mạng. Triều đình bực tức cách cả chức hàm của Định. Không màng đến áo mão triều đình, không cốt yên toàn chỗ ở không khói lửa, Định chịu

---

(59) Trần Văn Giàu, <u>Chống Xâm Lăng</u> (Lịch Sử Việt Nam Từ 1858 Đến 1898), NXB Xây Dựng, Hà Nội, 1956-7

(60) Ibid, Quyển 1, <u>Nam Kỳ Kháng Pháp</u>, NXB TPHCM 2001, p. 123

chức tước của dân phong "Bình tây đại nguyên soái" gánh trách nhiệm của dân trao, tiếp tục kháng chiến, **tuyên bố:**

'Phan, Lâm mãi quốc, triều đình khí dân'

(Phan-thanh-Giản và Lâm-duy-Hiệp **phản nước***, triều đình* **dối dân***).* "[61]

Lần ba:

"Pháp được Tự-đức cầu hòa, ký hòa ước trong lúc nó bị nguy khốn nhất. Ngược lại, nghĩa quân bất kể lệnh bãi binh của Huế, tiếp tục chiến đấu tuyên bố rằng **Phan, Lâm bán nước, triều đình khinh dân***.* "[62]

Như vậy, ở lần đầu, ông Trần Văn Giàu viết trong **ngoặc kép** là *"Phan Lâm* **bán nước***, triều đình* **khinh dân**", và gọi đó là "tiếng thét" của "nhân dân", nhất là "nhân dân ba tỉnh miền Đông". Tuy nhiên, vấn đề ở đây là nguyên văn câu này - theo ông Trần Huy Liệu, và cũng theo chính ông Trần Văn Giàu đã từng viết ra năm 1955 – thì không phải vậy, mà phải là *"Phan Lâm* **mãi quốc***, triều đình* **khí dân**". Một đàng là tiếng Việt: "bán nước", "khinh dân", còn một đàng lại là tiếng Hán (Việt): "mãi quốc", "khí dân". Dù cho ý nghĩa có thể giống nhau, nhưng chữ viết thì hoàn toàn khác nhau. Nhất là một khi đã viết trong ngoặc kép, thì đó là một sự trích dịch nguyên văn, không thể nào được viết sai, dù chỉ là một chữ.

Lần hai, cũng chính trong cùng cuốn sách và chỉ khoảng mươi trang sau đó, thì ông Trần Văn Giàu viết đúng là "Phan Lâm mãi quốc, triều đình khí dân". Nhưng rồi ngay bên dưới đó thì ông lại dịch ra thành Phan Lâm "**phản** nước" và triều đình "**dối** dân", thay vì "bán" nước và "bỏ" dân theo đúng ý nghĩa mà ông Trần Huy Liệu đã chú thích khi giới thiệu câu này trong bài viết "Việt Nam Thống Nhất Trong Quá Trình Đấu Tranh Cách Mạng" năm 1955 trên tờ Văn Sử Địa.

Lần ba, sau khi đã viết đúng *"Phan Lâm mãi quốc, triều đình khí dân"* trước đó, thì ông Trần Văn Giàu lại quay về với *"Phan*

---

(61) Ibid, p. 136

(62) Ibid, p. 148

Lâm bán nước, triều đình khinh dân" một lần nữa. Tức là sau khi đã viết đúng, nhưng dịch sai, thành "phản" nước và "dối" dân trong lần hai, thì ông Trần Văn Giàu đã viết sai trở lại một lần nữa, với cách dịch chữ "khí" mà ông đã hiểu lầm là "khi", như trong "khinh khi". Trong lúc đúng như ông Trần Huy Liệu đã giới thiệu, thì nó phải là **"khí"** dân, tức là "bỏ" dân.

Do đó, có thể nhận thấy qua ba lần trích dẫn nói trên là mặc dù chỉ có tám chữ trong câu "Phan Lâm mãi quốc, triều đình khí dân" mà thôi, nhưng ông giáo sư Trần Văn Giàu đã viết lộn tới lộn lui. Và quan trọng hơn hết, ông còn hiểu sai cả ý nghĩa của nó. Điều này khiến cho ta phải đặt câu hỏi rằng phải chăng trong thời gian đó ông Trần Văn Giàu quả tình không hiểu chữ Hán nhiều lắm, như ông đã tự thú nhận.[63]

Mặc dù vậy, có thể thấy rằng ông Trần Văn Giàu một lần nữa đã sử dụng câu "Phan Lâm mãi quốc, triều đình khí dân" với sự **chú trọng vào "tác giả"** của nó, mà ông gọi đích danh là **Trương Định**. Ông Trần Văn Giàu cho rằng chính Trương Định đã *"không màng áo mão triều đình, không cốt yên toàn chỗ ở không khói lửa"* và đã dõng dạc **"tuyên bố"** câu "Phan Lâm mãi quốc, triều đình khí dân" nói trên, chứ không phải là "nghĩa quân" hay "nhân dân" nào cả. Bên cạnh đó, ông Trần Văn Giàu đã không sử dụng câu trên để gọi đích danh Phan Thanh Giản ra và lên án "bán nước" như ông Trần Huy Liệu đã làm.

Do đó, trong khi ông Trần Huy Liệu luôn luôn trích dẫn câu này như là *"nguyện vọng của nhân dân"* để lên án bọn phong kiến đã câu kết với thực dân, thì ông Trần Văn Giàu lại cho rằng câu này đã nói lên **tư tưởng của các "hào mục, sĩ phu Nam Kỳ", mà Trương Định là người đại diện**. Tức là mục đích của hai ông sử gia họ Trần trong việc sử dụng câu "Phan Lâm mãi quốc, triều đình khí dân" và kể lại câu chuyện chung quanh nó có vẻ rất khác nhau.

Thêm một điều đáng để ý nữa, là trong loạt bài đấu tố Phan Thanh Giản trên tờ Nghiên Cứu Lịch Sử năm 1963 thì người viết

---

(63) Trong phần "Lời Nói Đầu" viết ngày 23 tháng 9 năm 1956 của bộ "Chống Xâm Lăng" đã dẫn, ông Trần Văn Giàu viết rằng: "Nhân xuất bản bộ sách này, tôi xin... cám ơn đồng chí Chu Thiên - đã giúp tôi là người rất ít ỏi về chữ Hán".

không thấy có bài nào của ông Trần Văn Giàu, kể cả dưới bút hiệu thường dùng khi viết cho tờ Nghiên Cứu Lịch Sử của ông là Tô Minh Trung. Rất có thể là ông Trần Văn Giàu đã lấy bút hiệu "Nhuận Chi" để đóng góp trong loạt bài này.[64] Nhưng nếu là vậy thì rõ ràng ông Trần Văn Giàu đã cố tình không muốn dùng tên thật trong cuộc đấu tố vị đại thần đồng hương Nam Kỳ của ông.

F. Trần Văn Giàu – "Các Nguyên Lý Của Đạo Đức Nho Giáo Ở Việt Nam Thế Kỷ XIX", Nghiên Cứu Lịch Sử Số 128, 1969

Và sau khi ông Trần Huy Liệu qua đời năm 1969 thì ông Trần Văn Giàu vẫn tiếp tục phổ biến câu "Phan Lâm mãi quốc, triều đình khí dân". Nhưng trong thời gian này, ông Trần Văn Giàu nghiên cứu nhiều hơn về lịch sử tư tưởng Việt Nam. Do đó, trong một bài viết về Nho Giáo ở Việt Nam vào thế kỷ 19 trên tờ Nghiên Cứu Lịch Sử năm 1969, ông Trần Văn Giàu đã trở lại với câu "Phan Lâm mãi quốc, triều đình khí dân", nhưng lần này ông ta chú trọng hơn nữa vào việc giải thích rằng nó đã nói lên **tư tưởng của Trương Định** và "những người xung quanh ông".

Đáng chú ý hơn hết, ông Trần Văn Giàu là người đầu tiên, sau bao nhiêu năm trời, đã hé lộ cho người đọc được biết một thoáng về nguồn gốc xuất xứ của câu "Phan Lâm mãi quốc, triều đình khí dân", trong bài viết nói trên, như sau:

*"Nho giáo dạy **trung với vua, không dạy trung với nước**; nho giáo đồng nhất nước với vua, nhà nho gọi Đại Việt là đất của Lê Thái tổ, gọi Việt-nam là đất của Gia Long; suốt thời phong kiến, vua được xem như người chủ đất cao nhất; đặc biệt trong thời Nguyễn là thời quân chủ tập trung cao độ hơn tất cả các thời trước, thì chữ trung lại càng khắt khe vô cùng...*

*... Trái lại, trên thực tế lịch sử Việt-nam thế kỷ 19, **nhiều sĩ phu, nhiều anh kiệt** đã chứng tỏ bằng hành động rằng tư tưởng của họ rất xa lạ với tư tưởng ngu trung, rằng tư tưởng "điếu phạt"*

---

(64) Và cũng rất có thể đó chính là ông Đinh Xuân Lâm, bởi cả hai tác giả Nhuận Chi và Đinh Xuân Lâm cùng mắc một lỗi lầm rất sơ đẳng giống nhau khi họ đều gọi câu "Phan Lâm mãi quốc, triều đình khí dân" gồm có... 6 chữ!

vẫn có sẵn trong đầu óc của họ, họ không nói lên được vì họ không được nói lên, nhưng họ dám làm khi cần thiết: các cuộc khởi nghĩa chống triều đình Nguyễn là bằng cớ hiển nhiên.

Hãy lấy một số sự kiện mà mọi người đều biết để nói lên các khía cạnh đáng chú ý của đạo trung của các sĩ phu yêu nước hồi thế kỷ 19.

"Khi vua không trung với nước thì bề tôi có cần thiết phải trung với vua nữa không và trong trường hợp đó bề tôi phải làm sao đây? Nửa phần thứ hai của thế kỷ 19, vấn đề ấy đã trở thành thực tế lịch sử chứ không phải là vấn đề lý thuyết mà các nho gia có thể lẩn tránh được như trước. **Nhiều sĩ phu Việt-nam lúc này nhận thấy rằng có một cái cao hơn vua, phân biệt với vua, ấy là nước; khi có mâu thuẫn giữa trung vua với yêu nước, thì người dân phải đặt nước lên trên vua; khi vua không tận trung với nước thì bề tôi không bắt buộc phải tận trung với vua.** Cuộc đấu tranh giữa **tư tưởng yêu nước Việt-nam** và **tư tưởng trung quân nho giáo** kể ra cũng rất gay go, nhiều sĩ phu nghiêng hẳn về yêu nước nhưng chưa thấy ai thoát khỏi chữ trung quân đã ăn sâu vào tâm hồn. **Đó là ý nghĩa đạo đức chính trị của việc Trương Định dựng cờ nghĩa ở Tân hòa năm 1862.** Năm 1862, trong lúc nhân dân Nam-kỳ lục tỉnh sôi nổi đánh Pháp và thu được nhiều thắng lợi trên chiến trường thì, nhân danh triều đình Huế, hai quan đại thần là Phan Thanh Giản và Lâm Duy Hiệp ký hòa ước với Pháp, cắt ba tỉnh miền đông Nam-kỳ nhường cho kẻ xâm lược. Tự Đức thăng chức lãnh binh cho Trương Định và ra lệnh cho Trương Định rút quân về trấn thủ An-giang, ở miền tây Nam-kỳ.

Trương Định và những người yêu nước xung quanh tính làm sao đây? **Lòng dân và lòng quân muốn tiếp tục đánh giặc, không muốn cắt đất giảng hòa. Nhưng lệnh vua, mệnh vua có thể nào cưỡng lại mà không phạm đến đạo trung chăng?** Cuối cùng, theo lời khuyên của nhiều sĩ phu, theo yêu cầu của nhân dân, Trương Định chống lại lệnh bãi binh của vua, nhận chức Bình tây đại nguyên soái của dân phong. Câu **"Phan Lâm mãi quốc, triều đình khí dân"** nói lên tư tưởng của những người yêu nước xung quanh Trương Định, những câu ấy của Trương Định nêu

lên khi chống lại mệnh vua, *được người đương thời đồng ý cho đến cuối cùng, ngay Tự Đức cũng phải nhận là không sai và lấy đó để tự trách một cách bất lực và trễ tràng trong 8 bài vịnh về Nam-kỳ bị mất:*

*"... '**Khí dân** triều trữ cửu,*
***Mãi quốc** thế gian bình,*
Sử ngã chung thân điếm,
Hà nhan nhập miếu đình"...(1)

(Bỏ dân, triều đình làm một điều đáng trách,
Bán nước, việc ấy thế gian ai nấy đều tức giận;
Như vậy là một đời ta bị nhục nhã,
Còn mặt mũi nào mà vào được miếu đình khi chết?)'

(1) Đoạn thơ này trích ra từ "ngự chế thi tập" trả lời những bạn nói rằng câu "Phan Lâm mãi quốc, triều đình khí dân" là bịa và trả lời cho những ai nói rằng Trương Định khởi nghĩa là ngầm theo lệnh của Tự Đức." [65]

Như vậy, cũng cùng một câu "Phan Lâm mãi quốc, triều đình khí dân", nhưng mục đích của ông Trần Văn Giàu khi dùng câu đó trong bài viết này thì rõ ràng rất khác với ông Trần Huy Liệu trong cuộc đấu tố Phan Thanh Giản năm 1963 trên tờ Nghiên Cứu Lịch Sử.

Vì trong khi ông Trần Huy Liệu và những cán bộ của ông ta đã sử dụng câu này trong phiên tòa nói trên như một bằng chứng để chứng minh cho tội "mãi quốc" của Phan Thanh Giản qua sự lên án của "nhân dân", thì ông Trần Văn Giàu lại dùng câu này để chứng minh rằng giai cấp sĩ phu Việt Nam ở thế kỷ 19 đã có những ý nghĩ và tư tưởng về khái niệm trung quân khác với những gì mà nho giáo dạy họ. Đó là do lòng "yêu nước" đặc thù của Việt Nam, nằm trong "tư tưởng yêu nước Việt Nam" đặc biệt của người Việt. Và điển hình cho điều này là một "sĩ phu" Nam Kỳ như Trương Định đã cùng với những "sĩ phu", "hào mục" yêu nước chung quanh ông

---

(65) Trần Văn Giàu "Các Nguyên Lý Của Đạo Đức Nho Giáo Ở Việt Nam Thế Kỷ XIX", Nghiên Cứu Lịch Sử số 128, tháng 11, 1969, pp. 4-17, pp. 6-9. https://nhatbook. com/2020/04/07/tap-san-nghien-cuu-lich-su-so-128-thang-11-1969/

biểu lộ tư tưởng chống lại quân quyền đó - bằng cách nói lên câu "Phan Lâm mãi quốc, triều đình khí dân" như trên.

Nhưng vì là người đã từng giới thiệu câu này với độc giả cùng lúc với ông Trần Huy Liệu, mà lại không hề chú thích về nguồn gốc của nó, cho nên ông Trần Văn Giàu ít nhiều cũng đã góp phần trong việc tạo ra một lớp màn bí mật vây phủ quanh câu "Phan Lâm mãi quốc, triều đình khí dân". Rồi có lẽ cũng vì chính là người giới thiệu câu này cùng lúc với ông Trần Huy Liệu từ năm 1955, cho nên ông Trần Văn Giàu đã tự cảm thấy có trách nhiệm phải bảo vệ cho cái "sự thật lịch sử" đó.

Có lẽ rất nhiều người đã thắc mắc về nguồn gốc xuất xứ của câu "Phan Lâm mãi quốc, triều đình khí dân", từ khi nó xuất hiện vào năm 1955 cho đến năm 1969 khi ông Trần Huy Liệu qua đời. Vì vậy, sau bao nhiêu năm im lặng về nguồn gốc xuất xứ của câu này, ông Trần Văn Giàu cuối cùng đã phải viết ra một lời để giải thích về vấn đề đó.

Và ông đã làm điều này bằng một "dẫn chứng" hoàn toàn mới lạ. Như có thể thấy ở cuối đoạn văn trên, ông Trần Văn Giàu nói rằng câu "Phan Lâm mãi quốc, triều đình khí dân" đã hiện hữu vào thời gian đó, bởi chính vua Tự Đức cũng phải tự nhận rằng câu này *"không sai"*. Để rồi nhà vua đã phải *lấy đó để tự trách* cho sự *"bất lực"* của mình *"trong 8 bài vịnh về Nam-kỳ bị mất"*.

Để nhắc lại, ông Trần Văn Giàu đã chú thích rất cẩn thận về vấn đề này như sau:

*"(1) Đoạn thơ này trích ra **từ "ngự chế thi tập" trả lời những bạn nói rằng câu "Phan Lâm mãi quốc, triều đình khí dân" là bịa** và trả lời cho những ai nói rằng Trương Định khởi nghĩa là ngầm theo lệnh của Tự Đức."*

Nghĩa là sau bao nhiêu năm bị "những bạn" nói trên cho rằng câu "Phan Lâm mãi quốc, triều đình khí dân" là sản phẩm bịa đặt, vì lẽ chưa bao giờ nguồn gốc xuất xứ của nó được chứng minh bởi ông và ông Trần Huy Liệu, những người đã phổ biến nó trong các tác phẩm sử học của mình, nên ông Trần Văn Giàu cuối cùng mới chịu/phải lên tiếng giải thích.

Thế nhưng với cách giải thích như trên thì ông Trần Văn Giàu lại càng làm cho sự việc thêm rối loạn hơn, nếu không muốn nói rằng ông chẳng giải thích được gì cả. Mà nó chỉ cho thấy rõ hơn sự túng quẫn của ông khi bị chất vấn về nguồn gốc xuất xứ của câu "Phan Lâm mãi quốc, triều đình khí dân".

Trước nhất, trong đoạn thơ trích ngang này, ông Trần Văn Giàu chưa bao giờ chứng minh rằng: 1) bài thơ đó là của vua Tự Đức làm; 2) nhà vua đã từng đọc hay nghe được câu "Phan Lâm mãi quốc, triều đình khí dân"; 3) nhà vua đã công nhận rằng câu này là đúng; và 4) nhà vua đã quyết định sử dụng nó trong bài thơ trên để tự trách mình.

Kế đến, cho dù có chứng minh được những điều trên, ông Trần Văn Giàu vẫn không thể giải thích hay chứng minh được rằng câu này là do "nhân dân miền Nam", do "nghĩa quân Trương Định", hay do chính Trương Định, làm ra. Cũng như họ đã đề nó lên trên lá cờ khởi nghĩa của mình.

Nghĩa là ông Trần Văn Giàu không hề cho thấy có một sự liên hệ nào giữa câu "Phan Lâm mãi quốc, triều đình khí dân" và bài thơ nói trên, mà ông nói rằng của vua Tự Đức.

Mà khi giới thiệu bài thơ "ngự chế" như trên, một điều duy nhất mà ông Trần Văn Giàu có thể chứng minh được, là bài thơ này có hai cặp chữ "mãi quốc" và "khí dân" giống như 4 trong số 8 chữ của câu "Phan Lâm mãi quốc, triều đình khí dân". Và sự liên hệ giữa cả hai chỉ có vậy mà thôi.

Do đó, khi đưa ra một bài thơ không có gốc tích rõ ràng, không đá động gì đến Phan Thanh Giản - để chứng minh cho sự có thật, không phải là "bịa đặt", của câu "Phan Lâm mãi quốc, triều đình khí dân" – như trên, thì ông Trần Văn Giàu chẳng những đã không giải thích được gì về nguồn gốc xuất xứ của câu đó, mà chỉ làm cho rối loạn mù mờ hơn nữa mà thôi.

Đó là chưa nói đến việc khi giới thiệu bài thơ này là của vua Tự Đức như vậy, thì ông Trần Văn Giàu đã quy cho vua Tự Đức, một ông vua nổi tiếng hay chữ, sự dốt nát vì đã dùng sai chữ Hán, mà lại là hai chữ thuộc loại sơ đẳng, khi nhà vua viết "mãi" quốc thay vì "mại" quốc trong bài thơ. Vấn đề cực kỳ oái oăm này sẽ được người viết bàn đến với nhiều chi tiết hơn ở Phần 3, khi đi tìm tác giả của câu "Phan Lâm mãi quốc, triều đình khí dân".

Tóm Tắt Phần 1

Tóm lại, câu "Phan Lâm mãi quốc, triều đình khí dân" chỉ xuất hiện tại miền Bắc Việt Nam từ sau năm 1954. Trước đó, trong sách vở bằng chữ Quốc Ngữ trên cả nước, chỉ thấy những lời ngợi khen Phan Thanh Giản.

Nhưng vào năm 1963, tờ Nghiên Cứu Lịch Sử do ông Trần Huy Liệu làm chủ nhiệm đã tiến hành một cuộc "đánh giá" Phan Thanh Giản, mà thực chất chính là một cuộc đấu tố. Bởi vì cuộc đánh giá, hay phiên tòa đấu tố này, đã được sắp xếp để dựa vào câu "Phan Lâm mãi quốc, triều đình khí dân" mà buộc tội "mãi quốc" cho Phan Thanh Giản. Và phiên tòa này, dưới sự chủ tọa của ông Trần Huy Liệu, đã nhất quyết không khoan hồng chút nào với "tội nhân lịch sử" Phan Thanh Giản, vì họ cho rằng ông đã "sợ giặc đầu hàng" và "đi ngược với nguyện vọng của nhân dân" thời đó là đánh Pháp.

Nhưng không phải mãi đến năm 1963 và với loạt bài trên tập san Nghiên Cứu Lịch Sử mà ông Phan Thanh Giản mới bị các sử gia miền Bắc lên án "mãi quốc", cộng thêm tội "sợ giặc đầu hàng", với một bằng chứng duy nhất là câu "Phan Lâm mãi quốc, triều đình khí dân".

Mà ngay giữa thập niên 1950, hay chính xác hơn là vào tháng 8 năm 1955, tờ tạp chí Nghiên Cứu Lịch Sử do ông Trần Huy Liệu lãnh đạo đã bắt đầu giới thiệu câu này. Rồi sau đó, trong khoảng thời gian từ năm 1955 đến năm 1957, hai vị lãnh đạo của ngành sử học miền Bắc là ông Trần Huy Liệu và ông Trần Văn Giàu đã liên tục giới thiệu nó với độc giả, cũng như đem nó vào trong trường học.

Trong những tác phẩm lịch sử nói trên của hai sử gia họ Trần, đặc biệt là ông Trần Huy Liệu, thì câu "Phan Lâm mãi quốc, triều đình khí dân" đã luôn được đem ra mỗi khi nói đến Phan Thanh Giản và cuộc kháng chiến chống Pháp của Trương Định - để biểu hiện một sự tương phản giữa giai cấp nông dân và nhân dân một bên, với giai cấp phong kiến và thực dân đối nghịch ở bên còn lại. Phan Thanh Giản được coi như một nhân vật phản diện hàng đầu, vì được cho là người đại diện cho bọn phong kiến đã thông đồng câu kết với thực dân Pháp để bán nước của "nhân dân ta" cho chúng. Còn theo ông Trần Văn Giàu thì hình ảnh Trương Định lại được đưa ra như một anh hùng dân tộc, tuy xuất thân "hào mục, sĩ phu"" nhưng vì có tinh thần "yêu nước" đặc biệt của người Nam Kỳ, nên đã khẳng khái chống lại mệnh vua.

Tóm lại, hai vị sử gia họ Trần ở miền Bắc đã nỗ lực vẽ ra một bức tranh lịch sử của xứ Nam Kỳ vào thập niên 1860. Và họ đã xây dựng nên câu chuyện lịch sử đó bằng cách dựa vào câu "Phan Lâm mãi quốc, triều đình khí dân" và câu chuyện chung quanh nó.

Để rồi đến năm 1963 thì tờ Nghiên Cứu Lịch Sử dưới sự lãnh đạo của ông Viện Trưởng Viện Sử Học Trần Huy Liệu mới thực hiện một phiên tòa đấu tố Phan Thanh Giản. Trong phiên tòa này, câu "Phan Lâm mãi quốc, triều đình khí dân" đã được sử dụng triệt để và trong nhiều vai trò khác nhau để kết tội Phan Thanh Giản. Nó vừa là một bản án, vừa là một bằng chứng cho bản án đó, lại vừa là một bằng chứng cho cái gọi là "nguyện vọng của nhân dân" để các sử gia miền Bắc sử dụng trong việc "nhất trí" kiên quyết không khoan hồng cho tội "mãi quốc" của bị can Phan Thanh Giản. Có thể nói rằng nó chính là một thứ **"thần chú vạn năng"**.

Thế nhưng không có một vị sử gia miền Bắc nào, trong suốt thời gian từ khi ông Trần Huy Liệu đưa câu "Phan Lâm mãi quốc, triều đình khí dân" ra trình làng vào năm 1955 cho đến khi ông ta qua đời vào năm 1969, chịu đặt ra một câu hỏi về nguồn gốc xuất xứ cũng như về tính xác thực của nó. Mà tất cả đều viết y theo những gì ông Trần Huy Liệu đã từng giới thiệu về câu này. Kể cả bài viết mở màn phiên tòa năm 1963 trên tờ Nghiên Cứu Lịch Sử của hai ông Đặng Huy Vận - Chương Thâu, khi hai ông đã chép lại gần như y nguyên những gì ông Trần Huy Liệu viết về câu này vào năm 1955 trên số 9 tờ Văn Sử Địa.

Có nghĩa là câu "Phan Lâm mãi quốc, triều đình khí dân" đã trở nên một **"sự thật lịch sử"** đối với giới sử học miền Bắc.

Chính vì sự chấp nhận không điều kiện này mà câu "Phan Lâm mãi quốc, triều đình khí dân" đã được đóng vai trò quan trọng bậc nhất trong việc kết án bán nước cho Phan Thanh Giản trong phiên tòa đấu tố năm 1963 trên tờ Nghiên Cứu Lịch Sử. Rồi trong những năm sau đó, tờ Nghiên Cứu Lịch Sử vẫn tiếp tục phổ biến câu này mỗi khi nói về Phan Thanh Giản hoặc Trương Định. Thậm chí cho đến khi ông Trần Huy Liệu qua đời thì ông Trần Văn Giàu vẫn tiếp tục dùng câu này trong các công trình nghiên cứu về tư tưởng yêu nước Việt Nam của ông ta.

Hai ông Trần Huy Liệu và Trần Văn Giàu là hai bậc trưởng thượng đã đào tạo ra nhiều thế hệ giáo sư sử học tại Việt Nam, trong đó có "tứ trụ" Đinh Xuân Lâm, Phan Huy Lê, Hà Văn Tấn và Trần Quốc Vượng. Trong số bốn vị giáo sư này, ba người đã tiếp tục phổ biến câu "Phan Lâm mãi quốc, triều đình khí dân", như đã nói trong phần Dẫn Nhập. Mà họ không hề làm phận sự của một giáo sư bộ môn lịch sử - là phải tìm hiểu cặn kẽ về một câu với tầm vóc lịch sử như vậy. Giỏi lắm thì họ có đặt chút nghi ngờ về xuất xứ của câu này, nhưng rồi lại vẫn tiếp tục cho rằng đó là một **nguồn dư luận** cần phải được ghi nhận.

Cho nên mặc dù đã có đến hai cuộc hội thảo với tầm cỡ quốc gia về Phan Thanh Giản vào năm 1994 và 2003, nhưng lý lịch của câu "Phan Lâm mãi quốc, triều đình khí dân" vẫn mù mờ, vì không hề được xét đến. Hậu quả là ngày hôm nay nó đã trở thành một thứ kiến thức phổ thông ở Việt Nam. Cùng với câu chuyện được dựng lên chung quanh nó, câu này đã được chấp nhận trên toàn quốc Việt Nam như là một sự thật lịch sử.

Như đã trình bày trong phần Dẫn Nhập, một trong những mục đích của bài viết này là tìm hiểu về lai lịch và tác giả của câu "Phan Lâm mãi quốc, triều đình khí dân". Và người viết sẽ làm điều đó trong Phần 3. Còn trong Phần 1 trên đây, người viết đã cho thấy ảnh hưởng sâu rộng của câu này, từ vai trò "thần chú vạn năng" trong phiên tòa đấu tố Phan Thanh Giản cho đến vị thế "sự thật lịch sử" của nó ngày nay.

Nhưng nó có phải là một "sự thật lịch sử", như đã được trình bày bởi các sử gia miền Bắc hay không? Câu hỏi này chưa bao giờ được trả lời.

Do đó, trước khi đi tìm nguồn gốc xuất xứ của câu "Phan Lâm mãi quốc, triều đình khí dân" trong Phần 3, người viết cần phải **xác định xem câu này và câu chuyện chung quanh nó** - như đã được tạo dựng bởi hai ông Trần Huy Liệu và Trần Văn Giàu - **có đúng với lịch sử** hay không.

Và vì thế, trong Phần 2 dưới đây, từ chương IV đến chương XI, người viết sẽ nghiên cứu các tài liệu quan trọng và liên quan của thời gian này; để tìm hiểu và xác định về mức độ trung thực lịch sử của câu "Phan Lâm mãi quốc, triều đình khí dân" cùng với câu chuyện chung quanh nó.

PHẦN 2

CÂU "PHAN LÂM MÃI QUỐC, TRIỀU ĐÌNH KHÍ DÂN" VÀ CÂU CHUYỆN CHUNG QUANH NÓ NHƯ ĐÃ ĐƯỢC TRÌNH BÀY CÓ ĐÚNG VỚI LỊCH SỬ HAY KHÔNG?

Khi nhìn lại quá trình xuất hiện của câu "Phan Lâm mãi quốc, triều đình khí dân" tại miền Bắc, từ lần đầu tiên vào tháng 8 năm 1955 trên tờ Văn Sử Địa với bài viết của ông Trần Huy Liệu cho đến khi nó trở thành vai chính trong phiên tòa đấu tố Phan Thanh Giản năm 1963, qua rất nhiều bài viết của các sử gia miền Bắc, đặc biệt là hai ông Trần Huy Liệu và Trần Văn Giàu, ta có thể thấy được đại ý của **câu chuyện chung quanh nó** mà các vị này muốn thuật lại cho người đọc, như sau:

1. Trương Định và nghĩa quân là đại diện cho "giai cấp nông dân" và "nhân dân".

2. Phan Thanh Giản và triều đình Huế là đại diện cho "giai cấp phong kiến".

3. Giai cấp phong kiến đã câu kết với thực dân Pháp để bán nước của "nhân dân".

4. Phe "nhân dân" đã thể hiện "nguyện vọng" và "dư luận" của mình qua việc lên án phe "phong kiến" bằng câu "Phan Lâm mãi quốc, triều đình khí dân" đề trên lá cờ khởi nghĩa.

Như vậy, khi sử dụng câu "Phan Lâm mãi quốc, triều đình khí dân" trong các tác phẩm của mình, hai ông sử gia họ Trần đã kể lại một câu chuyện hay vẽ ra một bối cảnh lịch sử Việt Nam vào thập niên 1860 chung quanh câu này. Theo câu chuyện đó, hai ông đã giới thiệu với độc giả sáu nhóm người (hay nhân vật), và **chia sáu nhóm người đó ra thành hai phe chính tà rõ rệt như sau:**

- Phe "nhân dân" tức phe "chính nghĩa" gồm có: 1) nhân dân Nam Kỳ; 2) nghĩa quân Gò Công; 3) Trương Định, và

- Phe "phong kiến" câu kết với "thực dân", tức phe "gian tà" gồm có: 4) Phan Thanh Giản, Lâm Duy Hiệp; 5) triều đình Huế; 6) Pháp .

Rồi như ông Trần Huy Liệu giải thích, Phan Lâm và triều đình Huế là những đại diện cho "giai cấp phong kiến" đã đàn áp và bóc lột "giai cấp nông dân" tức "nhân dân ta" từ bao đời nay. Đến khi thực dân Pháp xâm chiếm Việt Nam thì "giai cấp phong kiến" phản động này lập tức đầu hàng và câu kết với "thực dân" mà cũng là bọn "tư bản" để tạo nên một lực lượng "phản động" hay phe "gian tà", nhằm mục đích cùng nhau tiếp tục bóc lột "nhân dân". Nhưng phe "nhân dân" đã qui tụ chung quanh Trương Định và chống lại phe "phong kiến" gian tà phản động này để giữ nước. Và phe "nhân dân" đã thể hiện sự chống đối đó với một bằng chứng rõ ràng là tám chữ "Phan Lâm mãi quốc, triều đình khí dân" đề trên lá cờ khởi nghĩa của Trương Định. Do đó, cái câu tám chữ nói trên chính là một lời tuyên ngôn và cũng là một bản án của phe "nhân dân" chính nghĩa dành cho phe "phong kiến" phản động của Phan Lâm và triều đình.

Như vậy, sự quan trọng của câu "Phan Lâm mãi quốc, triều đình khí dân" không phải chỉ nằm ở ý nghĩa của nó, mà còn ở chỗ **ai đã nói ra nó và tại sao, trong hoàn cảnh nào**. Nói cách khác, chính **câu chuyện chung quanh câu này** mới cho ta thấy được dụng ý của hai ông sử gia họ Trần. Vì khi thuật lại câu chuyện như trên, hai ông Trần Huy Liệu và Trần Văn Giàu đã công khai áp dụng cả **"chủ nghĩa Mác" và "chủ nghĩa dân tộc"** (nationalism), hai thứ chủ nghĩa không hề có mặt tại Việt Nam vào thế kỷ 19, để **viết lại lịch sử** của thời gian đó.

Chủ nghĩa Mác, theo lời ông Trần Huy Liệu[66], khi ông ta đứng trên **lập trường giai cấp** để tạo ra phe "nhân dân" với thành phần chủ lực là "nông dân" và đại diện bởi lực lượng nghĩa quân

---

(66) Nhưng có lẽ đúng ra phải là chủ nghĩa Mao, vì Marx không nói đến vai trò của giai cấp nông dân và nhất là nông dân ở Á Châu như Mao Trạch Đông.

Trương Định. Bên cạnh đó, ông Trần Huy Liệu còn tạo ra thêm một lực lượng đối lập là "giai cấp phong kiến" bóc lột nhân dân, đại diện bởi Phan Thanh Giản và triều đình Huế .

Chủ nghĩa dân tộc[67], vì như cả hai ông sử gia họ Trần đã rất tự nhiên mà khẳng định, **"nước ta"** hay **"tổ quốc ta"** lúc đó là của **"nhân dân ta"**, của **"dân tộc ta"**. Do đó, việc triều đình Huế qua đại diện Phan Thanh Giản ký kết hiệp ước 1862 với Pháp đã được ông Trần Huy Liệu coi như là một hành động "dâng nước" của nhân dân cho giặc. Cũng như qua hành động đó, ông ta cho rằng "giai cấp phong kiến" đã phản bội nhân dân/dân tộc để thỏa hiệp với bọn "thực dân cướp nước", nhằm bảo vệ quyền lợi của giai cấp mình. Còn đối với ông Trần Văn Giàu thì hành động kháng cự lệnh vua của "hào mục, sĩ phu" Trương Định cho thấy rằng tinh thần yêu nước/dân tộc của người Nam Kỳ đã chiến thắng chủ nghĩa trung quân của thời gian đó.

Tài tình hơn nữa, ông Trần Huy Liệu còn vượt qua được sự **mâu thuẫn ắt phải có**, khi áp dụng cả hai thứ chủ nghĩa này cùng một lúc cho thế kỷ 19 ở Việt Nam, bằng cách cho rằng "thực dân" cũng chính là "tư bản", và "nhân dân" thì đã được lãnh đạo bởi những "nghĩa quân"/"nông dân". Do đó, hai thứ chủ nghĩa tân thời nói trên chẳng những đã được ông Trần Huy Liệu sử dụng, mà còn **trộn lẫn** vào nhau, để tạo nên sự thuận tiện cho việc vẽ ra một bức tranh lịch sử của Việt Nam ở thế kỷ 19, với hai phe chính tà trắng đen rõ rệt.

Nhưng cả hai chủ nghĩa này lại là hai thứ chủ nghĩa chỉ được phổ biến và trở thành quan trọng tại Việt Nam vào thế kỷ 20, nhất là trong khoảng thời gian mà hai ông sử gia họ Trần viết về câu "Phan Lâm mãi quốc, triều đình khí dân". Điều chắc chắn là chúng không hề được biết đến tại Việt Nam vào những năm 1860 của thế kỷ 19, khi câu chuyện chung quanh câu này được cho là đã xảy ra.

Thế nhưng, điều hiển nhiên là hai ông Trần Huy Liệu và Trần

---

(67) Đúng hơn là một thứ chủ nghĩa dân tộc sơ khai hoặc cực đoan dùng để chống lại thực dân vào thế kỷ 20. Vì chủ nghĩa dân tộc tức nationalism này là một lãnh vực cực kỳ rộng lớn không thể nào đi vào chi tiết trong bài viết này được, nên người viết chỉ xin ghi nhận ý kiến của mình như trên.

Văn Giàu đã dựa vào hai thứ chủ nghĩa rất mới mẻ này, để thuật lại một câu chuyện lịch sử trước đó cả trăm năm. Mà khi dựa vào "dân tộc", "nhân dân' và "nông dân", khi sử dụng hai chủ nghĩa của thế kỷ 20 để viết lịch sử thế kỷ 19 như vậy, thì hai ông đã phạm vào ngay lỗi lầm mà chính hai ông đã từng đưa ra và cảnh cáo người đọc. Đó là việc **dùng quan điểm của thời nay để xét đoán lịch sử thời xưa.**

Và như sẽ thấy trong Phần 2 dưới đây, một điều rõ ràng không thể chối cãi được là vào thế kỷ 19 tại Việt Nam, hay đúng hơn là tại nước Đại Nam của triều đình nhà Nguyễn, thì tất cả mọi người, từ vua quan cho đến dân chúng, đều **chỉ biết đến chủ nghĩa trung quân** dựa trên nền tảng nho giáo mà thôi. Và theo đó, **trung quân cũng chính là ái quốc.**

Mà như vậy thì có nghĩa là bức tranh lịch sử Việt Nam vào thế kỷ 19 của hai ông sử gia họ Trần **không thể nào đúng với lịch sử!** Có nghĩa là câu "Phan Lâm mãi quốc, triều đình khí dân" và câu chuyện chung quanh nó không thể xảy ra vào thế kỷ 19 ở Nam Kỳ như hai ông đã kể.

Nhưng để kiểm nghiệm xem lịch sử thời đó có giống như câu chuyện mà hai ông Trần Huy Liệu và Trần Văn Giàu đã viết về câu "Phan Lâm mãi quốc, triều đình khí dân" hay không, người viết xin trình bày với bạn đọc sự nghiên cứu của mình về các tài liệu lịch sử thời đó, trong Phần 2 này.

Mục tiêu chính xác của người viết là tìm hiểu về **mối liên hệ giữa 6 nhóm người thuộc hai phe chính tà** như đã được thuật lại bởi hai ông sử gia họ Trần với câu "Phan Lâm mãi quốc, triều đình khí dân" và câu chuyện chung quanh nó, để xem có rõ rệt trắng đen như vậy hay không, và phe "chính nghĩa" của "nhân dân" có thể thật sự đã sử dụng câu "Phan Lâm mãi quốc, triều đình khí dân" để lên án phe kia hay không?

Người viết sẽ giới thiệu mỗi tài liệu trong một chương riêng biệt ở Phần 2 này để bạn đọc tiện việc theo dõi.

CHƯƠNG IV

ĐIỀU SỐ 11 CỦA HÒA ƯỚC 1862

Có lẽ tài liệu lịch sử quan trọng nhất và đã gắn liền với cuộc đời và danh tiếng của Phan Thanh Giản là hòa ước 1862 (Nhâm Tuất). Thế nhưng có lẽ không một sử gia nghiên cứu về Phan Thanh Giản nào lại chịu khó đọc hết nguyên văn của bản hòa ước cực kỳ quan trọng này khi viết về ông. Mà phần lớn đều chỉ lặp lại những gì đã được đọc về nó, qua ngòi bút của người khác. Và với các sử gia miền Bắc, thì điều này càng rõ ràng và tệ hại hơn nữa. Như đã thấy, họ gọi hòa ước này là "hàng ước", và những người Việt điều đình rồi ký kết nó như Phan Thanh Giản và Lâm Duy Hiệp là những kẻ "đầu hàng" hay "bán nước".

Điển hình là ông Viện Trưởng Viện Sử Học Trần Huy Liệu, dưới bút hiệu Hải Thu, đã viết như sau về hòa ước 1862:

"Lúc Phan Lâm ký hòa ước 1862, nghĩa quân Trương- Định đang hoạt động mạnh. Phan ba lần dụ Trương-Định theo chủ trương của triều đình mà bãi binh, Phan lại còn làm môi giới 4 lần đưa thư dụ hàng của Pháp cho Trương-Định. Lúc đầu Trương-Định đã muốn nghe theo lời Phan mà bãi binh, nhưng nghĩa quân khuyên Trương ở lại, và tôn Trương làm "Bình Tây đại nguyên soái", tiếp tục kháng chiến với khẩu hiệu: "Phan Lâm mãi quốc, triều đình khí dân". Khẩu hiệu này chứng tỏ nghĩa quân rất sáng suốt sớm thấy rõ bản chất của Phan Lâm và triều đình nhà Nguyễn, biết gắn liền tội lỗi của Phan Lâm với triều đình một cách chính xác, gọn, cụ thể và đúng mức. Đó là một lời nguyền rủa, một tiếng thét căm hờn của nhân dân khắp nước ném vào mặt triều đình và bè lũ Phan Lâm.

***Hòa ước 1862 thật vô cùng tai hại. Ngoài 12 điều khoản cụ thể phải thi hành một cách nhục nhã, ngoài ý nghĩa phản bội đối với nghĩa quân đương liên tiếp chiến thắng ở ba tỉnh miền Đông Nam-kỳ, hoà ước còn có mặt vô cùng tai hại về chính trị và tư tưởng đối với từng lớp trung gian và những người do dự hoang mang.* "**[68]**

Nghĩa là đối với ông Trần Huy Liệu thì hòa ước 1862 này chính là cái mốc đánh dấu sự phản bội "nhân dân" của triều đình nhà Nguyễn và giai cấp phong kiến, mà đại diện của nó là Phan Thanh Giản, người đã ký kết hòa ước này với Pháp. Sự "đầu hàng" qua việc ký kết hòa ước này dẫn tới việc "phản bội" nhân dân, như đã được thể hiện qua việc Phan Thanh Giản ba lần bốn lượt dụ dỗ Trương Định bãi binh. Hơn nữa, theo ông Hải Thu - Trần Huy Liệu thì **cả 12 điều khoản của hòa ước này đều tai hại, đều là sự nhục nhã.**

Tuy nhiên, để thấy rằng ông Trần Huy Liệu cũng như các sử gia đàn em của ông đã không hề ngó tới nguyên văn của hòa ước này cho nên mới có những ý kiến như trên, người viết xin mời các bạn đọc nghiên cứu thêm về điều số 11 của hòa ước 1862. Đây là một điều khoản cực kỳ quan trọng mà chắc chắn là Phan Thanh Giản đã phải cực lực đàm phán và thương thuyết với Đề Đốc Bonard của Pháp và Đại Tá Palanca Gutierrez của Tây Ban Nha mới có được. Rồi sau đó, cũng chính Phan Thanh Giản đã thi hành điều khoản này, để đem lại một thắng lợi không nhỏ về ngoại giao cũng như về chính trị cho triều đình Huế. Và đó là việc lấy lại Vĩnh Long từ tay người Pháp, mà không mất một viên đạn hay một mạng người Việt nào.

Nhưng đương nhiên là ông Trần Huy Liệu cũng như các sử gia miền Bắc không bao giờ nhắc đến điều số 11 nói trên. Vì nó chính là một công trạng và thắng lợi về ngoại giao cũng như về chính trị của Phan Thanh Giản mà họ không hề biết, hoặc không muốn cho ai biết.

Như đã tóm tắt trong Phần 1, liên quân Pháp-Tây Ban Nha đánh bại Nguyễn Tri Phương tại đại đồn Chí Hòa năm 1861 và sau

---

(68) Hải Thu, Ibid

đó liên tiếp chiếm đóng **bốn tỉnh** lân cận là Gia Định, Định Tường, Biên Hòa, và Vĩnh Long, chỉ trong vòng một năm. Và nếu như tỉnh Gia Định là thủ phủ của ba tỉnh miền Đông, thì có thể nói rằng Vĩnh Long là thủ phủ của ba tỉnh miền Tây Nam Kỳ. Do đó, việc mất tỉnh thành Vĩnh Long vào tay liên quân Pháp-Tây đồng nghĩa với việc sẽ mất trọn cả Nam Kỳ.

Việc này cộng với những cuộc nổi loạn ở Bắc Kỳ đã làm cho vua Tự Đức nóng lòng muốn thương thuyết với Pháp ở Nam Kỳ, để rảnh tay đối phó với tình hình Bắc Kỳ. Vì vậy, triều đình nhà Nguyễn đã phải chấp nhận chịu mất ba tỉnh miền Đông Nam Kỳ là Biên Hòa, Gia Định và Định Tường cho Pháp, theo hòa ước 1862.

Và đây chính là điều mà tất cả mọi sử gia đều nói về hòa ước 1862 và Phan Thanh Giản, người thương thuyết và ký kết hòa ước đó.

Nhưng không một ai nhắc đến điều số 11 của nó. Mà theo điều này, Pháp sẽ trả lại tỉnh thành Vĩnh Long cho vua An Nam, nếu vua An Nam ra lệnh và giải tán những lực lượng kháng Pháp tại hai tỉnh Gia Định và Định Tường.

Để bạn đọc tiện việc tham khảo nguyên văn của điều khoản cực kỳ quan trọng nhưng không ai nói tới này, người viết xin chép lại điều khoản đó bằng tiếng Pháp, tiếng Tây Ban Nha, và tiếng Hán - ba thứ chữ được dùng để thảo bản hòa ước 1862. Bạn đọc sẽ thấy rằng có những điểm nhỏ khác nhau giữa hai bản tiếng Pháp-Tây và bản tiếng Hán. Nhưng đại ý của điều khoản số 11 trong cả ba văn bản thì đều giống như nhau.

Bản tiếng Pháp:

Art. 11. La citadelle de Vinh-luong sera gardée jusqu'à nouvel ordre par les troupes Françaises, sans empêcher pourtant en aucune façon l'action des Mandarins Annamites. Cette citadelle sera rendue au Roi d'Annam aussitôt qu'il aura mis fin à la rébellion qui existe aujourd'hui par ses ordres dans les provinces de Gia-Định et de Định-Tường, et lorsque les chefs de ces rébellions seront partis et le pays tranquille et soumis comme il convient à un pays en paix.[69]

Người viết dịch ra tiếng Việt như sau:

Điều 11. Thành Vĩnh-luong (Vĩnh Long) sẽ được giữ bởi quân đội Pháp cho đến khi có lệnh mới, nhưng không ngăn trở bằng bất cứ cách gì những việc của các quan Annam. Thành này sẽ được trả lại cho vua Annam ngay khi nhà vua chấm dứt cuộc nổi loạn do ông ta ra lệnh ở các tỉnh Gia-Định và Định-Tường, và khi mà những lãnh tụ của những cuộc nổi loạn đó rời đi để xứ này yên ổn như một quốc gia thái bình.

Và bản tiếng Tây Ban Nha với ý nghĩa hoàn toàn giống như bản tiếng Pháp, do đại tá Palanca Gutierrez ghi lại trong cuốn sách hồi ký của ông ta[70]:

Art. 11. La Ciudadela de Vinh-luong será ocupada hasta nueva órden por las tropas francesas sin que por esto se impida en manera alguna la accion de los Mandarines annamitas, y dicha fortaleza será evacuada y entregada á S. M. el Rey de Annam, tan pronto como haya conseguido que cese la rebelion que hoy existe por su órden en la provincia de Gia-dinh y Ding-Tuong, y que los Gefes de dicha rebelion quedando el pais sometido y tranquilo como es consiguiente al estado de paz.

Còn đây là bản tiếng Hán[71]:

第拾壹款

永隆省現已爲富浪沙國所得，今暫爲駐守。但富浪沙國之官兵雖住扎於永隆，凡屬南國之事，歸南國官辦理者，富浪沙官兵毫無插進兼理以及 禁止等事。

---

(69) Vì nguyên bản tiếng Pháp và Tây Ban Nha viết là "Vinh-luong", nên người viết đã chép lại đúng như vậy.

(70) Carlos Palanca Gutierrez, "Reseña histórica de la Expedicion de Cochinchina", 1869, Impr. y Litografía de Liberato Montells, Cartagena, p. 306

(71) Cả hai bản tiếng Pháp và tiếng Hán của hòa ước 1862 này được sao lại từ bản chụp trong phần phụ lục cuốn "Phan Thanh Gian Patriote Et Précurseur Du Vietnam Moderne: Ses dernières années 1862-1867", L'Harmattan, Paris 2002 của Phan Thi Minh Lê và Pierre Chanfreau.

惟南國現猶有奉命私探，乘隙進攻之各官，潛藏於嘉定，定详二 省，現旣已息兵又立和約，南國皇上必須將此等官員召囬，俾地方人民均得 平安，則富浪沙國即將永隆省交囬南國管属。

Đệ thập nhất khoản

Vĩnh Long tỉnh hiện dĩ vi Phú Lãng Sa quốc sở đắc, kim tạm vi trú thủ. Đãn Phú Lãng Sa quốc chi quan binh tuy trú trát ư Vĩnh Long, phàm thuộc Nam quốc chi sự, qui Nam quốc quan biện lý giả. Phú Lãng Sa quan binh hào vô sáp tiến kiêm lý dĩ cập cấm chỉ đẳng sự.

Duy Nam quốc hiện do hữu phụng mệnh tư thám, thừa khích tiến công chi các quan, tiềm tàng ư Gia Định, Định Tường nhị tỉnh, hiện ký dĩ tức binh hựu lập hoà ước, Nam quốc hoàng thượng tất tu tương thử đẳng quan viên triệu hồi, tỉ địa phương nhân dân quân đắc bình an tắc Phú Lãng Sa quốc tức tương Vĩnh Long tỉnh giao hồi Nam quốc quản thuộc.

Dịch:

Khoản thứ mười một

Tỉnh Vĩnh Long hiện do nước Pháp lấy được, nay tạm đóng giữ ở đó. Thế nhưng tuy quan binh nước Pháp đóng quân ở Vĩnh Long, hễ việc gì thuộc chuyện của nước Nam thì đưa về cho quan nước Nam giải quyết. Quan binh nước Pháp không được xen vào [để cùng giải quyết] hay ngăn cấm [việc đó] gì cả.

Riêng có các quan của nước Nam phụng mệnh [vua] xem xét để thừa kẽ hở mà tấn công hiện còn đang ẩn náu ở hai tỉnh Gia Định, Định Tường thì nay đã lập hoà ước và ngừng việc binh, vậy hoàng thượng nước Nam hãy triệu hồi những quan viên đó về để cho nhân dân đều được bình an, ắt nước Pháp sẽ lập tức đem tỉnh Vĩnh Long trả lại cho nước Nam quản thuộc.[72]

Như vậy, điều số 11 của hòa ước 1862 rõ ràng là một sự nhượng bộ của bên Pháp-Tây, và là một thắng lợi duy nhất của nhà Nguyễn.

---

(72) Người sao chép bản tiếng Hán, phiên âm ra Hán Việt và dịch ra tiếng Việt là học giả Nguyễn Duy Chính. Người viết xin cám ơn tiến sĩ Nguyễn Duy Chính.

Vì nó sẽ giao trả lại Vĩnh Long cho nhà Nguyễn, trong khi quân Pháp lúc đó đang chiếm đóng tỉnh thành này. Và đó chắc chắn là nhờ công sức đàm phán và thương thuyết của Phan Thanh Giản và Lâm Duy Hiệp với Bonard và Palanca Gutierrez. Cần nhớ rằng liên quân Pháp-Tây đã chiếm được Vĩnh Long sau những trận chiến với nhiều xương máu của quân lính phe họ. Và như đã biết, Vĩnh Long là tỉnh quan trọng nhất của miền Tây Nam Kỳ. Do đó, sự nhượng bộ này của phe liên quân Pháp-Tây với nhà Nguyễn chắc chắn không phải là một sự ngẫu nhiên, mà chính là do tài ngoại giao của hai ông Phan, Lâm.

Nhưng sự thành công về mặt thương thuyết đó mới chỉ là phân nửa của vấn đề. Phần còn lại, quan trọng hơn nữa, là liệu người Pháp có giữ lời hứa và trả lại tỉnh thành Vĩnh Long như đã giao hẹn hay không, nếu như bên Việt thực hành điều khoản 11 này của hòa ước? Việc đó đòi hỏi một sự phán đoán chính xác về phía đối phương, cũng như sự thi hành điều ước của phe mình. Sau cùng, còn phải chứng tỏ cho bên đối phương thấy rằng bên mình đã hoàn thành trách nhiệm kêu gọi giải giáp các lực lượng kháng chiến ở hai tỉnh Gia Định và Định Tường, như đã giao ước bởi điều số 11.

Cho nên không phải ngẫu nhiên mà ngay sau khi hòa ước 1862 được ký kết thì vua Tự Đức ngoài mặt than thở đổ hết trách nhiệm mất đất cho hai ông Phan Lâm, rồi còn "phạt" hai ông bằng cách xuống chức Phan Thanh Giản làm tổng đốc Vĩnh Long, còn Lâm Duy Hiệp làm tuần phủ Bình Thuận. Nhưng bề trong thì rõ ràng là nhà vua đã giao cho hai ông đại thần này trọng trách phải thi hành điều số 11 mà họ vừa thương thuyết, để sao cho bên Pháp phải trả lại tỉnh thành Vĩnh Long cho nhà Nguyễn như đã giao hẹn.

Và nhiệm vụ của hai ông Phan, Lâm trong cương vị đứng đầu hai tỉnh giáp giới với vùng đất của Pháp (ba tỉnh miền Đông) này chính là việc thi hành mệnh lệnh của nhà vua mà giải giáp các lực lượng kháng chiến ở Gia Định và Định Tường. Quan trọng hơn nữa, hai ông còn phải chứng tỏ cho bên Pháp thấy rằng bên Việt đã hoàn thành trách nhiệm này, để đòi lại Vĩnh Long theo điều số 11 nói trên.

Đó là lý do tại sao Phan Thanh Giản phải thuyết phục người Pháp, hay đúng hơn là phải chứng minh cho Đề Đốc Bonard thấy, rằng ông đã từng đích thân viết thư kêu gọi Trương Định giải giáp và bãi binh theo lệnh nhà vua. Đó là lý do tại sao khi Trương Định không chịu làm theo lệnh vua thì Phan Thanh Giản tuyên bố với Bonard rằng Trương Định là một kẻ phản loạn, và do đó triều đình Huế không còn chịu trách nhiệm gì về ông ta nữa. Đó là lý do tại sao Phan Thanh Giản đã, nếu quả thật như vậy, "ba lần, bốn lượt" kêu gọi Trương Định bãi binh theo lệnh triều đình.

Và đây là một điều rất dễ hiểu, rất đơn giản và hoàn toàn rất hợp lý - nếu chịu khó đọc điều số 11 của hòa ước 1862. **Bởi tất cả những gì Phan Thanh Giản đã làm về/với Trương Định, không ngoài mục đích là để "chứng minh" cho người Pháp thấy rằng bên ông đã giữ đúng lời hứa, cho nên bên Pháp phải trả lại tỉnh thành Vĩnh Long.**

Nhưng người Pháp thì chắc chắn là không dại dột gì mà chẳng nhìn thấy những việc làm hợp lý và có kế hoạch đó của Phan Thanh Giản và triều đình Huế. Paulin Vial, một sĩ quan Pháp đã có mặt tại Việt Nam từ những ngày đầu cuộc chiến, và ở lại Việt Nam nhiều năm sau đó, để leo lên đến những chức vụ cao nhất trong guồng máy cai trị của chính quyền thuộc địa, đã nói rõ về những điều này trong bộ sách hồi ký đồ sộ *"Les premières années de la Cochinchine, colonie française"* của ông ta.

Đây là một bộ sách có nhiều chi tiết nhất về tình hình Nam Kỳ trong những năm 1860. Và theo Paulin Vial thì hai vị đại thần Phan Thanh Giản và Lâm Duy Hiệp đã nhận lãnh những nhiệm vụ khó khăn nhất; nhưng đã đem lại một sự thành công lớn lao cho đất nước của họ:

"Ces deux hauts fonctionnaires avaient rendu un grand service à leur pays en arrêtant les progrès des Français. Ils avaient encore une mission délicate et périlleuse à remplir: ils devaient faire croire à la bonne foi, au sincère désir de tenir la parole donnée au nom de leur gouvernement. Phan-tan-giang s'installa modestement de l'autre côté du Longhô, dans un village en face de la citadelle de

Vinh-long, occupée par les Français, et il entretient avec eux les relations les plus cordiales. Il engagea vivement l'amiral Bonard à ne pas précipiter les événements, à ne pas provoquer une effusion de sang inutile, se chargeant d'intervenir auprès des rebelles pour les amener à composition. "[73]

Người viết dịch lại như sau:

"Hai vị đại thần này đã cống hiến một lợi ích to lớn cho đất nước của họ qua việc ngăn chặn bước tiến của người Pháp. Họ vẫn còn một nhiệm vụ tế nhị và hung hiểm phải hoàn thành: họ phải làm cho người ta tin vào thiện ý, vào sự thành thực mong muốn giữ lời mà chính phủ của họ đã hứa. Phan-tan-giang (Phan Thanh Giản) đã tạm trú đóng một cách khiêm nhường ở phía bên kia của Longhô (Long Hồ), trong một làng đối diện với tòa thành Vinh-long (Vĩnh Long), (nơi) đang bị chiếm đóng bởi người Pháp, và ông ta giữ được những quan hệ thân thiện nhất với họ. Ông ta kêu gọi Đề Đốc Bonard đừng tạo ra những sự cố, đừng kích động sự đổ máu vô ích, (và ông ta) nhận lấy trách nhiệm can thiệp với những kẻ nổi loạn để đem họ đến một sự thỏa hiệp."

Như vậy, một người Pháp thuộc loại "thực dân" nhất, và hiểu rõ tình hình Nam Kỳ nhất, Paulin Vial, đã công khai nhìn nhận rằng Phan Thanh Giản phải thi hành những nhiệm vụ khó khăn nhất từ phía ông ta, và đã thành công rực rỡ trong việc thi hành những công tác tế nhị và nguy hiểm này. Và đó là việc Phan Thanh Giản đã ngăn cản được sự tiến quân của Pháp, qua sự thuyết phục Đề Đốc Bonard hãy tạm ngưng chiến để cho ông có thời giờ mà kêu gọi những lực lượng kháng chiến phải tuân lệnh giải giáp của nhà vua theo hòa ước 1862.

Đối với Paulin Vial, đó là một kế hoạch câu giờ của triều đình Huế. Ông ta nhìn ra ngay một sự phối hợp giữa triều đình Huế và các lực lượng kháng chiến ở Nam Kỳ. Nhưng ông ta đã vừa tức tối

(73) Paulin Vial, "Les premières années de la Cochinchine, colonie française", Tome Premier, p. 164, Challamel Aîné, Libraire-éditeur, Paris 1874. https://archive.org/details/lespremiresanne01vialgoog, hay
https://gallica.bnf.fr/ark:/12148/bpt6k5790423j.r=premi%C3%A8res%20ann-n%C3%A9es%20de%20l%20a%20Cochinchine%2C%20colonie%20fran%C3%A7a-ise?rk=21459;2#

mà phải vừa khâm phục để nhìn nhận rằng Phan Thanh Giản đã đóng một vai trò trung gian xuất sắc, cũng như đã thành công trong việc thuyết phục Bonard rằng hãy để ông giải quyết vấn đề. Nhờ đó, Phan Thanh Giản đã cho những lực lượng kháng chiến như Trương Định đủ thời gian để chuẩn bị cho sự tấn công của Pháp.

Nhưng vẫn chưa hết, Vial lại càng bực bội hơn nữa với sự thành công của Phan Thanh Giản trong việc thuyết phục vị chỉ huy Bonard của ông ta rằng phía Việt Nam đã hoàn thành điều số 11 trong việc giải giáp các lực lượng kháng chiến, và do đó bên Pháp phải trả lại Vĩnh Long cho nhà Nguyễn. Vial đã thuật lại những mốc thời gian chung quanh việc này vào cuối năm 1862 như sau

"Dès le commencement de novembre, l'amiral déclare à Phan-tan-giang que Quan-Dinh est un rebelle et traité comme tel; cependant il consent à faire une dernière proclamation de concert avec lui pour inviter les insurgés à se soumettre."[74]

"Từ đầu tháng 11, đề đốc (Bonard) tuyên bố với Phan-tan-giang (Phan Thanh Giản) rằng Quan-Dinh (Quản Định) là một tên phản loạn và (cần được) đối xử như vậy, tuy nhiên, ông (Bonard) đồng ý cùng làm chung một bản tuyên cáo cuối cùng với ông ta nhằm kêu gọi những kẻ nổi loạn hàng phục."

"Au commencement de décembre, l'amiral Bonard eut un moment l'espoir que les Annamites exécuteraient fidèlement le traité; le paiement du premier terme de l'indemnité lui parut une preuve suffisante de leur bonne foi. Il se décida à offrir à Phan-tan-giang la restitution de Vinh-long; les assurances de ce mandarin et les affirmations énergiques de quelques optimistes contribuaient à le tromper."[75]

"Vào đầu tháng 12, Đề Đốc Bonard có một thoáng hy vọng rằng người Annam sẽ thực hành hòa ước một cách nghiêm chỉnh; số tiền bồi thường được trả đợt đầu đối với ông có vẻ đủ để chứng minh cho sự khả tín của họ. Ông quyết định hứa trả Vinh-long (Vĩnh Long) cho Phan-tan-giang (Phan Thanh Giản); những lời

____

(74) Ibid, p. 191, người viết dịch đoạn này ra tiếng Việt.
(75) Ibid, p. 193, người viết dịch đoạn này ra tiếng Việt.

bảo đảm của vị quan này cùng với những thêm thắt nhiệt tình của vài kẻ lạc quan đã góp phần cho việc phỉnh gạt ông ta."

Như vậy, Paulin Vial nói thẳng ra là Phan Thanh Giản đã thành công trong việc đánh lừa Đề Đốc Bonard, rằng bên Annam đã nghiêm chỉnh thực hành điều số 11 của hòa ước 1862. Rồi cũng chính vì sự lừa gạt này mà Bonard đã hứa với Phan Thanh Giản là sẽ trả lại Vĩnh Long. Đương nhiên, đây chỉ là ý kiến của một cá nhân người Pháp. Nhưng đó lại là một người có nhiều thẩm quyền nhất để nói lên những điều này, bởi ông ta là một nhân chứng đã sống qua và theo dõi sát sao những sự kiện nói trên trong thời gian đó tại Nam Kỳ.

Và rồi sau cùng thì Paulin Vial đã phải tức tối mà nhìn nhận sự thành công về đường lối chính trị của Phan Thanh Giản *(sa politique)*, khi vị đại thần nhà Nguyễn tiếp thu tỉnh thành Vĩnh Long từ tay người Pháp vào tháng 5 năm 1863:

"Phan-tan-giang était revenu de Huế en même temps que les ambassadeurs, et il avait repris son poste à Vinh-long le 25 avril. Il était chargé de réoccuper la citadelle que l'amiral Bonard avait promis de lui remettre, il devait ensuite aller en France...

C'est le 25 mai que Phan-tan-giang put rentrer dans la citadelle de Vinh-long: ce fut un véritable triomphe pour lui et pour sa politique; ses compatriotes y virent le présage de la réoccupation prochaine de toutes les citadelles de Gia-đinh. Ce fut le commandant d'Ariès, le vaillant défenseur de Saïgon, qui eut la contrariété de remettre ce gage entre les mains de nos anciens ennemis."[76]

"Phan-tan-giang (Phan Thanh Giản) trở về từ Huế cùng thời gian với các đại sứ, và ông ta trở lại chức vị cũ ở Vinh-long (Vĩnh Long) vào ngày 25 tháng 4. Ông ta giữ trách nhiệm tiếp quản tòa thành mà Đề Đốc Bonard đã hứa giao cho ông, kế đó ông phải đi qua Pháp...

Ngày 25 tháng 5 là ngày mà Phan-tan-giang (Phan Thanh

---

(76) Ibid, p. 220, người viết dịch ra tiếng Việt.

Giản) có thể trở vào thành Vinh-long (Vĩnh Long): đó là một chiến thắng thực sự cho ông ta và đường lối chính trị của ông ta; những người của phe ông ta nhân đó mà thấy được điềm báo gần kề của sự tiếp quản trở lại tất cả các tòa thành của Gia-dinh (Gia Định). Vị chỉ huy D'Ariès, người hùng thủ thành Saigon, chính là người phải chịu đựng sự khó chịu trong việc trao của tin (Vĩnh Long) này vào tay những kẻ thù trước đây của chúng ta."

Như vậy, chính những tay "thực dân" hạng nặng trong hàng ngũ Pháp như Paulin Vial, như D'Ariès, viên chỉ huy liên quân ở Sài Gòn từ 1859-1861, đã rất tức giận trong việc phải giao trả tỉnh thành Vĩnh Long lại cho Annam. Họ cho rằng vị chỉ huy của họ là Đề Đốc Bonard đã bị Phan Thanh Giản lừa gạt. Nhưng chính Paulin Vial cũng phải nhìn nhận rằng đường lối chính trị của Phan Thanh Giản trong việc ký kết hòa ước 1862 và lấy lại được tỉnh Vĩnh Long là một chiến thắng của Phan Thanh Giản. Và ông ta khen ngợi Phan Thanh Giản hết lời, vì ông ta biết rằng cho dù quả tình Phan Thanh Giản có lừa gạt vị chỉ huy của ông ta đi nữa, thì đó là do quyền lợi của đất nước mình mà thôi.

Trong khi đó, những "sử gia" người Việt như ông Trần Huy Liệu thì lại do không thèm, không chịu, hay không muốn, đọc hòa ước 1862, cho nên đã mạnh miệng tuyên bố rằng cả 12 điều của nó đều là sự nhục nhã cho nhà Nguyễn. Rồi những sử gia này còn quay sang nắm lấy và sử dụng tối đa việc Phan Thanh Giản viết thư cho Trương Định (mà chính ông đã gửi cho Bonard đọc) kêu gọi giải giáp, cũng như việc Phan Thanh Giản đã thuyết phục Bonard hãy khoan đánh mà cùng làm một bản tuyên cáo chung trước đó, để dựa vào đó mà quy hai trọng tội "đầu hàng" và "mãi quốc" cho Phan Thanh Giản.

Chứ nếu mà các "sử gia" này chịu khó đọc hòa ước 1862, hay ít nhất cũng có chút thắc mắc rằng tại sao nhà Nguyễn lại có thể lấy được Vĩnh Long chỉ trong vòng chưa đầy một năm sau khi ký kết hòa ước 1862, mà không mất một mạng người nào, thì có thể là họ đã không viết như trên.

Và nếu họ chịu đọc hòa ước 1862 hay lịch sử thời đó với một

tấm lòng khách quan, thì họ sẽ thấy rằng mối liên hệ giữa Phan Thanh Giản như người đại diện cho triều đình Annam và đề đốc Bonard như người đại diện cho Pháp, là một mối liên hệ rất phức tạp và tế nhị. Cũng như việc thi hành điều số 11 của hòa ước là một công việc cực kỳ khó khăn và nguy hiểm, mà Phan Thanh Giản đã thực hiện được một cách hoàn hảo.

Bởi mặc dù đang đứng trên một vị trí rất yếu để thương lượng với người Pháp, sau khi nhà Nguyễn mất hết cả 4 tỉnh Biên Hòa, Gia Định, Định Tường và Vĩnh Long vào tay Pháp; và mặc dù triều đình Huế đang phải đối phó với cuộc nổi loạn của Lê Duy Phụng ở Bắc Kỳ mà người Pháp biết rất rõ, nhưng Phan Thanh Giản đã điều đình được sự nhượng bộ của Pháp với điều khoản số 11 nói trên, và theo đó, cơ hội lấy lại tỉnh thành Vĩnh Long.

Để rồi tiếp theo thì Phan Thanh Giản phải nhận lãnh cùng một lúc hai trọng trách khác từ nhà vua, nhằm mục đích lấy lại tỉnh thành này. Đó là: (1) giải giáp các lực lượng kháng chiến ở Gia Định, Định Tường; và (2) chứng minh cũng như thuyết phục đề đốc Bonard rằng ông đã làm được điều trên, cho nên phía Pháp phải trả lại tỉnh Vĩnh Long cho triều đình Huế.

Rồi chỉ chưa đầy một năm sau khi ký hòa ước 1862 thì Phan Thanh Giản đã lấy lại được Vĩnh Long cho nhà Nguyễn. Chính vì thắng lợi vẻ vang về mặt ngoại giao này mà vua Tự Đức đã lập tức sai Phan Thanh Giản dẫn một phái đoàn qua Pháp để điều đình lấy lại ba tỉnh miền Đông. Rồi cũng chính vì thắng lợi đó mà Phan Thanh Giản đã được vua Tự Đức phong làm Kinh Lược Sứ sau khi từ Pháp trở về, lúc phương sách dùng quân sự để phòng thủ ba tỉnh miền Tây Nam Kỳ đã không còn hy vọng.

Và những sự kiện trên mới chính là những điều thực sự cần biết về hòa ước 1862 cũng như những việc làm của Phan Thanh Giản sau đó, trong nỗ lực lấy lại đất đai cho nhà Nguyễn.

Chứ không phải là những gì mà ông Trần Huy Liệu đã viết. Rằng việc ký kết hòa ước 1862 cho thấy là Phan Thanh Giản phải trực tiếp chịu trách nhiệm cho sự "đầu hàng" của nhà Nguyễn. Hay việc Phan Thanh Giản kêu gọi Trương Định giải giáp sau hòa ước

1862 là bằng chứng cho tội "mãi quốc" và sự "câu kết" với thực
dân, nên đã bị "nhân dân" lên án bằng câu "Phan Lâm mãi quốc,
triều đình khí dân".

Dưới đây là bản chụp Điều số 11 của Hòa Ước 1862, lấy từ
sách của bà Phan Thị Minh Lễ, *"**Phan Thanh Giản, Patriote et
Précurseur du Vietnam Moderne"*.[77]

— 7 —

Les cent mille ligatures déjà données seront déduites.

Le royaume d'Annam n'ayant pas de dollars, le dollar sera représenté par une valeur
de soixante-douze centièmes de taël.

ARTICLE 9.

Si quelque brigand, pirate ou fauteur de troubles annamite commet quelque brigandage
ou désordre sur le territoire français, ou si quelque sujet européen coupable de quelque
délit s'enfuit sur le territoire annamite, aussitôt que l'autorité française en aura donné
connaissance à l'autorité annamite, celle-ci devra faire ses efforts pour s'emparer du
coupable afin de le livrer à l'autorité française.

Il en sera de même au sujet des brigands ou pirates ou fauteurs de troubles annamites
qui, après s'être rendus coupables de délits, s'enfuiraient sur le territoire français.

ARTICLE 10.

Les habitants des trois provinces de *Vinh-luong*, d'*An-gian* et de *Ha-tien* pourront
librement commercer dans les trois provinces françaises en se soumettant aux droits en
vigueur; mais les convois de troupes, d'armes, de munitions ou de vivres entre les trois
susdites provinces et la Cochinchine devront se faire exclusivement par mer.

Cependant, l'Empereur des Français accorde, pour l'entrée de ces convois dans le
Cambodge, la passe de *Mytho* dite *Cua-tien*, à la condition toutefois que les autorités anna-
mites en préviendront à l'avance le Représentant de l'Empereur qui leur fera délivrer un
laissez-passer. Si cette formalité était négligée et qu'un convoi pareil entrât sans un
permis, ledit convoi et ce qui le compose seront de bonne prise, et les objets seront
détruits.

ARTICLE 11.

La citadelle de *Vinh-luong* sera gardée jusqu'à nouvel ordre par les troupes françaises
sans empêcher pourtant en aucune sorte l'action des mandarins annamites. Elle sera

---

(77) Phan Thi Minh Lê, Pierre Ph. Chanfreau, "Phan Thanh Gian, Patriote et Précurseur du
Vietnam Moderne", L'Harmattan, Paris, 2002, Document Annexe 2b.

rendue au Roi d'Annam aussitôt qu'il aura fait cesser la rébellion qui existe aujourd'hui par ses ordres dans les provinces de *Gia-dinh* et de *Dinh-tuong*, et lorsque les chefs de ces rébellions seront partis et le pays tranquille et soumis, comme il convient à un pays en paix.

ARTICLE 12.

Ce traité étant conclu entre les trois nations, et les Ministres plénipotentiaires desdites trois nations l'ayant signé et revêtu de leurs sceaux, ils en rendront compte chacun à leur Souverain, et à partir d'aujourd'hui, jour de la signature, dans l'intervalle d'un an, les trois Souverains ayant examiné et ratifié ledit Traité, l'échange des ratifications aura lieu dans la capitale du Royaume d'Annam.

En foi de quoi, les Plénipotentiaires respectifs sus-nommés ont signé le présent traité et y ont apposé leurs cachets.

A Saigon, l'an mil huit cent soixante-deux, le 5 juin.

Tuduc, quinzième année, cinquième mois, neuvième jour.

Signé : BONARD, CARLOS PALANCA GUTTIEREZ, PHAN-TAN-GIAN et LAM-GIEN-THIEP.

Pour copie conforme :

Le Contre-Amiral commandant en chef en Cochinchine, Plénipotentiaire de S. M. l'Empereur.

BONARD.

SAIGON. — IMPRIMERIE IMPÉRIALE.

CHƯƠNG V

LÃNH BINH TRƯƠNG ĐỊNH TRUYỆN CỦA NGUYỄN THÔNG

Một tài liệu hiếm hoi và có thể độc nhất thuật lại tiểu sử của Trương Định là "Lãnh Binh Trương Định Truyện" của Nguyễn Thông. Nguyễn Thông là một nhà nho gốc Nam Kỳ sống cùng thời với Trương Định và làm quan với nhà Nguyễn suốt cả cuộc đời. Ông sinh năm 1827, đậu cử nhân năm 1849 và khởi đầu sự nghiệp làm quan với chức huấn đạo ở An Giang. Năm 1855, ông về Huế làm việc ở nội các. Năm 1859, ông tình nguyện tòng quân vào Nam đánh Pháp. Năm 1861, sau khi nhà Nguyễn thua trận Chí Hòa thì ông tham gia kháng chiến chống Pháp trong lực lượng của cậu ông là Trịnh Quang Nghi và bạn ông là Phan Văn Đạt, cùng một lúc với lực lượng của Trương Định. Nhưng lực lượng chống Pháp này của Nguyễn Thông sớm thất bại; thủ lãnh Phan Văn Đạt bị Pháp giết, còn ông và Trịnh Quang Nghi thoát chết. Sau khi hòa ước 1862 được ký kết, ông theo Phan Thanh Giản về làm đốc học tỉnh Vĩnh Long. Rồi sau khi Phan Thanh Giản tự tử năm 1867 và nhà Nguyễn bị mất luôn ba tỉnh miền Tây thì ông dời ra Bình Thuận và tiếp tục làm quan, cho đến khi mất vào năm 1884[78]. Ông để lại nhiều tác phẩm văn thơ bằng chữ Hán, trong số đó có hai tác phẩm tên là "Kỳ Xuyên Văn Sao" và "Độn Am Văn Tập".

Theo các tài liệu còn lưu lại hiện nay thì có đến hai phiên bản khác nhau của "Lãnh Binh Trương Định Truyện". Và đó là hai phiên bản được tìm thấy trong hai tác phẩm nói trên của Nguyễn Thông. Do đó, hiện nay có hai bản dịch của tiểu truyện này. Một là bản dịch theo "Kỳ Xuyên Văn Sao"[79] và bản kia là từ "Độn

---

(78) Ca Văn Thỉnh - Bảo Định Giang, "Nguyễn Thông - Con Người Và Tác Phẩm", Nhà Xuất Bản Trẻ TPHCM, 2002, pp. 22-29

(79) Ibid, p. 276

Am Văn Tập". Bản trong "Độn Am Văn Tập" được Tô Nam - Bùi Quang Tung dịch và cho đăng trong Tập San Sử Địa - Số Đặc Khảo Về Trương Công Định. Tuy hai phiên bản nói trên của "Lãnh Binh Trương Định Truyện" có đại cương giống nhau, nhưng bản trong "Độn Am Văn Tập" có nhiều chi tiết hơn bản trong "Kỳ Xuyên Văn Sao". Do đó, người viết sẽ dùng phiên bản này của "Lãnh Binh Trương Định Truyện", qua bản dịch của Tô Nam - Bùi Quang Tung, để kiểm chứng với câu "Phan Lâm mãi quốc, triều đình khí dân" và câu chuyện chung quanh nó.

Và dưới đây là những đoạn trích ra từ "Lãnh Binh Trương Định Truyện", bản dịch trong "Độn Am Văn Tập" của Tô Nam - Bùi Quang Tung:

"L.T.S. Nguyễn Thông tự là Hy Phần, hiệu là Kỳ Xuyên, quê ở huyện Tân Thạnh, Gia Định, sống cùng thời với Trương Định, cùng tham gia kháng Pháp. Theo Đại Nam Chính Biên Liệt Truyện, sơ tập, quyển 37 tr. 14-16, ông đã soạn nhiều tác phẩm như bài Việt Sử Cương Giám, Kỳ Xuyên văn sao. Ngọa Du sao thi văn tập và Độn am văn tập. Chúng tôi nhận thấy Độn am văn tập là một tài liệu lịch sử giá trị vì chính Nguyễn Thông, người đương thời viết về các nhân vật kháng chiến, trong đó có Trương Định và Huân Nghiệp truyện mà chúng tôi xin trích đăng. Theo ông Tô Nam, dịch từ nguyên bản khắc năm Nhâm Ngọ tháng 5 triều Tự Đức (1882).

"Ông Định nguyên quán ở Quảng Ngãi phụ thân tên là Cầm. Vào khoảng giữa đời Thiệu-trị sung chức Lãnh-binh Gia-định, cưới con gái một nhà phú hào ở huyện Tân-hòa cho Định, sau khi Cụ mất thì ông lập luôn gia cư ở đấy chứ không về quê nữa.

Ông Định trông rất khôi ngô, tinh thông các môn võ nghệ và sở trường về môn bắn trăm phát đúng trăm! Đến thời Tự-Đức, ông bỏ hết gia tài để mộ dân lập sở đồn điền, triều đình thấy người có chí kinh doanh bèn trao cho chức Quản Cơ. tháng giêng năm Kỷ-vị Tự Đức 12 (1859) quân Pháp công hãm thành Gia-Định, hộ đốc Võ-duy-Ninh bị tử trận, lúc ấy ông đem Cơ binh (dân quân) theo quan quân đóng tại cầu Thuận, trận nào cũng xông lên trước, lập được khá nhiều chiến công, tháng giêng năm thứ 14 Tân dậu (1861), nghĩa là sau trận mất đồn Phú-thọ. Các tướng lui về giữ Biên-Hòa, ông Định cũng thu quân về đồn cũ Tân-hòa, vì lúc ấy quân Pháp còn đương mải vào việc đánh Biên-Hòa Vĩnh-Long, đối với cánh tàn quân của ông Định, chúng coi như một đám giặc cỏ. Không chú ý mấy, vì thế ông được rảnh tay, chiêu tập các nhân sĩ như tri huyện Lưu-tiến-Thiện, Bát phẩm thư lại Lê quang-Quyền trù biện quân lương, đúc thêm khí giới, chỉ thời gian ngắn, nghĩa binh đã lên tới hơn ngàn...

Năm Tự Đức thứ 15 Nhâm-tuất 1862 ...tháng 5 thì viên thủy sư đề đốc Pháp Bonnard phái 1 chiến hạm ra Thuận-hóa yêu cầu triều đình Thuận-hóa cử ngay Toàn quyền đại thần vào Gia-định để hội nghị hòa ước, triều đình chấp thuận, thế là hòa ước ký kết ngay trong tháng 5, rồi tháng 7 bãi binh, xuống chiếu vời các ông Túc-Trưng về triều, còn ông Định thì được thăng chánh lãnh binh An-giang và phải giải tán quân đội để đi lãnh chức mới. Các ông Túc-Trưng tiếp được thông tư triệt binh cũng theo đường tắt rút đi nơi khác, còn ông Định thì thu xếp cho vợ con đi trước riêng mình ở lại kiểm điểm các việc rồi mới rút sau, nhưng khi đó các người hào nghĩa không muốn giải tán cố giữ ông ở lại, họ bàn luận với nhau rằng quân Tây luôn luôn bị bại, nếu ngày nay để chúng đắc chí tự do hoành hành thì chúng ta sẽ phải làm mồi cho chúng, vả lại cuộc hòa này chúng lấy binh lực ăn hiếp triều đình chứ đâu phải là thực bụng? Chắc gì mai đây chúng chả trở mặt tức thì??? Sau khi hòa ước đã định chúng ta còn biết trông cậy vào đâu? Chi bằng cứ việc tiếp tục kháng cự. Cố thủ lấy một miếng để mà đùm bọc lấy nhau vân vân...

Mấy câu cương quyết trên được toàn thể tán thành và đồng thanh thề chết chứ không khuất phục, thế rồi mọi người yêu cầu ông Định ở lại điều khiển trong khi ông còn do dự thì bỗng tiếp được thư của Phạm-tuấn-Phát ở Tân-long gửi đến cho nghĩa quân, trong thư cũng suy tôn ông làm Chủ-soái, và thề nhất định sống chết với địch chứ không hòa!

Bức thư của Tuấn-phát chẳng khác gì một ngòi lửa đúng thì

giờ ấy nó đã châm vào kho thuốc, trái tim của đám nghĩa quân, làm cho tinh thần bất khuất lại thêm bồng bột! Hai tiếng thề chết ở trăm vạn miệng cùng hô, tưởng như long trời lở đất! Rồi trăm ngàn người cùng bắt tay vào việc! Chỉ trong chốc lát đã tạo nên ngay một cái đàn... suy tôn ông làm chủ soái, trong giờ phút ấy dẫu muốn theo lịnh triều đình, tìm câu thoái thát, ắt chẳng xong nào, nhất là bản tâm của ông cũng không muốn thế!... nên ông chẳng còn do dự, khảng khái bước lên tuyên thệ trước mặt mọi người rồi tự xưng là Bình -tây-đại-nguyên-soái... rồi lại gửi thư đi các nơi nói rõ cho các hào kiệt biết việc làm của nghĩa quân đây không phải là chống đối mà chính là để giúp đỡ cho trào đình, vì thế các nơi đều xin theo mệnh lệnh... nhưng cứ bề ngoài mà xét thì ai chả khắp khởi mừng thầm, nếu nói đến nội dung? Tướng sĩ dẫu nhiều? Dẫu có hăng hái? Nhưng sự thực thì vô kỷ luật lúc hợp lúc tan không gì ràng buộc? Riêng có đạo binh của Tuấn-phát ở Hắc-Khâu (Gò đen), đạo quân Bùi-huy-Diệu ở Cần-đức, Tuyên-phủ-sứ Nguyễn-văn Trung ở Tân-Thịnh, mấy đạo ấy còn hơi chỉnh đốn, có thể gây thế lực cho ông phần nào? Chứ còn các đạo khác thì như trên đã nói: thiếu kỷ luật thì còn mong gì chiến thắng.... ''[80]

Như vậy, qua tác phẩm này của Nguyễn Thông, một tài liệu gốc mà gần như là độc nhất còn sót lại trên giấy tờ về tiểu sử của Trương Định, có thể rút ra được những điểm sau đây để đối chiếu với câu "Phan Lâm mãi quốc, triều đình khí dân" và câu chuyện chung quanh nó, như đã được thuật lại bởi hai ông Trần Huy Liệu và Trần Văn Giàu.

A. Quan Hệ Giữa Trương Định Và Triều Đình Huế

Trước nhất, Trương Định chẳng bao giờ có thể được gọi là thủ lãnh "nông dân" hay thuộc về giai cấp nông dân cả. Bởi vì ông hoàn toàn là một sản phẩm của giai cấp phong kiến thượng lưu của nhà Nguyễn. Cha ông là một vị quan võ rất lớn với chức Lãnh Binh Gia Định. Đó là chức võ quan cao nhất của một tỉnh quan trọng

---

(80) Độn Am Văn Tập - <u>Lãnh Binh Trương Định Truyện</u>. Nguyên tác Nguyễn Thông, Dịch giả Tô Nam và Bùi Quang Tung, Tập san Sử Địa, số 3, Tháng 7,8,9, 1966, Đặc Khảo Về Trương Công Định, pp. 102-109. https://drive.google.com/file/d/12my1-vf3NJVa_qEjJgT_YPVwyU03V9Wf/view?usp=sharing

bậc nhất Nam Kỳ. Hơn nữa, Trương Định lại là một chàng công tử đẹp trai có tài võ nghệ và có tài bắn súng trăm phát trăm trúng, chứ hoàn toàn chẳng phải là một nông dân, thuộc loại *"chưa quen cung ngựa, đâu tới trường nhung; chỉ biết ruộng trâu, ở trong làng bộ"*.[81]

Vì vừa là con quan lớn, vừa có tài võ nghệ, lại vừa đẹp trai, Trương Định được cha cưới vợ là con nhà "phú hào" ở Gò Công cho. Rồi sau đó ông đã dùng tài sản của mình để được làm quan, bằng cách bỏ tiền riêng ra chiêu mộ những người dân không có đất đai vào Nam làm lính đồn điền. Theo chính sách đồn điền của nhà Nguyễn thời bấy giờ, cũng nhờ việc chiêu mộ này mà Trương Định đã được triều đình Huế phong làm chức Quản Cơ, một chức quan võ có phẩm hàm khá cao của nhà Nguyễn.

Năm 1861, Trương Định đem quân lính đồn điền của ông ta tham gia lực lượng phòng thủ đại đồn Chí Hòa dưới trướng Nguyễn Tri Phương. Rồi sau khi đại đồn bị thất thủ thì ông rút về căn cứ địa của mình ở Tân Hòa (Gò Công) và tiếp tục chống Pháp tại đó. Nhờ việc này mà ông được triều đình Huế khen ngợi và cho thăng lên chức Phó Lãnh Binh. Rồi khi triều đình Huế ký hòa ước 1862 với Pháp thì Trương Định được thăng lên chức Lãnh Binh An Giang và điều đi nhậm chức mới tại tỉnh An Giang ở miền Tây Nam Kỳ.

Do đó, có thể nói rằng Trương Định là một người hoàn toàn thuộc về **giai cấp "phong kiến phản động"** của triều đình nhà Nguyễn, chứ ông ta chưa bao giờ là một "lãnh tụ nông dân", hay là một đại diện cho "quần chúng nhân dân" gì cả. Những thủ hạ của ông ta có thể là nông dân, nhưng Trương Định thì chắc chắn là một sản phẩm của giai cấp phong kiến thượng lưu triều Nguyễn. Và ông ta luôn luôn lúc nào cũng ở trong vị thế một ông quan võ đại diện cho triều đình để lãnh đạo quân đội chống Pháp – trong cả hai thời gian trước và sau hòa ước 1862 - chứ không bao giờ là một "hào mục, sĩ phu" như ông Trần Văn Giàu đã gọi.

---

(81) Nguyễn Đình Chiểu, <u>Văn tế nghĩa sĩ Cần Giuộc</u>, https://www.thivien.net/Nguy%E1%B-B%85n-%C4%90%C3%ACnh-Chi%E1%BB%83u/V%C4%83n-t%E1%BA%BF-ngh%C4%A9a-s%C4%A9-C%E1%BA%A7n-Giu%E1%BB%99c/poem-KdLiE7Hzgpe-vhhRTxSmKEw

Bởi sau hòa ước 1862, khi tiếp được chiếu chỉ của triều đình điều động đi làm Lãnh Binh An Giang thì Trương Định đã sẵn sàng tuân lệnh, giống như người chỉ huy của ông lúc đó là Nguyễn Túc Trưng. Điều rõ rệt nhất cho thấy sự sẵn sàng này của Trương Định là việc ông đã thu xếp cho vợ con đi trước. Và chỉ khi ông sửa soạn đi theo thì mới bị chính quân sĩ của ông ép buộc ở lại, để tiếp tục đánh Pháp với họ.

Như vậy, dưới ngòi bút Nguyễn Thông, mối liên hệ giữa Trương Định và nghĩa quân của ông ta đã được thuật lại khá chi tiết; nó cho thấy hoàn cảnh của Trương Định và quân lính của ông rất khác nhau sau hòa ước 1862. Đó là vì Trương Định, một vị võ quan thuộc giai cấp phong kiến, đã nhờ công lao đánh Pháp mà được triều đình Huế thăng lên chức Lãnh Binh và điều đi đến An Giang, một tỉnh miền Tây còn thuộc về nhà Nguyễn. Và vị võ quan này cũng đã sửa soạn để tuân theo chiếu chỉ như một viên quan trung thành. Ông chỉ đổi ý vào phút chót, khi bị quân sĩ của ông ép ở lại mà thôi.

Rồi mặc dù đã được "mọi người yêu cầu... ở lại" như vậy, nhưng Trương Định cũng vẫn còn **"do dự"**, và chỉ đồng ý với quân sĩ **sau khi nhận được lá thư của Phạm Tuấn Phát**, một thủ lãnh nghĩa quân khác. Người viết sẽ trở lại với nhân vật Phạm Tuấn Phát này và ảnh hưởng của ông ta đối với lực lượng Trương Định như thế nào ở một chương sau của bài viết. Tại đây, chỉ xin bạn đọc lưu ý rằng theo Nguyễn Thông thì lá thư nói trên của Phạm Tuấn Phát chính là yếu tố cuối cùng đưa đến việc Trương Định quyết định ở lại chống Pháp. Cần biết rằng Phạm Tuấn Phát (hay Phạm Tiến) chính là một vị cựu quan có mối quan hệ mật thiết với triều đình Huế qua Cơ Mật Viện, cơ quan lãnh đạo tối cao của nhà Nguyễn.

Do đó, có thể thấy rằng việc Trương Định không tuân theo chiếu chỉ của triều đình chỉ xảy ra sau khi có những yếu tố khác ảnh hưởng đến quyết định này của ông mà thôi.

Rồi cũng theo Nguyễn Thông trong "Lãnh Binh Trương Định Truyện" thì hành động ở lại để tiếp tục đánh Pháp nói trên của Trương Định không phải là một hành động để chống lại lệnh vua hay chống lại cả chế độ và giai cấp phong kiến. Mà chính xác là để **khẳng định lập trường trung quân** của Trương Định, khi tiếp tục chống đối kẻ thù của nhà vua là quân Pháp. Lập trường đó đã được biểu hiện rõ ràng, vì ngay sau khi quyết định ở lại tiếp tục chiến đấu thì Trương Định đã lập tức *"gửi thư đi các nơi nói rõ cho các hào kiệt biết việc làm của nghĩa quân đây **không phải là chống đối mà chính là để giúp đỡ cho trào đình**"*. Tức là cho đến khi ấy, Trương Định vẫn nhìn nhận và vẫn tuyên bố với tất cả mọi người, đặc biệt với các lực lượng chống Pháp khác, là ông đang tiếp tục làm việc cho triều đình, chứ không phải là muốn phản lại triều đình.

Trong khi đó, theo câu chuyện của hai sử gia họ Trần thì sau khi nhận được lệnh thuyên chuyển đi An Giang, Trương Định đã quyết định "đi với dân" và lên án hết thảy giai cấp phong kiến nhà Nguyễn, từ đại thần Phan Thanh Giản cho đến triều đình Huế - bằng cách "tuyên bố", rồi cho đề 8 chữ "Phan Lâm mãi quốc, triều đình khí dân" lên trên lá cờ của mình.

Nhưng vậy thì câu chuyện của hai sử gia họ Trần lại không ăn khớp, nếu không muốn nói là trái ngược hẳn, với những gì mà "Lãnh Binh Trương Định Truyện" của Nguyễn Thông cho ta biết về Trương Định và hành động của ông, sau khi nhận được lệnh giải giáp của triều đình Huế.

Hơn nữa, nếu theo lẽ thường mà suy, thì không thể nào Trương Định lại có thể quay 180 độ, từ chỗ hoàn toàn thần phục triều đình nhà Nguyễn - một triều đình mà cả nhà ông ta từ cha tới con đã tận tình phục vụ trong bao nhiêu năm trời - đến một thái độ "khi quân" thái thậm, qua cách tuyên bố câu "Phan Lâm mãi quốc, triều đình khí dân" như một hình thức phản kháng. Hoàn toàn không có một dấu hiệu nào trước đó để cho thấy rằng Trương Định đã được "giác ngộ cách mạng" và mở mắt ra, rằng ông ta phải đi với "giai cấp nông dân" để chống lại cả một "giai cấp phong kiến" phản động. Không có một dấu hiệu nào để cho thấy rằng Trương Định muốn từ bỏ giai cấp đặc quyền của mình để "đi với dân", như hai sử gia họ Trần cho biết.

Nếu như Trương Định quyết tâm làm phản và chống lại triều

đình để tự lập làm vua, thì đấy là điều có thể xảy ra vào thời gian đó và trong sự suy nghĩ của người thời đó. Nhưng nếu nói rằng ông ta đã từ bỏ giai cấp đặc quyền của mình để đi với giai cấp nông dân bị bóc lột và chống lại chính giai cấp của mình, thì hai ông sử gia họ Trần rõ ràng đã cho Trương Định đi trước thời gian của ông ta đến cả trăm năm!

Đó là chưa kể đến sự vô lý của thái độ khi quân để "đi với dân" này, khi mà theo "Lãnh Binh Trương Định Truyện" thì trước đó Trương Định đã thu xếp để cho vợ con đi trước, tức là đã di chuyển đến nhiệm sở mới của ông ta ở An Giang, rồi ông ta mới theo sau. Nên biết rằng An Giang là một tỉnh miền Tây mà lúc đó vẫn còn là đất đai của nhà Nguyễn, và vẫn còn ở dưới sự kiểm soát của các quan lại nhà Nguyễn. Trong số đó, vị quan đứng đầu lại chính là Phan Thanh Giản. Lẽ nào Trương Định lại không biết điều này, để ra mặt chống đối và phỉ báng cả Phan Thanh Giản lẫn triều đình Huế - trong khi vợ con của ông ta còn đang ở trong tay họ?

Thay vì vậy, theo như Nguyễn Thông thuật lại, thì mặc dù Trương Định ngoài mặt không chịu tuân theo mệnh lệnh chính thức của nhà vua sau hòa ước 1862 để đi nhận chức mới, mà tiếp tục đánh Pháp theo ý muốn của quân sĩ; nhưng ông ta lại muốn cho tất cả mọi người đều biết rõ là ông ta không hề chống lại triều đình. Ngược lại, ông ta tuyên bố là đang giúp đỡ cho triều đình, và còn dùng cả danh nghĩa của triều đình để tiếp tục chiêu mộ nghĩa quân và quyên góp tiền bạc. Và chắc chắn là ông ta vẫn còn phải liên lạc với triều đình để nhận được sự giúp đỡ - nếu không là tài chánh hay súng đạn thì cũng là sự ủng hộ về mặt tinh thần.

Do đó, nếu như Trương Định quả đã thật sự cãi lệnh triều đình, thì việc bất tuân này cũng không có nghĩa là ông ta đã hoàn toàn quay ra chống lại cả vừa triều đình vừa Pháp, như câu chuyện của hai sử gia họ Trần. Vì làm như vậy là đồng nghĩa với tự sát.

Tóm lại, "Lãnh Binh Trương Định Truyện" cho ta thấy rõ hơn **mối quan hệ giữa Trương Định với triều đình Huế**. Theo đó, Trương Định chính là một phần tử của "lực lượng phong kiến phản động" mà triều đình Huế là trung tâm, vì ông vừa là con quan lớn, vừa làm quan lớn, lại vừa lấy vợ là con nhà địa chủ phú hào. Ông lại luôn luôn bày tỏ lòng trung thành với nhà Nguyễn. Chứ Trương Định không hề là một nông dân, một đại diện của nhân dân, một lãnh đạo nghĩa quân "yêu nước", như hai ông họ Trần và các sử gia miền Bắc xác định. Và khi từ chối đi An Giang thì Trương Định cũng đã hành xử theo tiền lệ trong lịch sử: đó là trong cương vị của một vị đại tướng ở trận tiền, có lúc cũng phải trái lệnh vua. Nhưng sự trái lệnh ấy, nếu có thật, thì chỉ là cực chẳng đã mà thôi, miễn sao mục đích tối hậu vẫn là sự phục vụ cho tương lai lâu dài của triều đình, bằng chiến thắng sau cùng.

Đương nhiên, đó là nếu ta tin được rằng Trương Định đã tự ý cãi lại lệnh vua mà tiếp tục kháng Pháp. Trong khi có thể thấy rằng chủ ý của vua Tự Đức là muốn gây khó khăn thường xuyên cho Pháp với những lực lượng kháng chiến như Trương Định; để họ bỏ, hoặc làm dễ dàng hơn cho việc nhà Nguyễn đòi lại ba tỉnh miền Đông. Và ngay trước mắt thì nhà vua rất muốn lấy lại tỉnh thành Vĩnh Long theo hòa ước 1862 bằng tài ngoại giao của Phan Thanh Giản, và bằng cách thực hành điều số 11 là chính thức ra lệnh cho những lực lượng kháng chiến như Trương Định giải giáp. Do đó, ngoài mặt thì nhà vua chính thức truyền lệnh giải giáp cho Trương Định. Nhưng bên trong, nhà vua có giao mật lệnh cho Trương Định để tiếp tục đánh Pháp hay không, thì lại là một chuyện khác.

B. Quan Hệ Giữa Trương Định Và Nghĩa Quân

Chẳng những mối quan hệ giữa Trương Định và triều đình Huế khác với câu chuyện chung quanh câu "Phan Lâm mãi quốc, triều đình khí dân" của hai ông sử gia họ Trần, mà **mối quan hệ giữa Trương Định và nghĩa quân của ông ta** cũng hoàn toàn khác hẳn với những gì hai ông sử gia đã diễn tả.

Bởi theo câu chuyện của hai ông sử gia thì nghĩa quân Trương Định là đại diện cho "giai cấp nông dân", tức cũng là "nhân dân". Và những "nhân dân" này đã rộng lượng tạm gác mối mâu thuẫn giai cấp từ bao đời nay với giai cấp phong kiến, để cùng nhau chống quân xâm lược Pháp mà giữ nước. Thế nhưng giai cấp phong kiến đã phản bội sự tha thứ này của nhân dân, để quay qua câu kết với bọn thực dân. Và vì chúng đã đầu hàng thực dân qua việc cắt đất hay "bán nước", cho nên "nhân dân" đã vạch rõ tội trạng của chúng - qua câu "Phan Lâm mãi quốc, triều đình khí dân", rồi tiếp tục chiến đấu để chống lại cả hai lực lượng thực dân và phong kiến!

Nhưng theo "Lãnh Binh Trương Định Truyện" thì sao? Có phải là nghĩa quân dưới trướng Trương Định đã thét lên, hay đã hô to khẩu hiệu "Phan Lâm mãi quốc, triều đình khí dân" như các sử gia miền Bắc đã viết hay không? Xin hãy đọc lại đoạn văn trên của Nguyễn Thông để biết là nghĩa quân của Trương Định thật sự muốn gì và đã nói gì:

*"... còn ông Định thì thu xếp cho vợ con đi trước riêng mình ở lại kiểm điểm các việc rồi mới rút sau, nhưng khi đó các người hào nghĩa không muốn giải tán cố giữ ông ở lại, **họ bàn luận với nhau rằng** quân Tây luôn luôn bị bại, nếu ngày nay để chúng đắc chí tự do hoành hành thì **chúng ta sẽ phải làm mồi cho chúng**, vả lại cuộc hòa này chúng lấy binh lực ăn hiếp triều đình chứ đâu phải là thực bụng? **Chắc gì mai đây chúng chả trở mặt tức thì???** Sau khi hòa ước đã định **chúng ta còn biết trông cậy vào đâu? Chi bằng cứ việc tiếp tục kháng cự. Cố thủ lấy một miếng để mà đùm bọc lấy nhau"***

Như vậy, những người nghĩa quân dưới trướng Trương Định đã không cho ông ta "đem con bỏ chợ", mặc dù ý Trương Định thì rõ ràng là muốn làm như vậy, cho nên đã thu xếp cho vợ con đi trước rồi sẽ theo sau. Và những lời nói trên đây của nghĩa quân cho ta thấy rằng họ sợ bị trả thù vì đã từng đánh nhau và từng gây thù chuốc oán với quân Pháp. Mà nay nếu nghe theo lệnh triều đình để giải giáp thì họ sẽ phải sống trong lãnh thổ của Pháp và ở dưới quyền Pháp. Trong khi ông tân lãnh binh Trương Định có điều kiện để đưa vợ con đi trước và còn được lên chức, thì họ phải ở lại, vì gia đình nhà cửa của họ vẫn còn đó. Rồi vì không thể di tản như Trương Định, cũng như không tin tưởng vào sự thành thực của người Pháp, cho nên những người nghĩa quân này nghĩ rằng họ đã bị dồn đến đường cùng và không còn con đường nào khác hơn là tiếp tục đánh Pháp để tìm đường sống! Họ biết và nói rõ ra là triều đình Huế vì quá yếu sức nên bị Tây "ăn hiếp" đến nổi phải ký hòa ước 1862. Nhưng họ không hề trách móc triều đình là đã "bỏ" họ. Trong khi đó, rõ ràng là họ lại không cho phép vị lãnh tụ Trương Định được quyền "bỏ" họ để đi làm quan nơi khác!

Tóm lại, những người nghĩa quân của lực lượng Trương Định đã tiếp tục đánh Pháp chỉ vì **muốn tìm một con đường sống**. Chứ không phải vì họ đã có lý tưởng và lập trường giai cấp sẵn từ trước, rồi bây giờ do được giác ngộ thêm chủ nghĩa dân tộc nữa, nên đã quay ra chống hết cả vừa thực dân vừa phong kiến, để lập nên một chính phủ vô sản của nhân dân!

Và những gì Nguyễn Thông thuật lại về các nghĩa quân Trương Định rất hợp lý lẽ. Những người nghĩa quân này quả tình có lý do chính đáng để ép buộc Trương Định phải ở lại mà tiếp tục hùng cứ một phương. Đó là vì nếu Trương Định bỏ đi thì được an toàn, lại được lên chức. Còn họ thì không có lối thoát, vì họ là dân sở tại, lại thêm bấy lâu nay gây thù chuốc oán với quân Pháp và những người theo Pháp. Cho nên nếu bây giờ mà xếp giáp qui hàng và giao vũ khí cho Pháp thì họ biết chắc rằng sẽ bị trả thù.

Ngoài ra, cũng cần phải xét đến lý do là lâu nay những người "nghĩa quân" này vẫy vùng một cõi đã quen. Giờ nếu phải trở về với cuộc sống "nông dân" bình thường thì có thể là họ không muốn. Cho nên họ thà tiếp tục chiến đấu chống Pháp, để vừa có đường sống, lại vừa tiếp tục mặc sức tung hoành như xưa.

Tóm lại, qua lời kể của Nguyễn Thông trong "Lãnh Binh Trương Định Truyện", có thể thấy rằng chẳng những Trương Định và nghĩa quân của ông ta thuộc về hai giai cấp khác nhau, mà họ còn thuộc về hai giai cấp đối nghịch nhau nữa. Do đó, quyền lợi và chí hướng của cả hai bên trước lệnh giải giáp của vua Tự Đức cũng khác nhau. Nhưng cuối cùng thì cả hai bên đều đã phải làm theo hoàn cảnh thực tế của họ lúc đó bắt buộc - chứ không phải vì đã sớm giác ngộ được những ý niệm thuộc về các ý thức hệ ra đời sau đó rất lâu. **Nghĩa quân tiếp tục đánh Pháp là do sự sống còn của mình, còn Trương Định tiếp tục đánh Pháp là vì bị nghĩa quân ép buộc.**

Đó chính là những gì mà người cùng thời và cũng từng là đồng chí của Trương Định trong cuộc kháng chiến chống Pháp ở Nam Kỳ là Nguyễn Thông thuật lại, qua tác phẩm "Lãnh Binh Trương Định Truyện".

Và hoàn toàn không phải vì cả hai bên, Trương Định và nghĩa quân, cùng đồng lòng lên án cả phong kiến lẫn thực dân đã câu kết với nhau bằng "tám chữ đề cờ" "Phan Lâm mãi quốc, triều đình khí dân", như trong câu chuyện của hai ông sử gia Trần Huy Liệu và Trần Văn Giàu.

CHƯƠNG VI

HỊCH QUẢN ĐỊNH

Như đã thấy, "Lãnh Binh Trương Định Truyện" là một tài liệu lịch sử giá trị do một người cùng thời và đồng chí của Trương Định là Nguyễn Thông viết về ông ta. Vì là một tài liệu độc nhất với nhiều chi tiết về Trương Định, nên tác phẩm này đã được trích dẫn nhiều lần, hoặc đã được dùng để làm điểm tựa cho những "sự thật lịch sử" kiểu như câu "Phan Lâm mãi quốc, triều đình khí dân" và câu chuyện chung quanh nó. Nhưng có thể thấy rằng những sự trích dẫn tác phẩm này chỉ thường chú trọng vào việc Trương Định đã không tuân lệnh vua Tự Đức, mà không hề nhắc đến những chi tiết và lý do của sự bất tuân này, cũng như không nói gì đến mối quan hệ giữa Trương Định và triều đình Huế, như Nguyễn Thông đã diễn tả và người viết đã bàn đến ở chương trên.

May mắn là bên cạnh "Lãnh Binh Trương Định Truyện" còn có một tài liệu cùng thời rất giá trị khác về Trương Định và cuộc khởi nghĩa của ông ta - một tài liệu mà cũng ít được dùng hay trích dẫn, và nhất là đi sâu vào nội dung của nó. Mặc dù nó là tiếng nói chính thức duy nhất bằng tiếng Việt còn sót lại của Trương Định. Và đó là bài văn có tựa đề "Hịch Quản Định".[82]

Bài hịch này chính là lời tuyên bố của Trương Định với "nhân dân Nam Kỳ", để thông báo cho họ biết lý do chống Pháp của ông ta. Và đặc biệt khác hẳn với những "tuyên ngôn" khác của Trương Định mà chỉ còn được lưu truyền đến ngày nay với bản dịch bằng tiếng Pháp, tờ hịch này được lưu lại bằng một bản tiếng Việt. Cho dù đó là một thứ tiếng Việt rất xưa, và rất Nam Kỳ, nhưng người

---

(82) Vì Trương Định được phong chức Quản Cơ chỉ huy đội quân đồn điền của ông nên ông thường được biết đến với tên "Quản Định", nhất là trong các sách vở bằng tiếng Pháp.

đọc vẫn có thể hiểu được những tư tưởng mà Trương Định muốn chuyển đạt đến những người đồng bào cùng thời của ông.

Và tờ "Hịch Quản Định" này được lưu truyền cho đến ngày nay cũng là nhờ một người cùng thời với ông đã chép lại văn bản này bằng chữ Quốc Ngữ, và lưu lại trong những công trình sưu tầm nghiên cứu của ông ta. Người đó là học giả Petrus Trương Vĩnh Ký (1837-1898). Và bài hịch này sau đó lại được một học giả đang cộng tác với tờ tạp chí Nghiên Cứu Lịch Sử là ông Trần Văn Giáp cho đăng trong số 51 của tờ này vào tháng 6 năm 1963.

Dưới đây là lời giới thiệu về bài hịch và nguyên văn toàn bài do ông Trần Văn Giáp chép lại, kể cả những chữ viết tắt hay viết sai. Kèm theo là những chú thích của ông Trần Văn Giáp trong ngoặc đơn. Những chú thích này được đánh số giống như trong nguyên bản đã đăng trên số 51 tờ Nghiên Cứu Lịch Sử:

"Gần đây, nhân xem tập Thoát thực truy biên, một tập giấy cũ của Trương-vĩnh-Ký, do chính tay ông chép bằng chữ Quốc ngữ, tôi tìm được bài hịch Quản Định, có lẽ là bài hịch của Trương Định gửi cho các nghĩa hào thời đó, hô hào đoàn kết chống xâm lăng. Bài hịch này không ghi rõ tác giả là ai, bài hịch ấy ở đâu, xuất hiện trong thời gian lịch sử nào và đầu đuôi ra sao, truyện Quản Định thế nào? Có một điều, đọc lên ta thấy rõ Quản Định đây là Quản Định đánh Tây. Vả lại Trương-vĩnh-Ký, tuy theo thiên chúa giáo, nhưng cũng là một học giả sống đồng thời với Trương Định và Nguyễn Thông, mà bài hịch lại do tay ông chép lại, thì nó sẽ có một giá trị tài liệu lịch sử đặc biệt quí báu. Vì vậy, tôi chép đúng nguyên văn bài Hịch Quản Định ấy ra sau đây, cốt để cống hiến tài liệu cho việc nghiên cứu lịch sử cận đại Việt-nam....

BÀI HỊCH QUẢN ĐỊNH

(Chép đúng nguyên văn)

Tượng lời ca lời ca rằng:
Nước có nguồn cây hoa có gốc,
Huống ng. (người) sanh có da có tóc
Mà sao khg (không) **biết chúa** *biết cha;*

Huống ng. sanh có vóc có da,

*Mà sao không biết **trung** biết hiếu,*

*Hai vai nặng trịu (trĩu); gánh chi bằng gánh (cang) **cương thường**?*

*Tất (tắc) dạ trung lương: gồng chi bg (bằng) gồng **xã-tắc**? (1)*

Bớ nhg (những) người tai mắt!

Thử xem loài cầm thú:

Trâu ngựa còn điếc câm,

Mà biết đền ơn cho nhà chủ.

Muông (2) loài gà gáy sủa

Còn biết đáp ngãi cho chủ nuôi

Huống chi ng., chân đạp đất đầu đội trời,

Ở chi thói sâu dân mọt nước (3)?

Sao chẳng nghĩ sau nghĩ trước

Lại làm thằng nịnh thằng gian,

*Sao rằng trai **trí chúa an bang** (4)*

*Sao rằng trai **thừa gia khai quốc** (5)*

*Lẽ cho ph (phải) **trãi gan trung, bồi ngãi mật** (6)*

Mà đền thủa trg (trong) bụng mẹ 10 (mười) tháng mới sanh ra,

Lẽ cho ph (phải) vợ khiến chồng con lại giục cha,

Mà đền thủa ở đất vua, nắm rau mớ ốc.

Thậm tiếc nhg. ng. làm quan mà ăn lộc

Nỡ đem lg (lòng) mãi quốc mà cầu vinh (7)

Tiếc nhg tay tham lợi an mình

Mà lại khiến vong ân bội tổ (8)

Tai chẳng nghe mắt sao chẳng rõ?

Tổ tiên đâu mồ mả nước nào?

Lòng sao không xót, dạ sao không bào?

Bờ cõi loạn muôn dân đồ thán (9)

Ng. nc (nước) Hán mẹ cha nước Hàn, (1) hỏi chớ nào thảo nào ngay?

*Đầu tây (2) ở với tây hỏi chớ **nào tôi nào chúa**?*

Bởi mình lại tham lam tiền của

Để cho Tây bắt vợ giết chồng

Bởi mh (mình) tham ham hố bạc đồng

Để cho Tây lột da khở óc.

Thân sao không khóc,
Vinh vang chi cũng lấy tiếng tây,
Sung sướng không trọn đời,
Muôn thác chớ kêu trời
Sung sướng khg trọn kiếp
Cám th''g (thương) kẻ nó hành nó hiếp!
Xóc tóc rứt đầu!
Cám th''g (thương) ng nó móc nó treo!
Hoành thân hoại thể
Nghĩ thương khôn xiết kể.
Giận nỗi chẳng hay cùng
Giận phô loài **bất hiếu bất trung**!
Thương những kẻ oan con oan vợ
Th''g ả chệt đêm nằm hơn năm ngủ
Nống gan son ra lập ngãi đường.
Giận **thằng dân** chg (chẳng) giữ phong cương
Lước (lướt) óc tới cùng tả đạo (3)
Trách nhg kẻ lg (lòng) muông dạ cáo,
Vinh vang chi sửa dép nưng khăn
Th''g (thương) nhg tay bảng quế (4) **trung thần**,
Thửa gan dạ thẻ ngời bia tạc (5)
Làm người sao khỏi thác (6)
Thác **trung thần** thác cũng thơm danh
Làm ng. ai chg (chẳng) tham sanh (7)
Lòng địch khái xin cho rỡ tiết
Đêm năm canh th''g ng. chánh liệt
Ngày sáu khắc nhớ kẻ **trung thần**.
Chốn biên thùy lãnh ấn Tổng binh,
Cờ đề chữ bình Tây đại tướng (   )
Trước, **trí thân ư Nghiêu Thuấn thượng** (9)
Sau **vị xã tắc thần**.
Phải cạn lời rao khắp muôn dân,
Sửa tấc dạ dắc (dắt) dìu về một mối,
Ai chg (chẳng) ra thú trước, ắt phải lụy thân sau.
Bớ trẻ già lớn bé ai ai!
Đều bội ám đầu minh (10) cho kịp

***Chiếu phụng** (11) dầu ta lãnh đặng,*
***Mũi thiên oai** (12) thương kẻ sanh linh (13)*
Phải cạn lời tỏ hết chơn (chân) tình
*Cho **con trẻ dân đen** đặng biết.*

(Trích trong Thoát thực truy biên của Trương-vĩnh-Ký, bản viết tay do tác giả chép trong tập Trương-vĩnh-Ký di chỉ, tập III, trang 146-148) ký hiệu : H. x H.E.6, tập III)

---

(1) Xã Tắc: tên hai nền đất mà giai cấp phong kiến dùng để tế hai vị thần: Xã là thần đất, Tắc là thần lúa. Vì vậy, trong văn chương xưa, danh từ Xã Tắc là tượng trưng cho nhà nước cũng giống như Sơn hà hay giang sơn.

(2) Muông: con chó.

(3) Sâu dân mọt nước: nói bọn quan lại bóc lột nhân dân, tham ô của công, như loài sâu đục cây, loài mọt nghiến gỗ.

(4) Trí chúa an bang (Hán): giúp vua trị an đất nước.

(5) Thừa gia khai quốc (Hán): nối nghiệp nhà, mở mang nghiệp nước.

(6) trãi gan trung, bồi ngãi mật, gốc ở câu chữ Hán trong Tống sử: "Phi can lịch đảm" (trãi gan tưới mật) nghĩa là hết lòng trung nghĩa đối với tổ quốc.

(7) Mãi quốc cầu vinh (Hán): bán nước cho kẻ địch để được làm quan ăn lộc nhiều, danh giá hão.

(8) Vong ân bội tổ: quên ơn phản tổ quốc.

(9) Đồ thán: lầm than, nghĩa là bị khổ cực.

----

(1) Câu này gốc ở danh từ chữ Hán cổ: "Thân Hán tâm Hàn" nghĩa là "thân mình tuy phục vụ nhà Hán nhưng tâm chí là cốt mong phục thù cho tổ quốc là nước Hàn". Đó là câu của người sau ca ngợi Trương Lương, một danh tướng đời Hán, giúp Hán Cao-tổ diệt nhà Tần để báo thù cho tổ quốc mình là nước Hàn đời Chiến-quốc.

(2) Đầu tây: đầu hàng quân Pháp thời đó.

(3) Lước (lướt) óc: không nghĩ sâu xa. - Tả đạo: đạo không chính, đây ý muốn chỉ đạo Gia-tô thời đó.

(4) Tay bảng quế: người đã đậu tiến sĩ.

(5) Cả câu nghĩa là: cái gan dạ của họ đã được khắc vào biển ngợi khen và công lao của họ đã được khắc trên bia đá để truyền về sau.

(6) Thác: chết

(7) Tham sanh: muốn sống, không chịu chết.

(8) Địch khái: chống lại những kẻ thù của nhà vua, của tổ quốc.

(9) Cả câu nghĩa là: trước thì đem thân mình giúp vua làm cho vua mình hơn vua Nghiêu vua Thuấn xưa, là hai vua kiểu mẫu, tượng trưng cho cảnh thái bình. Sau nữa giúp sức cho các quan triều đình.

(10) Bội ám đầu minh: quay lưng lại, tức là bỏ hẳn con đường mờ tối, đi theo con đường sáng sủa.

(11) Chiếu phụng tức là Chiếu phượng dịch chữ Hán "Phượng chiếu" chiếu nhà vua, nghĩa là vâng lệnh triều đình.

(12) Thiên oai có 2 nghĩa: 1 - oai linh nghiêm nghiệt của vua; 2 - oai thần của vật gì, mũi thiên oai tức là mũi gươm thần của tướng quân.

(13) Sanh linh: nhân dân "[83]

Như đã thấy, bài hịch này có một giọng văn rất cổ và rặt ròng tính chất Nam Kỳ. Ngoài ra, như ông Trần Văn Giáp giới thiệu, bài hịch này là do chính tay học giả Petrus Trương Vĩnh Ký chép lại ra chữ Quốc Ngữ, nên độ chính xác của nó rất cao.

Vì bài hịch khá dài, nên để cho người đọc dễ theo dõi, người viết xin tạm chia nó ra ba phần với ba ý chính như sau:

Phần một, từ câu *"Nước có nguồn cây hoa có gốc"* đến câu *"mà đền thủa ở đất vua, nắm rau mớ ốc"*, khẳng định hệ tư tưởng

---

(83) Trần Văn Giáp, "Tài Liệu Mới Về Trương Công Định (1821-1864) Vị Anh Hùng Dân Tộc Miền Nam", *Nghiên Cứu Lịch Sử* số 51, tháng 6, 1963, pp. 54-57. https://nhatbook.com/2020/02/25/tap-san-nghien-cuu-lich-su-so-51-thang-06-1963/

và luân lý đạo đức của thời gian này. Đó là trung với vua chúa và hiếu với cha mẹ. Bởi do công ơn cha mẹ sanh ra, bởi đã sống nhờ trên đất đai của nhà vua, bởi đã kiếm ăn trên đất đai của nhà vua, cho nên dù chỉ là những thứ nhỏ mọn như *"nắm rau mớ ốc"* đi nữa, nếu theo đúng đạo lý làm người thì phải hết lòng mà đền ơn, một khi đã chịu ơn như vậy. Nhất là đối với nhà vua thì kẻ làm trai phải có những trách nhiệm như *"giữ dạ trung lương"*, *"trí chúa an bang"*, và *"thừa gia khai quốc"*.

Phần hai, từ câu *"Thậm tiếc những người làm quan mà ăn lộc"* đến câu *"Sung sướng không trọn kiếp"*, là lời chê bai trách móc những người Việt theo Tây đã vì tham lợi mà quên nghĩa vua tôi. Bên cạnh đó, tác giả cũng răn đe những người muốn làm điều này, bằng cách kể ra những sự mất mát đau khổ của người theo Tây - như là vừa bị chúng hành hạ, lại vừa phải mang tiếng xấu trọn đời.

Phần ba, từ câu *"Cám thương kẻ nó hành nó hiếp"* đến câu *"Cho con trẻ dân đen đặng biết"*, tuyên bố lý do chủ yếu của bài hịch này. Đó là tác giả Trương Định, vì vừa giận những kẻ đầu Tây, lại vừa thương những kẻ trung nghĩa phò vua giúp nước, nên đã tuyên bố là thừa lệnh triều đình (chiếu phụng) mà đánh Pháp. Với bài hịch này, Trương Định kêu gọi những người đã trót theo giặc hãy trở về hàng ngũ của triều đình - còn nếu không thì chớ trách ông rằng sao không cảnh cáo trước mà ra tay tiêu diệt.

A. Quan Hệ Giữa Trương Định Và Triều Đình - Khái Niệm Trung Quân

Tuy có thể tạm chia ra làm ba phần như trên, nhưng xuyên suốt bài hịch là **một ý niệm duy nhất và cũng là nền tảng đạo đức dựa trên Nho Giáo của thời đó: ý niệm "trung quân"**. Tác giả bài hịch, Trương Định, đã hoàn toàn dựa trên nền tảng "trung quân" này để làm căn bản cho cả bài. Ông ta đã sử dụng nó để giải thích cho lý do chiến đấu của mình, cũng như để thuyết phục tất cả "nhân dân" - từ những người đã theo Tây cho đến những người còn do dự lưng chừng.

Theo bài hịch, ý niệm trung quân là một chính nghĩa, hay một chân lý không thể chối cãi. Vì vậy, trong suốt bài hịch tác giả

Trương Định đã dùng toàn những chữ nghĩa và điển tích đã được lưu truyền và chấp nhận từ lâu, để chứng minh cho ý niệm này. Đó là những chữ chiếm phần lớn của bài hịch và được tác giả lặp đi lặp lại, như *"chúa, cha"*, *"tôi chúa"* *"cương thường, xã tắc"*, *"trí chúa an bang"*, *"thừa gia khai quốc"* *"bất trung"*, *"trung thần"*, *"Nghiêu Thuấn"*, *"chiếu phụng"*, *"thiên oai"*, ...vv.

Dựa trên nền tảng "trung quân" nói trên, tác giả Trương Định nói rất rõ trong bài hịch rằng ông đã thừa lệnh của triều đình, qua việc ông công khai nhận lãnh vừa *"chiếu phụng"* vừa *"ấn Tổng binh"*, để đánh Pháp. Và đó là lý do mà Trương Định làm ra bài hịch này để kêu gọi những người theo Tây hãy trở về với đạo lý làm người (trai) của thời ấy, là đền ơn đáp nghĩa cho nhà vua. Bởi vì những người này đã từng làm con dân, đã từng sống trên đất đai của nhà vua - nơi mà cả *"nắm rau mớ ốc"* cũng được coi là tài sản của nhà vua - cho nên họ phải biết đền ơn đó. Rồi Trương Định khuyên răn rằng đừng nên tham lợi mà theo Tây, vì chẳng những đã không sung sướng gì, mà còn bị chúng hành hạ. Trong khi nếu theo gương những bậc *"trung thần"* trong lịch sử, thì sẽ được muôn thuở lưu danh.

Như vậy, bài "Hịch Quản Định" này chính là một lời tuyên bố rõ ràng nhất của Trương Định, và bằng **tiếng Việt mẹ đẻ**, để thông báo với đồng bào người Việt của ông ta về lý do mà ông ta đánh Pháp: đáp đền ơn chúa. Bài hịch này là một văn kiện khả tín nhất về tư tưởng của Trương Định, vì nó hoàn toàn phù hợp với hệ thống tư tưởng chính thống đương thời. Theo đó, "nước" là tài sản của nhà vua, và "dân" cũng là tài sản hay tôi mọi của nhà vua. Chứ trong thập niên 1860 ở Việt Nam thì không hề có những tư tưởng chính trị về dân tộc và dân chủ như ở châu Âu. Mà phải đến thế kỷ 20, khi những nhà nho tại Việt Nam bắt đầu làm quen với tư tưởng dân chủ, qua những tác phẩm gọi là "Tân Thư" do các nhà nho cấp tiến Trung Quốc dịch ra chữ Hán, thì khái niệm về dân chủ mới bắt đầu được loan truyền trong nước Việt Nam.

Cần nhắc lại rằng Trương Định từ trước đến giờ vẫn là một vị võ quan của triều đình. Ông xuất thân từ một gia đình quan lại, rồi cùng chống Pháp với những đồng chí từng là tú tài, từng là cử nhân. Do đó, tư tưởng trung quân của Nho Giáo chắc hẳn đã ăn sâu vào óc ông, và đó là lý do tại sao mà bài hịch lại được viết như trên.

Ngoài ra, còn có thể thấy rằng tư tưởng trung quân trong bài hịch này rất ăn khớp với một chi tiết trong "Lãnh Binh Trương Định Truyện" của Nguyễn Thông. Đó là sau khi đồng ý ở lại với nghĩa quân để tiếp tục đánh Pháp, thì Trương Định đã *"... gửi thư đi các nơi nói rõ cho các hào kiệt biết việc làm của nghĩa quân đây không phải là chống đối **mà chính là để giúp đỡ cho trào đình**..."*

Do đó, ý niệm trung quân xuyên suốt trong bài hịch này chứng tỏ rằng Trương Định **không thể nào** thốt ra câu "Phan Lâm mãi quốc, triều đình khí dân" như hai sử gia họ Trần thuật lại được. Vì chính trong bài hịch Trương Định đã nói rất rõ rằng ông ta tiếp nhận chiếu phụng của vua, nhận lãnh ấn Tổng Binh của vua, và thừa lệnh nhà vua, để kêu gọi mọi người chiến đấu chống Pháp. Thì không thể nào trong cùng một lúc mà ông ta lại có thể lên án triều đình và "giai cấp phong kiến" của nhà vua, rằng họ đã câu kết với thực dân mà bán nước bỏ dân được!

B. Quan Hệ Giữa Trương Định Và Nhân Dân - Khái Niệm Chăn Dân

Ngoài ra, bài hịch này còn cho thấy rõ hơn quan điểm của Trương Định đối với "nhân dân". Như đã thấy, theo các sử gia miền Bắc thì Trương Định đã chống lại lệnh vua để "đi với dân" - như là một hành động bỏ tối theo sáng, như một kẻ lầm đường lạc lối được nhân dân chấp nhận cho vào hàng ngũ của họ. Nhưng theo bài "Hịch Quản Định" thì quan điểm và thái độ của Trương Định hoàn toàn không phải như vậy, nếu không muốn nói là trái ngược như vậy.

Vì khi nói về **"dân"** trong bài hịch, thì Trương Định đã nói với **tư thế của một người chăn dân,** hay một người thuộc "giai cấp phong kiến" thống trị **nhìn xuống.** Chứ không phải như một người "công dân" bình đẳng với đa số "nhân dân" trong một lực lượng quần chúng, và cùng nhau đấu tranh để chống lại triều đình phong kiến.

Trước tiên, Trương Định diễn tả cảnh ngộ *"Bờ cõi loạn muôn dân đồ thán"* để kêu gọi những bậc đầu đội trời chân đạp đất hãy thương xót mà ra tay cứu vớt người dân. Chữ "muôn dân đồ thán" nơi đây cho thấy rằng không phải chính Trương Định đang ở trong tình cảnh khổ sở của đại đa số dân chúng như trên. Mà là ông ta đang ở trong vị thế của một đấng anh kiệt, có thể ra tay cứu giúp những người thường dân này.

Kế đến, Trương Định nói rằng *"giận **thằng dân** chẳng giữ phong cương, lướt óc tới cùng tả đạo"* với giọng điệu trách móc kẻ cả của một người trên đối với những kẻ dưới đã đi lầm đường lạc lối, giống như một người cha giận thằng con là đã không theo nếp nhà mà làm điều bất thiện.

Sau cùng, cách đối đãi trịch thượng với "nhân dân" của Trương Định đã được bày tỏ rõ ràng nhất qua câu cuối bài: *"Cho **con trẻ dân đen** đặng biết"*. Hiển nhiên, đối với Trương Định thì những người "nhân dân" thuộc "giai cấp nông dân" mà ông Trần Huy Liệu từng ca ngợi lại chính là *"dân đen"*, là *"con trẻ"*. Chứ họ không phải là những người ngang hàng cùng đẳng cấp, hay những người thuộc giai cấp nông dân lãnh đạo mà đã rộng lượng chấp nhận cho Trương Định vào hàng ngũ của họ để cùng nhau chống lại bọn phong kiến và thực dân, như ông Trần Huy Liệu mô tả.

Vì vậy, qua bài "Hịch Quản Định" nói trên, có thể thấy rằng Trương Định chính là một phần tử trong "lực lượng phong kiến" nhà Nguyễn, và chưa hay chẳng bao giờ rời bỏ hàng ngũ đó để làm một cuộc cách mạng "nhân dân" nào cả. Như đã thấy, Trương Định tuyên bố rõ ràng lý do đánh Pháp của ông ta là để thực hiện nghĩa vụ của một thần tử: đó là phải trung quân, phải đền ơn đáp nghĩa cho nhà vua; vì đã từng sống trên đất nhà vua và đã ăn lộc của nhà vua. Chính vì lý do lúc nào cũng đứng trong hàng ngũ phong kiến thống trị như vậy, cho nên Trương Định đã có một cái nhìn và những lời nói hoàn toàn phù hợp với một kẻ chăn dân, đại diện cho triều đình.

Tóm lại, theo như tài liệu xác thực nhất và khả tín nhất về cuộc kháng chiến của Trương Định là bài "Hịch Quản Định", thì **"yêu**

cầu của thời đại" không phải là "nguyện vọng của nhân dân" như ông Trần Huy Liệu đã khẳng định. Mà ngược lại, nó là sự đáp đền ơn chúa và cứu vớt muôn dân, theo lời tuyên bố của chính Trương Định trong bài hịch.

Ngoài ra, cũng nhờ bài hịch này mà ta còn được chính tác giả Trương Định cho biết rằng lá cờ của ông ta đã đề sẵn bốn chữ "Bình Tây Đại Tướng" rồi, chứ không phải là 8 chữ "Phan Lâm mãi quốc, triều đình khí dân" như hai sử gia họ Trần đã kể. (Người viết sẽ trở lại với chi tiết này trong Phần 3, khi đi tìm nguồn gốc và tác giả của câu này).

Sau cùng, cần chú ý rằng trong cả một bài hịch dài như vậy, mà lại không hề có một dòng chữ nào, hay một ý tưởng nào, nhằm phê phán triều đình hoặc hai vị đại thần Phan, Lâm cả. Và lý do cũng khá đơn giản: đó là vì Trương Định lúc nào cũng vẫn là một phần tử của nhà Nguyễn. Ông ta lúc nào cũng chiến đấu cho triều đình Huế, và đã tuyên bố rõ ràng như vậy trong bài hịch. Đồng thời, ông ta biết rằng Phan Thanh Giản cũng là một thần tử của nhà vua, và cũng tìm cách lấy lại đất đai cho nhà vua, nhưng bằng một đường lối khác.

Cho nên Trương Định không phải và chắc chắn không bao giờ nghĩ rằng mình là người đại diện của giai cấp nông dân để lên án bọn phong kiến và bọn thực dân, bằng cách cho đề tám chữ "Phan Lâm mãi quốc, triều đình khí dân" chồng lên trên lá cờ đã đề sẵn bốn chữ "Bình Tây Đại Tướng" của mình, như ông Trần Huy Liệu đã nói cả.

Dưới đây là ảnh chụp lại bài "Hịch Quản Định" (trích từ: Trần Văn Giáp, "Tài Liệu Mới Về Trương Công Định (1821-1864), Nghiên Cứu Lịch Sử, số 51, (6-1963), pp. 54-57.

BÀI HỊCH QUẢN ĐỊNH
(Chép đúng nguyên văn)

Tượng lời ca lời ca rằng:
Nước có nguồn cây hoa có gốc,
huống ng. (người) sanh có da có tóc.
mà sao khg (không) biết chúa biết cha;
huống ng. sanh có vóc có da.
mà sao không biết trung b ết hiếu,
Hai vai nặng trịu (trĩu): gánh chi bằng
     gánh (cang) cương thường?
Tất (tắc) dạ trung lương: gồng chi bg
     (bằng) gồng xã-tắc? (1)
Bớ nhg (những) người tai mắt !
Thử xem loài cầm thú:
Trâu ngựa còn điếc câm,
Mà biết đền ơn cho nhà chủ.
Muông (2) loài gà gáy sủa.
Còn biết đáp ngãi cho chủ nuôi
huống chi ng., chân đạp đất đầu đội trời,
Ở chi thói sâu dân mọt nước (3)?
Sao chẳng nghĩ sau nghĩ trước
Lại làm thằng nịnh thằng gian,
Sao rằng trai tri chúa an bang (4)
Sao rằng trai thừa gia khai quốc (5)
Lẽ cho ph (phải) trải gan trung. bời ngãi
     mật (6)
mà đền thủa trg (trong) bụng mẹ 10
     (mười) tháng mới sanh ra,
Lẽ cho ph (phải) vợ khiến chồng con lại
     giục cha,
mà đền thủa ở đất vua, nắm rau mớ ốc.
Thậm tiếc nhg ng, làm quan mà ăn lộc

Nỡ đem lg (lòng) mãi quốc mà cầu vinh (7)
Tiếc nhg tay tham lợi an mình
mà lại khiến vong ân bội tổ (8)
Tai chẳng nghe mắt sao chẳng rõ?
Tổ tiên đâu mồ mả nước nào?
Lòng sao không xót, dạ sao không bảo?
Bờ cõi loạn muôn dân đồ thán (9)

------

(1) Xã Tắc: tên hai nền đất mà giai cấp phong kiến dùng để tế hai vị thần: Xã là thần đất, Tắc là thần lúa. Vì vậy trong văn chương xưa, danh từ Xã Tắc là tượng trưng cho nhà nước cũng giống như Sơn hà hay giang sơn.

(2) Muông: con chó.

(3) Sâu dân mọt nước: nói bọn quan lại bóc lột nhân dân, tham ô của công, như loài sâu đục cây, loài mọt nghiến gỗ.

(4) Tri chúa an bang (Hán): giúp vua trị an đất nước.

(5) Thừa gia khai quốc (Hán): nối nghiệp nhà, mở mang nghiệp nước.

(6) Trải gan trung, bời ngãi mật, gốc ở câu chữ Hán trong Tống sử: «Phi can lịch đảm» (trải gan tưới mật) nghĩa là hết lòng trung nghĩa đối với tổ quốc.

(7) Mãi quốc cầu vinh (Hán): bán nước cho kẻ địch (thông với địch) để được làm quan ăn lộc nh đu, danh giá hão.

(8) Vong ân bội tổ: quên ơn phản tổ quốc.

(9) Đồ thán: lầm than, nghĩa là bị khổ cực.

56

Ng. nc (nước) Hán mẹ cha nước Hàn, (1)
hồi chớ nào thảo nào ngay ?
Đầu tây (2) ở với tây
hồi chớ nào tôi nào chúa ?
Bởi mình lại tham lam tiền của
Đễ cho Tây bắt vợ giết chồng
Bởi mh (mình) tham ham hố bạc đồng
Đễ cho Tây lột da khổ óc.
Thân sao không khóc,
Vinh vang chi cũng lấy tiếng tây.
Sung sướng không trọn đời,
Muốn thác chớ kêu trời
Sung sướng khg trọn kiếp
Cảm th"g (thương) kẻ nó hành nó hiếp !
Xóc tóc rứt đầu !
Cảm th"g (thương) ng nó móc nó treo !
hoành thân hoại thể !
Nghĩ thương khôn xiết kễ.
Giận nỗi chẳng hay cùng
Giận phò loài bất hiếu bất trung !
Thương những kẻ oan con oan vợ
Th"g ả chệc đêm nằm hơn năm ngủ
nồng gan son ra lập ngãi đường.
Giận thằng dân chg (chẳng) giữ phong
                                    cương
Lước (lướt) óc tới cùng tả đạo (3)
Trách nhg kẻ lg (lòng) muông dạ cáo,
Vinh vang chi sửa dép nưng khăn
Th"g (thương) nhg tay bảng quế (4) trung
                                      thần,
Thửa gan dạ thễ ngời bia tạc (5)
Làm người sao khỏi thác (6)
Thác trung thần thác cũng thơm danh
Làm ng. ai chg (chẳng) tham sanh (7)
Lòng địch khái (8) xin cho rỡ tiết
Đêm năm canh th"g ng. chánh liệt
Ngày sáu khắc nhớ kẻ trung thần.
Chốn biên thùy lãnh ấn Tổng binh,
Cờ đề chữ *binh Tây đại tướng* (平 西 大 將)
Trước, trí thân ư Nghiêu Thuấn thượng (9)
Sau vị xã tắc thần.
Phải cạn lời rao khắp muôn dân,
Sửa tấc dạ đất (đất) dìu về một mối,
Ai chg (chẳng) ra thú trước, ắt phải luy
                                    thần sau.
Bớ trẻ già lớn bé ai ai !
Đều bội ám đầu minh (10) cho kịp
Chiếu phụng (11) đầu ta lãnh đặng,

Mũi thiên oai (12) thương kẻ sanh linh (13)
Phải cạn lời tỏ hết chơn (chân) tình
Cho con trẻ dân đen đặng biết.

(Trích trong *Thoát thực truy biên* của Trương-vĩnh-Ký, bản viết tay do tác giả chép trong tập *Trương-vĩnh-Ký di chỉ*, tập III, trang 146-148) ký hiệu : II.×. H.E.6, tập III)

(1) Câu này gốc ở danh từ chữ Hán cổ : « Thân Hán tâm Hàn » nghĩa là « thân mình tuy phục vụ nhà Hán nhưng tâm chí là cốt mong phục thù cho tổ quốc là nước Hàn ». Đó là câu của người sau ca ngợi Trương-Lương, một danh tướng đời Hán, giúp Hán Cao-tổ diệt nhà Tần, để báo thù cho tổ quốc mình là nước Hàn đời Chiến-quốc.

(2) Đầu tây : Đầu hàng quân Pháp thời đó.

(3) Lước (lướt) óc : không nghĩ sâu xa. — Tả-đạo : Đạo không chính, đây ý muốn chỉ đạo Gia-tô thời đó.

(4) Tay bảng quế : người đã đậu tiến sĩ.

(5) Cả câu nghĩa là : cái gan dạ của họ đã được khắc vào biển ngợi khen và công lao của họ đã được khắc trên bia đá để truyền về sau.

(6) Thác : chết.

(7) Tham sanh : muốn sống, không chịu chết.

(8) Dịch khái : chống lại những kẻ thù của nhà vua, của tổ quốc.

(9) Cả câu nghĩa là : trước thì đem thân mình giúp vua làm cho vua mình hơn vua Nghiêu vua Thuấn xưa, là hai vua kiểu mẫu, tượng trưng cho cảnh thái bình. Sau nữa giúp sức cho các quan triều đình.

(10) Bội ám đầu minh : quay lưng lại, tức là bỏ hẳn con đường mờ tối, đi theo con đường sáng sủa.

(11) Chiếu phụng tức là Chiếu phượng dịch chữ Hán « Phượng chiếu » chiếu nhà vua, nghĩa là vàng lệnh triều đình.

(12) Thiên oai có 2 nghĩa : 1 — oai linh nghiêm nghiệt của vua ; 2 — oai thần của vật gì, mũi thiên oai tức là mũi gươm thần của tướng quân.

(13) Sanh linh : nhân dân

HAI BẢN TẤU TRÌNH CỦA VÕ DUY DƯƠNG - TRIỀU ĐÌNH HUẾ PHONG CHO TRƯƠNG ĐỊNH CHỨC "BÌNH TÂY TƯỚNG QUÂN"

Qua hai tài liệu "Lãnh Binh Trương Định Truyện" và "Hịch Quản Định", nếu để ý kỹ thì ta sẽ thấy có sự khác nhau về chức vị hay danh xưng của Trương Định, sau khi ông ta quyết định ở lại Gò Công để tiếp tục chiến đấu chống Pháp. Theo "Lãnh Binh Trương Định Truyện" của Nguyễn Thông thì Trương Định tự xưng là **"Bình Tây Đại Nguyên Soái"**. Còn theo "Hịch Quản Định" do Petrus Ký chép thì Trương Định tuyên bố rằng lá cờ của mình đề chữ **"Bình Tây Đại Tướng"**. Do đó, cùng là "Bình Tây", nhưng chức vị và chữ "đại nguyên soái" quả có khác với chức vị và chữ "đại tướng".

Tại sao lại có sự khác biệt như trên, và chức nào là đúng, hay cả hai đều đúng? Theo người viết tìm hiểu thì hình như chưa có tác giả nào đề cập đến sự khác biệt này. Và cách dùng chức danh nói trên của Trương Định trong các bài nghiên cứu lại rất tùy tiện cũng như thiếu sự chính xác, tùy theo tác giả là ai.

Theo ý nghĩa thường dùng thì "nguyên soái" là chữ để chỉ định cho một chức vụ chỉ huy và thống lãnh tất cả một quân đội. Còn "đại tướng" là chức được dùng cho một cấp chỉ huy lớn trong quân đội, nhưng thường chỉ là lãnh đạo một đội quân mà thôi, chứ không phải là lớn nhất quân đội như chức "nguyên soái". Và theo lịch sử triều Nguyễn thời Tự Đức thì chức quan võ lớn nhất có lẽ là chức "Tổng Thống Quân Vụ Đại Thần" của Nguyễn Tri Phương, khi ông ta thống lãnh đại quân nhà Nguyễn tại đại đồn Chí Hòa, Sài Gòn. Còn chức danh "nguyên soái" hay thậm chí là "đại nguyên soái" như của Trương Định thì người viết chưa nghe thấy và cũng không biết rằng vua Tự Đức đã từng phong chức đó cho ai chưa.

Như vậy, nếu nhà Nguyễn quả tình không có chức vị "đại nguyên soái", thì danh hiệu "Bình Tây Đại Nguyên Soái" này của Trương Định có nhiều khả năng là do Trương Định tự phong, và bởi ảnh hưởng của truyện Tàu, hoặc bởi các hào kiệt mưu sĩ chung quanh góp ý. Còn chức danh "đại tướng", hay chính xác hơn nữa, chỉ đơn thuần là chức "tướng quân", như trong "bình tây tướng quân", mới chính xác là chức vụ mà triều đình nhà Nguyễn đã phong cho Trương Định.

Bởi theo một bài viết bằng tiếng Pháp để thuật lại nội dung hai bản tấu trình của một lãnh tụ nghĩa quân cùng thời với Trương Định tại Nam Kỳ là Thiên hộ Võ Duy Dương, thì Trương Định đã được triều đình Huế sai một viên quan thị vệ đến tận cứ địa Tân Hòa của ông ta để phong cho ông ta chức vụ **"bình tây tướng quân"**. Sự kiện này được chứng kiến bởi phó tướng của Võ Duy Dương là Thủ Khoa Nguyễn Hữu Huân, và đã được kể lại trong hai bản tấu trình nói trên.

Một thời gian sau sự kiện này, người Pháp bắt được hai bản tấu trình nói trên của Võ Duy Dương (mà có lẽ là viết bằng chữ Hán), và thuật lại nội dung của chúng trong một bài viết. Trong bài viết đó có đoạn liên quan đến sự kiện Trương Định được phong chức "bình tây tướng quân" như sau:

"Le 7e mois, Dương lança une proclamation invitant les habitants de Định-tường à se lever en masse et à recommencer la guerre.

A cette époque, le phó lãnh binh Trương-Định, qui était dans la province de Gia-định, écrivit à Võ-di-Dương pour lui représenter qu'il y avait danger à agir isolément, l'inviter à se joindre à lui et à unir leurs efforts. Il lui assignait, comme lieu d'entrevue, le huyện de Tân-hòa.

Dương envoya, pour régler cet accord, le giáo thọ Nguyễn-hứa-Huần (Nguyễn Hữu Huân), qui se rendit à Tân-hòa oừ il rencontra le thị vệ Nguyễn-Thi. Celui-ci apportait au quản-Định *un message royal qui le nommait: **bình tây tướng quân**, général en chef des troupes des 3 provinces.*

Le giáo thọ Huấn retourna aussitôt dans la province de Định-tường. Dương et Huấn acceptèrent, le premier, le grade de chánh đề đốc et Huấn, celui de phó đề đốc; ils reçurent, l'un et l'autre, le grand et le petit cachet (ấn et truyện) de leur dignité."[84]

Người viết dịch:

"Tháng 7, Dương làm một bản hiệu triệu kêu gọi dân chúng Định-tường nổi dậy và khởi sự chiến đấu.

Vào thời gian đó, viên phó lãnh binh Trương-Định, người trước đây từng ở Gia-định, viết thơ cho Võ-di-Dương và trình bày nỗi hiểm nguy nếu ông ta chỉ làm một mình, và mời ông ta đến cùng nhau họp sức. Ông(Trương Định) phong cho ông ta chức quan huyện Tân-hòa.

*Để dàn xếp cho sự đồng ý này, Dương gởi viên giáo thọ Nguyễn-hứa-Huấn (Nguyễn Hữu Huân), đến Tân-hòa, nơi ông ta gặp được quan thị vệ Nguyễn Thi. Viên quan này đem đến cho quản-Định một thánh chỉ phong ông ta chức: **bình tây tướng quân**, chức tướng thống lãnh quân đội của 3 tỉnh.*

Viên giáo thọ Huấn (Huân) trở về Định-tường ngay sau đó. Dương và Huấn (Huân) nhận chức đề đốc và phó đề đốc, cùng với ấn và triện theo chức tước của họ"

Như vậy, theo hai bản tấu trình của Võ Duy Dương thì sau khi lãnh tụ Trương Định bàn việc hợp sức để cùng nhau đánh Pháp với Võ Duy Dương và phong cho ông ta chức tri huyện Tân Hòa, Võ Duy Dương liền gởi người đại diện là Thủ Khoa Nguyễn Hữu Huân, tức *"Nguyễn-hứa-Huấn"* trong văn bản, đến Tân Hòa (Gò Công) là căn cứ địa của Trương Định để bàn về việc ấy. Và tại nơi đó, Thủ Khoa Huân gặp được một viên **quan Thị Vệ tên là Nguyễn Thi, người đem thánh chỉ của vua Tự Đức đến Tân Hòa để phong cho Trương Định chức vụ Bình Tây Tướng Quân.**

---

(84) Gustave Janneau, "Deux rapports militaires du général Võ-di-Dương." Revue Indo-chinoise, Tome XXI (Janvier-Juin 1914), No. 2 - Février 1914, pp. 187-188. https://babel.hathitrust.org/cgi/pt?id=uc1.b2895678&view=1up&seq=246

Cũng theo bài viết này thì cả Võ Duy Dương lẫn Thủ Khoa Huân đều được triều đình Huế phong cho chức tước và ban ấn triện trong dịp đó. Võ Duy Dương được phong chức Đề Đốc, còn Thủ Khoa Huân là Phó Đề Đốc. Và theo quan chế nhà Nguyễn đặt ra từ đời Minh Mạng năm 1827 trở về sau, thì chức vụ Đề Đốc là chánh nhị phẩm, còn Phó Đề Đốc là tòng nhị phẩm trong võ giai.

Trong khi chức vụ Bình Tây Tướng Quân nói trên của Trương Định thì người viết không thấy thuộc về phẩm hàm nào trong võ giai. Tuy vậy, phẩm hàm của Trương Định chắc chắn phải cao hơn của Võ Duy Dương, và do đó phải là tòng nhất phẩm hay chánh nhất phẩm. Bởi rõ ràng trong thời gian này thì Võ Duy Dương vẫn còn dưới vai của vị thủ lãnh kháng chiến Trương Định ở Nam Kỳ.

Mặc dù không thấy có phẩm hàm, nhưng chức vị hay danh hiệu "Bình Tây Tướng Quân" là một chức danh đã có tiền lệ trong hệ thống quan chức của triều đình nhà Nguyễn. Trước Trương Định đã có nhiều công thần nhà Nguyễn được phong chức này, như Nguyễn Văn Thành, Nguyễn Văn Nhân và Lê Văn Duyệt. Theo Đại Nam Thực Lục Chính Biên thì Lê Văn Duyệt đã được phong chức đó như sau: *"... Cho Đô thống chế Tả dinh quân Thần sách là Lê Văn Duyệt làm Khâm sai chưởng Tả quân bình Tây tướng quân"*.[85] Như vậy, có thể hiểu rằng chức danh "Bình Tây Tướng Quân" ở đây chỉ là một tước hiệu, và không có nhiệm vụ hay trách nhiệm gì rõ ràng.

Nhưng chức danh này lại là danh hiệu chính xác nhất mà triều đình nhà Nguyễn đã phong cho Trương Định, chứ không phải là chức "đại nguyên soái" mà Trương Định đã tự phong cho mình trước đó.

Tóm lại, lúc không đồng ý giải giáp theo lệnh vua sau hòa ước 1862, Trương Định đã tự xưng là "Bình Tây Đại Nguyên Soái" như "Lãnh Binh Trương Định Truyện" của Nguyễn Thông cho biết. Nhưng sau này, có thể là triều đình Huế vì không đồng ý với chức vụ "đại nguyên soái" tự phong đó của Trương Định, nên đã ngầm

---

(85) Nguyễn Công Việt, "Vài nét về ấn dấu của ba danh tướng nhà Nguyễn" https:// trithucvn.org/van-hoa/vai-net-ve-an-dau-cua-ba-danh-tuong-nha-nguyen.html

sai một viên quan thị vệ đến tận căn cứ Tân Hòa để chính thức phong cho ông ta chức "Bình Tây Tướng Quân" - chức vụ mà Trương Định đã nhận lãnh, theo lời kể của Võ Duy Dương. Và cái chức danh "tướng quân" này mới thật sự là gần giống với chức vụ "Bình Tây Đại Tướng" mà chính Trương Định đã từng tuyên bố là do triều đình ban cho, theo lời của bài "Hịch Quản Định": *"cờ đề chữ Bình Tây Đại Tướng"*.

Như vậy, với sự thụ lãnh sắc phong và chức tước của triều đình, cùng với việc dùng danh nghĩa triều đình để truyền hịch kêu gọi lòng trung quân ái quốc của hào kiệt ba tỉnh, Trương Định lại một lần nữa cho thấy rằng ông ta chính là một ông quan lớn của triều đình Huế, và tiếp tục là một **phần tử quan trọng của giai cấp phong kiến**. Chẳng những vậy thôi, mà ông ta còn leo lên đến những bậc thang cuối cùng của quan chế nhà Nguyễn.

Do đó, hai bản tấu trình của Võ Duy Dương chính là một tài liệu xác nhận **mối liên hệ mật thiết giữa Trương Định và triều đình Huế sau hòa ước 1862**, ngay trong thời gian mà đúng ra thì ông ta phải đang giương cao ngọn cờ có tám chữ "Phan Lâm mãi quốc, triều đình khí dân" và chiến đấu bên cạnh nhân dân để chống lại phong kiến và thực dân đang câu kết với nhau, theo lời kể của ông Trần Huy Liệu.

Nhưng thay vì làm vậy thì theo tài liệu nói trên Trương Định đã nhận lãnh chức vụ "Bình Tây Tướng Quân" mà triều đình phong cho. Để rồi sẽ hãnh diện đề nó trên lá cờ của mình. Để rồi sẽ tuyên cáo với bá tánh trong bài hịch của mình, rằng: *"Cho con trẻ dân đen đặng biết"*.

CHƯƠNG VIII

NHỮNG THƯ TỪ VÀ TUYÊN NGÔN CỦA TRƯƠNG ĐỊNH BẰNG TIẾNG PHÁP

Như đã thấy, bài "Hịch Quản Định" là một tài liệu hiếm hoi, nếu không muốn nói là tài liệu hay tác phẩm duy nhất làm bằng tiếng Việt của Trương Định mà còn tồn tại đến ngày nay. Tuy vậy, khi đọc những bài viết của các sử gia miền Bắc về Trương Định, do sự chú thích không rõ ràng của họ nên nhiều lúc người đọc có cảm tưởng rằng Trương Định đã lưu lại rất nhiều văn thư bằng tiếng Việt. Thật ra, những tài liệu văn thư được cho là của Trương Định nói trên đều là những văn bản bằng tiếng Pháp đã được dịch ra tiếng Việt, nhưng các sử gia miền Bắc lại không hề chịu chú thích như vậy, mà chỉ viết như thể Trương Định đã nói và viết ra những văn thư này bằng tiếng Việt. Đó là chưa kể đến việc những sử gia này đã dịch thiếu hay dịch sai những văn bản bằng tiếng Pháp được cho là của Trương Định nói trên.

Nhưng những văn bản bằng tiếng Pháp này lại chính là nguồn tài liệu quan trọng nhất về Trương Định mà các sử gia miền Bắc, đặc biệt là những người giỏi tiếng Pháp như ông Trần Văn Giàu, đã dịch ra tiếng Việt, để sử dụng cho các bài vở sách báo của mình. Và họ lại không bao giờ đưa nguyên văn tiếng Pháp của các văn bản này ra, để cho người đọc có thể dùng mà đối chiếu với bản dịch.

Do đó, trong chương VIII dưới đây, người viết sẽ giới thiệu với bạn đọc những văn bản chính gốc bằng tiếng Pháp, mà đã được cho là của Trương Định. Để từ đó bạn đọc có thể thấy rằng mối liên hệ giữa Trương Định và các lực lượng cùng thời khác xa với câu chuyện đã được kể lại về câu "Phan Lâm mãi quốc, triều đình khí dân" của hai sử gia họ Trần.

A. Hai Lá Thư Của Trương Định Ngay Sau Hòa Ước 1862 - Quan Hệ Giữa Trương Định Với Nghĩa Quân Và Với Phan Thanh Giản

Nếu có một người Pháp nào mà biết rõ về Trương Định nhất và gom góp được nhiều tài liệu về Trương Định nhất, thì đó chính là Paulin Vial, người đã được người viết nói đến trong chương IV. Ông này đã đóng một vai trò cực kỳ quan trọng trong cuộc chiến giữa Pháp và nhà Nguyễn tại Nam Kỳ. Ông ta từng chiến đấu tại khắp chiến trường Nam Kỳ, và từng bị mang thương tích ở mắt do nghĩa quân gây ra.

Paulin Vial có viết một bộ sách tên là *“Les premières années de la Cochinchine, colonie française”* để kể lại một cách rất chi tiết về những năm đầu của Pháp tại Nam Kỳ. Và trong bộ sách này, Trương Định đã được Paulin Vial dành cho rất nhiều trang giấy. Những thư từ, hịch văn của Trương Định đều được Paulin Vial chép lại trong sách; và đương nhiên đó là những văn bản bằng (hay đã được dịch ra) tiếng Pháp. Phải nói rằng chính nhờ bộ sách nói trên của Paulin Vial mà những tài liệu hiếm hoi về/của Trương Định mới còn được tồn tại cho đến ngày nay. Và các tác giả người Việt nghiên cứu về Trương Định tại hai miền Nam Bắc, dù ở phương diện nào hay có lập trường nào, cũng vẫn phải dùng đến những tài liệu nói trên của Paulin Vial.

Trong số những thư từ của Trương Định được Paulin Vial cho đăng trong bộ sách trên, có hai lá thư mà Trương Định gửi cho một người “Annam” đang làm việc cho Pháp. Người này, theo các nhà nghiên cứu tiền bối thì chính là Tôn Thọ Tường[86]. Và hai lá

---

(86) Phù Lang Trương Bá Phát, "Nén Hương Hoài Cổ Trương Định", Tập San Sử Địa số 3, 1966, Saigon, pp. 3-59, pp. 25-27. Ông Trương Bá Phát đã chú thích về người "Annam" đó như sau:

"… Định không chịu đi, và có viết một bức thơ cho một trong nhiều công chứng (chức) an-nam (4) quan-trọng tùng sự dưới Chánh-Phủ Pháp...

(4) Tôn-Thọ-Tường. Theo Khuông-Việt trong quyển Tôn-Thọ-Tường, trang 40 thì: 'Thủy-sư Đề-Đốc Bonard, thống-lãnh quân-đội Pháp ở Saigon, hết lòng tin cẩn Tôn, ngài không ngần ngại việc cử Tôn đi Gò-Công điều-đình giải-hòa... Lãnh-binh Trương-Định'. Do đó mà tác-giả định là vị 'công-chức An-Nam quan-trọng' đó là Tôn-Thọ-Tường. Và cứ theo quyển Tôn-Thọ-Tường của Nguyễn-Bá-Thế, nhà xuất-bản Tân-Việt, 1957, trang 25, thì bài thơ Tự thuật sau đây của Tôn-Thọ-Tường là gởi cho Trương-Định mà dùng theo lối trá-hình để nói ra ý sâu của mình:

thư nói trên đã được viết ngay sau hòa ước 1862, khi Trương Định nhận lệnh giải giáp của triều đình. Hai lá thư đó dẫu ngắn nhưng lại là những tài liệu hiếm hoi cho biết tâm trạng và hoàn cảnh của Trương Định trong thời gian này ra sao.

Lá thư đầu tiên được viết vào ngày 12 tháng 8 (ngày và tháng theo âm lịch, tức vào khoảng tháng 9 năm 1862). Bản nguyên văn lá thư bằng tiếng Pháp (mà có lẽ đã được dịch ra tiếng Pháp chứ không phải được viết bằng tiếng Pháp) đã được Paulin Vial chép lại như sau:

"Les milices me retiennent et ne veulent pas me a laisser aller occuper mon poste à An-giang. Le mois précédent j'ai reçu une lettre du gouverneur de Vinh-long prescrivant de remettre les armes entre les mains des phus et des huyêns français, mais les quâns ne veulent pas les rendre; ils disent qu'elles ne leur ont pas été données par les mandarins français. Nous abandonnerons Gocong. J'attends que de Vinh-long on fasse prendre les armes. Ma position est très-difficile."[87]

"Những quân sĩ đã giữ tôi lại và không muốn cho tôi đến nhậm chức tại An-giang. Hồi tháng trước tôi có nhận được một lá thư từ quan Tổng Đốc Vĩnh Long (Vinh-long) ra lệnh rằng các vũ khí phải được giao lại cho các quan phủ (phus) và huyện (huyens) của Pháp, nhưng những quân (quans) lính không muốn giao; họ nói rằng những vũ khí đó không phải là của các quan Pháp giao

---

Vườn xuân vắng chúa lậu tin mai
Hoa cũ ong xưa dễ ép nài?
Lời hẹn đã đành toan kiếp khác
Tình thương nên mới trổ bề ngoài.
Gió trăng quen khách e nhiều nỗi
Đinh sắt, gìn lòng dễ mấy ai!
Ganh gổ gớm cho con tạo-hóa
Phanh-phui nên nỗi sắc xa tài.

Trong bài báo đăng ở tờ tuần-báo Tân-Văn số 80, ngày 14-3-1930, Phan-Tứ-Lang nói là Tôn-Thọ-Tường khi trước có hứa giúp Định, về sau Tường thấy việc khởi dấy của Định không có thể thủ thắng được, nên Tường viết bài thơ này để đáp kêu gọi của Định và thối-thác khéo. Có chỗ, chép bài này đề tựa là Kỳ tình nhân." https://drive.google.com/file/d/1UFbzqYtlmQhpQxC6Th8Sgz7CVY1sUHin/view?usp=sharing

(87) Ibid, Paulin Vial, "Les premières années de la Cochinchine, colonie française", Challamel aîné, 1874, pp. 184-185.

cho họ. Chúng tôi sẽ bỏ Gò Công (Gocong). Tôi đang chờ phía Vĩnh Long lấy lại vũ khí. Tình cảnh của tôi thật là khó khăn. "[88]

Rồi chỉ bốn ngày sau, tức là vào ngày 16 tháng 8 âm lịch, Trương Định lại gửi một lá thư khác đến người bạn Annam đó, như sau:

"Mes milices ne veulent pas me laisser partir. Je suis dans une grande perplexité. En temporisant encore, je réunirai mes soldats et je pourrai prendre alors une décision. Je n'ai pas assez de prétentions pour vouloir me laisser instituer général en chef. Je crains la colère du vice-grand-censeur (Phan-tan-giang), et je ne sais si l'amiral me fera grâce après ma soumission. D'autre part, si je ne pas ce que veulent les quâns et les dôis, ils me feront périr..."

"Những quân lính của tôi không cho tôi đi. Tôi đang ở trong một sự bối rối rất lớn. Trong khi chờ đợi, tôi sẽ họp quân lính của tôi lại và quyết định. Tôi không tự phụ đến mức cho phép tôi lên làm chức đại tướng quân (đại nguyên soái?). Tôi sợ cơn giận của quan Hiệp Biện Đại Học Sĩ (Phan-tan-giang) (Phan Thanh Giản), và tôi không biết rằng quan đề đốc (Bonard) sẽ tha thứ cho tôi hay không sau khi tôi quy phục. Mặt khác, nếu tôi không làm những gì mà các quân (quâns) lính và đội (dôis) muốn, họ sẽ tiêu diệt tôi..." [89]

Như vậy, qua hai lá thư trên của Trương Định, có thể thấy là những sự việc sau hòa ước 1862 đã diễn ra đúng như những gì Nguyễn Thông viết trong "Lãnh Binh Trương Định Truyện". Quan trọng hơn hết, Trương Định thú nhận với người bạn Annam của ông ta rằng sau khi nhận được lệnh của Phan Thanh Giản kêu gọi giao trả vũ khí và đi nhận chức mới ở An Giang, thì ông ta lâm vào một tình trạng rất khó xử. Một đàng thì ông ta có ý muốn giao vũ khí và đi nhận chức mới ở An Giang, bởi như trong thư có nói, Trương Định **không ham làm đại tướng quân, và cũng không dám chọc giận Phan Thanh Giản**. Nhưng đàng khác, Trương

---

(88) Vial, Ibid. Người viết dịch ra tiếng Việt

(89) Vial, Ibid. Người viết dịch ra tiếng Việt

Định lại cho biết rằng ông ta thực sự không có chọn lựa, vì ông ta đang ở trên lưng cọp. **Nếu bỏ quân lính mà đi, thì họ sẽ giết ông ta ngay tức khắc.**

Như vậy, qua hai lá thư gửi cho người bạn Annam làm việc cho Pháp nói trên, có thể thấy được sự suy tính trước một tình trạng cực kỳ khó khăn của Trương Định. Bên cạnh đó, ta cũng thấy được mối quan hệ giữa ông và những quân sĩ của ông, cũng như với quan đại thần Phan Thanh Giản. Theo hai lá thư, mối quan hệ giữa Trương Định và những thuộc hạ của ông ta không phải là một sự đoàn kết gắn bó, mà thật ra thì Trương Định đã phải cẩn thận đề phòng với những người này. Bởi Trương Định biết và nói rõ ra rằng nếu ông ta bỏ họ mà đi, thì họ sẽ thủ tiêu ông ta ngay lập tức.

Ngoài ra, Trương Định còn cho thấy rằng ông ta không phải là một kẻ hám danh hay bốc đồng, mà chính là một người tính toán rất cẩn thận. Vì thế, Trương Định đã phải liên lạc với người bạn Annam đang làm việc với Pháp để thăm dò thêm một con đường khác, ngoài hai chọn lựa là ở lại chiến đấu hoặc ra đi nhậm chức. Và con đường thứ ba đó chính là về đầu hàng Pháp! Như Trương Định đã nói trong thư, ông ta không biết rằng liệu đề đốc (Bonard) có chịu tha thứ hay không, nếu ông ta về quy phục. Rất có thể rằng người bạn Annam nói trên chính là người đã khởi sự dụ hàng Trương Định trước đó, và đây là lời đáp trả của ông ta. Nhưng dù là vậy đi nữa, có thể thấy rằng Trương Định quả tình đã có suy nghĩ đến con đường về hàng Pháp.

Sau cùng, có thể thấy rằng Trương Định rất nể sợ vị quan đại diện triều đình và cũng là vị tiến sĩ đầu tiên ở Nam Kỳ, Phan Thanh Giản. Trong lá thư trên, Trương Định đã kêu đúng chức vụ của Phan Thanh Giản là Tổng Đốc Vĩnh Long, cũng như kêu đúng phẩm hàm của ông là Hiệp Biện Đại Học Sĩ (Vice-Grand-Censeur). Và Trương Định cũng nói thẳng với người bạn Annam của mình là ông ta rất sợ cơn thịnh nộ của Phan Thanh Giản.

Do đó, bên cạnh việc luôn luôn nhìn nhận là mình đang phụng sự cho nhà vua như đã trình bày trong hai chương trên, Trương Định còn tỏ ra rất kiêng nể vị đại thần xuất thân từ Nam Kỳ là

Phan Thanh Giản. Và trong khi đó thì ông ta lại có một sự e dè phòng ngự với chính những quân sĩ và thuộc hạ của mình. Cho nên, thật khó mà tưởng tượng ra rằng ngay sau đó thì Trương Định lại quay ra tuyên bố và cho đề tám chữ "Phan Lâm mãi quốc, triều đình khí dân" lên lá cờ khởi nghĩa của mình, để nói lên tiếng nói của "nhân dân" và nông dân trong cuộc đấu tranh giai cấp chống lại lực lượng phong kiến câu kết với thực dân Pháp, như các sử gia miền Bắc đã viết.

B. Tuyên Ngôn Của Trương Định Với Các Quan Vĩnh Long Năm 1863 - Quan Hệ Với Phan Thanh Giản Và Triều Đình

Thế nhưng chỉ khoảng bốn tháng sau khi viết hai lá thư nói trên thì Trương Định lại viết một lá thư khác vào tháng 1 năm 1863, với tựa đề là **"Tuyên Ngôn Của Trương Định Với Các Quan Vĩnh Long"** (**Déclaration de Truong Dinh aux mandarins de Vinh Long**). Đây là một lá thư mà Phan Thanh Giản đã chuyển giao cho tư lệnh quân đội Pháp lúc bấy giờ là đề đốc Bonard, nhằm giải thích lý do tại sao những lực lượng kháng chiến của nhà Nguyễn như Trương Định lại chưa chịu giải giáp theo điều 11 của hòa ước 1862. Và lá thư "tuyên ngôn" này cho thấy rằng giọng điệu và thái độ của Trương Định khác hẳn với hai lá thư mà ông gửi riêng cho người bạn Annam chỉ bốn tháng trước đó.

Lá thư "tuyên ngôn" nói trên đã được Paulin Vial trích đăng một đoạn trong sách, để cho thấy rằng Trương Định giờ đây tuyên bố tiếp tục chiến đấu chống Pháp, thay vì có một thái độ hòa hoãn hơn như khi viết hai lá thư cho người bạn Annam trước đó. Nhưng Vial lại tin rằng lá thư này đã được viết bởi triều đình Huế, chứ không phải do Trương Định.[90]

Năm 1971, tờ Tập San Sử Địa ở Sài Gòn đã cho đăng trọn vẹn lá thư này bằng tiếng Pháp, như đã được sao chép lại bởi ông Bùi Quang Tung tại Pháp.[91]

---

(90) Ibid, p. 217

(91) Bùi Quang Tung, "Quelques Documents Inédits Sur La Révolte de Trương Công Định À Gò Công (1861-1863)", Tập San Sử Địa Số 22, pp. 239-24. https://drive.google.com/file/d/1LVclwrV-N2x2fotENM6EFfmElBaoKBmk/view?usp=sharing

Và cũng trong số báo này là bài dịch lá thư đó ra tiếng Việt, của ông Nguyễn Ngọc Cư.[92]

Đây là một tài liệu mà nhiều nhà nghiên cứu sau này về Trương Định thường trích dẫn một vài câu hay một đoạn ngắn trong đó để chứng minh cho quyết tâm chống Pháp và cắt đứt quan hệ với triều đình của Trương Định. Trong số đó, phải kể đến hai ông sử gia họ Trần. Nhưng điều đáng nói là bản dịch lá thư trên của ông Trần Văn Giàu lại rất tệ hại và sai lạc hoàn toàn với nguyên văn tiếng Pháp. Mà ông Trần Huy Liệu dưới bút hiệu Hải Thu thì lại rất hoan hỉ sử dụng những câu dịch sai nguyên văn đó của ông Trần Văn Giàu, để chứng minh cho tinh thần quyết đánh Pháp tức "nguyện vọng của nhân dân" ta trong thời gian này. Thí dụ như câu dịch **"lôi địch đằng Đông, kéo địch đằng Tây"** mà ông Trần Huy Liệu rất đắc ý, như sẽ thấy.

Cần chú ý rằng khác với hai lá thư gửi cho người bạn Annam bốn tháng trước, lá thư hay bản "tuyên ngôn" này của Trương Định đã đến tay Đề Đốc Bonard qua sự chuyển giao của người đại diện cho triều đình Huế để thương thuyết hòa ước 1862 với Pháp, và cũng là người đang cố gắng dùng chính sách ngoại giao để lấy lại Vĩnh Long cho nhà Nguyễn theo điều số 11: Phan Thanh Giản. Vì vậy, nghi vấn đã được đặt ra bởi Paulin Vial về tác giả thật sự của lá thư không phải không có lý do, nếu không muốn nói là rất hợp lý. Và nếu đọc kỹ lá thư tuyên ngôn được cho là của Trương Định này, ta sẽ thấy có thêm nhiều vấn đề cần được đặt ra về nó.

Để tiện việc theo dõi và so sánh, người viết sẽ chép lại nguyên văn lá thư bằng tiếng Pháp dựa theo ảnh chụp nguyên bản lấy từ phần phụ lục trong cuốn *"Phan Thanh Gian, Patriote et Précurseur du Vietnam Moderne"* (Document Annexe 10b) của bà Phan Thị Minh Lễ. Người viết sẽ giữ lại hoàn toàn nguyên văn những "lỗi chính tả" tiếng Việt trong lá thư này. Rồi tiếp theo đó là bản dịch ra tiếng Việt của người viết, cũng dựa theo đúng cấu trúc và nguyên văn của lá thư.

"Le Généralissime des rebelles valeureux, le pacificateur des

---

(92) Ibid, pp. 47-48

occidentaux, général en chef _Truong Dinh_, et le pacificateur des occidentaux général en second, _Trâm-Tóan_, aussi que les differens chefs de Troupes,

Adressent une déclaration aux mandarins de _Vinh-Long_:

Depuis la 12ème année _Tu-Duc_ (1858) que les barbares de l'occident sont venus dans ce pays, ils n'ont cessé de combattre et se sont successivement emparés des trois provinces de _Gia-Dinh_, de _Dinh-Tuong_ et de _Bien-hoa_. Le peuple de ces trois provinces a éprouvé toutes sortes de calamités, mais ses plaintes ont toujours été inutiles et son état n'a pu changer, car toujours il a été vaincu.

Plus tard a eu lieu un traité conclu avec la dynastie annamite, et ce traité n'a fait qu'augmenter la colère et le désespoir du peuple des trois provinces.

Nous appelâmes alors à nous les anciens mandarins et les engageâmes à lever des troupes, chacun de leur côté et sur les divers territoires; on arriva de la sorte à réunir parmi le peuple une milice de plusieurs fois 10,000 hommes, et l'argent volontaire, qui fut offert, ne s'est pas élevé à moins de 1,000,000. tout le monde a partout été très heureux de contribuer, soit en argent, soit en hommes pour combattre les brigands, chaque fois que nous avons eu des engagemens avec eux, il y a eu de part et d'autres des morts et des blessés, aussi nous ne les craignons pas.

Depuis que deux hauts dignitaires annamites, en se conformant aux ordres du Roi, ont conclu un traité par lequel les trois provinces sont cédées aux brigands, le peuple de ces tres provinces désirant très vivement revenir à sa condition première, nous a mis à sa têtes. Nous ne pouvons donc ne pas faire ce que nous faisons, c'est pourquoi nous sommes prêts à la guerre, et à l'Orient comme à l'Occident, nous nous opposerons et nous combattrons et finirons bien par abattre la force de ces brigands.

Les habitants des trois provinces se disent entr'eux que si les brigands veulent qu'on leur rachète les 3 provinces, ils n'ont qu'à dire combien ils veulent de 10,000 piastres donc les leur donnera - que s'il faut absolument que ces trois provinces soient séparées du *royaume, nous préférons plutôt mourir, disent-ils, qu'être jamais les sujets des brigands.*

Si par la voie des trams, il vient quelque envoyé de la capitale, ou bien si vous expédiez quelque dépêche ayant pour but la reddition des trois provinces, nous permettrons ces communications, mais pour peu que vous parliez de maintenir ce qui a été fait en cédant une partie du territoire et en venant à l'aide des soldats de ces brigande, alors nous nous opposerons aux ordres du gouvernement et certainement il n'y aura plus de paix ni de trêve entre vous et nous, et vous n'aurez plus alors le droit d'être surpris des évènements

C'est dans ce but que nous vous adressons cette déclaration.

Tu Duc 15ème année, 28ème jour, 11ème mois (17 Janvier 1863)

Les deux cachets réunis du pacificateur général en chef et du deuxième pacificateur général en sous-ordre.

Pour copie conforme

Le Vice-Amiral, Gouverneur et Commandant en chef

signé BONARD

Extrait Asie tome 29, Archives du Ministère des Affaires Étrangères, Paris"[93]

Thống lãnh nghĩa dõng quân, Bình Tây Đại Tướng Trương Định (Truong Dinh), và Bình Tây Phó Tướng, Trâm-Tóan, cùng các thủ lãnh những đạo quân khác,

Gởi một tuyên ngôn đến các quan ở Vinh-Long:

Kể từ năm Tự Đức thập nhị niên (1858) khi mà lũ di địch từ Tây Dương tới nước này, chúng không ngừng đánh phá và liên tiếp chiếm ba tỉnh Gia-Dinh, Dinh-Tuong và Bien-hoa. Những người

---

(93) Bạn đọc có thể so sánh bản dịch này của người viết với bản dịch của ông Nguyễn Ngọc Cư trong bài: Nguyễn Ngọc Cư (dịch giả), "Vài tài liệu Pháp về cuộc khởi nghĩa Trương Công Định tại Gò Công." Tập San Sử Địa, Số 22, pp. 47-52; (tiếng Pháp): pp. 237-241.

https://drive.google.com/file/d/1LVclwrV-N2x2fotENM6EFfmEIBaoKBmk/view?usp=sharing

dân của ba tỉnh này phải chịu đủ loại tai ương, nhưng những lời than trách của họ thường là vô ích và tình trạng của họ không hề thay đổi, vì lúc nào họ cũng bị thua.

Sau đó một hòa ước được ký kết với triều đình Annam, và hòa ước này chỉ làm tăng thêm cơn giận dữ và sự thất vọng của người dân ba tỉnh.

Chúng tôi liền kêu gọi tất cả những quan lại cũ và khuyến khích họ chiêu mộ quân sĩ, mỗi người một đạo quân và ở khắp mọi lãnh thổ; bằng cách này họ đã thành công trong việc tập hợp được một đạo dân quân đông gấp mấy lần 10,000 người, và số tiền tự nguyện được tặng không ít hơn 1,000,000. Mọi người mọi nơi đều rất vui lòng đóng góp, hoặc bằng tiền bạc, hoặc bằng sức người cho việc đánh giặc, mỗi lần chúng tôi đụng độ với chúng, cả hai bên đều có người chết và bị thương, thành ra chúng tôi không hề sợ chúng.

Từ khi hai vị đại thần Annam, tuân theo mệnh lệnh của nhà vua, ký kết một hòa ước mà theo đó ba tỉnh bị nhường cho giặc, người dân của ba tỉnh đó rất nóng lòng muốn trở về tình trạng ngày xưa, đưa chúng tôi lên làm đầu cho họ. Cho nên chúng tôi không thể không làm những gì đang làm, đó là sẵn sàng cho chiến tranh, và ở bên Đông cũng như bên Tây, chúng tôi sẽ đối địch và chúng tôi sẽ chiến đấu và cuối cùng chúng tôi sẽ đập tan lực lượng quân giặc.

Cư dân của ba tỉnh nói với nhau rằng nếu bọn giặc muốn chúng ta chuộc lại ba tỉnh từ chúng, thì chúng chỉ cần nói muốn bao nhiêu vạn (10.000) đồng bạc rồi chúng ta sẽ đưa cho - còn nếu như ba tỉnh nhứt định phải bị cắt lìa ra khỏi vương quốc, thì chúng ta thà chết, họ nói, còn hơn làm dân của bọn giặc.

Nếu do phương tiện đường tram (trạm) có sứ giả từ kinh đô tới, hoặc nếu các ông gởi thông báo về việc trả lại ba tỉnh, thì chúng tôi sẽ cho qua những thông tin đó, nhưng một khi các ông nói về việc giữ chuyện đã rồi là cắt nhượng một phần lãnh thổ và giúp đỡ cho quân lính của bọn giặc, thì chúng tôi sẽ chống lại những lệnh của chánh phủ và chắc rằng sẽ không còn sự hòa bình *hay hưu chiến giữa các ông và chúng tôi, và các ông sẽ không còn có quyền ngạc nhiên bởi những sự việc.*

Vì mục tiêu đó chúng tôi gởi cho các ông tuyên ngôn này.

Tự Đức thập ngũ niên, nhị thập bát nhật, thập nhất nguyệt (17 tháng 1, 1863)

Bình Tây Đại Tướng và Bình Tây Phó Tướng đồng ấn ký

Sao y chánh bản

Hải Quân Đề Đốc, Thống Đốc kiêm Nguyên Soái

Ký tên Bonard

Trích Á-châu (Asie) tập 29, Văn Khố Bộ Ngoại Giao, Paris

Như đã nói trên, lá thư "tuyên ngôn" này của Trương Định được biết đến qua một bản sao bằng tiếng Pháp. Và không biết là nó đã được viết bằng tiếng Pháp, hay đã được dịch ra Pháp Văn từ tiếng Việt. Nhưng điều chắc chắn là nó đã được chuyển giao cho người Pháp từ một người đại diện của triều đình với trách nhiệm thi hành điều số 11 của hòa ước 1862 là giải giáp những lực lượng kháng chiến nhà Nguyễn tại Gia Định và Định Tường - trong số đó có lực lượng quan trọng nhất của Trương Định ở Gò Công. Người đại diện đó chính là Phan Thanh Giản. Và như đã giải thích trong chương IV, Phan Thanh Giản có trách nhiệm phải chứng minh với đề đốc Bonard rằng bên nhà Nguyễn đã nghiêm chỉnh thi hành điều ước này, do đó bên Pháp phải trả lại Vĩnh Long cho nhà Nguyễn.

Vì lý do trên, Phan Thanh Giản cần phải giải thích với phía Pháp là tại sao những lực lượng kháng chiến như Trương Định vẫn chưa giải tán. Ông cần phải cho Pháp thấy là Trương Định không chịu nghe lệnh của triều đình, mặc dù triều đình đã khuyến dụ rất rõ ràng về việc này.

Cho nên lá thư "tuyên ngôn" nói trên của Trương Định đã được Phan Thanh Giản chuyển cho Bonard để giải thích và cũng để chứng minh rằng Trương Định không chịu nghe lệnh của ông và triều đình, chứ không phải là Phan Thanh Giản đã không kêu gọi Trương Định buông súng.

Và người Pháp đương nhiên không tin rằng lá thư này là do chính Trương Định viết để "tuyên ngôn" với "các quan tỉnh Vĩnh Long", cũng như không tin rằng Trương Định đã tự động chống Pháp một cách độc lập với triều đình Huế, vì có quá nhiều bằng chứng đi ngược lại điều đó. Nhưng ở đây, bài viết này không có mục đích đi sâu vào những bằng chứng nói trên. Mà người viết chỉ muốn khảo sát lá thư tuyên ngôn bằng tiếng Pháp này của Trương Định, để **so sánh lại với câu chuyện chung quanh câu "Phan Lâm mãi quốc, triều đình khí dân"**, như đã được kể bởi hai ông sử gia họ Trần mà thôi.

Do đó, dưới đây là những điểm chính cho thấy sự khác biệt giữa lá thư "tuyên ngôn" của Trương Định và câu chuyện chung quanh câu "Phan Lâm mãi quốc, triều đình khí dân" của hai ông sử gia họ Trần:

1. Kính Trọng Phan Thanh Giản

Trước hết, **nếu chấp nhận rằng đây là một lá thư do chính Trương Định** chấp bút, thì rõ ràng là ông ta đã giữ đầy đủ sự kính nể hay tôn trọng đối với triều đình Huế và với vị đại thần Phan Thanh Giản. Có thể thấy rằng cả lá thư không có một chữ nào để trách móc triều đình Huế, đừng nói chi đến những từ ngữ như "bỏ dân". Tương tự như vậy, toàn thể lá thư không có một lời trách móc hai ông đại thần Phan Thanh Giản và Lâm Duy Hiệp, mà chỉ toàn là những câu mắng chửi bọn "giặc" đã tạo ra sự khốn khổ cho người dân ba tỉnh ra sao. Do đó, không hề có một ý niệm nào để lên án Phan Thanh Giản là "bán nước" hay "mãi quốc" trong lá thư trên.

Ngược lại, lá thư còn cho thấy một sự tôn trọng Phan Thanh Giản rõ rệt của Trương Định.

Trước nhất, trong lá thư này Trương Định gọi Phan Thanh Giản và Lâm Duy Hiệp là **hai vị "đại thần"**, tức **"deux hauts dignitaires"**, chứ không phải cách kêu xách mé theo kiểu "Phan Lâm" trong câu "Phan Lâm mãi quốc, triều đình khí dân". Còn theo câu chuyện của hai sử gia họ Trần thì Trương Định và nghĩa quân của ông ta lúc đó đã coi Phan Thanh Giản là tội nhân và đã lên án bán nước cho ông rồi. Thì có đâu mà trong bản "tuyên ngôn" gửi cho Phan Thanh Giản nói trên, lãnh tụ kháng chiến Trương Định lại phải trang trọng kêu Phan Thanh Giản là một "vị đại thần"?

Rồi chẳng những vậy thôi, mà lá thư này còn rõ ràng bênh vực hay biện minh cho hành động ký kết hòa ước 1862 của Phan Thanh Giản. Rằng ông làm việc đó là do **"tuân theo mệnh lệnh của nhà vua"**, chứ không phải do tự ý. Tức là lá thư tuyên ngôn nói trên đã dồn hết trách nhiệm cho vua Tự Đức về việc cắt đất cho Pháp, khi nói rằng đó là lệnh của nhà vua. Mà nếu như vậy thì rõ ràng là Trương Định đã biện hộ cho Phan Thanh Giản trong thư - rằng vị đại thần này hoàn toàn không có trách nhiệm gì hết trong việc cắt đất giảng hòa của triều đình!

Tóm lại, lá thư tuyên ngôn nói trên nếu thật sự là của Trương Định thì chẳng những đã không hề buông lời trách móc Phan Thanh Giản, mà còn tỏ ra kính trọng ông đại thần này hết mực. Do đó, nếu chấp nhận rằng lá thư tuyên ngôn là do chính tay Trương Định viết, và nó thật sự phản ánh tư tưởng và thái độ của ông ta đối với triều đình, nhất là đối với Phan Thanh Giản, thì ta sẽ thấy rằng nó hoàn toàn trái ngược với câu chuyện chung quanh câu "Phan Lâm mãi quốc, triều đình khí dân" của hai sử gia họ Trần.

2. Tác Giả Lá Thư Là Triều Đình Huế

Tuy nhiên, nội dung lá thư này cho thấy là nó không phải được viết bởi Trương Định, và cũng không phải để gửi cho Phan Thanh Giản. Mà nó chính là một lá thư của triều đình nhà Nguyễn gửi cho đề đốc Bonard của Pháp - dưới một sự ngụy trang khá ư vụng về.

Trước nhất, phải nhớ rằng mục đích của lá thư "tuyên ngôn" nói trên là để chứng minh cho Pháp thấy rằng Trương Định không có, hay không còn liên hệ gì đến nhà Nguyễn nữa. Như đã giải thích trong chương IV, điều số 11 của hòa ước 1862 giao hẹn rằng Pháp sẽ trả lại tỉnh thành Vĩnh Long cho bên Annam nếu nhà vua Annam giải tán các lực lượng kháng chiến ở Gia Định và Định Tường mà do chính nhà vua đã từng ra lệnh dấy động. Cho nên Phan Thanh Giản, người đại diện cho nhà Nguyễn trong việc ký kết hòa ước, và bây giờ là người thi hành điều khoản này, cần phải chứng tỏ cho Bonard thấy rằng ông đã cố gắng thi hành điều đó, qua việc viết thư kêu gọi Trương Định giải giáp. Nhưng rồi Trương Định không chịu nghe lệnh và đã viết lá thư "tuyên ngôn" như trên để nói ra lý do cho sự bất tuân này. Vì vậy, Phan Thanh Giản đã phải chuyển giao lá thư tuyên ngôn của Trương Định đến cho Bonard để chứng minh điều đó.

Có thể thấy rằng trong thời gian đó nhà Nguyễn muốn theo đuổi cả hai phương pháp ngoại giao và quân sự để lấy lại lãnh thổ vừa mất. Cho nên một mặt thì để Phan Thanh Giản sử dụng phương sách ngoại giao và uy tín cá nhân của ông để thúc đẩy Bonard, còn một mặt thì vẫn ngấm ngầm ủng hộ Trương Định dùng biện pháp quân sự tiếp tục kháng chiến để tạo áp lực với Pháp.

Nhưng nếu đi theo đường lối ngoại giao để lấy lại Vĩnh Long theo điều 11 của hòa ước 1862 thì nhà Nguyễn phải chứng minh với phía Pháp rằng người lãnh tụ kháng chiến ở Nam Kỳ là Trương Định đã tự xưng làm "đại nguyên soái", đã lên tiếng phủ nhận mọi liên hệ, và đã tuyên bố là không nhận được sự trợ giúp nào từ triều đình. Ngoài ra, **lại còn phải nói rõ như trong thư là tiền bạc và nhân lực của kháng chiến đều do dân chúng đóng góp mà ra**.

Và điều rất vô lý ở đây là tại sao Trương Định không tuyên bố những lý do trên với người Pháp hay với triều đình Huế - những lực lượng chủ chốt trong cuộc chiến? Mà lại đi tuyên bố với... các quan tỉnh Vĩnh Long? Tại sao vẫn phải gọi Phan Thanh Giản là đại thần? Tại sao lại biện hộ cho Phan Thanh Giản về việc cắt đất? Những điểm trên cho thấy một sự mắc mứu không thông của lá thư "tuyên ngôn" này. Bởi một mặt thì nó tuyên bố rằng không dính dáng chi đến triều đình, nhưng mặt khác thì lại cho thấy rằng tác giả **vẫn còn không dám... khi quân, vẫn không dám tuyên bố độc lập với nhà Nguyễn**. Và đó là lý do mà tại sao ta lại có một lá thư "tuyên ngôn" nửa vời theo kiểu "từ con" như vậy.

Do đó, nội dung lá thư này cho thấy rằng nó đã được viết ra để biện minh với Pháp lý do tại sao Phan Thanh Giản không thể giải giáp lực lượng Trương Định theo điều số 11 của hòa ước 1862. Vì thế, nó đã được viết ra cho người đọc là Bonard chứ không phải Phan Thanh Giản hay các quan ở tỉnh Vĩnh Long. Và điều chắc chắn là Phan Thanh Giản đã có đóng góp hay chính là đạo diễn cho lá thư này. Bởi nếu lá thư được viết cho Phan Thanh Giản, hay được dùng để tuyên bố với Phan Thanh Giản, thì không lý gì nó lại đi trần tình với chính đương sự rằng *"từ khi hai vị đại thần Annam, tuân theo mệnh lệnh của nhà vua"*. Tức là nó đem kể lại cho Phan Thanh Giản nghe những chuyện mà chính ông đã làm, qua lời Trương Định! Ấy là chưa kể tới việc lá thư còn lên tiếng bênh vực Phan Thanh Giản và đổ hết trách nhiệm về việc mất đất cho vua Tự Đức.

Kế đến, tuy lá thư được viết như là một "tuyên ngôn" của nghĩa quân Trương Định với các quan lại tỉnh Vĩnh Long, nhưng toàn thể lá thư lại cho thấy rằng đó là một **lời kêu gọi hay thuyết phục người Pháp hãy đồng ý cho nhà Nguyễn chuộc lại ba tỉnh miền Đông**. Rõ ràng và lộ liễu nhất là câu *"Cư dân của ba tỉnh nói với nhau rằng nếu bọn giặc muốn chúng ta chuộc lại ba tỉnh từ chúng, thì chúng chỉ cần nói muốn bao nhiêu vạn (10.000) đồng bạc rồi chúng ta sẽ đưa cho"*. Nghĩa là câu này đã mượn lời của dân chúng ba tỉnh để nói thẳng với người Pháp rằng: "các ông muốn bao nhiêu tiền thì cứ nói, chúng tôi sẽ trả để chuộc lại ba tỉnh"! Và như vậy thì đó chính là một câu gợi ý cho người Pháp, chứ hoàn toàn chẳng có nghĩa lý gì khi được đem ra "tuyên bố" với các quan tỉnh Vĩnh Long.

Rồi tiếp theo cho sự gợi ý chuộc đất nói trên, lá thư còn nhắc đi nhắc lại rằng nhân dân ba tỉnh miền Đông muốn *"trở lại tình trạng cũ"*, tức là muốn trở lại làm dân nhà Nguyễn! Rồi lá thư phô trương sức mạnh về nhân lực cũng như về tài chánh của phe mình, để đi đến tuyên bố rằng: *"còn nếu như ba tỉnh nhứt định phải bị cắt lìa ra khỏi vương quốc, thì chúng ta thà chết, họ nói, còn hơn làm dân của bọn giặc."* Câu văn này tuy bề ngoài có vẻ như để hăm dọa quân Pháp, nhưng thật sự thì lại hớ hênh để cho thấy rằng người được hưởng lợi chính là triều đình nhà Nguyễn, khi nó nói rằng người dân ba tỉnh muốn trở lại tình trạng như xưa, trước khi người Pháp tới.

Sau cùng, lỗi lầm rõ rệt nhất của lá thư là ở đoạn cuối, khi tác giả Trương Định viết về vấn đề thư từ bằng đường trạm phải đi qua vùng đất của ông ta. Theo đó, nếu là thư của triều đình, hoặc của các quan Vĩnh Long, mà nói về việc lấy lại ba tỉnh, thì Trương Định cho qua. Còn nếu thư đó nói về việc đã rồi, là hòa ước và việc thi hành hòa ước, thì ông ta sẽ chống lại.

Như vậy, đoạn thư cuối này đồng nghĩa với việc Trương Định đã tạo **cho Phan Thanh Giản một lý do để giải thích với Bonard rằng tại sao Phan Thanh Giản không thể kêu gọi Trương Định giải giáp được nữa**. Đó là vì như đoạn thư này tuyên bố, bất cứ khi nào Phan Thanh Giản muốn nói tới việc giải giáp thì Trương Định sẽ chống lại và không nhận thư từ. Ngược lại, chỉ khi nào Phan Thanh Giản muốn nói về chuyện lấy lại ba tỉnh hoặc thông báo về tin tức của triều đình thì Trương Định mới cho qua. Nghĩa là Trương Định không chịu nghe chuyện giải giáp, nhưng lại rất chịu nghe chuyện chuộc đất!

Ngoài ra, lá thư còn có những điều hớ hênh nho nhỏ khác, mà nếu để ý sẽ thấy. Thí dụ như câu:"*sẽ không còn sự hòa bình hay hưu chiến giữa các ông và chúng tôi*". Với câu trên, tác giả lá thư ký tên Trương Định này có lẽ đã quên rằng ông ta đang viết cho các quan tỉnh Vĩnh Long, chớ không phải cho người Pháp! Vì lực lượng Trương Định và quan quân nhà Nguyễn có bao giờ đánh nhau đâu mà cần nói đến việc hòa giải hoặc hưu chiến giữa hai bên? Cuộc chiến từ trước đến nay hiển nhiên vẫn là giữa Trương Định và Pháp. Cho nên, một lần nữa, có thể thấy rằng đây chính là một câu để dành cho người Pháp đọc, cũng như cả lá thư "tuyên ngôn". Và mục đích chính của nó là sự đối thoại và thuyết phục người Pháp phải trả đất cho nhà Nguyễn. Chứ hoàn toàn không phải là để "tuyên ngôn" độc lập với triều đình Huế.

3. Bản Dịch Của Trần Văn Giàu Và Cách Sử Dụng Lá Thư Của Hải Thu - Trần Huy Liệu

Tuy vậy, lá thư tuyên ngôn này lại được các sử gia miền Bắc hoàn toàn tin tưởng rằng do Trương Định viết, và do đó họ không hề có thắc mắc gì về tác giả của nó. Tệ hơn nữa, họ đã dịch sai cũng như diễn giải lệch lạc nội dung lá thư, để làm cho nó phù hợp với ý muốn của mình.

Điển hình là đoạn văn sau đây trong lá thư:

Depuis que deux hauts dignitaires annamites, en se conformant aux ordres du Roi, ont conclu un traité par lequel les trois provinces sont cédées aux brigands, le peuple de ces tres provinces désirant très vivement revenir à sa condition première, nous a mis à sa têtes. Nous ne pouvons donc ne pas faire ce que nous faisons, c'est pourquoi nous sommes prêts à la guerre, et à l'Orient comme à l'Occident, nous nous opposerons et nous combattrons et finirons bien par abattre la force de ces brigands.

Mà người viết đã dịch ra tiếng Việt như sau:

Từ khi hai vị đại thần Annam, tuân theo mệnh lệnh của nhà vua, ký kết một hòa ước mà theo đó ba tỉnh bị nhường cho giặc, người dân của ba tỉnh đó rất nóng lòng muốn trở về tình trạng ngày xưa, đưa chúng tôi lên làm đầu cho họ. Cho nên chúng tôi không thể không làm những gì đang làm, đó là sẵn sàng cho chiến tranh, và ở bên Đông cũng như bên Tây, chúng tôi sẽ đối địch và chúng tôi sẽ chiến đấu và cuối cùng chúng tôi sẽ đập tan lực lượng quân giặc.

Thế nhưng dưới ngòi bút dịch thuật của ông Trần Văn Giàu và sự diễn giải của ông Trần Huy Liệu với bút hiệu Hải Thu trong bài "Góp Ý Về Phan-thanh-Giản" trong phiên tòa đấu tố năm 1963, thì đoạn văn trên lại trở thành như sau:

*"'Nhân dân 3 tỉnh không muốn đất nước bị chia cắt, nên họ suy tôn chúng tôi cầm đầu. Chúng tôi không thể nào làm khác hơn điều mà chúng tôi đang làm, cho nên **chúng tôi sẵn sàng tử chiến, lôi địch đàng đông, kéo địch đàng tây, chúng tôi chống địch, đánh địch và sẽ thắng địch (chúng tôi nhấn mạnh H.T.)**. Nếu ngài còn nói hòa nghị cắt đất cho địch thì chúng tôi xin không tuân lệnh triều đình, và chắc hẳn là như thế không bao giờ có hòa thuận giữa các ông và chúng tôi , ngài sẽ không lấy gì làm lạ cả' (Chú thích số 1: Trích theo Trần-văn-Giàu trong cuốn Nam-kỳ kháng Pháp tr. 160, Xây dựng phát hành, 1956).*

Bức thư của Trương-Định trả lời Phan-thanh-Giản lúc Phan

theo lệnh Pháp dụ dỗ giải giáp đã nói với chúng ta nhiều điều quí báu: nhân dân không những 'sẵn sàng tử chiến', mà còn biết cách đánh 'lôi địch đàng đông, kéo địch đàng tây và tin là đánh như vậy nhất định 'sẽ thắng địch'.

Niềm tin 'sẽ thắng địch'' không phải là một niềm tin không có cơ sở thực tế. Thực tế đã chứng minh là nếu 'sẵn sàng tử chiến', nếu biết cách 'lôi địch đàng đông, kéo địch đàng tây' thì những vũ khí tối tân nhất của địch bấy giờ như tàu chiến, đại bác cũng khó bảo toàn...''[94]

Như vậy, trong khi nguyên văn lá thư viết rằng người dân của ba tỉnh miền Đông *"nóng lòng muốn trở về tình trạng ngày xưa"*, hay *"le peuple de ces tres provinces désirant très vivement revenir à sa condition première"*, thì ông Trần Văn Giàu lại dịch ra là họ *"không muốn đất nước bị chia cắt"*. Tức là trong lúc nguyên văn lá thư nói rằng người dân 3 tỉnh chỉ muốn trở lại với vương quyền nhà Nguyễn mà thôi, thì ông Trần Văn Giàu lại dịch ra thành ý niệm "không muốn đất nước bị chia cắt", để cho thích hợp với tình hình thời sự trong thập niên 1950 của ông ta.

Nhưng chưa hết. Nguyên văn lá thư viết là: *"Cho nên chúng tôi **không thể không làm những gì đang làm, đó là sẵn sàng cho chiến tranh**, và ở bên Đông cũng như bên Tây, chúng tôi sẽ đối địch"*, để nói về tình trạng **"chẳng đặng đừng"** của Trương Định, khi phải tiếp tục đánh Pháp. Và đó là vì ông đã được nhân dân đưa lên làm lãnh đạo: *"nous a mis à sa têtes. Nous ne pouvons donc ne pas faire ce que nous faisons"* (*"đưa chúng tôi lên làm đầu cho họ. Cho nên chúng tôi không thể không làm những gì đang làm"*). Nghĩa là Trương Định đang ở trên lưng cọp, dù muốn xuống cũng không xong.

Nhưng dưới sự dịch thuật của ông Trần Văn Giàu thì nó lại thành ra *"Chúng tôi **không thể nào làm khác hơn điều mà chúng tôi đang làm, cho nên chúng tôi sẵn sàng tử chiến**, lôi địch đàng đông, kéo địch đàng tây, chúng tôi chống địch, đánh địch và sẽ thắng địch"*. Cách dịch đảo ngược thứ tự này tạo cho người đọc

---

(94) Hải Thu, Ibid, p. 48

cảm giác rằng "điều mà chúng tôi đang làm" là "tử chiến". Trong khi ý của tác giả là không thể không đánh, vì đã được nhân dân đưa lên lãnh đạo để đưa họ về tình trạng cũ.

Cuối cùng, tác giả lá thư Trương Định cho biết là sẽ đánh Pháp cả *"ở bên Đông cũng như bên Tây"*, mà theo người viết nghĩ thì có lẽ ông đang muốn nói đến miền Đông và miền Tây Nam Kỳ: *"et à l'Orient comme à l'Occident"*. Trong khi đó, dưới ngòi bút dịch thuật của ông Trần Văn Giàu thì câu văn trên lại trở thành *"cho nên chúng tôi sẵn sàng **tử chiến, lôi địch đàng đông, kéo địch đàng tây"***. Mà như đã thấy, đoạn văn trên nào có gì gọi là, hay thậm chí liên hệ đến, **"tử chiến"**! Cũng như chẳng hề có vụ **"lôi, kéo"** gì ở đây cả!.

Thế nhưng ông Trần Huy Liệu dưới bút hiệu Hải Thu đã tỏ ra rất đắc ý với đoạn văn dịch nói trên của ông Trần Văn Giàu. Cho nên ông ta đã diễn giải, đã nhấn mạnh cho người đọc thấy rằng Trương Định thề quyết "tử chiến" - và thậm chí còn biết cả cách đánh du kích dằng dai "lôi địch đàng Đông, kéo địch đàng Tây" - để cho thấy sự khác biệt giữa tinh thần quyết chiến của Trương Định và "thất bại chủ nghĩa" của Phan Thanh Giản, cũng như để chứng minh cho sự "bịt mắt", "bưng tai" của Phan Thanh Giản trước "nguyện vọng của nhân dân" là "tử chiến" với Pháp, như trong thư.

Theo người viết được biết thì ông Trần Văn Giàu học tiếng Pháp từ nhỏ, và sau đó có sang Pháp để du học một thời gian. Còn ông Trần Huy Liệu thì nổi danh với việc tự học tiếng Pháp trong thời gian ở tù Côn Đảo, đến mức thuộc lòng cả một cuốn tự điển tiếng Pháp.[95] Mà đoạn văn bằng tiếng Pháp nói trên trong lá thư tuyên ngôn của Trương Định lại khá đơn giản, đến mức khó có thể hiểu sai được. Vậy mà nó đã bị dịch sai một cách cố ý đến mức độ như ông Trần Văn Giàu đã dịch trên đây! Rồi nó lại được ông Trần Huy Liệu nắm lấy và sử dụng để diễn giải sao cho phù hợp với câu chuyện chung quanh câu "Phan Lâm mãi quốc, triều đình khí dân" của ông ta.

---

(95) Ibid, Văn Tân, "Trần Huy Liệu Với Giới Báo Chí, Giới Văn Học Và Giới Sử Học", Nghiên Cứu Lịch Sử số 125, pp. 8-20, p. 8: "Trần Huy Liệu lấy quyển Nouveau Petit Larousse ra học... Anh kiên nhẫn học xong toàn bộ quyển từ điển, và thuộc lòng từ đầu cho đến cuối."

Tóm lại, có thể thấy rằng lá thư "tuyên ngôn" của Trương Định thật ra chính là một lá thư đã được viết cho người Pháp đọc, qua sự chuyển giao của Phan Thanh Giản. Và mục đích của nó là để giải thích cho sự bất hợp tác của Trương Định trước lệnh giải giáp của triều đình, và nhất là để gợi ý cho người Pháp việc muốn chuộc lại ba tỉnh miền Đông của nhà Nguyễn. Chứ nó hoàn toàn không phải là một lá thư để "tuyên chiến" với triều đình Huế, như các sử gia miền Bắc và nhất là hai vị sử gia họ Trần đã khẳng định từ bấy lâu nay.

Còn **nếu thật sự rằng đây là một "tuyên ngôn" của Trương Định**, thì điều rõ ràng và trớ trêu trong thư là "nhân dân" ba tỉnh miền Đông lại nói rằng họ muốn trở lại tình trạng cũ trước kia, tức là muốn tiếp tục bị bóc lột bởi giai cấp phong kiến! Hơn nữa, một điều không thể chối cãi khác là tác giả lá thư đã tỏ lòng kính trọng, và chẳng những không hề trách móc Phan Thanh Giản, mà lại còn bênh vực ông đại thần này, qua việc đổ hết trách nhiệm mất đất cho vua Tự Đức. Do đó, nếu chấp nhận rằng đây là một tác phẩm của Trương Định, thì cũng phải chấp nhận rằng Trương Định không thể trong cùng lúc mà viết lên lá cờ khởi nghĩa tám chữ "Phan Lâm mãi quốc, triều đình khí dân" được.

Dưới đây là ảnh chụp lá thư "tuyên ngôn" nói trên, lấy từ phần phụ lục cuốn ***"Phan Thanh Gian, Patriote et Précurseur du Vietnam Moderne"*** của bà Phan Thị Minh Lễ.[96]

---

(96) Phan Thi Minh Lê, Pierre Ph. Chanfreau, "Phan Thanh Gian, Patriote et Précurseur du Vietnam Moderne", L'Harmattan, Paris, 2002, Document Annexe 10b.

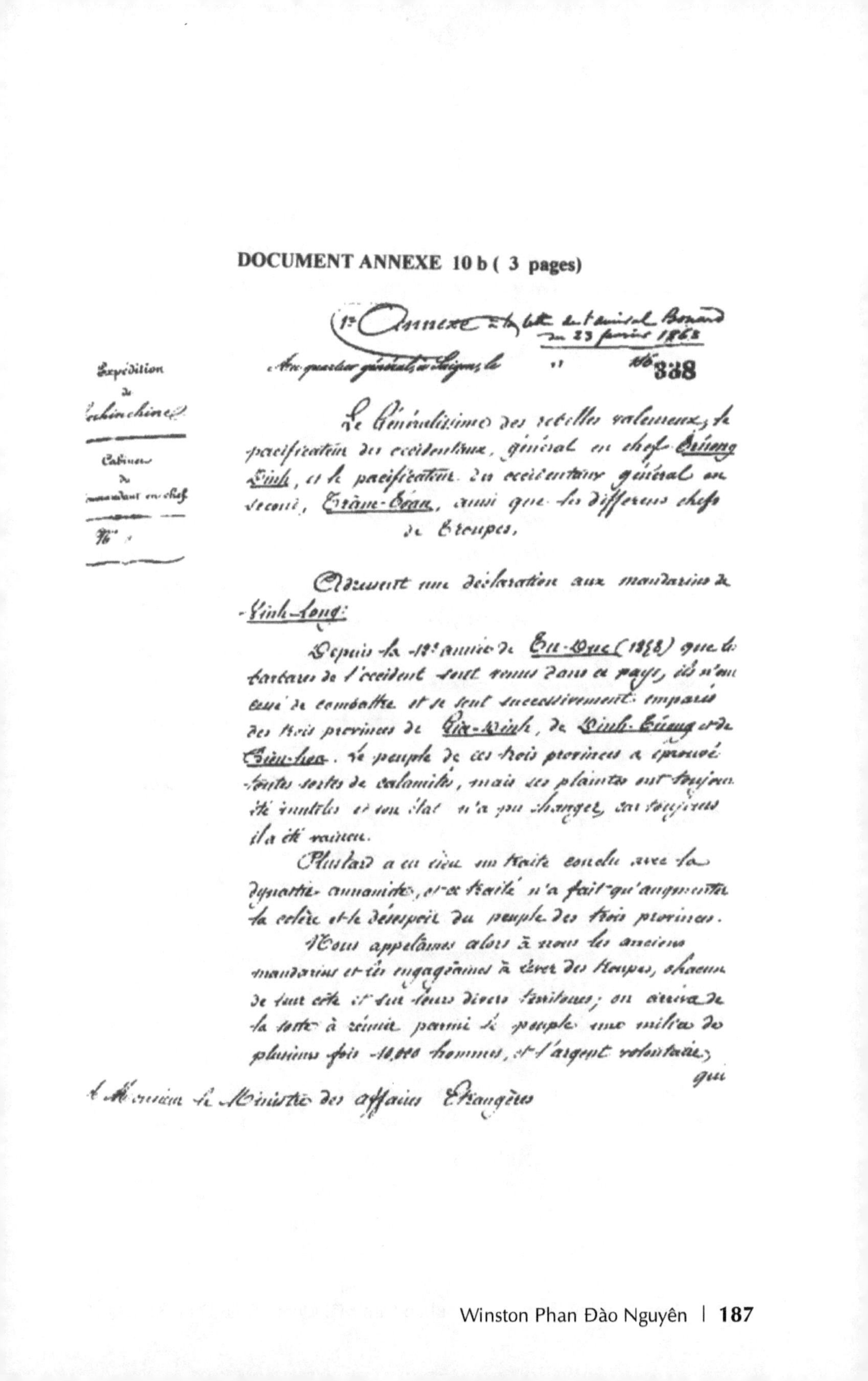

DOCUMENT ANNEXE 10 b (3 pages)

qui fut offert, ne s'est pas élevé à moins de 150000. Tout le
monde a partout été très-heureux de contribuer, soit en
argent, soit en hommes pour combattre les brigands, chaque
fois que nous avons eu des engagements avec eux, il y a eu
de part et d'autres des morts et des blessés, aussi nous ne les
craignons pas.

Depuis que deux hauts dignitaires annamites, en se
conformant aux vœux du Roi, ont conclu un traité par
lequel ces trois provinces sont cédées aux brigands, le peuple
de ces trois provinces désirant très vivement revenir à sa
condition première, nous a mis à sa tête. Nous ne pouvons
donc ne pas faire ce que nous faisons, c'est pourquoi nous
sommes prêts à la guerre, et à l'Orient comme à l'Occident
nous nous opposerons et nous combattons et viendrons bien à
abattre la force de ces brigands.

Les habitants des trois provinces disent entre eux que si
les brigands veulent qu'on leur cachète ces 3 provinces, ils
n'ont qu'à dire combien ils veulent de 50000 piastres ou
les leur donnera — que s'il faut absolument que ces trois
provinces soient séparées du royaume, nous préférons plutôt
mourir, disent-ils, qu'être jamais les sujets de brigands.

Si par la voie des trams, il vient quelque envoyé à
la capitale, ou bien si vous expédiez quelque dépêche, ayant
pour but la reddition des trois provinces, nous permettons
les communications, mais pour peu que vous parliez de
maintenir ce qui a été fait en cédant une partie du
territoire et en venant à l'aide des soldats de ces brigands,
alors nous nous opposerons aux ordres du gouvernement;

et certainement il n'y aura plus de paix ni de trêve entre vous et nous, et vous n'aurez plus alors le droit d'être surpris des événements

C'est dans ce but que nous vous adressons cette déclaration.

Cu-Duc 15ᵉ année, 28ᵉ jour 11ᵉ mois
(17 Janvier 1863)

Les deux cachets réunis du pacificateur général en chef et du deuxième pacificateur général en sous ordre.

Pour copie Conforme
Le Vice-Amiral, Gouverneur et Commandant en chef

Bonard

CHƯƠNG IX

BẢN BÁO CÁO CỦA PHẠM TIẾN
TỨC PHẠM TUẤN PHÁT

Có lẽ tài liệu quan trọng nhất và chi tiết nhất về mối liên hệ giữa các lực lượng hay nhóm người trong câu chuyện chung quanh câu "Phan Lâm mãi quốc, triều đình khí dân" vào thời gian ngay sau hòa ước 1862 là một tài liệu có tên gọi "Tình Hình Ba Tỉnh Nam-Kỳ Tự Đức Năm Thứ 16 (1863) - Tờ Bẩm Của Phạm Tiến (1863)".

Đây là bản báo cáo của một viên cựu quan triều Nguyễn tên Phạm Tiến, lúc đó đang chống Pháp ở Nam Kỳ cùng với Trương Định. Bản báo cáo với nguyên tác bằng chữ Hán này đã được hai ông Tô Nam và Bùi Quang Tung dịch ra chữ quốc ngữ và cho đăng trong Tập San Sử Địa số 3 - Đặc Khảo Về Trương Công Định. Theo lời tòa soạn Tập San Sử Địa, đây là một tài liệu nằm trong số "những hồ sơ công văn của vua Tự-Đức, đã được xếp thành tập, nằm trong Tự Đức tập 155, trang 59a".[97]

Và đây là một bản báo cáo rất dài, nói đến rất nhiều nhân vật liên quan đến cuộc chiến Pháp Việt trong thời gian từ sau hòa ước 1862 đến tháng 10 năm 1863. Bản báo cáo này quan trọng ở chỗ nó là một tài liệu thuộc loại "tối mật", một báo cáo nội bộ được gửi về triều đình Huế, từ một nhân vật đang có vai trò cực kỳ quan trọng trong cuộc kháng chiến chống Pháp ở Nam Kỳ. Nó cho ta thấy rõ những diễn biến rất thật bên trong lực lượng kháng chiến của Trương Định, cũng như bên trong triều đình nhà Nguyễn. Nó cho ta

---

(97) "Tình Hình Ba Tỉnh Nam-Kỳ Tự Đức Năm Thứ 16 (1863) - Tờ Bẩm Của Phạm Tiến",Tập San Sử Địa Số 3, 1966, Đặc Khảo Về Trương Công Định, pp. 145-152. https://drive.google.com/file/d/1LVclwrV-N2x2fotENM6EFfmEIBaoKBmk/view?usp=sharing

thấy sự liên hệ giữa các phe phái và các nhân vật trong cuộc chiến Pháp-Việt tại Nam Kỳ lúc đó. Và những mối quan hệ này hoàn toàn không đơn giản như hai sử gia họ Trần đã diễn tả.

Nhưng trước hết, cần phải biết tác giả của bản báo cáo này là ai, để có thể thấy hết được tầm quan trọng và sự chân thực của nó. Người viết bản báo cáo này tự xưng là *"ty chức Phạm Tiến"*, và cho biết là ông ta đã từng làm quan cho nhà Nguyễn tại tỉnh Gia Định. Có rất nhiều khả năng người đó chính là một nhân vật mà ta đã từng nghe qua trong "Lãnh Binh Trương Định Truyện" của Nguyễn Thông, tuy với một cái tên hơi khác là Phạm Tuấn Phát.[98] Đây là một lãnh tụ kháng chiến có căn cứ tại Hắc Khâu (Gò Đen, Long An), và đã sát cánh cùng chiến đấu chống Pháp bên cạnh lực lượng nghĩa quân Trương Định ở Tân Hòa, Gò Công.

Để nhắc lại, theo "Lãnh Binh Trương Định Truyện", trong khi Trương Định đang băn khoăn do dự không biết là có nên nhận chức vụ mới của triều đình đi làm Lãnh Binh An Giang, hay ở lại tiếp tục chiến đấu, thì ông ta nhận được một lá thư của Phạm Tiến, tức Phạm Tuấn Phát, kêu gọi tiếp tục đánh Pháp. Và chính lá thư này đã đưa Trương Định đến quyết định ở lại để tiếp tục kháng chiến:

*"... thế rồi mọi người yêu cầu ông Định ở lại điều khiển **trong khi ông còn do dự thì bỗng tiếp được thư của Phạm-tuấn-Phát ở Tân-long gửi đến** cho nghĩa quân, trong thư cũng suy tôn ông làm Chủ-soái, và thề nhất định sống chết với địch chứ không hòa!... **Bức thư của Tuấn-phát chẳng khác gì một ngòi lửa** đúng thì giờ ấy nó đã châm vào kho thuốc, trái tim của đám nghĩa quân, làm cho tinh thần bất khuất lại thêm bồng bột!"*[99]

Như vậy, theo lời Nguyễn Thông thuật lại, nhân vật Phạm Tiến hay Phạm Tuấn Phát này chính là một người có ảnh hưởng rất lớn

---

[98] Theo Cao Tự Thanh trong "Nho Giáo Ở Gia Định", Nhà Xuất Bản Thành Phố Hồ Chí Minh, 1996, p. 151, Phạm Tiến chính là Phạm Tuấn Phát, thủ lãnh nghĩa quân ở Gò Đen (Hắc Khâu), Long An. Vì không có tài liệu nào khác để chứng minh rằng Phạm Tiến chính là Phạm Tuấn Phát, người viết xin nêu vấn đề ra đây để bạn đọc tỏ tường. Nhưng cho dù không phải là Phạm Tuấn Phát trong "Lãnh Binh Trương Định Truyện" đi nữa, ta sẽ thấy tầm quan trọng của nhân vật Phạm Tiến này qua chính bản báo cáo hay "tờ bẩm" của ông ta sau đây.

[99] "Lãnh Binh Trương Định Truyện", Ibid

đến quyết định của Trương Định trong việc tiếp tục đánh Pháp, thay vì đi đến nhiệm sở mới với vợ con.

Và bản báo cáo hay tờ bẩm của Phạm Tiến dưới đây sẽ cho ta thấy sự quan trọng của ông ta, trong vai trò là người liên lạc giữa triều đình Huế và các lực lượng kháng chiến ở Nam Kỳ, cũng như trong vai trò lãnh đạo chủ chốt của ông ta giữa các lực lượng kháng chiến nói trên.

Vì đây là một tài liệu với rất nhiều chi tiết về tình hình nội bộ của nhà Nguyễn tại ba tỉnh miền Đông Nam Kỳ vào thời gian 1862-1863, nên người viết trước hết xin chép lại nguyên văn dưới đây, rồi sẽ tiếp tục bàn đến những điểm chính của nó. Bản báo cáo này được đề ngày 16 tháng 9 âm lịch năm Tự Đức thứ 16, tức là vào khoảng tháng 10 năm 1863 dương lịch. Như vậy, nó đã được viết ra trong thời gian khoảng hơn một năm sau khi hòa ước 1862 được ký kết vào ngày 5 tháng 6 năm 1862.

TÌNH-HÌNH BA TỈNH NAM-KỲ – TỰ-ĐỨC NĂM THỨ 16 (1863)

TÔ-NAM và BÙI-QUANG-TUNG dịch

L.T.S. Những hồ sơ công văn của vua Tự Đức, đã được xếp thành tập. Tờ bẩm của Phạm-Tiến, nằm trong Tự Đức tập 155 trang 59a. Tờ khai thứ hai của ông Trần Ngọc Thanh, Nguyễn Đức Tánh, chúng tôi không được rõ đã được khai trong trường hợp nào mà được lưu trữ vào Tự Đức tập 155 trang 114a. Theo ông Tô Nam, đây là bản dịch từ bản chép tay do ông Bùi Quang Tung đưa cùng dịch. Nguyên bản chưa được rõ hiện giờ ở đâu. Vì thấy hai tài liệu này rất có giá trị, liên quan tới tình hình ba tỉnh miền Đông, lúc Trương Định ứng nghĩa cũng như có nói tới Trương Định, nên chúng tôi đã trích đăng ra đây. Sau này chúng tôi biết rõ thêm về hai tài liệu trên chúng tôi sẽ cho quí độc giả được biết.

TÌNH HÌNH ỨNG NGHĨA CỦA 3 TỈNH NAM-KỲ

Tự-Đức năm 16 tháng 9 ngày 28.

tờ bẩm của PHẠM-TIẾN

Ty chức Phạm Tiến kính bẩm về việc khai báo, nay thừa quí viện vâng mệnh sức xuống cho biết những lời châu phê như sau: "Cứ lời tên ấy trình bầy còn có nhiều chỗ chưa được tường tận, ngay đến các việc đã qua cùng việc hiện tại đều còn giấu diếm chứ chưa nói rõ nên làm thể nào có thể thu phục? Vậy sức cho viên ấy dự nghĩ tường khai: như việc Phan Lâm kháng cự ngày nào, hiện có người nào chứng kiến; Còn việc phái viên bí mật tới nơi chiêu dụ, là việc rất khó! Khâm Thử". Nay xin kính vâng lời dụ nguyên vì Ty chức từng ở Gia-Định và cùng các người xướng nghĩa hai tỉnh Định-Tường, Biên-Hoà hoạt động nhưng vì kiến văn cũng chưa chu đáo, vậy nay cứ ngu muội thắn thắng (sic) khai kê, cúi mong Cơ mật viện đường quan thu lục tiến lên ngự lãm, nay kính bẩm.

Kê Khai

Ty chức kể từ sau ngày tháng 5 năm Tự-Đức 14 đã có nhiều lần cùng với quan dân 3 tỉnh và các cử, tú, thân sĩ, hương, mục, binh, dân, cộng sự trong việc ứng nghĩa. Về sau có xảy ra việc Phan-văn-Đạt và Lê-cao-Dõng bị Tây thắt cổ. Triều đình gia phong khuyến khích, từ đấy sĩ phu các hạt lại càng phẫn khích phấn khởi thề giết quân thù.

Nhưng rồi từ khi Lãnh-đốc họ Phan và quan Lãnh-phủ cùng vào Gia-Định ký hoà ước xong, ra lệnh triệt hồi các quan từ trước vẫn ngầm hoạt động ở các thôn xã, làm cho sĩ phu khắp hạt, gào khóc như mưa, nhưng mà ai nấy vẫn phải vâng theo mệnh lệnh triều đình, đến ngày tháng 8 nhuận năm ngoái, đã từng mấy lần đến hầu tại Vĩnh-Long An-Giang Bình-Thuận, duy có viên cử nhân bát phẩm Lê-Liêm, và viên Tú Tài cửu phẩm Nguyễn-bá-Phan, Tự Thừa Nguyễn-văn-Tánh thì cho tuỳ ý muốn tới tỉnh nào ứng hậu cũng được, còn các người khác như viên quyền quản Hoàng-văn-Thiện và Hoàng-Trí-Viên, Tráng-sĩ-Nhàn, Phạm-quang-Cẩn, Trần-bá-Hồ, Ngô-Tỉnh, Phạm-văn-Duyên thì qua Vĩnh-Long thì Lãnh đốc Phan thu lại văn bằng do tỉnh cấp ngày trước, rồi cấp văn bằng khác đem về trình với phủ quan để về yên nghiệp, nhưng bọn đó đều không nhận bằng và cũng không tới trình chiếu.

Còn như Nguyễn-Thết cùng các quản suất của hai phủ huyện Phước-Tuy, Long-Thành khi qua trình diện ở Bình-Thuận thì viên

Lãnh phủ Lâm cũng thu văn bằng của tỉnh cấp mà đợi mãi không thấy hỏi đến, rồi ngày tháng 10 thì bọn đó lại kéo nhau về huyện Tân-Hoà kể lại cho Tôi và Trương-Định biết.

Thế rồi cách đây ít lâu thì Phan-đốc lại nghiêm sức bắt giam Đoàn-Tiến-Thiện để ghép vào tội ăn cướp, Nguyễn-Trực thấy vậy trốn vào vùng Tây để nhờ quan Tây xin hộ, sĩ dân 3 tỉnh đối với việc này ai cũng bảo rằng: Phan-đốc xua dân bổn quốc đến làm tai mắt cho Tây! Ai cũng lấy làm kinh ngạc! Chẳng biết nương tựa vào đâu? Nên chỉ nhìn nhau mà khóc!

Nhưng cũng may sao! Ngay giữa lúc ấy lại có một viên thị vệ mới đi công vụ Vĩnh-Long trở về, khi qua Tân-Hoà viên ấy nghỉ lại mấy hôm, nhân tiện thuật lại cho nghe, thì các thân sĩ hào mục mới biết đại khái mà thôi. Vì thế nên các đoàn huyện vẫn cứ tập hợp thề thốt cùng nhau. Chúng tôi cùng với Trương-Định bàn định với nhau, trao cho viên cử nhân Bùi-Tấn và Cù-khắc-Kiệm chuyên coi công việc của huyện Tân-Thịnh, cử nhân Lý-duy-Phiên, Hà-mậu-Đức, Tú-Tài Nguyễn-văn-Trung chuyên biện công việc của hai phủ huyện Tân An và Cửu-An, Tú-Tài Hoàng-văn-Đạt và Bùi-văn-Lý chuyên biện việc huyện Tân-Long. Tri huyện Đặng-văn-Duy chuyên biện việc phủ huyện Tây Ninh và Quang-Hoá, bát phẩm Lê-Quang-Bính, cử nhân Nguyễn-Tánh-Thiện chuyên biện việc huyện Tân-Hoà, Thân sĩ Hồ-huấn-Nghiệp, Tú Tài Mai-phương-Mỹ, và Nguyễn-duy-Thận chuyên biện việc huyện Tân-Bình, Bình-Dương và giao thông với Biên-Hoà, Định-Tường.

Còn các võ viên cử nhân, tú-tài, hương mục dân binh khác cùng với một số người Tầu thì chia từng chi, đặt từng toán để đi đắp lũy, kể từ nửa trên huyện Phúc-Lộc cùng với các hạt Bình-Dương, Bình-Long, Tân-Long đều do chính Tôi quản đốc, còn từ nửa dưới huyện Phúc-Lộc với huyện Cửu-An, Tân-Thạnh, Tân-Hoà thì do Trương-Định thống quản, ai nấy chiếu theo địa hạt phòng tiểu, gặp khi hữu sự thì thông báo cho nhau để cùng tiếp ứng, gặp lúc vô sự thì bảo vệ hương thôn, trừ có mấy người bị quân đội Tây sát hại như Nguyễn-văn-Niên, Đặng-văn-Cửu không kể. Còn từ ngày tháng 11-12 đến giờ, các trận giao chiến với quân đội Phú ở hạt Tân-Long, Phước-Lộc, nghĩa quân tử trận mất 12 người tức ông Nguyễn-văn-Tá cựu hương thân, Đoàn-thiện-Giáo thày đồ, và Trầm-thành-Ý, Trần-Hiển cùng viên ngũ-trưởng Trần-văn-Dỏ, đội trưởng Nguyễn-Sinh, binh Lê-văn-Hạch, dân Lê-Công-Nghiễn, Võ-văn-Phú, Nguyễn-văn-Bé, Nguyễn-văn-Lợi, Nguyễn-văn-Học, còn 6 người bị Tây bắt là : Tú Tài Lê-Thanh-Tề, suất đội Bùi-văn-Lô, đội trưởng Trần-Nhượng, học trò Lê-Tôn-Đán, Lê-Tuấn, và dân bang Quảng-Đông Hà Quốc. Các người này Tây đều giao cho hai viên Tri huyện của Tây là Nguyễn-Tường-Phong, Nguyễn-Tường-Vân giam cầm quyền dụ, nhưng chúng dụ đến 4, 5 ngày các người ấy cũng chẳng khuất phục lại còn chửi mắng om xòm (sic) làm chúng tức giận, đem ra thắt cổ 5 người, còn sót Lê-Tuấn vẫn bị giam giữ chưa biết ra sao? Còn bao nhiêu dân hạt bị chết trong lúc trận mạc thì Trương-Định, Nguyễn-hữu-Huân, Phan-Chánh đều có ghi ở trong cuốn nhật ký.

Ngoài ra lại còn một số chuyên biện các phủ huyện, hiện đương lẩn trong thôn xã chiêu dụ nhân dân, thì xã dân nào cũng vẫn có lòng nhớ cũ vui theo, có người cúng hết gia tài vào việc quân xướng! Nhưng cũng có mấy kẻ nhẫn tâm theo địch như tên Hợp-Cương, Hợp-San, Thủ Nho thì Tây cho làm ký lục, Tổng Ca thì làm Tri huyện Bình-Long. Tổng Trinh làm Tri huyện Tân-Hòa, còn Phan-hiến-Đạo mỗi khi lai vãng với Tây. Y đều cắm cờ hiệu Tấn-Sĩ và cờ ba sắc lên trên mũi thuyền. Tới tỉnh Gia-Định cũ y ngồi nghe hát với Tây, việc này do viên nguyên Tri phủ phủ Tân-Bình là Nguyễn-Thành-Ý hiện đã phi trình tại nơi quân thứ Tân-Hòa. Còn Tôn-Thọ-Tường thì địch cho làm Tri phủ Tân-Bình. Nguyễn-Trực làm Tri phủ Tây Ninh. Nguyễn-Tường-Phong làm Tri huyện Tân-Long, Nguyễn-Tường-Vân làm Tri huyện Phước-Lộc, Nguyễn-xuân-Khải Tri huyện Long-Thành, Nguyễn-văn-Nguyên làm học chánh, đối với những tên kể trên, nhân dân 3 tỉnh đều gọi là lũ bạn nghịch, và muốn đón đường giết đi, nhưng sợ Phan Lãnh-đốc biết chuyện lại sức cứu xét lôi thôi nên không giám làm.

Lại như tên nguyên quản cơ thuộc cơ Gia-Tiền tên gọi Đào-Bao được Tây cho làm Thống quản, mỗi tháng cấp cho 30 đồng bạc sai đem giáo dân đi đào sông, từ cầu Nhiêu-Lộc đến sông Bến-đất bề rộng 7 thước, sâu cũng 7 thước, lấy đất đắp thành con

*lũy bao quanh cả vùng Mai-Sơn, Cảnh-Phước, Khải-Tường, Tràng
Thi, Công-Thần, Kim-Tảo, Hiển-Trung, Từ-Bi, Hải-Nam, An-Định,
Thành Gia-Định cũ, phủ Tân-Bình và Chợ Lớn, chợ Kinh, những
sở của Tây đều ở bên trong lũy đó, chúng đã khai quật phần mộ
tổ tiên của dân không biết bao nhiêu mà kể, vì thế viên quản suất
nghĩa quân đã bắt Đào-Bao giữa lúc ban đêm, đem ra chém đầu,
khiến cho Tả đạo và bọn Ma-tà Tứ dân thấy đều hoảng sợ bỏ chạy
tán loạn, không giám hung hăng như cũ.*

*Gần đây Phủ soái lại dựng học đường rồi sức đòi các Cử
nhân, Tú tài, sĩ phu trong hạt, ai có học vấn, không kể rằng trước
kia đã làm quản suất trong nghĩa quân, nay ra trình diện, chúng
cũng miễn tội, cho làm các chức Giáo huấn và lại yết thị rằng sang
năm là năm Giáp Tý bắt đầu mở một khoa thi, ai thông văn học
Hán tự lại biết chữ Tây thì được đỡ đầu, lúc ấy Tôn-Thọ-Tường và
Nguyễn-Tường-Phong có tiến cử nhà nho Hồ-huân-Nghiệp, Võ-
Mẫn và Tú tài Bùi-văn-Lý, Nguyễn-Châu-Cơ, Mai-Phương-Mỹ,
Hoàng-văn-Đạt, Võ-văn-Hữu, nhưng các người ấy đều lẩn tránh
chứ không chịu ra, Tây lại sức đặt Tổng lý, nhưng các Tổng lý cũ
trong hạt cũng chỉ có 1, 2 người nhận việc, còn người khác thì đều
mượn cớ chối từ, rồi cho thường dân và các người già yếu lui tới
mà thôi.*

*Hiện thời Tây lại đắp thêm 1 lũy đất ở chợ rạch Kén, 1 lũy ở
chợ Gò Công, 1 ở chợ Gò-Đen, 1 ở chợ Cần-Đước, 1 ở thành Gia-
Định cũ, còn các sở khác thì bồi đắp thêm ở chợ Kênh có dựng 1
chiếc cầu lớn qua sông, và 1 cầu ở bến Nghé.*

*Một mặt lại từ thành cũ đi đến đồn lũy mới cũ, cùng các phủ
huyện chợ quán v.v... thì đều mở rộng đường lối giao thông chẳng
còn đếm xỉa gì đến mồ mả đất tư của dân chúng, trên đường có
dựng cột gỗ, đầu cột có chăng giây thép nối nhau, cột cao độ chừng
10 thước, cách nhau 100 thước, hỏi thăm mới biết ở tỉnh Biên-Hoà
và tỉnh Định-Tường cũng thế. Ngày nay bọn Tây lại đã ra lệnh bắt
lính và thâu thuế nhưng mà điều lệ không có nhất định cứ xã lớn
thì bắt 3 lính ma tà, xã nhỡ 2 lính, xã nhỏ 1 lính, còn những xã ở
nơi viễn cách không kịp đem nộp thì chúng cũng thôi, còn mỗi tên
lính thì chúng cấp cho 30 đồng bạc, đó là trong lúc hữu sự, còn lúc*

vô sự thì chỉ cấp cho 10 đồng, thuế thì về huyện Phúc-Lộc, 10 phần chúng thâu 5 phần, huyện Tân-Long 10 phần thâu 6, phủ Tân-An và huyện Tân-Thạnh, 10 phần chỉ thu 3,4, huyện Tân-Hòa 10 phần thu cả, 2 phủ huyện Bình-Long và Tây-Ninh cũng thế, nhưng về khoản lính thì các dân xã mướn dân thành thị sung vào chứ không chịu bắt dân nội tịch, thuế thì dân xã viện cớ sau cuộc binh qua tàn phá để xin khất lại, chứ không nộp đủ, nhất là việc gì dân cũng báo cáo với các viên xướng suất nghĩa quân chứ không giám tự tiện vẫn để tài lực chờ đợi triều đình, ví bằng triều đình đem việc 3 tỉnh trao phó cho dân cứ việc ngấm ngầm đánh úp, e rằng việc làm không có đầu mối, rồi bọn xu lợi thông với ma tà, thao túng bên trong, hoặc chúng đón đường sông bể để cướp bóc, hoặc bắt người giầu để lấy tiền, làm cho lòng dân thêm oán, rồi sinh chán nản.

Vả lại từ tháng 11 năm nay, đạn dược cũng đã gần hết, nghĩa quân đã phái 1 viên quyền quản là Nguyễn-văn-Tá, giả dạng thuyền buôn, ngầm ra An-Giang để mua các thứ diêm-tiêu lưu-huỳnh, và mật trình với các quan tỉnh để xin một số đạn dược, nhưng các quan tỉnh lại họp hội đồng đem Nguyễn-văn-Tá ra đánh rồi bảo không được sinh sự.

Lại cứ như viên Tiền cơ của Gia-Định cũ, hiện đương lưu thú tại tỉnh An-Giang và như các chức vị Đội-trưởng Bang biện cùng suất đội Nguyễn Nhung, lên vì bổn quán nói rằng : Tú Tài Trịnh-quang-Nghi, trước đây ở huyện Tân-Thịnh, cùng Phan-văn-Đạt bí mật chiêu mộ nghĩa binh, đến sau chạy sang tỉnh này tấm lòng oán hận vẫn còn chưa hả, tức như trước khi chưa có cuộc hòa, một bọn giáo-dân cõi 10 chiếc thuyền trốn vào Gia-Định, Quang-Nghi ngầm sai nghĩa quân đón đường triệt sát, lấy hết của cải cấp cho nghĩa dân, đến khi thổ phỉ tỉnh đó nổi lên, địa phương bẩm tỉnh xin phái quân đi đàn áp, Quang-Nghi tình nguyện đem nghĩa quân đi, dẹp xong thổ phỉ rồi trở về tỉnh đợi lệnh khá lâu, thế mà quan tỉnh vẫn cứ làm lơ không hỏi gì đến? Cố nhiên là kẻ sợ oai, đành nằm ở nơi thôn giã, chứ không chịu ra nhận việc!

Thế thì ngày nay cảnh thổ 3 tỉnh dẫu đã bị Tây chiếm cứ, nhưng mà lòng dân vẫn còn nhớ cũ, phong tục vẫn chẳng đổi thay, lễ nhạc y quan vẫn thế, thờ thần lễ phật, tế tự xướng ca, khắp hạt vẫn theo tục cổ, chúng tôi nghe nói trước đây ngụy Tây [1] chiếm cứ Gia-Định hơn 10 năm giời, thánh giá ở bên Vọng-Các sai người về nước chiêu dụ nhân dân mà bọn Quốc công Võ-Tánh nhờ đó để xướng nghĩa, dân đều vui theo nên mới rước Ngài trở về Gia-Định phục đặng cố đô, đều là nhân có lòng người để đi đến chỗ thành sự đó vậy.

Thế mà ngày nay lòng người cũng vẫn như cũ dẫu việc ủy người lẻn vào chiêu dụ có khó khăn đẩy, nhưng mà kén chọn lấy người am thục thì cũng không sợ tiết lậu sự cơ, tức như những người trước kia đã làm biện lý công bộ tỉnh Gia-Định là Ý, Án sát cũ tỉnh An-Giang là Nguyễn Đức-Trứ, Tri phủ cũ Tân-Bình là Nguyễn-Thành-Ý đều là những người am hiểu nhân tâm phong tục của dân bổn xứ, cùng với những người như Võ-doãn-Thanh trước đã từng làm huyện lệnh Tân-Hòa và được thăng binh bộ viên ngoại, và Nguyễn-hoài-Vĩnh trước đã Tri phủ Tân-An rồi sau bị cách, rồi lại được nhiếp chức Lệnh phủ Tân-Bình và huyện Phước-Lộc, đối với tình dân các hạt đã rất am tường, nếu có viên nào tình nguyện vâng mạng triều-đình lẻn vào chiêu dụ, chúng tôi cũng xin đi theo, tùy cơ hướng dẫn để được thuận lợi trong lúc đi đường, nếu có xảy ra chuyện gì bất trắc? Tôi xin liều chết để giữ bí mật chứ không để lộ hình tích, như vậy thì công việc ta làm dẫu chúng có nghe biết, cũng thuộc vô bằng khó lòng tìm ra cho đủ chứng cứ.

Chúng tôi trộm nghĩ quân địch ở vùng Gia-Định hiện đương bắc cầu đắp lộ, dựng lũy đắp thành, xây lâu đài mở phố xá, đặt khoa thi bổ các phủ huyện cấp cho hậu lương, và nói giối dân về vụ giảm tô giảm binh, mưu thâm của chúng là muốn mua chuộc lòng dân để còn tính kế tràng cửu. Nhưng dân 3 tỉnh vẫn còn mến cũ chẳng chịu phục tòng, tưởng nên nhân đấy mà trước hãy thi hành những việc thăm viếng người chết, an ủi người sống, để cho lòng dân càng thêm phẫn khích, vững chí thờ vua, cái cơ khôi phục là ở nơi đó, vậy nay chúng tôi có chút ý kiến thô thiển, vâng lệnh trình bày.

Ty chức PHẠM-TIẾN ký

Tự-Đức năm 16 tháng 9 ngày 28

[1] Tây-Sơn.

Như đã thấy, đây là một tài liệu đầy ắp những chi tiết và cực kỳ quí giá, vì nó tường thuật rất rõ ràng tình hình tại ba tỉnh miền Đông Nam Kỳ cũng như nội bộ của triều đình nhà Nguyễn. Quan trọng hơn nữa, tài liệu này còn cho thấy những mối liên hệ chồng chéo giữa các phe phái và các nhân vật trong cuộc chiến Pháp-Việt vào thời gian 1862-63 tại Nam Kỳ. Những mối quan hệ nói trên khác hẳn với sự mô tả đơn giản và đầy màu sắc chủ nghĩa dân tộc cũng như chủ nghĩa cộng sản của hai sử gia họ Trần.

A. Mối Liên Hệ Giữa Lãnh Tụ Nghĩa Quân Phạm Tiến Và Triều Đình Huế: Nhiệm Vụ Báo Cáo Tình Hình Và Liên Lạc Với Các Lực Lượng Kháng Chiến

Trước hết, cho dù Phạm Tiến có phải là Phạm Tuấn Phát đã viết thư cho Trương Định hay không đi nữa, khi đọc bản báo cáo này của ông ta thì có thể thấy được rõ ràng tầm quan trọng của nhân vật này. Vì ở ngay phần đầu, Phạm Tiến đã tóm lược mục đích của bản báo cáo như sau:

*"**Ty chức** Phạm Tiến kính bẩm về việc khai báo, nay thừa **quí viện** vâng mệnh sức xuống cho biết những lời **châu phê** như sau: "Cứ lời tên ấy trình bầy còn có nhiều chỗ chưa được tường tận, ngay đến các việc đã qua cùng việc hiện tại đều còn giấu diếm chứ chưa nói rõ nên làm thể nào có thể thu phục? Vậy sức cho viên ấy dự nghĩ tường khai : như việc **Phan Lâm kháng cự** ngày nào, hiện có người nào chứng kiến; Còn **việc phái viên bí mật** tới nơi **chiêu dụ**, là việc rất khó! **Khâm Thử**". Nay xin kính vâng lời dụ nguyên vì Ty chức từng ở Gia-Định và cùng các người xướng nghĩa hai tỉnh Định-Tường, Biên-Hoà hoạt động nhưng vì kiến văn cũng chưa chu đáo, vậy nay cứ ngu muội thắn thắng (sic) khai kê, cúi mong **Cơ mật viện** đường quan thu lục tiến lên **ngự lãm**, nay kính bẩm."*

Với cách tự xưng "ty chức" như trên, có thể thấy rằng Phạm Tiến đã từng là một viên quan của nhà Nguyễn. Hơn nữa, ông ta còn nói rõ là trước kia đã từng làm việc ở Gia Định, rồi sau khi đại đồn Chí Hòa và tỉnh Gia Định bị thất thủ thì ông ta đã cùng với các nghĩa quân ở Định Tường, Biên Hòa nổi dậy tiếp tục chống Pháp.

Và theo đoạn văn trên thì Phạm Tiến chính là **người giữ nhiệm vụ liên lạc giữa nghĩa quân ở Nam Kỳ và triều đình Huế**. Ông ta có nhiệm vụ trình bày với vua Tự Đức những diễn biến tại ba tỉnh miền Đông sau khi bị Pháp chiếm đóng. Và đây không phải lần đầu, mà Phạm Tiến đã đệ trình ít nhất là một bản báo cáo khác trước đó. Nhưng có lẽ vì ông ta trình bày không được rõ ràng trong bản báo cáo trước với vua Tự Đức, nên nhà vua đã "châu phê" rằng ông ta phải "tường khai" lại hai vấn đề. Những chữ *"châu phê"*, *"khâm thử"*, *"ngự lãm"* trong bản báo cáo cho thấy rằng chính vua Tự Đức đã đọc những báo cáo của Phạm Tiến. Hơn nữa, nhà vua còn theo dõi rất sát sao, cũng như đòi hỏi một sự báo cáo rõ ràng chính xác hơn từ Phạm Tiến.

Cũng trong đoạn văn mở đầu bản báo cáo này, Phạm Tiến cho thấy rằng ông ta được làm việc trực tiếp với bộ tư lệnh tối cao của triều đình Huế là Cơ Mật Viện. Như bản báo cáo cho thấy, ông ta đang đối thoại với *"quí viện"* và viết rằng *"cúi mong Cơ mật viện đường quan thu lục"*. Do đó, "quí viện" này không có gì khác hơn là Cơ Mật Viện, còn đây chính là một bản báo cáo tối mật về tình hình ba tỉnh Nam Kỳ sau hòa ước 1862, do một viên quan tai mắt của triều đình soạn ra và gởi về cho triều đình Huế.

Sau cùng, như đoạn văn trên cho biết, Phạm Tiến đã nhận được mệnh lệnh chính xác từ vua Tự Đức là phải báo cáo tỏ tường về hai việc: 1) **việc Phan Thanh Giản và Lâm Duy Hiệp "kháng cự"; và 2) việc cần gửi một viên quan "bí mật" tới để chiêu dụ những người ứng nghĩa**. Do đó, "tờ bẩm" rất dài và chi tiết này của Phạm Tiến chính là một bản báo cáo chủ yếu về hai việc đó và những vấn đề liên quan, dành cho nhà vua.

Và như vậy, có thể thấy rằng triều đình Huế đã vẫn giữ một mối liên lạc mật thiết với các lực lượng nghĩa quân ở Nam Kỳ, sau khi bị mất ba tỉnh miền Đông vào tay Pháp. Đó là nhờ Phạm Tiến, một cựu quan chức của triều đình tại Gia Định và hiện đang là một thủ lãnh nghĩa quân. Hơn nữa, cũng có thể thấy rằng mối quan hệ vua tôi và cấp trên cấp dưới của nhà Nguyễn vẫn còn tồn tại như trước khi bị mất ba tỉnh. Trong bản báo cáo, Phạm Tiến lúc nào cũng nhún nhường tự xưng là "ty chức" với các vị đại thần trong Cơ Mật Viện, và tỏ ra vẫn hết lòng kính sợ nhà vua.

Ngoài ra, sau khi trình bày với vua Tự Đức về tình hình ba tỉnh miền Đông và mối nguy là dân chúng sẽ theo Pháp vì những chính sách mua chuộc lòng dân của họ, Phạm Tiến đã nêu lên sự khẩn cấp cần phải có người đến để chiêu dụ dân chúng trở về với triều đình. Và Phạm Tiến đề nghị với nhà vua một danh sách của các vị quan lại cũ ở Gia Định mà theo ông ta có thể làm được công việc thu phục lòng dân nói trên. Sau cùng, chính Phạm Tiến đã tình nguyện làm người hướng dẫn cho viên quan sắp nhận lãnh trọng trách chiêu dụ này, và hứa là sẽ liều chết để giữ bí mật cho việc ấy, nếu bị Pháp bắt:

*"Thế mà ngày nay lòng người cũng vẫn như cũ dẫu việc ủy người lẻn vào chiêu dụ có khó khăn đấy, nhưng mà kén chọn lấy người am thục thì cũng không sợ tiết lậu sự cơ, tức như những người trước kia đã làm biện lý công bộ tỉnh Gia-Định là Ý, Án sát cũ tỉnh An-Giang là Nguyễn Đức-Trứ, Tri phủ cũ Tân-Bình là Nguyễn-Thành-Ý đều là những người am hiểu nhân tâm phong tục của dân bổn xứ, cùng với những người như Võ-doãn-Thanh trước đã từng làm huyện lệnh Tân-Hòa và được thăng binh bộ viên ngoại, và Nguyễn-hoài-Vĩnh trước đã Tri phủ Tân-An rồi sau bị cách, rồi lại được nhiếp chức Lệnh phủ Tân-Bình và huyện Phước-Lộc, đối với tình dân các hạt đã rất am tường, nếu có viên nào tình nguyện vâng mạng triều-đình lẻn vào chiêu dụ, **chúng tôi cũng xin đi theo, tùy cơ hướng dẫn** để được thuận lợi trong lúc đi đường, **nếu có xẩy ra chuyện gì bất trắc? Tôi xin liều chết để giữ bí mật chứ không để lộ hình tích, như vậy thì công việc ta làm dẫu chúng có nghe biết, cũng thuộc vô bằng khó lòng tìm ra cho đủ chứng cứ*.*"*[100]

Như vậy, Phạm Tiến đã tự nhận với vua Tự Đức rằng ông ta là một người nắm rõ tình hình về các lực lượng kháng chiến ở Gia Định; hay ít ra cũng đủ để làm người hướng dẫn. Hơn nữa, Phạm Tiến còn khẳng định với nhà vua là ông ta hiểu rõ tầm quan trọng của việc chiêu dụ này, và đủ can đảm để tự sát nếu sự việc bị lộ. Đó

---

(100) Ibid

là vì sau khi hòa ước 1862 được ký kết, thì việc triều đình Huế tiếp tục ủng hộ và khuyến khích các cuộc kháng chiến trong vùng đất đã nhượng cho Pháp là một sự vi phạm hòa ước nói trên, chính xác là điều số 11. Vì vậy, Phạm Tiến chẳng những đã tình nguyện làm hướng dẫn viên mà còn cam đoan là sẽ liều chết để bảo vệ bí mật nếu bị bắt, để không lưu lại chứng cớ gì cho Pháp về việc triều đình Huế cố tình vi phạm hòa ước 1862.

Do đó, qua những gì Phạm Tiến tiết lộ về **mối liên hệ giữa ông ta và triều đình Huế** - như việc ông ta báo cáo trực tiếp với Cơ Mật Viện và những báo cáo của ông ta được chính vua Tự Đức xem xét - có thể thấy rằng triều đình Huế vẫn giữ một mối liên lạc chặt chẽ với các lực lượng kháng chiến tại ba tỉnh miền Đông, và trong thời gian hơn một năm sau khi đã ký hòa ước 1862 để nhường ba tỉnh này cho Pháp.

Hơn nữa, các lãnh đạo của những cuộc kháng chiến ở ba tỉnh miền Đông Nam Kỳ như Trương Định, như Phạm Tiến, như Nguyễn Thông... hầu hết đều là những quan lại cũ của nhà Nguyễn; do nghe theo lời hiệu triệu của triều đình nên đã nổi lên "ứng nghĩa". Chính vì vậy, các lực lượng nghĩa quân kháng chiến ở ba tỉnh miền Đông Nam Kỳ, trong đó có lực lượng của Trương Định, thực sự chỉ là một cuộc kháng chiến chống Pháp của nhà Nguyễn do các quan lại cũ của nhà Nguyễn cầm đầu. Cuộc kháng chiến này được khởi đầu từ sau thất bại ở đại đồn Chí Hòa năm 1861, và theo bản báo cáo của Phạm Tiến thì vẫn tiếp tục hơn một năm sau khi hòa ước 1862 được ký kết. Mục đích của cuộc kháng chiến không có gì khác hơn là để lấy lại ba tỉnh miền Đông cho nhà Nguyễn.

Do đó, cuộc kháng chiến nói trên ở Nam Kỳ chẳng bao giờ là một cuộc khởi nghĩa của "nhân dân" nhằm đánh đổ chế độ phong kiến đang câu kết với thực dân như ông Trần Huy Liệu đã khẳng định cả.

B. Mối Quan Hệ Giữa Phạm Tiến Và Các Lãnh Tụ Nghĩa Quân Khác: Bộ Óc Lãnh Đạo Và Vai Trò Điệp Viên?

Theo bản báo cáo thì Phạm Tiến là người giữ trách nhiệm liên lạc giữa các lực lượng nghĩa quân tại Nam Kỳ và triều đình Huế.

Hơn nữa, ông ta còn là người có một ngôi vị rất cao trong hàng ngũ nghĩa quân: hoặc ngang hàng với Trương Định, hoặc chỉ thua kém một bậc mà thôi. Và có thể nói rằng Phạm Tiến mới chính là bộ óc của các lực lượng kháng chiến này, vì những lý do sau đây.

Trước nhất, như Phạm Tiến cho biết, những vị quan lại cũ như *"Nguyễn-Thết cùng các quản suất của hai phủ huyện Phước-Tuy, Long-Thành khi qua trình diện ở Bình-Thuận thì viên Lãnh phủ Lâm cũng thu văn bằng của tỉnh cấp mà đợi mãi không thấy hỏi đến, rồi ngày tháng 10 thì bọn đó lại kéo nhau về huyện Tân-Hoà **kể lại cho Tôi và Trương-Định biết**."*[101] Câu văn này cho thấy rằng Phạm Tiến và Trương Định lúc đó đang cùng ở tại Tân Hòa, tổng hành dinh của Trương Định. Tức là hai vị chỉ huy nghĩa quân đang ở cùng một chỗ để chờ nghe các vị cựu quan thuật lại chuyện bị Lãnh Phủ Lâm Duy Hiệp thâu văn bằng cũ mà không cấp văn bằng mới để đi nhiệm sở khác như thế nào. Và rõ ràng là qua câu văn trên thì Phạm Tiến đã tự coi mình ngang hàng, hay thậm chí là vai trên của Trương Định. Vì ông ta đã cố tình nói về "tôi" trước khi nói đến Trương Định, dù cho người sau này mới chính là vị "Bình Tây Đại Tướng".

Rồi sau khi một viên quan thị vệ của nhà vua ghé qua Tân Hòa để giải thích cho nghĩa quân biết về kế hoạch của triều đình sau hòa ước 1862, thì một lần nữa Phạm Tiến lại cho thấy mức độ quan trọng của ông ta trong lực lượng nghĩa quân Trương Định: *"**chúng tôi (Phạm Tiến) cùng với Trương Định** bàn định với nhau"*. Và sau khi bàn định xong thì họ tiến hành việc phong phủ huyện cho ba tỉnh miền Đông, tức là họ cùng nhau xây dựng lại một bộ máy chính quyền nhà Nguyễn ở những nơi bị Pháp chiếm đóng và đã được cắt giao cho Pháp theo hòa ước 1862. Và theo sự phân chia công việc giữa hai người lãnh đạo kháng chiến nói trên thì rõ ràng là Phạm Tiến có uy quyền ít nhất cũng ngang ngửa với Trương Định, bởi mỗi người được chia phần làm "thống quản" ba huyện rưỡi:

"Nhưng cũng may sao! Ngay giữa lúc ấy lại có một viên thị vệ mới đi công vụ Vĩnh-Long trở về, khi qua Tân-Hoà viên ấy nghỉ lại

---

mấy hôm, nhân tiện thuật lại cho nghe, thì các thân sĩ hào mục mới biết đại khái mà thôi. Vì thế nên các đoàn huyện vẫn cứ tập hợp thề thốt cùng nhau. **Chúng tôi cùng với Trương-Định bàn định với nhau,** *trao cho viên cử nhân Bùi-Tấn và Cù-khắc-Kiệm chuyên coi công việc của huyện Tân-Thịnh, cử nhân Lý-duy-Phiên, Hà-mậu-Đức, Tú-Tài Nguyễn-văn-Trung chuyên biện công việc của hai phủ huyện Tân An và Cửu-An, Tú-Tài Hoàng-văn-Đạt và Bùi-văn-Lý chuyên biện việc huyện Tân-Long. Tri huyện Đặng-văn-Duy chuyên biện việc phủ huyện Tây Ninh và Quang-Hoá, bát phẩm Lê-Quang-Bính, cử nhân Nguyễn-Tánh-Thiện chuyên biện việc huyện Tân-Hoà, Thân sĩ Hồ-huân-Nghiệp, Tú Tài Mai-phương-Mỹ, và Nguyễn-duy-Thận chuyên biện việc huyện Tân-Bình, Bình-Dương và giao thông với Biên-Hoà, Định-Tường.*

Còn các võ viên cử nhân, tú-tài, hương mục dân binh khác cùng với một số người Tầu thì chia từng chi, đặt từng toán để đi đắp lũy, **kể từ nửa trên huyện Phúc-Lộc cùng với các hạt Bình-Dương, Bình-Long, Tân-Long đều do chính Tôi quản đốc, còn từ nửa dưới huyện Phúc-Lộc với huyện Cửu-An, Tân-Thạnh, Tân-Hoà thì do Trương-Định thống quản...* ''[102]

Do đó, qua toàn bản báo cáo này, ta không hề thấy có một sự kính nể nào mà Phạm Tiến dành cho vị "Bình Tây Đại Nguyên Soái" cả. Trái lại, Phạm Tiến còn có vẻ coi thường Trương Định, qua cách ông ta chỉ gọi Trương Định cộc lốc bằng tên chứ không gọi bằng chức vụ, khác hẳn với khi ông nói về các nhân vật lãnh đạo kháng chiến khác. Và như đã thấy, Phạm Tiến luôn luôn chứng tỏ rằng mình là người lãnh đạo chứ không phải Trương Định, với cách ông ta lúc nào cũng nói về "tôi" trước khi nói tới Trương Định.

Ngoài ra, Phạm Tiến còn tỏ ra rất am tường về tình hình nghĩa quân Nam Kỳ cũng như tình hình của Pháp và dân chúng trong vùng Pháp chiếm. Và những chi tiết của ông ta đưa ra có vẻ rất trung thực - như việc Pháp áp dụng chính sách giảm thuế để mua chuộc lòng dân, hay việc có những lãnh tụ kháng chiến mượn danh "ứng nghĩa" để làm trò cướp bóc.

---

(102) Ibid

Tóm lại, bản báo cáo này cho ta thấy tầm quan trọng đặc biệt của nhân vật Phạm Tiến trong lực lượng kháng chiến của nhà Nguyễn ở Nam Kỳ, mặc dù trong chính sử hầu như không lưu lại một dấu vết nào về ông ta. Nhưng cũng nhờ bản báo cáo rất chi tiết này của Phạm Tiến mà ta có thể xác định được rằng triều đình Huế và các lực lượng nghĩa quân ở Nam Kỳ vẫn luôn luôn giữ mối liên hệ chúa tôi giống như trước hòa ước 1862. Ngoài ra, còn có một chi tiết mới lạ và thú vị nữa, là dường như nhân vật Phạm Tiến mới chính là người lãnh đạo chủ chốt trong hàng ngũ nghĩa quân Nam Kỳ, và là một vị lãnh tụ có quyền lực ngang ngửa với lãnh tụ Trương Định, hoặc có thể quan trọng hơn thế nữa.

C. Mối Liên Hệ Giữa Nghĩa Quân Trương Định Và Triều Đình Huế: Triều Đình Ủng Hộ Cho Việc Tiếp Tục Kháng Pháp Sau Hòa Ước 1862

Như bản báo cáo của Phạm Tiến cho thấy, sau khi hoà ước 1862 vừa được ký kết xong thì triều đình Huế đã phải tuân theo hòa ước mà "giải giáp" các lực lượng kháng chiến, vì mục đích muốn được Pháp trả lại Vĩnh Long theo điều số 11. Việc này làm cho các lãnh tụ đang kháng chiến chống Pháp ở Nam Kỳ theo lệnh triều đình phải *"gào khóc như mưa"*, hoặc *"ôm nhau mà khóc"*.

Nhưng không lâu sau đó thì một sứ giả của triều đình đã ghé qua tổng hành dinh của Trương Định ở Tân Hòa để giải thích cho nghĩa quân biết về chủ trương hay kế hoạch của triều đình. Để rồi công cuộc kháng chiến chống Pháp lại được tiếp tục xúc tiến với sự "thề thốt" và xếp đặt các chức quan phủ huyện tại vùng Pháp chiếm:

*"**Nhưng cũng may sao!** Ngay giữa lúc ấy lại có một viên thị vệ mới đi công vụ Vĩnh-Long trở về, khi qua Tân-Hoà viên ấy nghỉ lại mấy hôm, nhân tiện thuật lại cho nghe, thì các thân sĩ hào mục mới biết đại khái mà thôi. Vì thế nên các đoàn huyện vẫn cứ tập hợp thề thốt cùng nhau. Chúng tôi cùng với Trương-Định bàn định với nhau, trao cho viên cử nhân Bùi-Tấn và Cù-khắc-Kiệm chuyên coi công việc của huyện Tân-Thịnh, cử nhân Lý-duy-Phiên, Hà-mậu-Đức, Tú-Tài Nguyễn-văn-Trung chuyên*

biện công việc của hai phủ huyện Tân An và Cửu-An, Tú-Tài
Hoàng-văn-Đạt và Bùi-văn-Lý chuyên biện việc huyện Tân-Long.
Tri huyện Đặng-văn-Duy chuyên biện việc phủ huyện Tây Ninh
và Quang-Hoá, bát phẩm Lê-Quang-Bính, cử nhân Nguyễn-Tánh-
Thiện chuyên biện việc huyện Tân-Hoà, Thân sĩ Hồ-huân-Nghiệp,
Tú Tài Mai-phương-Mỹ, và Nguyễn-duy-Thận chuyên biện việc
huyện Tân-Bình, Bình-Dương và giao thông với Biên-Hoà, Định-
Tường.

Còn các võ viên cử nhân, tú-tài, hương mục dân binh khác
cùng với một số người Tầu thì chia từng chi, đặt từng toán để đi
đắp lũy, **kể từ nửa trên huyện Phúc-Lộc cùng với các hạt Bình-
Dương, Bình-Long, Tân-Long đều do chính Tôi quản đốc, còn
từ nửa dưới huyện Phúc-Lộc với huyện Cửu-An, Tân-Thạnh,
Tân-Hoà thì do Trương-Định thống quản**, ai nấy chiếu theo địa
hạt phòng tiễu, gặp khi hữu sự thì thông báo cho nhau để cùng tiếp
ứng, gặp lúc vô sự thì bảo vệ hương thôn, trừ có mấy người bị quân
đội Tây sát hại như Nguyễn-văn-Niên, Đặng-văn-Cửu không kể.
Còn từ ngày tháng 11-12 đến giờ, các trận giao chiến với quân đội
Phú ở hạt Tân-Long, Phước-Lộc, nghĩa quân tử trận mất 12 người
tức ông Nguyễn-văn-Tá cựu hương thân, Đoàn-thiện-Giáo thày đồ,
và Trầm-thành-Ý, Trần-Hiển cùng viên ngũ-trưởng Trần-văn-Dỏ,
đội trưởng Nguyễn-Sinh, binh Lê-văn-Hạch, dân Lê-Công-Nghiễn,
Võ-văn-Phú, Nguyễn-văn-Bé, Nguyễn-văn-Lợi, Nguyễn-văn-Học,
còn 6 người bị Tây bắt là: Tú Tài Lê-Thanh-Tề, suất đội Bùi-văn-
Lô, đội trưởng Trần-Nhượng, học trò Lê-Tôn-Đản, Lê-Tuấn, và
dân bang Quảng-Đông Hà Quốc. Các người này Tây đều giao
cho hai viên Tri huyện của Tây là Nguyễn-Tường-Phong, Nguyễn-
Tường-Vân giam cầm quyến dụ, nhưng chúng dụ đến 4, 5 ngày các
người ấy cũng chẳng khuất phục lại còn chửi mắng om xòm làm
chúng tức giận, đem ra thắt cổ 5 người, còn sót Lê-Tuấn vẫn bị
giam giữ chưa biết ra sao? Còn bao nhiêu dân hạt bị chết trong lúc
trận mạc thì Trương-Định, Nguyễn-hữu-Huân, Phan-Chánh đều
có ghi ở trong cuốn nhật ký. ''(¹⁰³)

Như vậy, theo bản báo cáo thì ngay sau khi hòa ước 1862

---

(103) Ibid

được ký kết, các lãnh tụ kháng chiến Nam Kỳ đã không hiểu được chính xác chủ trương của triều đình Huế ra sao, hay hòa ước 1862 gồm có những điều khoản nào và đòi hỏi những gì. Do đó, việc vua Tự Đức sai Phan Thanh Giản (Phan Lãnh Đốc) và Lâm Duy Hiệp (Lâm Lãnh Phủ) nhận lãnh nhiệm vụ giải giáp để thu hồi văn bằng và điều động các thủ lãnh kháng chiến đi các tỉnh khác theo qui định của hòa ước 1862 đã làm cho họ phải *"gào khóc như mưa"*.

Nhưng rồi ngay giữa lúc ấy thì lại có *"một viên thị vệ"* tức là một viên quan trực thuộc triều đình *"đi công vụ Vĩnh Long"*, tức là đem chiếu chỉ hay mật lệnh gì đó từ vua Tự Đức đến cho Phan Thanh Giản, Tổng Đốc Vĩnh Long. Và khi trên đường trở về Huế thì viên thị vệ này đã ghé qua để *"nghỉ (sic) lại mấy hôm"* ở Tân Hòa, lúc đó đang là tổng hành dinh kháng chiến của Trương Định. Việc viên quan thị vệ ghé qua Gò Công đến mấy ngày như trên chắc chắn không phải là một sự ngẫu nhiên hay chỉ để "nghỉ" ngơi, mà chính là để *"thuật lại"* cho các lãnh tụ kháng chiến một điều gì đó - và phần chắc là một kế sách của triều đình Huế dành cho nghĩa quân. Bởi thế cho nên sau chuyến ghé ngang Tân Hòa của viên quan thị vệ này thì *"các đoàn huyện vẫn cứ tập hợp thề thốt cùng nhau"*. Còn hai lãnh tụ nghĩa quân là Phạm Tiến và Trương Định thì tiếp tục việc sắp xếp chỉ định các quan phủ huyện mới ở vùng Pháp chiếm, cũng như chia nhau thống lãnh nghĩa quân ở những địa bàn rõ rệt như trên.

Do đó, có thể suy ra từ đoạn văn trên là viên quan thị vệ đã thông báo với nghĩa quân rằng việc triều đình và Phan Thanh Giản đang làm là phương sách ngoại giao của triều đình, nhằm lấy lại tỉnh thành Vĩnh Long theo điều số 11 của hòa ước 1862. Còn việc các lực lượng nghĩa quân đang đánh Pháp thì triều đình khuyến khích cứ việc tiếp tục, nhằm mục đích gây rối để tạo áp lực ép Pháp phải trả lại luôn cả ba tỉnh miền Đông cho nhà Nguyễn.

Ngoài ra, tuy bản báo cáo của Phạm Tiến không nói rõ ràng mục đích của việc chỉ định các viên quan phủ huyện mới trong vùng đất thuộc về Pháp là để làm gì, nhưng ta có thể suy ra là triều đình nhà Nguyễn vẫn còn muốn duy trì sự chính thống của họ ở đó, qua những quan chức mà không có phủ đường này. Lý do có thể là để các viên quan ấy tiếp tục làm công việc thâu thuế má cho triều đình. Mặc dù theo hòa ước 1862 thì những vùng đất mà triều đình Huế tiếp tục đặt phủ huyện như trên là thuộc về ba tỉnh miền Đông và nay đã là lãnh thổ của Pháp.

Như vậy, nhờ bản báo cáo của Phạm Tiến, có thể thấy rõ việc triều đình Huế đã sử dụng nghĩa quân Trương Định trên mặt trận quân sự cùng một lúc với việc sử dụng Phan Thanh Giản trên mặt trận ngoại giao để đối phó với Pháp ra sao. Đó là một chủ trương hai mặt - "vừa đánh vừa đàm" - mà chẳng có gì là lạ lùng hay đáng ngạc nhiên cả. Nếu như triều đình Huế không chịu theo đuổi chính sách hai mặt này, thì đó mới là chuyện lạ!

Và chủ trương hai mặt nói trên của triều đình Huế đã được biểu hiện rất rõ qua bản báo cáo của Phạm Tiến. Về mặt ngoại giao, vua Tự Đức sai Phan Thanh Giản vào làm Tổng Đốc Vĩnh Long để thu hồi văn bằng của các quan lại cũ và kêu gọi nghĩa quân giải giáp, nhằm chứng minh cho người Pháp về sự hợp tác của phía Annam theo điều 11 của hòa ước 1862. Nhưng về mặt quân sự, vua Tự Đức vẫn bí mật khuyến khích những lực lượng kháng chiến như Trương Định tiếp tục đánh Pháp, để gây khó khăn cho Pháp ở vùng đất mới chiếm. Và đồng thời thì triều đình Huế vẫn có thể chối bỏ trách nhiệm vi phạm hòa ước 1862, qua sự chứng tỏ rằng các lực lượng kháng chiến không còn nghe lệnh của nhà vua nữa.

Tóm lại, mục đích tối hậu của triều đình Huế là bằng bất cứ giá nào cũng phải lấy lại tất cả đất đai Nam Kỳ từ Pháp; và hai lá bài đã được vua Tự Đức đưa ra sử dụng cùng một lúc là Phan Thanh Giản và Trương Định. Cả hai đều đã, và đang, hay bất cứ lúc nào, cũng vẫn là những thần tử ở dưới quyền sai khiến của nhà vua. Cả hai đều là những đại diện cho giai cấp phong kiến trợ giúp vương quyền nhà Nguyễn trong việc phục hồi lãnh thổ của vương quốc. Chỉ khác nhau ở chỗ là họ đã được nhà vua sử dụng trong hai phương sách riêng biệt, ngoại giao và quân sự, mà thôi.

Cho nên không thể nào mà Trương Định lại tự ý đề câu "Phan Lâm mãi quốc, triều đình khí dân" trên lá cờ khởi nghĩa của mình, để nói lên tiếng nói của "nhân dân" và nông dân trong cuộc đấu tranh giai cấp chống lại lực lượng phong kiến câu kết với thực dân Pháp, như các sử gia miền Bắc đã viết cả.

D. Việc "Phan Lâm Kháng Cự" - Trường Hợp 1: Quan Hệ Giữa Phan Thanh Giản Và Các Cựu Quan Lãnh Tụ Nghĩa Quân

Nhưng với chủ trương hai mặt này của vua Tự Đức thì một điều không thể tránh khỏi là hai bên ngoại giao và quân sự, cho dù cùng phe, sẽ dẫm lên chân nhau. Chính vì vậy mà vua Tự Đức muốn Phạm Tiến, tức một lãnh đạo của cánh quân sự/kháng chiến của Trương Định, phải báo cáo tường tận về cánh ngoại giao của Phan Thanh Giản và Lâm Duy Hiệp cho triều đình. Và ngay từ đầu bản báo cáo thì Phạm Tiến đã cho thấy sự lo ngại của triều đình về vấn đề này, khi Phạm Tiến được vua Tự Đức đích thân đòi hỏi phải trình bày cho nhà vua biết rõ thêm về hai vấn đề: đó là việc "Phan Lâm kháng cự" và việc "chiêu dụ" nhân dân.

Việc "Phan Lâm kháng cự" ở đây là một vấn đề khá tối nghĩa. Nhưng vì hiện nay không có nguyên văn bản báo cáo bằng chữ Hán của Phạm Tiến, mà chỉ có bản dịch bằng chữ quốc ngữ của hai ông Tô Nam và Bùi Quang Tung, cho nên không thể nào xác định được chính xác từ nguyên bản; rằng Phan, Lâm "kháng cự" ai hay cái gì đó, hoặc hai ông bị người nào "kháng cự" về điều gì đó.

Vì lý do trên, theo người viết thì vấn đề "Phan Lâm kháng cự" trong bản báo cáo của Phạm Tiến có thể được hiểu với hai ý nghĩa: 1) các quan chức cũ của nhà Nguyễn đã "kháng cự" lại lệnh giải giáp của triều đình đang được thi hành bởi hai viên đại thần này ra sao, hoặc 2) hai ông Phan, Lâm đã "kháng cự" lại một mật lệnh hay chủ trương nào đó của vua Tự Đức thế nào.

Do không thể xác định được ý nghĩa chính xác của việc "Phan Lâm kháng cự" này là gì, và vì cả hai trường hợp nói trên đều có thể xảy ra, nên người viết sẽ xin tìm hiểu cả hai.

Trước hết, người viết xin xét đến trường hợp số 1), tức là trường hợp các quan lại cũ đã kháng cự với Phan Thanh Giản như thế nào, khi ông Tổng Đốc này lãnh trách nhiệm giải giáp các lực lượng kháng chiến của họ.

Như đã thấy trong bản báo cáo, Phạm Tiến thuật lại khá nhiều chi tiết về việc các quan lại cũ mà nay là thủ lãnh kháng chiến đã kháng cự lại lệnh giải giáp theo hòa ước 1862 của triều đình như sau:

"Ty chức kể từ sau ngày tháng 5 năm Tự-Đức 14 đã có nhiều lần cùng với quan dân 3 tỉnh và các cử, tú, thân sĩ, hương, mục, binh, dân, cộng sự trong việc ứng nghĩa. Về sau có xảy ra việc Phan-văn-Đạt và Lê-cao-Dõng bị Tây thắt cổ. Triều đình gia phong khuyến khích, từ đấy sĩ phu các hạt lại càng phẫn khích phấn khởi thề giết quân thù.

*Nhưng rồi từ khi **Lãnh-đốc họ Phan** và quan Lãnh-phủ cùng vào Gia-Định ký hoà ước xong, **ra lệnh triệt hồi các quan từ trước vẫn ngầm hoạt động ở các thôn xã, làm cho sĩ phu khắp hạt, gào khóc như mưa, nhưng mà ai nấy vẫn phải vâng theo mệnh lệnh triều đình**, đến ngày tháng 8 nhuận năm ngoái, đã từng mấy lần đến hầu tại Vĩnh-Long An-Giang Bình-Thuận, duy có viên cử nhân bát phẩm Lê-Liêm, và viên Tú Tài cửu phẩm Nguyễn-bá-Phan, Tự Thừa Nguyễn-văn-Tánh thì cho tuỳ ý muốn tới tỉnh nào ứng hậu cũng được, còn các người khác như viên quyền quản Hoàng-văn-Thiện và Hoàng-Trí-Viên, Tráng-sĩ-Nhàn, Phạm-quang-Cẩn, Trần-bá-Hồ, Ngô-Tỉnh, Phạm-văn-Duyên thì qua Vĩnh-Long thì **Lãnh đốc Phan thu lại văn bằng** do tỉnh cấp ngày trước, rồi **cấp văn bằng khác** đem về trình với phủ quan để về yên nghiệp, nhưng bọn đó đều không nhận bằng và cũng không tới trình chiếu.*

Còn như Nguyễn-Thết cùng các quản suất của hai phủ huyện Phước-Tuy, Long-Thành khi qua trình diện ở Bình-Thuận thì viên Lãnh phủ Lâm cũng thu văn bằng của tỉnh cấp mà đợi mãi không thấy hỏi đến, rồi ngày tháng 10 thì bọn đó lại kéo nhau về huyện Tân-Hoà kể lại cho Tôi và Trương-Định biết.

*Thế rồi cách đây ít lâu thì **Phan-đốc** lại nghiêm sức bắt giam Đoàn-Tiến-Thiện để ghép vào tội ăn cướp, **Nguyễn-Trực thấy vậy trốn vào vùng Tây để nhờ quan Tây xin hộ**, sĩ dân 3 tỉnh đối với việc này ai cũng bảo rằng : **Phan-đốc xua dân bổn quốc đến làm*** *tai mắt cho Tây! Ai cũng lấy làm kinh ngạc! Chẳng biết nương tựa vào đâu? Nên chỉ nhìn nhau mà khóc!*"[104]

1. Bất Mãn Nhưng Rất Nể Trọng Và Tuân Lệnh

Qua đoạn văn trên trong bản báo cáo của Phạm Tiến, có nhiều chi tiết cần được lưu ý. Trước nhất, Phan Thanh Giản, nay được Phạm Tiến gọi theo đúng chức danh là "Lãnh Đốc" (Tổng Đốc Vĩnh Long kiêm thống lãnh hay lãnh mệnh vua?), và Lâm Duy Hiệp được gọi là "Lãnh Phủ" (Tuần Phủ Bình Thuận). Như đã trình bày, hai ông đại thần này trên danh nghĩa thì bị vua Tự Đức "xuống chức" để phạt tội ký kết hòa ước 1862.

Nhưng trên thực tế là ngay sau khi ký kết hòa ước vào tháng 6 năm 1862 thì hai ông Phan, Lâm lập tức được nhà vua cử vào Nam Kỳ để làm thống lãnh hai tỉnh địa đầu giáp giới ba tỉnh miền Đông mà nay đã thuộc về Pháp, với nhiệm vụ "giải giáp" các lực lượng kháng chiến địa phương. Và đây chính là những lực lượng kháng chiến mà trước đó đã từng được vua Tự Đức khuyến khích "ứng nghĩa" để tiếp tục cuộc chiến tranh chống Pháp, sau thất bại của nhà Nguyễn tại đại đồn Chí Hòa vào năm 1861.

Như vậy, hai ông đại thần Phan, Lâm này đã được vua Tự Đức giao cho một nhiệm vụ rất tế nhị và khó khăn, là thuyết phục các vị quan lại cũ nay đang kháng chiến hãy buông súng, rồi thu hồi văn bằng của các vị quan lại cũ này và điều động họ về các tỉnh khác. Không phải ngẫu nhiên mà vua Tự Đức đã điều động hai viên quan đại thần Phan, Lâm để làm công việc trên, bởi hai ông là những người xuất thân từ địa phương, và có uy tín rất lớn tại những vùng đất này.

Và đó cũng chính là lúc mà những lãnh tụ đang kháng chiến ở Nam Kỳ được triều đình phong cho chức tước mới và lãnh nhiệm vụ mới; như Trương Định được phong làm lãnh binh An Giang, hay Nguyễn Thông được điều về làm đốc học Vĩnh Long. Những người này đã được thuyên chuyển về các tỉnh miền Tây Nam Kỳ, mà lúc đó vẫn còn thuộc về triều đình Huế. Và những việc giải giáp và thuyên chuyển nói trên là để chứng tỏ cho Pháp thấy rằng triều

---

(104) Ibid

đình Huế đã thực thi điều số 11 của hòa ước 1862; do đó, Pháp phải trả lại tỉnh thành Vĩnh Long cho nhà Nguyễn.

Theo bản báo cáo của Phạm Tiến thì phần lớn những quan chức cũ mà nay đang lãnh đạo kháng chiến đã đồng ý thuyên chuyển theo lệnh triều đình (*"nhưng mà ai nấy vẫn phải vâng theo mệnh lệnh triều đình"*). Nhưng cũng có những người không đồng ý, và họ đã *"kéo nhau về huyện Tân-Hòa"* để kể lại cho *"Tôi và Trương Định biết"*.

Do đó, có thể thấy rằng mặc dù bất mãn với lệnh giải giáp của triều đình, như đang được thi hành bởi hai đại thần Phan, Lâm, mặc dù *"gào khóc như mưa"* vì việc này, nhưng rồi phần lớn các vị lãnh tụ kháng chiến vẫn phải tuân theo lệnh vua. Và họ vẫn tỏ ra đầy đủ sự kính trọng đối với hai vị đại thần đang thi hành công việc này. Nếu như họ có bất mãn không tuân lệnh triều đình, thì cũng chỉ tỏ ra bằng cách không nhận văn bằng mới, rồi về kể lại cho Trương Định và Phạm Tiến nghe sau đó mà thôi.

Chứ họ không hề, và cũng không thể nào, mà thốt ra câu "Phan Lâm mãi quốc, triều đình khí dân" được - một khi ta đọc bản báo cáo của Phạm Tiến, và thấy rõ thái độ của họ đối với Phan Thanh Giản và triều đình ra sao.

2. Tố Cáo Phan Thanh Giản Bắt Lãnh Tụ Nghĩa Quân

Một chi tiết khác cũng không kém phần quan trọng trong đoạn văn này, là bên cạnh việc giải giáp và thu hồi văn bằng cũ thì Phan Thanh Giản lại còn thanh tra và bắt tội một vài lãnh tụ kháng chiến đã thừa cơ hội mà cướp của dân lành, dưới chiêu bài "ứng nghĩa". Trong đoạn văn trên, Phạm Tiến có nhắc đến hai người trong số này, là Đoàn Tiến Thiện và Nguyễn Trực. Người viết sẽ nói đến Đoàn Tiến Thiện ở phần sau. Còn về nhân vật Nguyễn Trực thì như Phạm Tiến báo cáo, sau khi thấy Đoàn Tiến Thiện đã bị Phan Thanh Giản truy xét, ông ta bèn chạy qua xin Pháp che chở, rồi ở lại làm quan luôn cho Pháp!

Như vậy, qua đoạn báo cáo nói trên về việc Phan Thanh Giản truy tố Đoàn Tiến Thiện và Nguyễn Trực, rõ ràng là các lãnh tụ kháng chiến như Phạm Tiến đã không hài lòng mà cho rằng Phan Thanh Giản *"xua dân bổn quốc làm tai mắt cho Tây"*! Người viết sẽ xét đến những vụ án loại này ở mục tiếp theo. Tại đây, chỉ xin bạn đọc lưu ý là những lãnh tụ kháng chiến như Phạm Tiến đã tỏ ra rất bất bình trước việc Phan Thanh Giản truy xét tội trạng của những người đồng chí của họ.

Tức là nếu như việc "Phan Lâm kháng cự" trong bản báo cáo có ý nói về sự kháng cự của các lãnh tụ kháng chiến đối với hai vị đại thần đang thừa hành lệnh giải giáp của triều đình, thì qua đoạn văn trên của Phạm Tiến, có thể thấy rằng các vị lãnh tụ kháng chiến mà cũng là những vị cựu quan này đã rất bất bình với mệnh lệnh đó của triều đình, cũng như rất phẫn nộ với việc truy xét tội những lạm của những người trong bọn họ, bởi quan Lãnh Đốc Phan Thanh Giản.

Tuy nhiên, cho dù không đồng ý với lệnh giải giáp của triều đình, cho dù bất mãn với việc Phan Thanh Giản đã truy tố vài lãnh tụ khác, nhưng những vị thủ lãnh kháng chiến này chỉ biết *"nhìn nhau mà khóc"* hoặc *"gào khóc như mưa"*, và *"vẫn phải vâng theo mệnh lệnh triều đình"* mà thôi. Chứ chẳng hề có chuyện họ cho đề tám chữ "Phan Lâm mãi quốc, triều đình khí dân" lên trên lá cờ khởi nghĩa để lên án "bọn phong kiến bán nước", như hai sử gia họ Trần đã viết.

E. Việc *"Phan Lâm Kháng Cự"* - Trường Hợp 2: Quan Hệ Giữa Phan Thanh Giản Và Triều Đình Huế

Trường hợp thứ hai của *"Phan Lâm Kháng Cự"* trong bản báo cáo của Phạm Tiến có thể là việc Phan Thanh Giản và Lâm Duy Hiệp đã "kháng cự" lại một mật lệnh hay chủ trương nào đó của vua Tự Đức. Và bởi vậy, nhà vua đã chỉ thị cho Phạm Tiến phải báo cáo tỏ tường về vấn đề này thực hư ra sao.

Để nhắc lại, theo câu chuyện chung quanh câu "Phan Lâm mãi quốc, triều đình khí dân" của ông Trần Huy Liệu thì Phan Thanh Giản, Lâm Duy Hiệp và triều đình Huế đều cùng chung một phe nhóm phong kiến phản động, và cùng chung một âm mưu là dâng đất đầu hàng giặc Pháp. Đương nhiên là ông Trần Huy Liệu chưa bao giờ chứng minh được âm mưu này.

Thế nhưng ngoài những tài liệu thuộc loại "chính thống" như Đại Nam Thực Lục, mà theo đó nhà vua và các hành động của ông ta đã được các sử gia trình bày dưới cái nhìn chủ quan nhất, thì rất khó để tìm thấy được những tài liệu nào khác để cho thấy mối liên hệ thực sự giữa vua Tự Đức và Phan Thanh Giản.

Và bản báo cáo của Phạm Tiến chính là một tài liệu quí báu hiếm hoi đó. Nó cho ta thấy sự bất đồng chính kiến giữa vua Tự Đức với Phan Thanh Giản; sự bất đồng mà nếu chỉ đọc những tài liệu thuộc loại "chính sử" như Đại Nam Thực Lục không thôi, thì không thể nào thấy được. Đối với vua Tự Đức, điều quan trọng nhất là lấy lại được các tỉnh miền Đông Nam Kỳ, nơi dựng nghiệp của tổ tiên và cũng là đất có mồ mả bên ngoại của nhà vua. Trong khi đó, đối với Phan Thanh Giản thì ngoài nhiệm vụ phải hoàn tất trách nhiệm của một thần tử, như việc bảo toàn đất đai của nhà vua, ông còn có trách nhiệm của một ông quan đối với những người dân, với luật pháp, cũng như với thể diện của quốc gia.

Vì vậy, một khi hai thứ trách nhiệm nói trên trở nên đối nghịch với nhau, Phan Thanh Giản cuối cùng đã phải chọn lấy cái chết, khi không làm tròn được trách nhiệm giữ đất cho nhà vua.[105]

Và trong thời gian ngay sau hòa ước 1862 thì sự mâu thuẫn giữa hai nhân vật này được hé lộ, nhờ bản báo cáo rất chi tiết của Phạm Tiến. Như đã trình bày, vua Tự Đức muốn nuôi dưỡng các lực lượng kháng chiến ở ba tỉnh miền Đông để tiếp tục gây khó khăn cho người Pháp trong việc điều hành vùng đất mới chiếm, nhằm mục đích thúc đẩy họ phải trả nó lại cho nhà Nguyễn. Chính vì vậy mà nhà vua sẵn sàng làm ngơ hay bỏ qua những vụ những lạm, cướp của, giết người vô tội của các lãnh tụ nghĩa quân ở Nam Kỳ. Trong khi đó, Phan Thanh Giản, với trách nhiệm của một viên quan phải bảo vệ người dân và trừng phạt tội ác, đã đi ngược lại với mục đích và quyền lợi tối hậu nói trên của vua Tự Đức.

Như đã thấy trong bản báo cáo, vua Tự Đức ra lệnh cho Phạm Tiến phải tường thuật rõ ràng việc Phan Lâm đã "kháng cự" thế

---

(105) Ngoại trừ trường hợp là Phan Thanh Giản đã đồng ý nhận lãnh hết trách nhiệm về mình để cứu vãn cho vua Tự Đức trong vai trò "Lê Lai cứu chúa".

nào. Và Phạm Tiến đã thuật lại những trường hợp mà Phan Thanh Giản ra mặt chống lại chủ trương dung dưỡng các lãnh tụ kháng chiến của vua Tự Đức ra sao.

Do đó, cho dù chữ "kháng cự" ở đây không có ý nói đến việc Phan Thanh Giản đã kháng cự lệnh vua Tự Đức - là phải nương tay với các lãnh tụ kháng chiến phạm luật - đi nữa, thì những vụ án đã được nhắc đến trong bản báo cáo của Phạm Tiến cho ta thấy một sự mâu thuẫn rất rõ rệt giữa hai nhân vật trong cùng một giai cấp phong kiến này; hai nhân vật mà ông Trần Huy Liệu cho là đã chủ mưu thông đồng với nhau để dâng đất cho người Pháp: Phan Thanh Giản và vua Tự Đức.

Dưới đây là ba vụ án xử phạt các lãnh tụ kháng chiến Nam Kỳ do Phan Thanh Giản thi hành, và như Phạm Tiến trình bày với vua Tự Đức trong bản báo cáo:

1. Vụ Án Đoàn Tiến Thiện

Phạm Tiến đã tâu với vua Tự Đức như sau về việc Phan Thanh Giản gây khó dễ cho một số "thủ lãnh kháng chiến", trong đó có một người tên là Đoàn Tiến Thiện:

*"Thế rồi cách đây ít lâu thì **Phan-đốc** lại nghiêm sức **bắt giam Đoàn-Tiến-Thiện để ghép vào tội ăn cướp**, Nguyễn-Trực thấy vậy trốn vào vùng Tây để nhờ quan Tây xin hộ, sĩ dân 3 tỉnh đối với việc này ai cũng bảo rằng : **Phan-đốc xua dân bổn quốc đến làm tai mắt cho Tây! Ai cũng lấy làm kinh ngạc! Chẳng biết nương tựa vào đâu? Nên chỉ nhìn nhau mà khóc!"*

Vậy nhân vật Đoàn Tiến Thiện này là ai? Có phải thật sự là *"dân bổn quốc"* đã bị Phan Thanh Giản *"xua đến làm tai mắt cho Tây"* như Phạm Tiến đã viết hay không? Sau đây là những gì mà chính sử nhà Nguyễn, Đại Nam Thực Lục, viết về nhân vật này và vụ án nói trên:

"Trước đây, Cử nhân ứng nghĩa ở Vĩnh Long là Đoàn Tiến Thiện bắn giết được quân nước Phú (ở Mỹ Đức, Mỹ Đông, Mỹ Trung 3 lần đặt quân phục bắn giết) thưởng thụ cho chức Tri huyện. Đến đây, Phan Thanh Giản cho là Tiến Thiện họp giặc để lấy lương, tâu xin cách chức và tra xét.

Vua nói : Xử mau cho biết rõ người thiện, người ác, đừng theo tư tình mà khinh suất định án. Tiến Thiện bị cách chức lại về đứng tên trong sổ là Cử nhân. Rồi sau chuẩn cho khai phục lĩnh Huấn đạo huyện Kiên Giang. ”[106]

Như vậy, Đoàn Tiến Thiện là một vị Cử Nhân triều Nguyễn đã từng "ứng nghĩa" đánh Pháp và có công trạng với triều đình. Nhưng khi Phan Thanh Giản đến nhậm chức tại Vĩnh Long thì ông lại cho bắt giam ông này vì *"tội ăn cướp"*, theo bản báo cáo của Phạm Tiến. Còn theo Đại Nam Thực Lục thì do tội *"họp giặc để lấy lương"*. Trong vụ án Đoàn Tiến Thiện nói trên, vua Tự Đức đã tỏ ra công bằng, hay ít ra thì cũng đồng ý với sự xét xử của Phan Thanh Giản, qua việc nhà vua đồng ý cho cách chức Đoàn Tiến Thiện.

Thế nhưng có lẽ không lâu sau đó thì triều đình lại *"khai phục"* cho ông ta và phái đi làm quan Huấn Đạo ở Kiên Giang. Không thấy nói rằng trước khi quân Pháp đến thì Đoàn Tiến Thiện làm quan chức gì, nhưng sau vụ án này thì ông ta lại được nhà vua cho làm quan Huấn Đạo. Mặc cho tiền án của ông ta là "ăn cướp" hay "họp giặc để lấy lương", và đã được nhà vua đồng ý xử phạt trước đây.

Có phải đó là do công trạng từng đánh Pháp thắng lợi của Đoàn Tiến Thiện? Bởi vì điều chắc chắn là vua Tự Đức đã đích thân tra xét vụ án này, như được thuật lại trong Đại Nam Thực Lục. Nếu Đoàn Tiến Thiện vô tội, hay không có tội như Phan Thanh Giản truy tố, thì chắc rằng vua Tự Đức đã bác bỏ hình phạt cách chức ông ta rồi. Đằng này chính nhà vua đã phải chấp nhận việc cách chức Đoàn Tiến Thiện. Nhưng rồi sau đó nhà vua lại "khai phục" và phong cho ông ta một chức quan khác.

Do đó, trái với cách diễn tả một chiều của Phạm Tiến, qua việc mượn lời của *"sĩ dân ba tỉnh"* mà cho rằng Phan Thanh Giản đã *"xua dân bổn quốc làm tai mắt cho Tây"*, vụ án Đoàn Tiến Thiện là một vụ án từng được báo cáo lên vua Tự Đức cũng như chép

---

(106) Đại Nam Thực Lục Chính Biên, Đệ Tứ Kỷ, Quyển XXVII, Nhâm Tuất, Tự Đức 15 (1862), pp. 790-791

trong chính sử nhà Nguyễn, và sự thực không phải như vậy. Theo bộ chính sử Đại Nam Thực Lục này, Phan Thanh Giản đã không hề xử oan cho Đoàn Tiến Thiện, vì chính vua Tự Đức đã phải chấp nhận bản án đó.

Thế nhưng, chính vì công trạng đánh Pháp của Đoàn Tiến Thiện, mà bộ chính sử Đại Nam Thực Lục đã không quên nhắc lại, nên vua Tự Đức đã mau lẹ khôi phục quan chức cho ông ta. Và việc làm này của nhà vua chắc chắn là để gửi một thông điệp đến các lãnh tụ kháng chiến Nam Kỳ về thái độ chấp nhận của nhà vua đối với những gì họ làm, kể cả những điều phi pháp. Miễn là họ gây khó dễ cho kẻ thù của nhà vua là người Pháp, và từ đó tạo thuận lợi cho triều đình trong việc lấy lại ba tỉnh miền Đông.

Tóm lại, vụ án Đoàn Tiến Thiện cho thấy một sự mâu thuẫn rõ rệt giữa Phan Thanh Giản và vua Tự Đức, **khi cuộc sống của người thường dân và vấn đề đạo đức của người có quyền chức được đưa lên bàn cân**. Trong khi vua Tự Đức tỏ ra bất cần về đạo đức của những vị quan mà nhà vua sử dụng, miễn là có lợi cho việc lấy lại đất đai của nhà mình, thì Phan Thanh Giản lại không chấp nhận những hành động phạm pháp của các vị quan đó, nên đã xử tội họ để bảo vệ người thường dân, cũng như uy tín của triều đình mà ông là một phần tử.

2. Vụ Án Trịnh Quang Nghi

Và đến vụ án kế tiếp được nói đến trong bản báo cáo của Phạm Tiến thì sự mâu thuẫn giữa hai người và sự thiên vị của vua Tự Đức đối với các lãnh tụ kháng chiến trở nên rõ ràng hơn rất nhiều. Nhất là khi xét đến hành vi giết người cướp của rất dã man của một viên thủ lãnh kháng chiến tên là Trịnh Quang Nghi trong vụ án này.

Nhân vật Trịnh Quang Nghi đó là ai?

Sau khi đại đồn Chí Hòa thất thủ năm 1861, một số khoa bảng địa phương đã mộ quân "ứng nghĩa" và khởi binh chống Pháp. Cùng với Trương Định, Đỗ Trình Thoại (Huyện Toại)... là lực lượng của hai lãnh tụ Phan Văn Đạt và Trịnh Quang Nghi. Và Trịnh Quang Nghi chính là một người bà con với tác giả "Lãnh Binh Trương Định Truyện", Nguyễn Thông.

Theo "Truyện Phan Văn Đạt" của Nguyễn Thông thì Trịnh Quang Nghi là chú của Phan Văn Đạt và là cậu của Nguyễn Thông. Ông ta trước đó là thủ hạ của Tán Lý Nguyễn Duy (em của Nguyễn Tri Phương). Sau trận Chí Hòa, Trịnh Quang Nghi cùng "ứng nghĩa" với Phan Văn Đạt, rồi sau khi Phan Văn Đạt bị Tây bắt và hành quyết thì Trịnh Quang Nghi "thu nhặt tàn quân về đóng ở tỉnh An Giang".[107]

Và lúc Trịnh Quang Nghi dẫn tàn quân về An Giang, một trong ba tỉnh miền Tây mà lúc đó còn thuộc nhà Nguyễn, thì chuyện gì đã xảy ra?

Theo bản báo cáo của Phạm Tiến:

*"... Tú Tài Trịnh-quang-Nghi, trước đây ở huyện Tân-Thịnh, cùng Phan-văn-Đạt bí mật chiêu mộ nghĩa binh, đến sau chạy sang tỉnh này tấm lòng oán hận vẫn còn chưa hả, tức như trước khi chưa có cuộc hòa, **một bọn giáo-dân cỡi 10 chiếc thuyền trốn vào Gia-Định, Quang-Nghi ngầm sai nghĩa quân đón đường triệt sát, lấy hết của cải cấp cho nghĩa dân**..."*

Còn theo bộ chính sử của nhà Nguyễn, Đại Nam Thực Lục Chính Biên, thì vụ án này diễn tiến như sau:

*"Trước đây, Tú tài ứng nghĩa ở An Giang là Trịnh Quang Nghi đi đường **gặp bọn dân theo đạo (44 người) lẻn đi theo giặc. Quang Nghi khuyên bảo không nghe, bèn giết hết**. Đến đây, Phan Thanh Giản xin bắt tội Quang Nghi. Vua nói: Khi đó cho giảng hòa, đó là lòng vì việc nghĩa mà căm giận. Bèn tha tội cho."*[108]

Như vậy, đây là một vụ án rất lớn và có liên hệ đến sinh mạng của 44 người dân Việt theo đạo Thiên Chúa. Tổng hợp bản báo cáo của Phạm Tiến và Đại Nam Thực Lục, có thể thấy rằng những người giáo dân này đã đi trên 10 chiếc thuyền (có lẽ gồm 10 gia đình?) trên đường chạy đến Gia Định để trốn tránh việc bắt đạo của triều đình nhà Nguyễn. Không biết chính xác là họ từ đâu đến,

---

(107) Nguyễn Thông "Truyện Phan Văn Đạt" (Kỳ Xuyên Văn Sao - <u>Nguyễn Thông Con Người Và Tác Phẩm</u>, Ca Văn Thỉnh - Bảo Định Giang, NXB Trẻ, TPHCM, 2002, p. 270)
(108) Đại Nam Thực Lục Chính Biên, Đệ Tứ Kỷ, Quyển XXVII, Nhâm Tuất, Tự Đức 15 (1862), pp. 790-791.

nhưng có lẽ đã từ An Giang chạy lên Sài Gòn. Và họ đã không may gặp phải tàn quân của Trịnh Quang Nghi trên đường chạy trốn. Vì kết cuộc là Trịnh Quang Nghi cho lính tàn sát hết cả 44 mạng người này, rồi lấy hết tất cả của cải của họ, mà Phạm Tiến viết là cấp cho "nghĩa" dân. Không biết những người "nghĩa" dân này là ai, và có phải là đồng bọn của Trịnh Quang Nghi hay không?

Cần nhớ rằng Phạm Tiến cũng chính là một thủ lãnh nghĩa quân như Trịnh Quang Nghi, nhưng ông ta đã tâu lại với Cơ Mật Viện và vua Tự Đức khá nhiều chi tiết về cuộc thảm sát cướp của giết người này của Trịnh Quang Nghi. Ông ta không quên biện hộ cho Trịnh Quang Nghi rằng đó là do *"tấm lòng oán hận vẫn còn chưa hả"*, thế nhưng đồng thời ông ta cũng lại viết rõ rằng Trịnh Quang Nghi đã ***"ngầm sai nghĩa quân đón đường triệt sát"*** và ***"lấy hết của cải"*** của những người xấu số này. Như vậy, theo sự diễn tả của Phạm Tiến thì đây chính là một cuộc phục kích ám hại để giết người cướp của, không hơn không kém.

Rồi theo Đại Nam Thực Lục thì Phan Thanh Giản lúc đó đang làm Tổng Đốc Vĩnh Long đã tâu với vua Tự Đức xin bắt tội Trịnh Quang Nghi. Thế nhưng, đối với một vụ án mạng trọng đại như vậy, một vụ cướp của giết người bởi một thủ lãnh "nghĩa quân" là tú tài Trịnh Quang Nghi dã man như vậy, mà vua Tự Đức lại điềm nhiên phán rằng *"đó là lòng vì việc nghĩa mà căm giận"* nên ***"[b]èn tha tội cho"***! Và không như bản báo cáo của Phạm Tiến, Đại Nam Thực Lục lại chẳng hề nói gì đến việc Trịnh Quang Nghi đã lấy hết của cải của những người xấu số này. Mà còn viết những lời chữa tội cho Trịnh Quang Nghi rằng vì ông ta ***"khuyên bảo không nghe, bèn giết hết"***!

Có nghĩa là vua quan nhà Nguyễn thời đó coi tính mạng của 44 người dân Việt ở Nam Kỳ thật sự không ra gì!

Tưởng cũng cần nhắc lại là theo hòa ước 1862 mà nhà Nguyễn vừa ký kết với Pháp, thì những người giáo dân này có quyền được đến Gia Định là nơi thuộc vùng kiểm soát của Pháp. Tức là họ hoàn toàn không làm điều gì sai trái hay phạm luật của nhà Nguyễn. Thế nhưng một vị tú tài nhà Nguyễn và cũng là một vị thủ lãnh nghĩa quân, nhưng không phải là một viên quan sở tại, đã ngang nhiên ra lệnh cho những "nghĩa quân" của ông ta đón đường tàn sát cả 44 nhân mạng, rồi cướp hết của cải của họ.

Nếu nói như Đại Nam Thực Lục là chỉ vì *"khuyên bảo không nghe"* mà nhân vật Trịnh Quang Nghi này có thể lạnh lùng cho "giết hết" 44 mạng người thường dân Nam Kỳ một cách dễ dàng như vậy, thì tội ác của ông ta và quân sĩ của ông ta quả thật đáng sợ, và không hiểu làm sao mà vua Tự Đức lại có thể cho rằng đó là *"lòng vì việc nghĩa"* mà ra!

Trong khi đó thì Phan Thanh Giản, một vị quan nổi tiếng công minh ngay thẳng, đã tâu xin vua Tự Đức bắt tội Trịnh Quang Nghi, cũng như ông đã từng bắt tội Đoàn Tiến Thiện trước đó. Cho dù ông thừa biết rằng triều đình nhà Nguyễn rất cần những người như Trịnh Quang Nghi, như Đoàn Tiến Thiện, để gây khó khăn cho Pháp.

Thế nhưng vua Tự Đức thì rõ ràng là vì cần dùng những vị "nghĩa sĩ" kiểu như Trịnh Quang Nghi, nên đã nhắm mắt làm ngơ và mặc cho họ muốn làm gì thì làm đối với thường dân. Cho nên có thể nói rằng đây mới chính là một bằng chứng cụ thể cho việc "triều đình khí dân" - qua cách nhà vua bênh vực cho những thủ lãnh nghĩa quân như Trịnh Quang Nghi, trong lúc không coi mạng sống con dân của mình ra gì!

Nhưng cũng chính nhờ vụ án này mà ta có thể thấy được **cách đối xử với người dân của vua Tự Đức, của Phan Thanh Giản, và của một người thủ lãnh "nghĩa quân" là Trịnh Quang Nghi. Cũng như mối liên hệ với nhau giữa các nhân vật đứng trong cùng một phe "phong kiến" này.** Việc Phan Thanh Giản xử tội Trịnh Quang Nghi cho thấy rằng ông đã đứng về phía người dân và lẽ phải để đòi hỏi công lý, cho dù việc này đi ngược lại với chủ trương và quyền lợi cấp thời của vua Tự Đức. Do đó, có thể coi đây chính là một hành vi "kháng cự" mệnh lệnh của nhà vua bởi Phan Thanh Giản.

Như bạn đọc đã thấy, người viết chắp nối lại vụ án Trịnh Quang Nghi nói trên từ hai tài liệu là bản báo cáo mật của Phạm Tiến và bộ chính sử Đại Nam Thực Lục của nhà Nguyễn. Do đó, đây là một vụ án được tìm ra hoàn toàn từ tài liệu Việt chớ không phải tài liệu Pháp, và vì vậy không thể nào nói rằng "thực dân Pháp" đã bịa chuyện để bêu xấu những người thủ lãnh kháng chiến chống lại họ như Trịnh Quang Nghi. Mà thật sự thì đây chính là một vụ án sát nhân tập thể trọng đại và rõ rệt, được vua Tự Đức đích thân tra xét, rồi lại đích thân... **_"[b]èn tha tội cho"_**.

Có lẽ đây là lý do tại sao người Pháp luôn luôn tỏ ra sự kính trọng Phan Thanh Giản, cho dù ông đã "phỉnh gạt" họ đi chăng nữa! Nhưng họ lại có vẻ khinh bỉ vua Tự Đức và những thủ lãnh nghĩa quân kiểu như Trịnh Quang Nghi. Và chẳng riêng gì người Pháp, mà tất cả những người dân Nam Kỳ thời đó đều có một lòng kính trọng hết mực đối với Phan Thanh Giản. Trong khi thái độ của những người dân Nam Kỳ đối với "nghĩa quân" và với triều đình nhà Nguyễn thì lại là chuyện khác, mà ta sẽ thấy rõ hơn ở chương sau.

Người viết cũng xin nói thêm về vụ án Trịnh Quang Nghi này qua cách nhìn của các sử gia miền Bắc. Mặc dù vụ án sát nhân dã man nói trên đã được ghi lại rõ ràng như vậy, ít nhất là trong bộ chính sử Đại Nam Thực Lục, nhưng một sử gia miền Bắc đã không ngần ngại xuyên tạc lịch sử - bằng cách sửa đổi chi tiết của vụ án nói trên để lên án Phan Thanh Giản. Và đó là trong phiên tòa đấu tố Phan Thanh Giản trên tờ Nghiên Cứu Lịch Sử vào năm 1963, khi một trong những bài viết dùng để đả kích cá nhân Phan Thanh Giản do tác giả Đặng Việt Thanh chấp bút, đã nói như thế này về vụ án Trịnh Quang Nghi:

"Trong lúc đó thì các bạn học của Phan khi xưa đã làm gì? Họ đều đi với nhân dân kháng Pháp, Phan không những không ủng hộ họ mà còn nghe theo Pháp chiêu dụ họ bãi binh. Chính Phan đã bốn lần chuyển giao thư của Pháp cho Trương Định, và đích thân cũng đã ba lần dụ hàng Trương Định, có lần lại còn suýt chém đầu Trần-xuân-Võ là người của Trương Định phái đến xin Phan giúp lương, Phan đã tích cực hiểu dụ nhân dân đừng "nghịch" với Pháp đến nỗi đã báo cáo về triều xin trị tội Trịnh Quang Nghị (sic) là *người **tổ chức toán võ sĩ phục kích đánh úp Pháp**. Nhưng vì Tự-đức thấy không có hại gì nên đã tha cho Nghị.* "[109]

Như vậy, tác giả Đặng Việt Thanh trong việc lên án Phan Thanh Giản - theo con đường đã được vạch ra từ ông Viện Trưởng Trần Huy Liệu là bằng bất cứ thủ đoạn nào - đã cố gắng chứng minh tội "mãi quốc" của Phan Thanh Giản bằng cách dẫn ra vụ án Trịnh Quang Nghi. Và để làm được điều này thì ông Đặng Việt Thanh đã "sáng tạo" ra, hay đúng hơn là đã xuyên tạc, sử liệu. Bởi theo đoạn văn trên, ông ta cho rằng Phan Thanh Giản đã dám xin triều đình trị tội những nghĩa sĩ như Trịnh Quang Nghi (mà ông gọi là Nghị), do Trịnh Quang Nghi đã "tổ chức toán võ sĩ phục kích đánh úp Pháp". Và nếu Trịnh Quang Nghi chỉ vì đã tổ chức một toán võ sĩ để đánh Pháp mà lại bị Phan Thanh Giản đòi trị tội như vậy, thì Phan Thanh Giản phải là một kẻ theo Pháp, và là một tên "bán nước" không sai!

Thế nhưng như người viết đã dẫn, cả hai tài liệu nói về vụ án này là bản báo cáo của Phạm Tiến và Đại Nam Thực Lục đều cho biết rằng Trịnh Quang Nghi và quân lính của ông ta sau khi chạy về An Giang đã phục kích giết chết những giáo dân **người Việt** đang tìm đường chạy trốn, chứ chẳng có một mống người Pháp nào trong đây hết. Nếu như ông Đặng Việt Thanh vì ở miền Bắc mà không có được bản báo cáo của Phạm Tiến đăng trong tờ Sử Địa ở miền Nam, thì chắc chắn ông ta cũng phải có Đại Nam Thực Lục trong tay, và do đó mà mới biết được rằng vụ án Trịnh Quang Nghi là do Phan Thanh Giản khởi tố.

Tuy nhiên, ông Đặng Việt Thanh đã trơ trên viết ra như trên, rằng Trịnh Quang Nghi vì tổ chức phục kích đánh úp Pháp mà bị Phan Thanh Giản đòi xử tội. Khi làm điều này, ông ta vừa đạt được mục đích bôi nhọ Phan Thanh Giản, lại vừa có thể dấu biệt luôn bản án sát nhân của lãnh tụ "nghĩa quân" Trịnh Quang Nghi. Thủ đoạn này rất giống như việc ông Trần Huy Liệu đã gán cho dân Nam Kỳ ý định sắp xếp Phan Thanh Giản đồng hàng với Phan Hiển

---

(109) Đặng Việt Thanh, "Cần Nhận Định Và Đánh Giá Phan Thanh Giản Như Thế Nào?", Nghiên Cứu Lịch Sử số 49, pp. 27-31, 29. https://nhatbook.com/2020/02/24/tap-san-nghien-cuu-lich-su-so-49-thang-04-1963/

Đạo và Tôn Thọ Tường là Nam Kỳ *"Danh Nhơ"* thay vì *"Danh Nho"*, như người viết đã dẫn ra ở phần trên. Hay cũng giống như việc ông Trần Huy Liệu quả quyết rằng Phan Thanh Giản đã *"ký nhượng ba tỉnh miền Tây"* cho Pháp.

3. Vụ Án Phan Hiển Đạo

Vụ án sau cùng được nhắc đến trong bản báo cáo của Phạm Tiến là vụ án Phan Hiển Đạo. Phan Hiển Đạo là một vị khoa bảng lớn của Nam Kỳ. Sau Phan Thanh Giản, ông ta là người Nam Kỳ thứ nhì đậu tiến sĩ triều Nguyễn, và ông từng nổi tiếng là một bậc phong lưu tài tử bậc nhất của xứ Nam Kỳ. Sau khi đậu tiến sĩ, Phan Hiển Đạo bắt đầu làm quan cho nhà Nguyễn, lên đến chức Đốc Học Định Tường. Rồi khi Pháp đánh chiếm ba tỉnh miền Đông thì ông cũng có "ứng nghĩa" theo lời hiệu triệu của triều đình, nhưng bị Pháp bắt. Và sau khi bị bắt, không rõ là Phan Hiển Đạo có chấp nhận theo Pháp hay không. Nhưng theo lời đồn đãi thì chính vì vấn đề không được rõ ràng đó mà ông đã tự tử - do bị Phan Thanh Giản phê phán về việc này rằng: *"thất thân chi nữ, hà dĩ vi trinh."*[110]

Còn theo bản báo cáo của Phạm Tiến, sau khi Pháp chiếm ba tỉnh miền Đông:

"... Phan-hiến-Đạo (sic) mỗi khi lai vãng với Tây. Y đều cắm cờ hiệu Tấn-Sĩ và cờ ba sắc lên trên mũi thuyền. Tới tỉnh Gia-Định cũ y ngồi nghe hát với Tây, việc này do viên nguyên Tri phủ phủ Tân-Bình là Nguyễn-Thành-Ý hiện đã phi trình tại nơi quân thứ Tân-Hòa."

Như vậy, theo lời báo cáo của Phạm Tiến thì quả không rõ là Phan Hiển Đạo có thật tình theo Pháp như Tôn Thọ Tường hay chưa. Nhưng vì ông ta đã có một mối liên hệ khá thân thiết với người Pháp như trên, nên Phan Thanh Giản đã quyết liệt đòi cách chức ông ta.

Theo Đại Nam Thực Lục:

"Trước đây, nguyên Đốc học Định Tường là Phan Hiển Đạo

---

[110] Có nghĩa là: người con gái đã bị thất thân, sao cho là còn trinh được. Xem thêm về Phan Hiển Đạo: https://vi.wikipedia.org/wiki/Phan_Hi%E1%BB%83n_%C4%90%E1%BA%A1o

*(người ở Vĩnh Long, đỗ Đồng tiến sĩ, nguyên hàm Biên tu lĩnh chức Đốc học, mộ quân chống nhau với Tây dương, được thưởng thăng hàm Thị giảng, Thương biện tỉnh vụ). Cáo bệnh về, bị người Phú bắt được, rồi được tha về. **Phan Thanh Giản cho là cùng đi lại với người Phú, xin cách chức.***

***Vua cho là Hiển Đạo từng mộ quân đánh Tây dương, Phan Thanh Giản chủ hòa, nói chưa chắc đã đúng.** Sai bộ cứu xét. Hiển Đạo nghe tin ấy, đến chỗ mồ cha tự thắt cổ chết. Bộ Lại bàn cũng như lời Phan Thanh Giản, xin truy đoạt quan chức của Hiển Đạo.*

Vua cho là tâm tích còn chưa rõ ràng, sai 2 tỉnh Long, Giang hỏi cho xác thực, trả lời về Bộ sẽ bàn. Đến đây, hai tỉnh ấy tâu nói : Hiển Đạo vì có bệnh đau tim, say tỉnh không thường, trước đây bị người Phú bắt giam, cho làm Đốc học, viên ấy lấy cớ là có bệnh không nhận. Rồi sau được tha bèn đem cờ, bài, mặc quần áo Tây dương cùng đi lại với Tây dương, mọi lẽ như thế. Bộ Lại cho là viên ấy tuy không theo Tây dương nhưng không biết tránh chỗ ở. Lại hành động như thế, tưởng cũng có phần xấu xin theo nghị trước.

Vua bảo: Danh tiết của một người sĩ phu, ta rất lấy làm thương tiếc nên phải xét rõ tâm tích mới được. Lại giao cho đình thần xét lại, cũng như Bộ bàn. Bèn chuẩn cho truy đoạt chức hàm và bỏ tên trong sổ tiến sĩ, đục bỏ tên trong bia tiến sĩ đi. ''[111]

Do đó, qua vụ án Phan Hiển Đạo như trên, có thể thấy rằng vua Tự Đức tuy sử dụng Phan Thanh Giản nhưng lại tỏ ra không tin tưởng Phan Thanh Giản, nhất là với những việc Phan Thanh Giản làm mà có hại cho mưu tính lấy lại đất đai của nhà vua.

Trước nhất, theo bản báo cáo của Phạm Tiến thì nhà vua đã đặc biệt sai Phạm Tiến theo dõi những việc làm của Phan Thanh Giản và báo cáo lên, để xem những thủ lãnh nghĩa quân có phục tùng Phan Thanh Giản hay là kháng cự.

Có lẽ vì uy tín rất lớn của Phan Thanh Giản đối với sĩ phu và nhân dân Nam Kỳ, cũng như đối với người Pháp, cho nên vua Tự

---

(111) Đại Nam Thực Lục Chính Biên, Đệ Tứ Kỷ, Quyển XXVIII, Tự Đức 16 (1863), p. 823.

Đức đã bắt buộc phải sử dụng ông trong những công việc trọng yếu - như việc giải giáp các lực lượng kháng chiến và thương thuyết với người Pháp để lấy lại Vĩnh Long.

Nhưng vua Tự Đức cũng đồng thời sai người theo dõi và báo cáo việc làm của Phan Thanh Giản. Và nhà vua đã tỏ ra có một lập trường cứng rắn "chủ chiến" - khác với Phan Thanh Giản - ít ra là ngoài mặt và đối với các triều thần. Điển hình là với vụ án Phan Hiển Đạo. Trong khi Phan Thanh Giản buộc tội Phan Hiển Đạo đã *"đi lại"* với Pháp và do đó tâu xin nhà vua cách chức ông ta, thì vua Tự Đức lại cho rằng vì Phan Thanh Giản *"chủ hòa"*, nên *"nói chưa chắc đã đúng"*! Nhưng nếu như Phan Thanh Giản quả đúng là "chủ hòa" triệt để như vua Tự Đức đã nói, thì cớ gì ông ta lại không chấp nhận được những hành động thân thiện hòa hoãn với người Pháp của Phan Hiển Đạo?

Mà có lẽ lý do thực thụ là vì vua Tự Đức rất ưa chuộng thành tích đã *"từng mộ quân đánh Tây dương"* của Phan Hiển Đạo, một vị cựu quan và cũng là một cựu lãnh tụ kháng chiến. Cho nên mặc dù Phan Hiển Đạo đã tỏ ra thân thiện với người Pháp, vua Tự Đức vẫn muốn bảo vệ vị quan/lãnh tụ này. Nhà vua đã nói rõ ra rằng đó là vì Phan Hiển Đạo đã từng có thành tích đánh Pháp. Còn Phan Thanh Giản thì nhà vua cho rằng lúc nào cũng *"chủ hòa"*, cho nên nhà vua nghi ngờ là trong vụ án này Phan Thanh Giản đã cố tình làm hại Phan Hiển Đạo. Hơn nữa, khi nói ra điều trên với triều thần, vua Tự Đức có lẽ muốn gửi một thông điệp đến các lãnh tụ kháng chiến; là nhà vua sẽ bảo vệ cho họ, nếu họ bị làm khó dễ bởi nhân vật *"chủ hòa"* Phan Thanh Giản.

Do đó, việc vua Tự Đức viện cớ rằng do Phan Thanh Giản *"chủ hòa"* nên khi nói về Phan Hiển Đạo *"chưa chắc đã đúng"*, chính là vì nhà vua muốn bảo vệ những vị cựu quan, những người đã từng "kháng chiến", bởi họ có thể giúp cho nhà vua lấy lại ba tỉnh miền Đông. Như Đoàn Tiến Thiện, như Trịnh Quang Nghi, và thậm chí cả những người có vẻ thân thiện với Tây như Phan Hiển Đạo.

Tóm lại, qua ba vụ án Đoàn Tiến Thiện, Trịnh Quang Nghi và Phan Hiển Đạo kể trên, có thể thấy rằng đối với vua Tự Đức trong thời gian đó là nếu vị quan nào đã từng có thành tích đánh Pháp, thì dù nay có làm điều gì sai trái - kể cả việc thân thiện đi lại với Pháp hay cướp của giết người - cũng vẫn được nhà vua thông cảm và che chở cho. Bởi vì họ là những người có ích cho nhà vua trong việc khôi phục lãnh thổ. Trong khi đó, đối với một viên quan tôn trọng chính nghĩa và luật pháp như Phan Thanh Giản, thì nhà vua lại không tin tưởng, bởi vị đại thần họ Phan đã không ngần ngại kỷ luật những thủ lãnh nghĩa quân có thể giúp ích cho nhà vua. Và vì vậy, nhà vua đã viện cớ rằng do Phan Thanh Giản là người "chủ hòa" nên đâm ra thù ghét hết tất cả những "thủ lãnh nghĩa quân" muốn "chiến" với Pháp.

Do đó, trong khi những người giới thiệu câu "Phan Lâm mãi quốc, triều đình khí dân" và câu chuyện chung quanh nó muốn cho độc giả của họ tin rằng Phan Thanh Giản và triều đình Huế thuộc về một bọn "phong kiến phản động" với nhau, và cùng toa rập với nhau để cắt đất của nhân dân mà dâng cho thực dân Pháp, nên đã bị nhân dân và nghĩa quân Trương Định viết tám chữ kia lên lá cờ khởi nghĩa để tố cáo, thì **thực tế hoàn toàn ngược lại** như vậy.

Hóa ra, chính các lãnh tụ nghĩa quân như Trương Định và triều đình Huế mới chính là cùng một phe, với cùng một mục đích tối hậu là lấy lại đất đai và duy trì chế độ cũ - một chế độ có lợi cho họ, những người thuộc giai cấp có đặc quyền đặc lợi. Điều này dẫn đến việc **dung túng lẫn nhau** của họ, việc bất chấp tất cả mọi thủ đoạn, kể cả giết người cướp của, của họ. Như trường hợp Trịnh Quang Nghi nói trên, mà triều đình Huế và chính vua Tự Đức đã ngang nhiên *"bèn tha tội cho"*, bất kể cả công lý lẫn công luận.

Còn trong khi đó thì Phan Thanh Giản mặc dù cũng là một phần tử trong giai cấp đặc quyền này, và mặc dù phải mang gánh nặng "trung quân", nhưng đồng thời ông vẫn giữ được ý thức về trách nhiệm của một vị quan, là bảo vệ con dân của ông cũng như luật pháp nhà nước. Vì vậy, cho dù biết rằng những vị cựu quan/ lãnh tụ kháng chiến như Trịnh Quang Nghi là những người hữu dụng cho việc lấy lại đất đai của triều đình, Phan Thanh Giản vẫn **cương quyết theo đuổi lẽ phải mà truy tố những người đó** khi họ phạm tội. Cho dù ông biết chắc rằng khi làm như thế thì đấng quân phụ của ông sẽ không hài lòng.

Nhưng đó lại chính là lý do mà tại sao dân chúng Nam Kỳ đã hết lòng thương mến vị quan này, như người viết sẽ trình bày ở chương kế tiếp.

F. Mối Liên Hệ Của "Nhân Dân" Ở Giữa Triều Đình Huế (Nghĩa Quân Trương Định - Sĩ Phu) Và Pháp

Sau cùng, theo bản báo cáo của Phạm Tiến, có thể thấy rằng các lực lượng kháng chiến ở Nam Kỳ và triều đình Huế thực sự chỉ là một. Và các lực lượng kháng chiến như cuộc "khởi nghĩa nông dân" của Trương Định thật ra chẳng có một anh nông dân nào làm lãnh đạo cả, mà chỉ toàn là những quan chức cũ của triều Nguyễn. Còn triều đình Huế thì luôn luôn tiếp tục điều khiển những lực lượng kháng chiến này một cách gián tiếp, qua những lãnh đạo thực sự của nghĩa quân như Phạm Tiến.

Điều đó làm cho những vị quan lại cũ/thủ lãnh kháng chiến nói trên bị mất phương hướng ngay sau khi hòa ước 1862 được ký kết, và khi triều đình Huế ra lệnh giải giáp cho họ trên giấy tờ, thông qua người đại diện là quan đại thần Phan Thanh Giản. Chỉ đến khi tiếp được mật lệnh của triều đình thì họ mới hiểu ra kế sách của nhà vua, và do đó đã tiếp tục công việc thề thốt rồi đặt ra bộ máy chính quyền địa phương giống như hệ thống cũ của triều đình.

Do đó, thật sự thì cả hai lực lượng thủ lãnh nghĩa quân và triều đình Huế lúc nào cũng ở trong cùng một "giai cấp phong kiến" và cùng muốn đánh Pháp để tạo dựng lại chế độ cũ mà họ là những kẻ hưởng lợi. Chứ không phải đột nhiên mà lại xuất hiện ra những nhân vật "tiến bộ" như Trương Định, đã thình lình "giác ngộ cách mạng" để "đi với dân" và chống lại triều đình. Chứ không phải là bọn phong kiến nói trên đã "câu kết" với thực dân Pháp để hòng dâng đất và bán nước của "nhân dân ta" cho chúng, như ông Trần Huy Liệu khẳng định.

Trong khi đó, người Pháp lúc này đang ở trong vị thế của những kẻ xâm lược và có ý đồ muốn tạo nên một thuộc địa mới ở

Nam Kỳ, cho nên họ rất cần phải mua chuộc lòng dân bản xứ để được giúp đỡ. Hoặc ít nhất là để những người dân này không theo các lực lượng kháng chiến của chế độ cũ mà chống lại mình. Vì vậy, theo bản báo cáo của Phạm Tiến, có thể thấy rằng không ít, nếu không muốn nói là khá nhiều những nhà khoa bảng, những quan lại cũ, những hậu duệ của các công thần nhà Nguyễn, đã quay sang hợp tác với Pháp, ngay tại vùng đất Nam Kỳ, nơi dựng nghiệp của nhà Nguyễn.

Đó là vì người Pháp đã có một chính sách rõ rệt để chiêu dụ những người có học thức, hay các "sĩ phu", ra làm quan cho họ để cai trị vùng đất mới chiếm, mà Phạm Tiến đã thuật lại như sau:

"Nhưng cũng có mấy kẻ nhẫn tâm theo địch như tên Hợp-Cương, Hợp-San, Thủ Nho thì Tây cho làm ký lục, Tổng Ca thì làm Tri huyện Bình-Long. Tổng Trinh làm Tri huyện Tân-Hòa, còn Phan-hiến-Đạo (sic) mỗi khi lai vãng với Tây. Y đều cắm cờ hiệu Tấn-Sĩ và cờ ba sắc lên trên mũi thuyền. Tới tỉnh Gia-Định cũ y ngồi nghe hát với Tây, việc này do viên nguyên Tri phủ phủ Tân-Bình là Nguyễn-Thành-Ý hiện đã phi trình tại nơi quân thứ Tân-Hòa. Còn Tôn-Thọ-Tường thì địch cho làm Tri phủ Tân-Bình. Nguyễn-Trực làm Tri phủ Tây Ninh. Nguyễn-Tường-Phong làm Tri huyện Tân-Long, Nguyễn-Tường-Vân làm Tri huyện Phước-Lộc, Nguyễn-xuân-Khải Tri huyện Long-Thành, Nguyễn-văn-Nguyên làm học chánh, đối với những tên kể trên, nhân dân 3 tỉnh đều gọi là lũ bạn nghịch, và muốn đón đường giết đi, nhưng sợ Phan Lãnh-đốc biết chuyện lại sức cứu xét lôi thôi nên không giám làm...

Gần đây Phủ soái lại dựng học đường rồi sức đòi các Cử nhân, Tú tài, sĩ phu trong hạt, ai có học vấn, không kể rằng trước kia đã làm quản suất trong nghĩa quân, nay ra trình diện, chúng cũng miễn tội, cho làm các chức Giáo huấn và lại yết thị rằng sang năm là năm Giáp Tý bắt đầu mở một khoa thi, ai thông văn học Hán tự lại biết chữ Tây thì được đỡ đầu..."[112]

Bên cạnh chính sách chiêu dụ các sĩ phu như trên, người Pháp cũng đồng thời tiến hành việc mua chuộc lòng người dân Nam Kỳ,

---

(112) Ibid

qua việc xây dựng các cơ sở hạ tầng như đường sá và hệ thống thông tin... Quan trọng nhất là việc họ đã giảm thuế so với nhà Nguyễn, hoặc tha luôn thuế cho dân. Chính vì lý do này mà Phạm Tiến đã phải trấn an triều đình trong bản báo cáo là dân chúng Nam Kỳ vẫn còn nghĩ đến chúa cũ. Thậm chí ông ta còn phải nhắc nhở triều đình về việc Nguyễn Ánh ngày xưa cũng đã từng thua trận và mất đất Gia Định, rồi sau nhờ có Võ Tánh mà lấy lại đất và dần dà khôi phục cơ đồ.

Nhưng Phạm Tiến cũng phải nhìn nhận một mối nguy cơ rất lớn, là nhân dân Nam Kỳ sẽ theo Pháp nếu triều đình không hành động ngay lập tức:

"Thế thì ngày nay cảnh thổ 3 tỉnh dẫu đã bị Tây chiếm cứ, nhưng mà lòng dân vẫn còn nhớ cũ, phong tục vẫn chẳng đổi thay, lễ nhạc y quan vẫn thế, thờ thần lễ phật, tế tự xướng ca, khắp hạt vẫn theo tục cổ, chúng tôi nghe nói trước đây ngụy Tây [1] (tức Tây Sơn) chiếm cứ Gia-Định hơn 10 năm giời, thánh giá ở bên Vọng-Các sai người về nước chiêu dụ nhân dân mà bọn Quốc công Võ-Tánh nhờ đó để xướng nghĩa, dân đều vui theo nên mới rước Ngài trở về Gia-Định phục đặng cố đô, đều là nhân có lòng người để đi đến chỗ thành sự đó vậy.

Chúng tôi trộm nghĩ quân địch ở vùng Gia-Định hiện đương bắc cầu đắp lộ, dựng lũy đắp thành, xây lâu đài mở phố xá, đặt khoa thi bổ các phủ huyện cấp cho hậu lương, và nói giối dân về vụ giảm tô giảm binh, mưu thâm của chúng là muốn mua chuộc lòng dân để còn tính kế tràng cửu. *Nhưng dân 3 tỉnh vẫn còn mến cũ chẳng chịu phục tòng, tưởng nên nhân đấy mà trước hãy thi hành những việc thăm viếng người chết, an ủi người sống, để cho lòng dân càng thêm phẫn khích,* ***vững chí thờ vua,*** *cái cơ khôi phục là ở nơi đó, vậy nay chúng tôi có chút ý kiến thô thiển, vâng lệnh trình bày."*[113]

Tóm lại, cả hai phe đối nghịch trong cuộc chiến Pháp-Việt tại Nam Kỳ lúc đó là triều đình Huế và Pháp đều biết rằng phải mua chuộc lòng dân Nam Kỳ để đem họ về phe mình. Và "nhân dân"

---

(113) Ibid

của ba tỉnh miền Đông chính là những người đứng giữa hai lực lượng đối nghịch nhau là "phong kiến" và "thực dân".

Nhưng trong khi người Pháp lập tức thi hành những chính sách để mua chuộc lòng dân thì triều đình Huế lại tỏ ra chần chừ trong việc này. Bên cạnh đó, như đã thấy, vì mưu đồ lấy lại lãnh thổ, nên triều đình Huế đã tỏ ra đặc biệt ưu ái với những lực lượng "nghĩa quân" hay những lãnh tụ kháng chiến; bất kể rằng những lực lượng nói trên đã thừa cơ hội mà những nhiễu làm hại "nhân dân" ra sao.

Còn những lực lượng "nghĩa quân" ở Nam Kỳ thì thật sự lúc nào cũng vẫn là một phần của lực lượng phong kiến và lúc nào cũng vẫn thần phục vua Tự Đức và triều đình Huế. Họ chiến đấu chống Pháp là để khôi phục lại đất đai cho vua Tự Đức, cũng như để khôi phục lại địa vị xã hội cũ của họ. Chứ không phải là để tạo nên một chính quyền nông dân vô sản, như hai ông sử gia họ Trần muốn người đọc phải tin tưởng.

Trong khi đó thì Phan Thanh Giản dù là một người thuộc về giai cấp phong kiến nhà Nguyễn, nhưng lại quyết định lựa chọn con đường lo cho dân và hết lòng vì sự an nguy của người dân. Cần nói rõ thêm rằng ông làm những điều này là do trách nhiệm của một viên quan có lòng thương dân, chứ không phải vì ông "đi với dân" chi cả. Nhưng cũng chính vì vậy mà Phan Thanh Giản đã được những người thường dân Nam Kỳ thực thụ ca tụng ngay từ lúc đó, và bạn đọc sẽ thấy qua tài liệu "Thơ Nam Kỳ" trong chương X kế tiếp dưới đây.

CHƯƠNG X

THƠ NAM KỲ - NHÂN DÂN NAM KỲ THỰC SỰ NGHĨ GÌ VỀ PHAN THANH GIẢN

Như đã trình bày, ông Viện Trưởng Trần Huy Liệu cố gắng chứng minh rằng "nhân dân" ba tỉnh miền Đông, hay cả lục tỉnh Nam Kỳ, đã làm ra "bản án lịch sử muôn đời" về tội "mãi quốc" cho Phan Thanh Giản từ một trăm năm trước, với câu "Phan Lâm mãi quốc, triều đình khí dân". Rồi ông Trần Huy Liệu lại quả quyết thêm rằng đây là một bản án rất "công minh". Cho dù ông ta chỉ có **một "bằng chứng" duy nhất** cho bản án này của **"nhân dân"**, nếu có thể gọi đó là một bằng chứng: câu chuyện ông kể về việc **nghĩa quân** Trương Định đem tám chữ "Phan Lâm mãi quốc, triều đình khí dân" đề lên lá cờ khởi nghĩa của họ. Rồi để nâng thêm tầm quan trọng của câu trên, ông Trần Huy Liệu đã mập mờ trong cách gọi tác giả của nó. Từ những nghĩa quân của Trương Định, ông đã biến hóa ra thành đại diện cho dân chúng ba tỉnh miền Đông, thậm chí cho "nhân dân" của cả Nam Kỳ lục tỉnh, và cuối cùng là cho **"nhân dân cả nước"**.

Đó là vì sự thiếu thốn bằng chứng, hay nói thẳng ra là do ông Trần Huy Liệu không hề có một bằng chứng nào hết, cho sự phê phán của dân gian Nam Kỳ đối với Phan Thanh Giản. Cũng chính vì sự thiếu thốn này cho nên ông Trần Huy Liệu đã phải mập mờ chơi chữ để tạo ra bằng chứng, và để thay đổi ý nghĩa của những câu thơ dân gian Nam Kỳ khen ngợi Phan Thanh Giản, Phan Hiển Đạo, và Tôn Thọ Tường là những "danh nho" giúp nước.

Như đã thấy, ông Trần Huy Liệu thực hiện điều này bằng cách

giả vờ đặt câu hỏi rằng phải chăng những chữ trong câu thơ nói trên đúng ra phải là "danh nhơ" thay vì "danh nho". Mục đích là để chứng minh rằng đó mới thật tình là sự phê phán của nhân dân Nam Kỳ đối với ba nhân vật này. Và lý do là vì ông Trần Huy Liệu không kiếm đâu ra được bằng chứng cho việc nhân dân Nam Kỳ phê phán Phan Thanh Giản.

Thế nhưng đó là những câu thơ đã truyền bá lâu năm ở Nam Kỳ, của chính "nhân dân" Nam Kỳ dùng để khen ngợi cả Phan Thanh Giản và Tôn Thọ Tường, dù cho hai người này ở hai phe đối nghịch nhau. Bởi vì hai người này là những người có ân uy với "nhân dân" và được "nhân dân" Nam Kỳ kính phục. Những người thường dân Nam Kỳ nói trên **không có thành kiến giai cấp** như ông Trần Huy Liệu, cũng như **không bị mang gánh nặng trung quân** như các nhà nho thời đó, cho nên họ sẵn sàng chấp nhận những quan chức của cả hai phe Pháp Việt, nếu những người này đối xử tốt với họ.

Do đó, ngoài những câu thơ nói trên về Phan Thanh Giản, còn có những câu đố hay câu vè khác được loan truyền trong "nhân dân" Nam Kỳ để khen tặng ông, như câu đố sau đây ở tỉnh Bến Tre:

"Ông nào ích nước lợi dân
Trọng nghĩa quân thần danh lợi chẳng ham? (xuất danh nhân)"[114]

Câu trả lời là Phan Thanh Giản.

Và bên cạnh những câu vè, câu đố khen ngợi Phan Thanh Giản như trên, hiện nay vẫn còn tồn tại một tài liệu rất đặc biệt của chính "nhân dân" Nam Kỳ làm ra, tên là **"Thơ Nam Kỳ"**. Trong đó có một đoạn rất dài cho thấy tình cảm thực sự của người dân Nam Kỳ đối với "quan Phan".[115]

---

(114) Nguyễn Duy Oanh, "Tỉnh Bến Tre Trong Lịch Sử Việt Nam", Phủ Quốc Vụ Khanh Đặc Trách Văn Hóa, Sài Gòn 1971, p. 182. http://www.tusachtiengviet.com/images/file/WtHR2PpQ0wgQAJ5S/tinh-ben-tre-trong-lich-su-viet-nam.pdf

(115) Michel Đức Chaigneau, "Thơ Nam Kỳ ou Lettre Cochinchinoise Sur Les Événements De La Guerre Franco- Annamite", Traduite Par M.D. Chaigneau, Imprimerie Nationale, Paris, 1886. http://www.namkyluctinh.com/eBooks/LinhTinh/Tho%20Nam%20Ky.pdf, hay https://www.google.com/books/edition/Th%C6%A1_Nam_k%E1%BB%B3_ou_Lettre_cochinchinoise_s/jhZCAQAAMAAJ?q=th%C6%A1+nam+k%E1%BB%B3&gbpv=1#f=false

"Thơ Nam Kỳ" là một tác phẩm bằng thơ lục bát dài 346 câu. Không biết tác giả của nó chính xác là ai, là một hay nhiều người. Nguyên bản bằng chữ nôm, bài thơ này đã được ông Michel Đức Chaigneau sưu tầm, dịch thuật và cho in lại bằng hai thứ chữ quốc ngữ và Pháp văn. Nội dung bài thơ diễn tả thời kỳ Pháp đánh chiếm ba tỉnh miền Đông, qua cái nhìn của người thường dân Nam Kỳ. Vì lý do đó, người đọc sẽ bắt gặp trong bài thơ rất nhiều chữ mà người Nam Kỳ ngày xưa thường dùng, nhưng nay không còn thấy nữa.

Giống như cách nói chuyện của người Nam Kỳ, với những chữ dùng "sai" chính tả y hệt phong thái của người bình dân, bài thơ đã diễn tả rất trung thực những cảm nghĩ của người dân Nam Kỳ thời đó đối với người Pháp (Tây), với triều đình Huế, với những người "ứng nghĩa", với những ông quan nhà Nguyễn hèn nhát, cũng như với những ông quan nhà Nguyễn mà họ kính phục, đặc biệt là với vị **"quan Phan"** tức Phan Thanh Giản.

Có người cho rằng tác giả bài thơ này là một giáo dân Thiên Chúa Giáo. Nhưng trong toàn bài thơ không thấy có một câu nào cho thấy điều này. Ngoài ra, bài thơ cũng không hề diễn tả những việc bắt đạo, hành hạ giáo dân...v.v, như thường thấy trong văn thơ của những người theo Thiên Chúa Giáo thời đó.

Và bài thơ cũng không cho thấy là bị ảnh hưởng bởi quan điểm trung quân của các sĩ phu thời này, như thường thấy trong thơ văn của các nhà nho Nguyễn Đình Chiểu hay Phan Văn Trị... Không có những sự "mong ngóng tin vua", không có những việc "báo đền ơn chúa".

Trái lại, bài thơ này phê bình tất cả mọi người, mọi phe trong cuộc chiến, và bằng một thứ ngôn ngữ châm biếm chua cay nhưng cũng rất bình dân khôi hài. Từ vua tới quan, bài thơ không chừa một ai.

Do đó, nếu bản báo cáo của Phạm Tiến là một tài liệu quí giá cho thấy những mối liên hệ trong nội bộ triều đình nhà Nguyễn, như giữa vua Tự Đức, Phan Thanh Giản và các các lãnh tụ kháng chiến, và qua lời kể của một người cựu quan/lãnh tụ kháng chiến, thì bài "Thơ Nam Kỳ" cũng là một tài liệu cực kỳ hiếm có, cho thấy những ý nghĩ trung thực của người thường dân Nam Kỳ đối với các lực lượng có ảnh hưởng đến cuộc sống của họ, trong cuộc chiến Pháp-Việt vào thập niên 1860.

A. Với Người Pháp

Ở phần đầu, tác giả bài thơ cho thấy quan điểm của người dân Nam Kỳ khi quân Pháp vừa chiếm và đốt thành Gia Định:

"63. Ai ngờ Tây đốt thành trì!
Tháng hai, mười bảy, ngọ thì tàu lui
Người người tay vỗ lòng vui
*Tưởng là **tặc đảng** đã xuôi tàu về"*[116]

Những câu thơ trên cho thấy sự vui mừng của dân chúng Nam Kỳ sau khi Phó Đô Đốc Rigault de Genouilly, chỉ huy liên quân Pháp-Tây Ban Nha, cho đốt thành Gia Định và kéo phần lớn lực lượng quân sĩ trở về Đà Nẵng, chỉ để lại một số nhỏ thống lãnh bởi "người hùng" D'Ariès cố thủ Sài Gòn. Như tác giả bài thơ diễn tả, mọi người vỗ tay mừng rỡ vì nghĩ rằng *"tặc đảng"* tức đảng giặc đã bỏ đi luôn rồi.

Và đây không phải lần duy nhất, mà trong suốt bài thơ có rất nhiều lần người Pháp được gọi là "giặc" như vậy, nhất là ở đầu bài. Điều này cho thấy rằng đối với tác giả bài thơ, hay với người dân Nam Kỳ, thì người Pháp là những kẻ đối nghịch với họ, và chính xác hơn là những kẻ cướp, qua sự ngang nhiên đánh chiếm thành trì như trên.

B. Với Anh Em Nguyễn Tri Phương

Nhưng rồi quân Pháp đã trở lại Sài Gòn vào năm 1861 với nhiều viện binh và mở cuộc tổng tấn công đại đồn Chí Hòa của nhà Nguyễn, lúc đó đang được phòng thủ dưới sự lãnh đạo của quan Tổng Thống Quân Vụ Đại Thần Nguyễn Tri Phương, một vị quan được nhiều cảm tình của dân chúng Nam Kỳ:

"73. Thuận kiều binh đóng nghỉ ngơi

---

(116) Giống như đã chú thích từ đầu bài viết, người viết xin được nhắc lại rằng trong bài thơ này, những chữ in đậm là do người viết nhấn mạnh. Và những chữ trong ngoặc đơn là của người viết chú thích hay viết lại cho đúng theo chính tả hiện thời.

*Có quan Tổng thống đúng người **trí tri***
Thới bình tấn lủy (lũy) phiêu phi
Chí hòa, Phú thọ chơn nghi đóng đồn
...
105. Ba trăng mảng tải dần dà
Chỉ sai đại sứ Nguyễn là trị phương"[117]

Và khi quân Pháp tấn công đại đồn Chí Hòa thì cả hai vị quan được cho là tài giỏi nhất của nhà Nguyễn này đều bị loại ra khỏi vòng chiến: quan Tán Lý Nguyễn Duy tử trận, còn người anh của ông là Tổng Thống Nguyễn Tri Phương bị trúng đạn ở tay.

Theo bài "Thơ Nam Kỳ", sau khi những người *"trí cả anh tài"* này bị chết và bị thương thì quan binh triều đình dù rất đông người (vạn binh thiên tướng), cũng vẫn phải chạy dài trước quân đội Pháp:

"149. Nguyễn quan Táng (Tán) lý[118] *xuất chinh*
*Hậu đồn mạng một thống tình **dân thương***
Nguyễn Tri[119]*, đại sứ (sự) nang (nan) đương;*
Tay lâm thương đạn quân tương phục đài
Hết người trí cả anh tài
***Vạn binh thiên tướng chạy dài** hồi quê"*

Như vậy, các câu thơ trên cho thấy rằng người dân Nam Kỳ rất thương mến và kính phục những vị quan nhà Nguyễn tài giỏi đã cố hết sức chống "giặc" Tây, như Nguyễn Tri Phương và người em của ông là quan Tán Lý Nguyễn Duy. Chứ không phải là họ có thành kiến với tất cả các quan chức triều Nguyễn.

C. Với Các Vị Quan "Phụ Mẫu"

Nhưng trong khi cho thấy sự thương tiếc hai vị quan có tài nói trên, thì người dân Nam Kỳ lại không nể nương với những ông quan triều đình mà ngày thường tự xưng là "phụ mẫu chi dân", nhưng đến lúc có việc thì bỏ chạy mặc dân. Vì vậy, bài thơ đã có những câu châm biếm rất chua cay để diễn tả những ông quan nói

---

(117) Tức là Nguyễn Tri Phương.
(118) Tán Lý Nguyễn Duy
(119) Nguyễn Tri Phương

trên. Điển hình là sau khi thua trận phải chạy từ đại đồn Chí Hòa qua khỏi *"Lương kiều"* (tức cầu Tham Lương) thì các ông quan này truyền lệnh "dứt bỏ" cầu. Nhưng chưa kịp làm thì Tây đã tràn tới, và thế là các ông quan bỏ chạy luôn, để mặc dân chúng ra sao thì ra. Người dân do đó chỉ còn biết ngậm ngùi tự trách cho số phận xui xẻo vì đã có nhằm "mẹ cha" như vậy: những bậc "phụ mẫu chi dân" mà tài nói chuyện kinh sử giỏi hơn tài đánh giặc, và *"già miệng"* nhưng lại *"yếu sức"*!

> *"165. Tỉnh quan truyền dức (dứt) Lương kiều*
> *Tây binh lước (lướt) tới sẵn (sẵn) dèo chạy ngang*
> **Bỏ dân bỏ xả (xã) bỏ làng**
> *Nơi gần đồn lủy (lũy) tiêu tang (tan) cửa nhà*
> *Duyên hư nguyên tại **mẹ cha***
> *Bởi vì **sức yếu miệng già truyện kinh**"*

D. Với Triều Đình

Và không chỉ dừng lại ở việc phê phán các ông quan nhát gan nhưng già miệng thích nói chuyện kinh sử như trên, mà người dân Nam Kỳ còn trách cả triều đình Huế là chẳng chịu cầu hòa cho sớm ngay từ năm 1859 (Mùi); lại để dần dà cho đến năm 1863 (Hợi) mới chịu làm, khiến cho người dân phải khốn khổ chịu đựng liên tiếp bao nhiêu cuộc binh đao trong thời gian đó. Rồi cũng theo họ thì cho dù triều đình lưỡng lự không chịu giảng hòa với Pháp, nhưng rồi sau này cũng vẫn mất luôn cả bốn tỉnh Biên Hòa, Định Tường, Vĩnh Long và Gia Định:

> *"Chúng dân luống chịu liên thinh*
> *Co tay lần kể sự tình công danh*
> *Dê qua, gà chạy, khỉ tranh*
> *Ba năm sành sỏi tròn trành thêm hư*
> ***Trách vì nhà nước lương lư** (lưỡng lự?)*
> *Mùi không hòa trước quí trư (hợi) mới hòa*
> *Sự này vì bởi **dần dà**:*
> *Mất luôn Biên, Định, Vỉnh (Vĩnh Long), Gia bốn thành"*

E. Với "Nghĩa Quân"

Một khía cạnh độc đáo nhất của bài thơ, mà ta không thấy trong các sách vở thuộc loại "chính thống", là việc những người dân Nam Kỳ diễn tả cảnh khổ mà họ phải chịu đựng trong vùng kháng chiến; với những người mà họ gọi là *các cha lập nghĩa*, tức những "nghĩa quân" kháng chiến chống Pháp sau khi ba tỉnh miền Đông bị thất thủ. Trong mắt người dân thì quân binh triều đình ngày xưa hùng hậu như vậy mà còn thua trận, nên một bọn *"nằm bờ ở bụi"* như những tay *"lập nghĩa"* này thì chỉ giỏi hành dân, chứ làm sao đánh Tây cho nổi.

Đoạn thơ dưới đây với lời lẽ rất cay đắng đã trực tiếp chỉ trích những người mượn danh trung nghĩa với triều đình để hành dân, để phá làng phá xóm, nhưng khi gặp Tây thì lập tức chạy trốn. Đoạn thơ này mỉa mai những người *"lập nghĩa"* nói trên là bọn suốt ngày *"nằm bờ ở bụi"*, kết bè kết đảng để làm trò dậu đổ bìm leo:

"181. Ách bồi nạn lại phải tai!
Các cha lập nghĩa khoe tài tôi ngay!
Khốn dân nhiều nổi (nỗi) đắng cay
Nằm bờ ở bụi *mua ngày hôm mai*
Nước nhà pháo giái (khí giới) rở mài
Vạn binh thiên tướng đồn đài khôn tranh
Tài chi giáo mạt các anh?
Thấy Tây trốn chạy phá tang (tan) xóm làng
Cũng là ***ứng nghĩa*** *lập đoàn?*
Trồng cây dây vấn bắt quoàn (quàng) cho mau"

F. Với Phan Thanh Giản

Rồi sau khi chỉ trích không nương tay các ông quan bỏ dân chạy trốn, triều đình Huế trong việc chậm trễ cầu hòa, và cả các nghĩa quân trong việc mượn danh triều đình kháng Pháp để nhũng nhiễu dân lành, thì người dân Nam Kỳ lại dành một đoạn thơ rất dài để khen ngợi và thương xót cho Phan Thanh Giản. Họ thương cho Phan Thanh Giản là dù tuổi già nhưng vẫn hết lòng phò chúa chăn dân qua ba đời vua. Họ khen ông là người từng trải, là một vị quan thanh liêm cần mẫn, và là một ông quan hết lòng vì nước. Nhưng họ cho rằng vì thời vận xui khiến như vậy, nên dù ông có cố hết sức mình, thì cũng chẳng thể cưỡng lại được ý trời, để rồi sau cùng đã phải nhịn ăn tự vận.

Và những người dân Nam Kỳ này cũng cho thấy là họ rất hiểu biết thời cuộc, khi đặt ra câu hỏi về cái chết của Phan Thanh Giản là *"tại đâu lòng chịu dạ cam"*, mà ta có thể hiểu là "bụng làm dạ chịu". Có phải họ nói rằng Phan Thanh Giản đã đứng ra để lãnh hết mọi búa rìu dư luận cho Tự Đức? Có phải họ cho rằng Phan Thanh Giản đã làm một "Lê Lai cứu chúa" cho vua Tự Đức, khi ông đứng ra nhận lãnh hết mọi trách nhiệm làm mất ba tỉnh miền Tây?:

> *"207. Quan Phan sành sỏi tuổi cao*
> *Ba đời tôi chúa sống (sóng) xao không sờn;*
> ***Chăn dân đặng chữ thanh cần***
> *Trèo non qua biển suối lần chi nao;*
> *Dầu hao tim bất (bấc) chẳng hao:*
> *Tác gì mặc tác tâm lao ân cần*
> *Đông tây lặng (lặn) lội châu trần*
> ***Cầu an nhà nước nghĩ thân chi già!***
> ***Chẳng qua thì (thời) vận nước nhà***
> *Vì chơn (chân) cơ hội chánh tà lập công*
> ***Số là trời định chẳng không***
> ***Vần xây Tây trị dân trong Nam kỳ***
> *Nào ai dễ cải vận thì (thời)*
> *Ông Phan tức bụng chớ gì nhìn (nhịn) cơm*
> ***Tại đâu lòng chịu dạ cam***
> *Nhịn ăn một tháng chẳng kham hơi mòn"*

Ngoài ra, bài thơ còn cho thấy Phan Thanh Giản chính là một chỗ tựa an toàn duy nhất cho người dân Nam Kỳ trong thời buổi nhiễu nhương này. Sau khi ông chết thì người dân mất đi người bảo vệ và cuộc sống của họ trở thành bấp bênh không còn kiểm soát được. Vì lý do đó, mọi người già trẻ đều khóc than thương tiếc vị quan đại thần này.

Và bài thơ cũng cho biết rằng chẳng những người dân Việt thương tiếc ông, mà người Pháp cũng tôn kính vị lão thần trung cang hiền đức này, cho dù họ ở phe đối nghịch với ông. Và họ đã an táng Phan Thanh Giản một cách trọng thể. Đối với những người dân Nam Kỳ tác giả bài thơ, thì đó là một hành động nhân nghĩa.

Cũng có thể vì vậy mà người dân Nam Kỳ đã có **một cái nhìn khác đi về thời cuộc, ở cuối bài thơ**. Nếu như ở đầu bài thơ họ gọi người Pháp là "giặc" hay "tặc đảng", thì ở cuối bài dường như họ đã sẵn sàng chấp nhận một sự thay đổi "mệnh trời" - với câu *"Đổi thay Nam địa Tây thiên"*, tức là đất của nước Nam nhưng trời bây giờ là của người Tây:

> *"Ông Phan chung mạng chi còn*
> *Chúng ta thể gỏ (gỗ) lăng (lăn) tròn như cây*
> *Hùm đà gảy (gãy) kiếng (cánh) mất vây*
> *Dầu hay bay nhảy khó vầy cho nên*
> ***Trẻ già lụy nhỏ dưới trên***
> ***Quan Tây tôn kính đứng danh trung hiền***
> *Đổi thay Nam địa Tây thiên*
> *Ông Phan mạng một Tây phiền lòng thương,*
> *Táng chôn đưa đón phô trương,*
> *Thỏa an linh táng phỉ dường nghĩa nhân"*

Tóm lại, với một đoạn thơ rất dài như trên, người dân Nam Kỳ đã cho thấy rõ ràng tình cảm chân thực của họ đối với Phan Thanh Giản. Đó là sự tuyệt đối kính trọng một vị quan tài giỏi hết lòng vì nước vì vua, nhưng do thời vận mà phải chịu chết và chịu tiếng xấu dùm cho nhà vua. Đó là sự tiếc thương một ông quan thanh liêm cần mẫn đã ra sức bảo vệ cho họ, những người thường dân Nam Kỳ. Đó cũng là sự thay đổi cái nhìn đối với người Pháp, qua việc họ tỏ lòng tôn kính Phan Thanh Giản, cho dù ông là địch thủ của họ.

Và những điều trên mới chính xác là tâm tình của người dân Nam Kỳ đối với Phan Thanh Giản, chứ chắc chắn không phải là "lời nguyền rủa", là "bản án muôn đời" "Phan Lâm mãi quốc, triều đình khí dân", như hai ông sử gia họ Trần đã tuyên bố.

G. Với Các "Lãnh Tụ" Kháng Chiến

Như đã thấy, theo bài thơ thì Phan Thanh Giản chính là người giữ gìn được trật tự cho Nam Kỳ thời bấy giờ. Sau khi ông mất đi thì người Việt ở Nam Kỳ như rắn mất đầu, như thuyền mất cột buồm. Và sau khi các quan chức cũ được triệu hồi về kinh đô thì đó chính là lúc mà những người còn ở lại thừa cơ hội tranh tối tranh sáng này để phô trương thanh thế "lãnh tụ kháng chiến" mà bóc lột đàn áp người dân:

"Bấy lâu gắn (gắng) gổ (gỗ) keo sơn;
Nay bờ xoi lở đường trơn như dầu;
*Ngu ngơ hình **rắn trun đầu**;*
Đầu trơn trường (trườn) tới sông cầu sụt lui
Lụt trành nhành ngọn loi nhoi
Chim không chỗ đậu ngậm ngùi nơi nương,
Nguyệt dư thầy tớ các phương;
Tạ từ đưa lụy vọng dương xuống tàu
Các quan mặt khó dàu dàu
Xuống tàu giả tớ về chầu đế kinh
Thôi rồi tức bụng thở thinh
Giận lòng giục miệng ăn môn ngứa mồm
Bờ rơm cóc nhảy bôn chôn;
Chàng hiêu (hiu) nhái nhảy lồm cồm trong tranh;
Ảnh (Ễnh) ương phình bụng phô trương
Quá hơi nức (nứt) bụng dễ bường (bằng) bò chăng
Thuyền buồm cột chẳng giử (giữ) chằng
Dẻ dàng gió vụt đứt văng trôi bè
Té đau lại bị cây đè
Các cha sập sận hè hè làm gân

...

257. Bắt dân làm nống làm nề
Uổi xuôi xít chó mắc về bụi gai
Đêm xưng ông đội thầy cai;
Vầy đoàn láo miệng có tài có gân
Giả bằng ấn triện hiếp dân
Quyên tiền quyên gạo vang rân xóm làng

***Tổng binh thống quản đầy tràng,**
Nằm chưng tréo mảy (ngoảy) niêm hoàn trảo nha:
Rằng: người trung chánh quấc gia
Những đều (điều) hư hại nước nhà chẳng hay
Đánh giàu thâu khó phải vay
Nào ai mở miệng dao phay chém bằm
Chúng dân hắt hẻo ruột tằm
Nhà quê con vợ đêm nằm nào an
Váy tai đàng điếm lắm trang
Tôi là đốc chiến nghinh ngang dập diều (dìu)
Quẹo tay một mắt chưng (chân) quều
Tự xưng bằng sắt (sắc) quấc (quốc) triều ấn ban
Đặt tđều (sic) (điều) thêm hổ trào đàng (triều đình)
Thiếu chi tài ngỏ dùng trang đui què
*Nói ra **chận cổ chém đè***
Đến nhà phải chạy chẳng chè thời cơm
*Khổ **dân thể cá mắc nơm***
Đoạt như già đảy chận cơm cổ cò
Đất bằng thành đống nổi gò
Ngả lòng ngay vạy hết trò hết tôi
*Miệng rằng: **trung nghĩa ngoài môi***
Đêm mong ăn cướp ngày lui núp rừng
...

311. Coi ta như thảo như sài
Đánh Tây thì dở có tài đánh xiêm (Xiêm)"

Qua đoạn thơ trên, người dân Nam Kỳ đã tường thuật cảm nghĩ khinh bỉ của họ với những lãnh tụ "nghĩa quân" một cách rất tận tình. Họ mỉa mai rằng sau khi Phan Thanh Giản chết và các quan phải về Huế thì những loài ếch nhái ễnh ương được thời lên mặt mà ức hiếp dân lành: *"các cha sập sận hè hè làm gân"*. "Các cha" này tự xưng là ông đội, là thầy cai, là tổng binh, là thống lãnh, là quản cơ. Rồi họ lại giả mạo ấn triện triều đình và mượn danh nghĩa kháng chiến để quyên tiền quyên gạo, làm tiền dân chúng. Thậm chí có những người tật nguyền mà bài thơ diễn tả là *"quẹo tay một mắt chân quều"* nay cũng tự xưng là người của triều đình để làm tiền người dân, đến nỗi họ phải cười mỉa rằng những "lãnh tụ" kiểu này chỉ tổ làm xấu danh tiếng triều đình mà thôi. Hơn nữa, thậm chí có những *trang (sic) đàng điếm* mà giờ này cũng tự xưng là ông này ông nọ, làm cho người dân càng thêm lo lắng cho vợ con của mình ở nhà với những "trang" đó gần bên!

Rồi cũng theo bài thơ Nam Kỳ thì những người tự xưng *trung chánh quấc gia* nói trên hành hạ ức hiếp người dân, cả giàu lẫn nghèo. Họ thâu tiền người giàu và bắt người nghèo phải vay tiền của họ. Họ ăn chận tiền bạc của dân chúng, họ đòi hỏi dân chúng phải cung phụng đồ ăn thức uống, và họ kiêu căng phách lối với kiểu *nằm chưng tréo ngoảy*, trong khi tự xưng là người *trung chánh quốc gia*.

Nhưng nếu người dân có thắc mắc gì với những vị tự xưng là *tổng binh thống quản* này thì lập tức sẽ bị *dao phay chém bằm* hay *chận cổ chém đè*. Vì vậy, họ đã có những nhận xét rất cay độc về các vị lãnh tụ đó: ấy là những người *trung nghĩa ngoài môi*, nhưng *đêm mong ăn cướp ngày lui núp rừng*!

Tóm lại, đây là một bài thơ diễn tả rất chi tiết và rất thật thà tất cả những cảm nghĩ của người dân Nam Kỳ lúc đó trước thời cuộc, với một ngôn ngữ rất ư bình dân, với những hình tượng so sánh linh hoạt, và với một vẻ hài hước kèm theo những châm biếm sâu cay về các nhân vật phản diện.

Nhưng quan trọng hơn cả, bài thơ này cho ta thấy lòng kính trọng của người dân Nam Kỳ dành cho những vị quan nhà Nguyễn hết lòng vì nước vì dân. Đối với hai anh em Nguyễn Tri Phương, họ tỏ lòng kính trọng một - thì đối với Phan Thanh Giản, sự kính trọng đó tăng lên gấp mấy lần. Họ hoàn toàn không có một lời trách móc ông về việc làm mất các tỉnh Nam Kỳ. Ngược lại, họ coi ông như một người lãnh đạo thực sự của xứ Nam Kỳ, một vị quan tài giỏi thanh liêm. Theo họ, **vì thời vận đổi thay**, cho nên dù Phan Thanh Giản đã làm hết sức mình cũng không thể cãi lại, rồi sau cùng thì ông đã thản nhiên nhận lấy trách nhiệm và cái chết. Nhưng cái chết này đã làm cho tất cả già trẻ lớn bé ở Nam Kỳ đều **thương xót**. Hơn nữa, cái chết của Phan Thanh Giản đã làm cho **người dân mất đi**

một người bảo vệ, làm cho họ phải chịu thêm khổ sở với những tay "lãnh tụ kháng chiến" đã thừa cơ hội không còn Phan Thanh Giản để mặc tình làm tiền cướp đoạt của dân.

Đó là những gì có thể thấy được qua lời thơ chân tình mộc mạc nói lên lòng kính trọng của người dân Nam Kỳ đối với vị "quan Phan" của họ. Và đó mới chính là những gì mà "nhân dân" ba tỉnh miền Đông thực sự suy nghĩ và bộc lộ, chứ không phải, và không thể nào, là "Phan Lâm mãi quốc".

Ngoài ra, bài thơ Nam Kỳ này còn nói rõ một điều mà từ trước đến giờ những sách vở giáo khoa "chính thống" ở cả hai miền đều không bao giờ nhắc đến. Đó là sự tiết lộ rằng trong thời gian tranh tối tranh sáng nửa Việt nửa Tây này, đã có rất nhiều người Việt tự xưng là nghĩa quân đánh Tây, nhưng lại lợi dụng thời cơ để làm tiền dân chúng cũng như mượn tiếng triều đình để làm điều phi nghĩa. Đó là những "lãnh tụ kháng chiến" kiểu như Trịnh Quang Nghi, mà ta đã thấy ở trên.

Sau cùng, bài thơ này cho thấy rằng tác giả của nó mới chính thật là người đại diện cho "nhân dân" Nam Kỳ. Bởi do không hề bị ảnh hưởng của Khổng (Nho) Giáo như các nhà nho Nam Kỳ cùng thời, nên bài thơ này đã thật lòng nói lên những cảm nghĩ của những người thường dân trước thời cuộc. Theo đó, với họ thì chế độ cai trị nào cũng vậy; họ chỉ thương mến những người có chức quyền nào mà chăm lo cho họ như ông "quan Phan" Thanh Giản. Chứ họ không cần biết, và cũng không cần phải trung thành với vua Tự Đức hay triều đình Huế như những "sĩ phu" đương thời. Theo sự suy nghĩ đơn giản nhưng không vô lý của họ, một khi thời vận nhà Nguyễn đã hết ở xứ Nam Kỳ thì sẽ bị Tây lấy, cho nên "Nam Địa Tây Thiên" là điều tất nhiên không tránh khỏi!

CHƯƠNG XI

NHỮNG Ý NGHĨ VÀ LỜI NÓI CỦA PHAN THANH GIẢN VỀ HÒA ƯỚC 1862

Những tài liệu lịch sử vừa được dẫn trong các chương trên của Phần 2 cho thấy rõ hơn tâm trạng của các nhân vật và phe phái trong câu chuyện chung quanh câu "Phan Lâm mãi quốc, triều đình khí dân" - từ Trương Định đến nghĩa quân và "nhân dân", từ Phan Thanh Giản đến triều đình Huế và Pháp. Qua đó, người đọc có thể suy xét để xem rằng mối liên hệ giữa các nhóm người nói trên có thật sự là đơn giản và trắng đen giữa hai phe chính tà, như hai ông sử gia họ Trần đã thuật lại hay không.

Sau cùng, trong chương XI ở cuối Phần 2 này, người viết xin giới thiệu với bạn đọc một tài liệu mới tìm được gần đây. Đó là một tài liệu nhỏ nhưng cũng rất quí, vì nó ghi lại những lời nói bằng tiếng Việt của chính Phan Thanh Giản trong một cuộc đối thoại.

Là một vị đại thần triều Nguyễn, những tác phẩm của Phan Thanh Giản để lại cho hậu thế gồm rất nhiều bài thơ, nhưng phần lớn đều bằng chữ Hán. Và không có một tác phẩm nào nói về những vấn đề chính trị đương thời, như việc ký kết hòa ước 1862 hoặc chuyến đi Pháp năm 1863.

Vì vậy, những dòng chữ tiếng Việt trong tài liệu nhỏ này tuy ngắn ngủi nhưng lại rất độc đáo; ở chỗ nó được ghi lại bằng tiếng Việt của một người Nam Kỳ vào năm 1863. Nó giúp cho ta cảm nhận và thấu hiểu được, dù chỉ một phần nào, sự suy nghĩ của vị lão quan này, cũng như của triều đình Huế, về việc ký kết hòa ước 1862 và chuyến đi Pháp năm 1863.

Như đã kể trong các chương trên, sau khi thua trận Chí Hòa và bị mất 4 tỉnh ở Nam Kỳ thì triều đình Huế đã phải ký hòa ước 1862 để nhường ba tỉnh miền Đông cho Pháp. Tuy vậy, lúc nào vua Tự Đức cũng muốn lấy lại phần lãnh thổ đã mất này, và do đó năm 1863 nhà vua đã cử một phái đoàn do Phan Thanh Giản lãnh đạo sang Pháp để điều đình nhằm lấy lại ba tỉnh miền Đông. Trên chuyến tàu viễn dương trong chuyến đi đó, Phan Thanh Giản thường đàm đạo với viên sĩ quan trưởng phái đoàn Pháp, và cũng là người chịu trách nhiệm hướng dẫn phái đoàn Annam, Henri Rieunier. Những lần đàm đạo nói trên giữa hai người này đương nhiên cần phải có thông ngôn. Và người thông dịch cho Phan Thanh Giản với Henri Rieunier trong những lần trò chuyện ấy chính là học giả Petrus Trương Vĩnh Ký.

Đi theo phái đoàn Pháp trong chuyến du hành này với vai trò thông dịch viên hạng nhất của soái phủ Pháp, Petrus Ký là bạn và cũng là thầy dạy tiếng Việt cho Henri Rieunier. Bên cạnh đó, Petrus Ký còn là một người đồng hương Vĩnh Long với Phan Thanh Giản. Vì thông thạo nhiều thứ tiếng, và có thể nói là người Việt giỏi tiếng Pháp nhất thời đó, nên Petrus Ký đã được giao vai trò thông dịch cho những cuộc nói chuyện giữa hai nhân vật nói trên.

Và cũng nhờ cách thông dịch rất cẩn thận của Petrus Ký mà những câu đối thoại bằng tiếng Việt của Phan Thanh Giản còn được lưu lại đến ngày nay. Đó là vì khi thông dịch thì Petrus Ký đã ghi lại những gì Phan Thanh Giản nói bằng chữ quốc ngữ, rồi sau đó dịch ra tiếng Pháp cho Rieunier. Điều may mắn là những trang giấy do Petrus Ký viết ra những câu nói chuyện giữa hai người trong cuộc đàm đạo nói trên đã được con cháu của Rieunier giữ lại. Rồi gần đây, một người cháu của Rieunier là sử gia Hervé Bernard đã chụp một vài dòng trong cuốn sổ có những lời đối thoại nói trên và cho đăng lên mạng. Và nhờ đó mà ta mới có được những dòng chữ của Petrus Ký ghi chép lại những lời nói bằng tiếng Việt của Phan Thanh Giản trong cuộc đàm đạo với Henri Rieunier.[120]

Dưới đây là những dòng chữ hiếm hoi ghi lại một cuộc đối thoại giữa Phan Thanh Giản và Henri Rieunier. Chúng cho ta đọc được tư tưởng và lời nói của một vị đại thần người Việt vào năm 1863, bằng tiếng Việt, như sau:

*"**Quan lớn annam sẽ đi cống sứ vua phalansa, có ý xin vua <u>chậm chước</u> một hai đều về việc giao hòa(.) vua annam cũng muốn cho hai đàng <u>hòa hảo</u>, mà bởi vì mất ba tỉnh thì tiếc lắm. nếu vua phalansa không muốn <u>chậm chước</u> một hai đều về việc giao hòa, thì vua annam sẽ không bằng lòng."*

(http://nguyentl.free.fr/Public/Herve-Bernard/HENRI_RIEUNIER_ET_LA_CONQUETE_
DE_LA_COCHINCHINE_(1858-1863).pdf)

Mặc dù chỉ có vài dòng ngắn ngủi như trên, có vài điều có thể được rút ra từ cuộc nói chuyện này.

Thứ nhất, rõ ràng là triều đình Huế đã tự đặt mình vào vai trò của một phiên quốc đến chầu thượng quốc, nên đã dùng chữ *"cống sứ"*, và *"xin"* vua Pháp *"chậm chước"* cho một hai điều (đều) về việc *"giao hòa"*. Tức là triều đình Huế muốn thương thuyết lại với hoàng đế nước Pháp về hòa ước 1862.

<hr>

des Français, avec l'intention de lui demander de tempérer un ou deux mots du traité. - Le roi d'Annam aussi veut donner des deux côtés la concorde, mais parce qu'il a perdu trois provinces, alors il souffre beaucoup. - Si l'empereur des Français ne veut pas adoucir un ou deux mots du traité de paix, alors le roi d'Annam ne sera pas content. (L'écriture en langue Annamite est de la main de Phan-Thanh-Gian - la traduction française est de la main d'Henri Rieunier). © Collection Hervé Bernard. En mer, à bord de l'Européen, Juillet 1863.

Thứ hai, mặc dù đang ở trong thế yếu như vậy, nhưng họ không phải chỉ xin xỏ mà còn tỏ ra có chút cứng rắn và khéo léo trong đó. Theo giọng điệu của câu nói, nếu như Pháp cứ giữ y hòa ước 1862 mà không nhân nhượng vài điều, thì nhà vua nước Annam sẽ *"không bằng lòng"*. Và sự "không bằng lòng" này cho thấy có thể dẫn đến việc mất tình hòa hảo của đôi bên.

Thứ ba, qua lời nói của Phan Thanh Giản, có thể thấy rằng vua Tự Đức và triều đình nhà Nguyễn vẫn luôn luôn coi đất đai Nam Kỳ là sản nghiệp của dòng họ nhà vua. Bởi vậy cho nên mới có một câu khá thật thà là nếu nhà vua bị *"mất ba tỉnh thì tiếc lắm"*.

Như vậy, những dòng chữ dù cho ngắn ngủi này cũng đã cho ta thấy sự cố gắng của vua tôi nhà Nguyễn trong việc lấy lại ba tỉnh miền Đông Nam Kỳ. Vì việc này mà họ đã phải chịu hạ mình đi *"cống sứ"*, để xin vua Pháp *"châm chước"* cho một hai điều về hòa ước 1862. Có thể thấy rằng đó là vì họ tiếc đất đai cơ nghiệp của tiên vương để lại. Nhưng đó cũng chính là điều hiển nhiên của thời gian này, khi lãnh thổ và dân chúng được coi như tài sản riêng của nhà vua.

Chứ hoàn toàn không phải như ông Trần Huy Liệu đã tưởng tượng ra: một đất nước Việt Nam ở thế kỷ 19 của "nhân dân" hay "giai cấp nông dân", và đã bị bọn phong kiến phản động câu kết với bọn thực dân cướp nước để dâng đất đai của nhân dân cho bọn cướp nước.

Ngoài ra, tài liệu nhỏ này cũng cho ta thấy sự cố gắng của một ông lão đã gần 70 tuổi nhưng vẫn phải làm một chuyến hải trình suốt mấy tháng trời lênh đênh trên biển để đi "cống sứ", để dùng đường lối ngoại giao mà lấy lại đất đai cho chủ mình. Đó là vì trách nhiệm trung quân đè nặng trên hai vai. Và sự gian khổ này của ông cũng đã được mọi người thời đó biết đến, điển hình là sự diễn tả về nỗi khó nhọc này trong bài "Thơ Nam Kỳ".

Và nghĩ cho cùng, nếu như Phan Thanh Giản đã "câu kết", đã "đầu hàng", đã "dâng đất", hay đã "mãi quốc" cho Pháp rồi, thì vị lão quan này còn phải tốn công sức, thời gian, sức khỏe, để dẫn cả một phái đoàn mấy chục người qua Pháp làm gì?

Tóm lại, một cuộc khảo sát về các tài liệu lịch sử của thế kỷ 19 vào thời gian Pháp đánh chiếm Nam Kỳ cho thấy rằng câu chuyện được dựng lên chung quanh câu "Phan Lâm mãi quốc, triều đình khí dân" bởi hai sử gia họ Trần là hoàn toàn sai sự thật.

Thứ nhất, và rõ ràng nhất, là không hề, và không thể, có hai phe trắng đen đơn giản, chính nghĩa và gian tà, như đã diễn tả. Những sự gán ghép nhằm mục đích làm cho cuộc diện trở thành đơn giản, để giành lấy chính nghĩa về phe mình cũng như bôi xấu những kẻ bị coi là địch thủ, chỉ cho thấy một sự gượng ép vụng về mà thôi.

Bởi như đã thấy, nhà Nguyễn và Pháp **trong thời gian này là hai lực lượng hoàn toàn đối nghịch nhau.** Chứ không phải là nhà Nguyễn và Pháp sau khi Pháp đánh chiếm kinh thành Huế và vua Tự Đức đã qua đời. Khi còn sống, vua Tự Đức lúc nào cũng có chủ quyền và hoàn toàn quyết định mọi sự trong việc đối đầu với Pháp. Do đó, nói rằng "thực dân và phong kiến" đã cấu kết với nhau khi Pháp vừa đánh Nam Kỳ vào đầu thập niên 1860 - như ông Trần Huy Liệu đã làm - là một sự xuyên tạc lịch sử trắng trợn.

Kế đến, **Trương Định và Phan Thanh Giản chính là những người cùng một phe, dưới quyền của vua Tự Đức và triều đình nhà Nguyễn.** Họ là đại diện cho hai trường phái: đánh và đàm, hay **quân sự và ngoại giao.** Vua Tự Đức đã sử dụng Trương Định để quấy rối Pháp ở ba tỉnh miền Đông, nhằm thúc đẩy cho việc đàm phán của Phan Thanh Giản có nhiều cơ hội thành công hơn. Nhưng để chứng tỏ thiện chí và lấy lại tỉnh thành Vĩnh Long theo điều số 11 của hòa ước 1862, thì triều đình Huế qua người đại diện là Phan Thanh Giản phải chứng tỏ cho Pháp thấy rằng Trương Định không còn dưới quyền của mình, cũng như không chịu tuân lệnh giải giáp của triều đình.

Trong khi đó, Trương Định, cũng như nhiều lãnh tụ kháng chiến khác, và nghĩa quân của ông ta, là những người chiến đấu **chống Pháp vì lòng trung thành với nhà vua và với lãnh tụ của mình.** Tuy vậy, những người nghĩa quân cho thấy rằng họ cũng có sự suy nghĩ lo lắng của riêng họ, khi vua Tự Đức ra lệnh giải giáp theo hòa ước 1862. Đến lúc đó thì **những người nghĩa quân này đã phải tiếp tục chiến đấu cho sự sống còn** của mình, chứ không phải là vì nhà vua hay vì Trương Định nữa. Và điều chắc chắn là họ đã không hề chiến đấu để giữ gìn "độc lập cho đất nước", bởi lẽ chẳng có một ai trong thời gian đó biết được khái niệm "độc lập" của quốc gia là cái gì!

Nhưng cũng có một số người trong những lực lượng "nghĩa quân" nói trên đã thừa cơ hội tranh tối tranh sáng lúc này để làm trò nước đục thả câu, để xưng bá xưng hùng và quấy nhiễu "nhân dân" nhằm thu lợi cho riêng mình. Đối với những người "ứng nghĩa" kiểu này, "nhân dân Nam Kỳ" đã tỏ rõ sự kinh tởm và khinh ghét qua những câu thơ châm biếm sâu cay. Do đó, không phải lực lượng nghĩa quân nào cũng giống nhau. Và chắc chắn rằng **những "nghĩa quân" loại như Trịnh Quang Nghi không phải, và càng không thể, là những người đại diện cho "nhân dân Nam Kỳ"**.

Đối với những "nghĩa quân" thuộc loại này, Phan Thanh Giản trong vai trò chỉ huy tối cao ở Nam Kỳ đã thẳng tay trừng trị, cho dù ông thừa biết rằng họ có thể làm lợi cho triều đình Huế trong việc quấy nhiễu quân Pháp. Và đó là do **Phan Thanh Giản giữ trọn tư cách của một vị quan có tinh thần trách nhiệm và tấm lòng thương dân**. Vì vậy, ông đã đứng ra đòi hỏi công lý cho dân chúng Nam Kỳ, khi họ bị cướp bóc hãm hại bởi những lực lượng nghĩa quân như Trịnh Quang Nghi, như Đoàn Tiến Thiện. Cho dù việc ông xử tội những người này đã làm cho đấng "quân phụ" của ông là vua Tự Đức không mấy hài lòng.

Nhưng đồng thời thì Phan Thanh Giản cũng cho thấy **sự trung thành tuyệt đối của ông với nhà vua**, qua việc ông muốn trừng trị những kẻ đã từng làm quan cho nhà Nguyễn mà nay lại "có vẻ" theo Tây như Phan Hiển Đạo. Quan trọng hơn cả, ông bằng lòng nhận lãnh tất cả những công việc khó khăn nhất mà nhà vua giao cho, kể cả việc đi "cống sứ" bên Pháp khi đã gần 70 tuổi.

Cả hai điều này, **lòng trung thành với triều đình và lòng thương dân** của Phan Thanh Giản, đã được chính những người dân Nam Kỳ ghi nhận. Họ tỏ lòng kính trọng ông vì ông đã làm hết sức mình và đã hy sinh để nhận hết mọi trách nhiệm cho chủ. Cũng như vì lòng thương dân của ông khi giao thành cho Pháp, do không muốn người dân phải chịu cảnh chiến tranh chết chóc thêm nữa.

Tóm lại, dựa vào các tài liệu lịch sử của thời gian đó, những mối liên hệ chồng chéo giữa các lực lượng phe nhóm như đã trình bày trong Phần 2 ở trên mới chính là những **sự thật lịch sử** của thế kỷ 19 khi Pháp xâm lăng Nam Kỳ. Chứ **không phải là một bức tranh trắng đen** giữa địch và ta, giữa chính nghĩa với gian tà, giữa dân tộc với ngoại xâm, như đã được diễn tả bằng câu chuyện được dựng lên chung quanh câu "Phan Lâm mãi quốc, triều đình khí dân" của hai ông sử gia họ Trần.

Và đó là kết luận thứ nhất của Phần 2.

Thứ hai, những tài liệu lịch sử trong Phần 2 này cho thấy rằng tư tưởng hay chủ nghĩa chính trị duy nhất tại Nam Kỳ trong thời gian đó là lòng trung quân. Có thể thấy rằng hai nhân vật chính trong câu chuyện chung quanh câu "Phan Lâm mãi quốc, triều đình khí dân" là Phan Thanh Giản và Trương Định đều hành xử đúng theo chủ nghĩa này.

Trương Định đã vì lòng trung quân và vì quyền lợi của triều đình, mà ông cũng là một phần tử trong đó, để quyết định chống Pháp tới cùng. Ông có thể do dự trước những quyết định quan trọng, hoặc tỏ ra có những hành động hay thái độ có vẻ như bất tuân lệnh vua với người Pháp, nhưng cuối cùng thì ông vẫn phải nhìn nhận với các đồng chí và với người dân Nam Kỳ, là ông **chiến đấu vì lòng trung nghĩa với nhà vua.**

Còn Phan Thanh Giản thì **do trung quân mà phải đứng ra nhận lãnh tất cả những trách nhiệm khó khăn nhất** do nhà vua đã giao cho - như việc đàm phán, ký kết và thi hành hòa ước 1862. Ông đã dùng tài ngoại giao của mình để cố gắng cứu vãn tình hình cho nhà Nguyễn, và đã đạt được những thành công nhất định. Tuy nhiên, phương pháp ngoại giao có sự hạn chế của nó. Bên cạnh đó, Phan Thanh Giản còn là một ông quan có **trách nhiệm đối với những con dân** của ông. Do đó, **Phan Thanh Giản đã bị kẹt ở giữa chủ nghĩa trung quân và lòng thương dân của mình** (trong cương vị của một kẻ chăn dân chứ không phải do chủ nghĩa dân tộc), khi đường lối ngoại giao không còn hiệu quả nữa. Cũng chính vì vậy mà ông đã đi đến sự bế tắc và phải giao ba tỉnh miền Tây cho Pháp vào năm 1867, sau khi phương pháp ngoại giao của ông và triều đình Huế đã thất bại. Đó là khi Pháp quyết định dùng vũ lực để chiếm đất, và Phan Thanh Giản thì không muốn cho nhân dân Nam Kỳ phải chịu thêm cảnh lầm than vì chiến tranh nữa. Vì lòng thương dân nói trên, và cũng vì trách nhiệm của một thần tử trung quân nhưng đã không làm tròn nhiệm vụ của nhà vua giao phó, cho dù đó là một nhiệm vụ hoàn toàn bất khả thi, nên Phan Thanh Giản sau cùng đã phải dùng cái chết của mình để tạ tội với nhà vua.

Tóm lại, như các tài liệu lịch sử trong Phần 2 cho thấy, thì vào thế kỷ 19 tại Việt Nam, hay đúng hơn là tại nước Đại Nam của triều Nguyễn, **chỉ có chủ nghĩa trung quân dựa trên nền tảng nho giáo mà thôi**. Và theo đó, **trung quân mới chính là ái quốc**. Còn **chủ nghĩa dân tộc và chủ nghĩa cộng sản thì chưa hề được biết tới** trên mảnh đất này. Cả hai thứ chủ nghĩa nói trên chỉ được phổ biến và trở thành quan trọng tại Việt Nam vào thế kỷ 20 mà thôi.

Và đó là kết luận thứ nhì của Phần 2.

Thế nhưng một điều rõ ràng là hai ông sử gia Trần Huy Liệu và Trần Văn Giàu đã dựa vào hai thứ chủ nghĩa tân thời này để thuật lại một câu chuyện lịch sử rất đơn giản với hai phe chính tà ở Nam Kỳ cách đó cả trăm năm. Như đã thấy trong Phần 1, hai ông và các sử gia miền Bắc đã áp dụng cả hai thứ chủ nghĩa dân tộc và chủ nghĩa cộng sản nói trên để chế tạo ra câu chuyện chung quanh câu "Phan Lâm mãi quốc, triều đình khí dân", để phân chia các lực lượng đương thời ra thành hai phe theo lằn ranh giai cấp và dân tộc dựa trên hai chủ nghĩa này. Trong khi sự thật qua các tài liệu lịch sử thì không phải vậy, mà còn hoàn toàn ngược lại như vậy.

Do đó, câu chuyện chung quanh câu "Phan Lâm mãi quốc, triều đình khí dân" của hai ông sử gia họ Trần là hoàn toàn sai với lịch sử của thời gian này. Cũng như câu "Phan Lâm mãi quốc, triều đình khí dân" hoàn toàn không thể hiện hữu trong thời gian này.

Mà nó chỉ có thể là một sản phẩm được chế tạo ra sau này.

Đó chính là kết luận sau cùng của người viết cho Phần 2.

PHẦN 3

ĐI TÌM NGUỒN GỐC CÂU "PHAN LÂM MÃI QUỐC, TRIỀU ĐÌNH KHÍ DÂN"

Để nhắc lại, câu "Phan Lâm mãi quốc, triều đình khí dân" và câu chuyện chung quanh nó đã được phổ biến bởi hai sử gia hàng đầu của miền Bắc Việt Nam trong thập niên 1950. Một người là Viện Trưởng Viện Sử Học kiêm chủ nhiệm hay tổng biên tập của tờ Văn Sử Địa rồi tờ Nghiên Cứu Lịch Sử, những tờ báo chính thức về khoa học lịch sử của miền Bắc, ông Trần Huy Liệu. Người kia là giáo sư trường Đại Học Sư Phạm rồi Đại Học Tổng Hợp, và đã góp phần đào tạo "tứ trụ - Lâm Lê Tấn Vượng" của giới sử học Việt Nam trong thời gian gần đây, ông Trần Văn Giàu.

Trong Phần 2, người viết đã nghiên cứu các tài liệu lịch sử liên quan của thế kỷ 19 để xác định xem câu chuyện được dựng lên chung quanh câu "Phan Lâm mãi quốc, triều đình khí dân" bởi hai vị sử gia họ Trần nói trên là có thật hay không. Để làm điều này, người viết đã khảo sát về những mối quan hệ giữa các phe phái thời đó, những mối quan hệ mà có thể được rút ra từ các tài liệu nói trên. Và những tài liệu lịch sử nói trên cho thấy rằng sự thật trái ngược hoàn toàn với những gì hai sử gia họ Trần đã kể.

Nhưng mặc dù vậy, câu "Phan Lâm mãi quốc, triều đình khí dân" và câu chuyện chung quanh nó vẫn đã được các sử gia miền Bắc đem ra để làm một thứ siêu tài liệu và siêu bằng chứng trong phiên tòa đấu tố Phan Thanh Giản vào năm 1963 trên tờ Nghiên Cứu Lịch Sử. Như đã thấy, câu đó giữ một vai trò độc đáo có một không hai trong phiên tòa. Có thể nói rằng nó đã được sử dụng như một câu "thần chú vạn năng" bởi các sử gia miền Bắc, trong việc kết tội "mãi quốc" cho Phan Thanh Giản.

Nhưng câu này lại có một lý lịch bất minh và một sự xuất hiện đột ngột tại miền Bắc sau năm 1954, như người viết đã trình bày trong Phần 1. Những sự kiện trên, cùng với sự trái ngược với lịch sử đương thời của câu này đã làm cho người viết đi đến kết luận của Phần 2, là câu "Phan Lâm mãi quốc, triều đình khí dân" chỉ là một sản phẩm được chế tạo ra sau thế kỷ 19.

Rồi từ đó, người viết phải đặt ra những câu hỏi liên hệ như sau: Phải chăng câu "Phan Lâm mãi quốc, triều đình khí dân" và câu chuyện chung quanh nó đã được dàn dựng ra để phục vụ cho một mục đích hay ý đồ nào đó? Ai là tác giả của câu này? Người đó đã chế tạo ra câu này như thế nào?

Và trong Phần 3 sau đây, người viết sẽ trình bày với bạn đọc những câu trả lời của người viết cho những câu hỏi liên hệ nói trên, và gọi chung là việc đi tìm nguồn gốc câu "Phan Lâm mãi quốc, triều đình khí dân", như tựa đề của Phần 3 cho thấy.

Nhưng trước khi đi sâu vào Phần 3, xin nhắc lại với các bạn đọc một lần nữa, rằng theo người viết được biết thì câu "Phan Lâm mãi quốc, triều đình khí dân" đã xuất hiện **lần đầu** trên sách vở trong số 9 của tờ Văn Sử Địa tại miền Bắc vào năm 1955; và chính xác là trong bài viết "Việt Nam Thống Nhất Trong Quá Trình Đấu Tranh Cách Mạng" của ông Trần Huy Liệu, mà người viết đã trích dẫn ở chương III như sau:

*"Nhưng nghĩa quân Gò-công, có cả đại biểu của nghĩa quân Tân-an, nhất định giữ Trương lại và cử Trương làm Bình Tây nguyên soái, chiến đấu với giặc. **Lá cờ khởi nghĩa với Tám chữ đề: "Phan Lâm mãi quốc, triều đình khí dân"** ((Chú thích 3) Nghĩa là: họ Phan họ Lâm bán nước, triều đình bỏ dân) đã nói lên lòng công phẫn của nhân dân đối với lũ thực dân cướp nước và bọn phong kiến cắt đất đầu hàng... "*[121]

Như vậy, có thể nói rằng ông Trần Huy Liệu chính là người đã giới thiệu câu "Phan Lâm mãi quốc, triều đình khí dân" lần đầu tiên với tất cả các độc giả miền Bắc.

---

[121] Ibid

Chứ không phải là hai ông Đặng Huy Vận - Chương Thâu về sau này, khi hai ông được giao cho nhiệm vụ viết bài mở màn phiên tòa đấu tố Phan Thanh Giản năm 1963 trên tờ Nghiên Cứu Lịch Sử, và đã giới thiệu câu này với phiên tòa trong bài viết đó.

Và người giới thiệu câu này cũng không phải là ông Trần Văn Giàu. Vì mặc dù ông Trần Văn Giàu đã đóng góp rất nhiều trong việc phổ biến câu "Phan Lâm mãi quốc, triều đình khí dân" - qua những bài viết của ông trong thập niên 1950 bên cạnh ông Trần Huy Liệu, như người viết đã trình bày trong chương III – nhưng điều rõ ràng là ông Trần Văn Giàu khó có thể làm tác giả của câu đó. Bởi vì ý nghĩa của nó như thế nào thì ông Trần Văn Giàu còn không nắm vững, cho nên chỉ một chữ *"khí"* trong câu mà ông ta đã diễn giải tới lui là *"khinh"*, là *"dối"*, rồi sau cùng mới là *"bỏ"*, như ta đã thấy trong bộ sử "Chống Xâm Lăng" của ông. Và những lỗi lầm này thậm chí còn không được ông Trần Văn Giàu cho sửa chữa lại, trong lần tái bản bộ sách nói trên vào năm 2001.

Ngược lại, ông Trần Huy Liệu chẳng những là người đầu tiên giới thiệu câu này, mà lúc nào cũng là người trích dẫn và diễn giải nó rất chính xác. Hơn nữa, câu chuyện chung quanh nó của ông ta cũng có nhiều chi tiết hơn. Cho dù là dưới tên thật Trần Huy Liệu hay dưới bút hiệu Hải Thu, các bài viết của ông Trần Huy Liệu về câu "Phan Lâm mãi quốc, triều đình khí dân" đều giải thích rất cặn kẽ lập trường giai cấp cũng như lập trường dân tộc của ông ta, xuyên qua câu chuyện mà ông ta kể lại về câu này.

Nhưng trong khi thi hành những điều trên thì ông Trần Huy Liệu lại cho thấy là đã phạm vào những lỗi lầm rất sơ đẳng về phương pháp sử học, mà trong cương vị Viện Trưởng Viện Sử Học và người anh cả của giới sử học miền Bắc thì ông không nên mắc phải. Những lỗi lầm sơ đẳng này của ông Trần Huy Liệu cho ta thấy rất rõ một sự cố ý đi ngược lại với những phương pháp sử học, nhằm đạt được một mục đích nào đó.

Và trong chương XII dưới đây, người viết sẽ cho thấy **sự cố ý làm sai những phương pháp sử học sơ đẳng** nói trên của ông Trần Huy Liệu, qua việc làm ngược lại các bài viết giảng dạy về những phương pháp sử học nhập môn. Mà những bài viết này lại do chính ông ta, người anh cả của giới sử học miền Bắc, chấp bút.

CHƯƠNG XII

SỰ CỐ Ý LÀM SAI - DÙ BIẾT RẤT RÕ VỀ NHỮNG PHƯƠNG PHÁP SỬ HỌC CƠ BẢN - CỦA ÔNG TRẦN HUY LIỆU

A. Áp Dụng Chủ Nghĩa Dân Tộc Và Lập Trường Giai Cấp Vào Thế Kỷ 19

Trong vai trò là người lãnh đạo của các sử gia miền Bắc, ông Trần Huy Liệu đã từng có nhiều bài viết để giảng giải rành mạch về sự cấm ky không được dùng quan niệm thời nay để xét đoán nhân vật lịch sử thời xưa. Một trong những bài viết đó, với lối ví dụ "hóm hỉnh" rất đặc thù của Trần Huy Liệu, đã nói về vấn đề này như sau:

*"Tuy vậy, muốn đánh giá nhân vật lịch sử được đúng, chúng ta phải có một quan điểm duy vật lịch sử thật đúng. **Tối ky là đem yêu cầu của thời đại ngày nay lắp vào thời đại ngày xưa. Tối ky hơn nữa là bắt người đời xưa phải sống, phải quan niệm như người đời nay***...

*Nhìn vào những anh hùng dân tộc cũng vậy. Lý-thường-Kiệt là một tướng tài có nhiều thành tích chống ngoại xâm. Nhưng chống ngoại xâm cho ai? Theo quan niệm của Lý thì trước hết là "Nam quốc sơn hà Nam đế cư". Mà quan niệm ấy ở vào thời ấy là đúng... **Nhưng nếu lấy quan điểm nhân dân ngày nay bắt buộc Lý-thường-Kiệt phải ngâm "Nam quốc sơn hà, Nam dân cư" thì thật lố bịch!***"*[122]

(122) Trần Huy Liệu, "Một Vài Ý Kiến Về Việc Bình Luận Nhân Vật Lịch Sử", Nghiên Cứu Lịch Sử số 36, 1962, pp. 1-2. https://nhatbook.com/2020/02/18/tap-san-nghien-cuu-lich-su-so-36-thang-03-1962/

Thế nhưng khi áp dụng bài học nói trên vào trường hợp của câu "Phan Lâm mãi quốc, triều đình khí dân" và câu chuyện chung quanh nó, thì có thể thấy rằng ông Trần Huy Liệu đã làm ngược lại hoàn toàn những điều mà ông giảng dạy trên đây.

Như người viết đã trình bày trong Phần 2, tất cả các tài liệu lịch sử dẫn ra trong phần này đều cho thấy rằng vào thế kỷ 19 thì trung quân là chủ nghĩa tối thượng ở Việt Nam. Theo đó, trung quân cũng có nghĩa là ái quốc. Và trung quân là một thứ kim chỉ nam duy nhất cho những nho sĩ như Phan Thanh Giản, hay thậm chí cả những võ tướng như Trương Định. Nhưng hai vị sử gia họ Trần, đặc biệt là ông Trần Huy Liệu, lại đem áp dụng chủ nghĩa dân tộc của thế kỷ 20 vào việc đánh giá Phan Thanh Giản, một người sống hoàn toàn trong thế kỷ 19.

Đó là khi ông Trần Huy Liệu đã lặp đi lặp lại trong cả hai bài viết – một bài ký tên thật và bài kia ký tên Hải Thu - rằng **"yêu cầu của thời đại"** lúc đó, tức giữa thế kỷ 19, là đánh Pháp. Rằng nó cũng chính là **"nguyện vọng của nhân dân"** hay **"quyền lợi của tổ quốc"**. Rồi theo ông Trần Huy Liệu thì mặc dù "nhân dân ta" quyết chiến đấu chống ngoại xâm để bảo vệ chủ quyền và độc lập của đất nước như vậy, thì Phan Thanh Giản lại "sợ giặc" mà "đầu hàng", do lúc nào cũng theo "thất bại chủ nghĩa". Tức là Phan Thanh Giản lúc nào cũng đi ngược lại với "nguyện vọng của nhân dân", ngược lại với "yêu cầu của thời đại", và cuối cùng là ngược lại với "quyền lợi của tổ quốc".

Nhưng những thứ bóng bẩy mà ông Trần Huy Liệu đưa ra như trên lại là những khái niệm không hề có mặt tại Việt Nam vào giữa thế kỷ 19. Mà chúng chỉ được du nhập vào Việt Nam trong thời gian đầu thế kỷ 20, khi các nhà nho Việt Nam bắt đầu đọc được những sách "Tân Thư" bằng chữ Hán về những khái niệm nói trên. Cho nên có thể thấy rằng ông Trần Huy Liệu đã rất tự nhiên mà làm ngược lại những lời dạy của ông về phương pháp sử học, khi ông đem những khái niệm của thế kỷ 20 như "nhân dân", "tổ quốc" để xét đoán Phan Thanh Giản, một nhân vật của thế kỷ 19.

Điều buồn cười hơn nữa, là trong khi ông Trần Huy Liệu cho rằng nếu lấy *"quan điểm nhân dân ngày nay"* để *"bắt buộc Lý-*

thường-Kiệt phải ngâm 'Nam quốc sơn hà, Nam dân cư' là thật lố bịch!", thì cũng chính ông ta đã từng cho rằng "nhân dân" Nam Kỳ đã thét lên "lời nguyền rủa": "Phan Lâm mãi quốc, triều đình khí dân". Trong khi ở cả hai thời điểm nói trên thì chủ nghĩa trung quân vẫn còn là tối thượng. Thành ra trong khi ông Trần Huy Liệu cho phép Lý Thường Kiệt được ngâm *"Nam quốc sơn hà Nam đế cư"*, thì đồng thời ông lại bắt Phan Thanh Giản phải làm theo *"nguyện vọng của nhân dân"*! Do đó, không hiểu là ông Trần Huy Liệu có tự cảm thấy lố bịch hay không, khi ông đã sử dụng chính cái "quan điểm nhân dân ngày nay" để xét đoán nhân vật Phan Thanh Giản của thế kỷ 19 như trên?

Và chắc là không. Vì khi ông Trần Huy Liệu vẽ ra một bức tranh trắng đen với hai phe chính tà rõ rệt, rồi cho rằng phe chính nghĩa gồm có "nhân dân ta" hay "đồng bào miền Nam" đã cùng với nghĩa quân Trương Định nguyền rủa lên án bọn phong kiến câu kết với bọn thực dân bằng câu "Phan Lâm mãi quốc, triều đình khí dân" như trên, thì ông ta cũng đã dựa vào lập trường giai cấp của **"chủ nghĩa Mác"**, một khái niệm không hề có mặt ở Việt Nam vào thế kỷ 19.

Tức là không phải ông Trần Huy Liệu không hiểu biết về một nguyên tắc sơ đẳng của sử học như trên, là sự "tối kỵ" không được bắt người xưa phải sống như người đời nay. Trái lại, ông Trần Huy Liệu còn biết rất rõ về điều này. Bởi như đã thấy, chính ông ta đã pha trò để cho lời giảng dạy của mình về phương pháp sử học sơ đẳng này dễ nhớ hơn, với một phong cách khá đặc thù - bằng cách chế biến câu *"Nam quốc sơn hà Nam đế cư"* ra thành *"Nam quốc sơn hà, Nam **dân** cư"* như trên.

Thế nhưng đó lại chính là điều mà ông Trần Huy Liệu đã bắt nhân vật lịch sử của thế kỷ 19 Phan Thanh Giản phải làm: theo *"nguyện vọng của nhân dân"* thời đó, là đánh Pháp. Thay vì phải làm theo chỉ thị của đấng "quân phụ" của ông, vua Tự Đức, là thi hành những công tác ngoại giao.

Cũng như ông Trần Huy Liệu đã bắt người nông dân Nam Kỳ lúc đó phải có ý thức về nghĩa vụ *"công dân"* và giữ gìn độc lập đất nước, khi ông ta cho rằng những thứ đó mới chính là *"công đức"* và mới là đáng kể hơn *"tư đức"*, trong lý luận bác bỏ những lời xin khoan hồng cho Phan Thanh Giản của hai ông Đặng Huy Vận – Chương Thâu.

Tóm lại, ông Trần Huy Liệu đã làm ngược lại hoàn toàn với những gì mà chính ông đã từng rao giảng về một phương pháp sử học sơ đẳng nhập môn; và đó là không được dùng quan điểm của thời nay để áp dụng cho người thời xưa. Điều này chứng tỏ rằng ông Trần Huy Liệu đã **cố ý vi phạm nguyên tắc sử học sơ đẳng** nói trên, và vì một lý do nào đó mà ta sẽ thấy rõ hơn trong các chương sau.

B. Không Cho Biết Xuất Xứ Và Không Kiểm Tra Tài Liệu

Bên cạnh vấn đề bắt Phan Thanh Giản phải biết về nghĩa vụ công dân và phục vụ tổ quốc như trong thế kỷ 20 của ông ta, ông Trần Huy Liệu lại làm thêm **một điều mà còn cấm kỵ hơn nữa trong sử học. Đó là việc đưa ra một bằng chứng hay một tài liệu lịch sử mà không có xuất xứ**, không có nguồn gốc, cũng như không có gì để chứng minh rằng nó hiện hữu: câu "Phan Lâm mãi quốc, triều đình khí dân".

Trong tất cả những sách vở và bài viết của mình qua nhiều năm trời, ông Trần Huy Liệu đã có lắm cơ hội để cho người đọc biết rằng ông lấy câu này từ đâu ra. Nhưng mặc dù vậy, vị sử gia này lại chưa/không bao giờ làm điều đó. Cũng như chưa bao giờ cho ta thấy rằng ông ta đã từng thẩm tra về mức độ trung thực của câu trên.

Và như đã thấy thì trong phiên tòa đấu tố Phan Thanh Giản trên tờ Nghiên Cứu Lịch Sử vào năm 1963, hầu hết các tác giả tham dự đều phải dựa vào câu "Phan Lâm mãi quốc, triều đình khí dân" do ông đưa ra từ năm 1955 để lên án Phan Thanh Giản. Thế nhưng từ bài mở màn của hai ông Đặng Huy Vận - Chương Thâu cho đến bài cuối cùng của ông Trần Huy Liệu, với không biết bao nhiêu là giấy mực trong nửa năm trời, lại không hề có một dòng chữ nào được viết ra để cho người đọc biết rằng câu này đã được lấy từ đâu.

Mà điều đáng để ý là **không phải các sử gia nói trên không biết về phương pháp sử học sơ đẳng đó**. Bởi chính thủ trưởng của họ, ông Viện Trưởng Viện Sử Học kiêm Chủ Nhiệm tờ Nghiên Cứu Lịch Sử Trần Huy Liệu đã từng giảng dạy cho các cán bộ của ông ta về cách nghiên cứu và sử dụng tài liệu lịch sử ra sao, trong các bài viết rải rác trong nhiều năm trên tờ Nghiên Cứu Lịch Sử.

1. Số 9 Nghiên Cứu Lịch Sử Năm 1959

Điển hình là đoạn văn dưới đây của ông Trần Huy Liệu vào tháng 11 năm 1959 trong một bài viết trên số 9 của tờ Nghiên Cứu Lịch Sử:

*"... Tuy vậy, trong việc sưu tầm tài liệu, một điều không thể sao nhãng được là **phải thẩm tra tài liệu** cho được chính xác. Như trên đã nói, tài liệu cận đại sử của chúng ta phát xuất từ nhiều nguồn, nên hiện nay đem đối chiếu lại thấy có nhiều mâu thuẫn về sự việc cũng như về ngày tháng. Một khuyết điểm lớn của những cán bộ sưu tầm hay nghiên cứu lịch sử của ta là mỗi khi trình bày một sự việc gì, ít chịu chua rõ xuất xứ của tài liệu. Nhiều bạn Liên - xô nghiên cứu về lịch sử Việt nam đã ngạc nhiên khi thấy nhiều tác giả của ta đã phạm vào những "kỷ luật" thông thường là trình bày tài liệu không nói rõ lấy ở đâu, trích của ai, để người đọc tiện theo rõi và tra cứu. Thế rồi, quyển sách này lấy tài liệu quyển sách khác, cứ như thế truyền đi, tài liệu không biết nguồn gốc ở đâu và cũng không biết ai chịu trách nhiệm. Đây mới nói những tài liệu có văn kiện hẳn hoi, **còn nếu là tài liệu truyền miệng thì còn cần phải chỉ rõ người đã phát xuất câu chuyện này ...**

Việc thu nhặt tài liệu ở dân gian và các địa phương là một điều rất cần thiết, rất quí. Hỏi các cố lão ở Yên - thế về chuyện Hoàng Hoa Thám hay sưu tầm về Xô - viết Nghệ - an **bằng cách đến tận những nơi đã diễn ra phong trào để trực tiếp hỏi nhân dân là một việc nên làm.** Nhưng cùng những tài liệu không thành văn ấy càng phải thẩm tra cẩn thận. Tôi dẫn ra đây một kinh nghiệm nhỏ... Đưa ra một kinh nghiệm nhỏ này cốt để nói lên **việc sưu tầm tài liệu về một sự kiện nào ở địa phương, ngay đến cả gặp được những người trong cuộc, thì tài liệu cũng phải thẩm tra kỹ lắm mới gần được sự thật và thấy được toàn diện...***

*Nói tóm lại, trong công tác sử học của chúng ta hiện nay, **việc sưu tầm sử liệu phải kèm theo việc thẩm tra sử liệu**. Trong việc sưu tầm sử liệu cũng như thẩm tra sử liệu, chúng ta sẽ rút được một số kinh nghiệm. Lịch sử một số xí nghiệp, ngành, địa phương đang được chuẩn bị xây dựng. Những bộ thông sử, cận đại sử, lịch sử kháng chiến đang chờ đợi công trình xây dựng của chúng ta. Để có những tác phẩm tốt, chúng ta cần sưu tầm tài liệu và thẩm tra tài liệu cho tốt."*[123]

2. Số 28 Nghiên Cứu Lịch Sử Năm 1961

Và đây không phải là lần duy nhất mà ông Trần Huy Liệu nói về phương pháp sử học nhập môn liên quan đến việc dẫn giải nguồn gốc của tài liệu. Một thời gian sau đó, ông Trần Huy Liệu đã trở lại với đúng đề tài này, và trang trọng cho nó làm bài đầu tiên trong số 28 của tờ Nghiên Cứu Lịch Sử vào năm 1961:

"Trong một bài trước chúng tôi đã nhắc đến vấn đề này, hôm nay thấy cần phải trở lại để bàn thêm một cách cụ thể hơn ... Thực ra, cho đến nay, việc sưu tầm tài liệu cũng như thẩm tra tài liệu, chúng ta làm còn nhiều sai sót...

TÀI LIỆU PHẢI CÓ XUẤT XỨ

*Một việc rất thông thường nhưng vẫn phải nhắc lại là mỗi khi nói lên một sự kiện hay một số liệu nào trừ những tài liệu quen thuộc quá không kể, phải chứng thực bằng cách **ghi "xuất xứ" của nó: lấy ở đâu, có văn bản hay theo tục truyền**...*

*Chúng tôi xin phép được nhấn mạnh đến một **"tệ tục"** - có thể nói là một tệ tục - khá phổ biến trong nhiều văn kiện lịch sử của chúng ta gần đây là tác giả nói tài liệu mà không ghi lấy ở đâu... Để gây một "thuần phong mĩ tục" trong giới sử học chúng ta, việc tẩy trừ "tệ tục" nói trên là cần thiết...*

DÙNG TÀI LIỆU PHẢI KIỂM TRA CẨN THẬN

Bất kỳ tài liệu nào, dù đáng tin cậy đến đâu, mỗi khi dùng cũng nên kiểm tra cẩn thận. Nếu tài liệu nào có đề xuất xứ, chúng

---

(123) Trần Huy Liệu, "<u>Sưu Tầm Tài Liệu Lịch Sử</u>", Nghiên Cứu Lịch Sử số 9, tháng 11, 1959, pp. 1-6. https://nhatbook.com/2020/02/04/tap-san-nghien-cuu-lich-su-so-9-thang-11-1959/

*ta theo xuất xứ để kiểm tra lại. **Nếu tài liệu nào không có xuất xứ, chúng ta phải kiểm tra kỹ lưỡng hơn**…"*[124]

Như vậy, có thể thấy rằng việc kiểm tra tài liệu là một đề tài cực kỳ quan trọng đối với ông Viện Trưởng Viện Sử Học Trần Huy Liệu, bởi ông ta đã tốn rất nhiều giấy mực để nêu lên tầm quan trọng của việc này, nhằm tạo thêm uy tín cho ngành sử học miền Bắc mà ông ta là người cầm đầu. Trong hai năm trời ông Trần Huy Liệu đã phải lặp đi lặp lại hai điểm; đó là: 1) phải ghi xuất xứ tài liệu, và 2) nếu là tài liệu truyền miệng có xuất xứ không rõ ràng, thì càng phải thẩm tra kỹ càng hơn.

Ngay từ bài viết đầu năm 1959, ông Trần Huy Liệu đã tỏ ra rất thận trọng trong việc **"thẩm tra sử liệu"**. Theo ông, sau khi sưu tầm được sử liệu thì phải thẩm tra sử liệu đó trước khi dùng. Và khi dùng thì **phải ghi rõ "xuất xứ của tài liệu".** Rồi chẳng những vậy thôi, mà *"nếu là tài liệu truyền miệng thì còn cần phải chỉ rõ người đã phát xuất câu chuyện này"*. Và với những *"tài liệu không thành văn ấy"*, lại **"càng phải thẩm tra cẩn thận"**, hay phải *"thẩm tra kỹ lắm mới gần được sự thật và thấy được toàn diện"*.

Ấy thế nhưng với câu "Phan Lâm mãi quốc, triều đình khí dân" - một thứ **"siêu sử liệu"**, với tầm quan trọng có một không hai của nó như đã thấy trong chiến dịch lên án Phan Thanh Giản của ông ta và toàn bộ lực lượng sử học miền Bắc năm 1963 - thì ông Trần Huy Liệu lại chẳng hề có một chữ nào để cho người đọc biết về xuất xứ của nó, hay về giai đoạn và quá trình mà ông ta thẩm tra sử liệu này. Đừng nói chi đến việc *"phải thẩm tra kỹ lắm"* để *"may ra mới gần được sự thật"* như chính ông Trần Huy Liệu đã trình bày.

Rồi như đã thấy, trong suốt mấy mươi năm trời và sau vô số bài viết, thì câu "Phan Lâm mãi quốc, triều đình khí dân" đã được đem ra không biết bao nhiêu lần để chứng minh cho lý luận của các sử gia miền Bắc trong việc kết án Phan Thanh Giản. Thế nhưng không có một người nào cho biết về xuất xứ của nó, hay dẫn ra một

---

(124) Trần Huy Liệu, "Trở Lại Vấn Đề Sử Dụng Tài Liệu Trong Công Tác Nghiên Cứu Lịch Sử", Nghiên Cứu Lịch Sử số 28, 1961, pp. 1-4. https://nhatbook.com/2020/02/14/tap-san-nghien-cuu-lich-su-so-28-thang-07-1961/

tài liệu nào để cho thấy là nó đã từng được nhắc đến đâu đó trong lịch sử. Hoàn toàn không có một chút gì, kể từ người đưa nó ra đầu tiên là ông Viện Trưởng Viện Sử Học Trần Huy Liệu, cho đến ông giáo sư Đại Học Sư Phạm Trần Văn Giàu; và kể từ các học trò nổi tiếng của ông Trần Văn Giàu như các giáo sư Đinh Xuân Lâm và Phan Huy Lê, cho đến các nhà nghiên cứu danh tiếng khác như Chương Thâu và Văn Tân.

Và hiển nhiên là các vị sử gia kể trên cũng chẳng bao giờ bận tâm về việc kiểm tra lại độ trung thực hay độ tin cậy của câu "Phan Lâm mãi quốc, triều đình khí dân" cũng như câu chuyện chung quanh nó. Rồi chẳng những vậy thôi, mà câu chuyện của các sử gia nói trên khi thuật về câu này cũng rất ư là bất nhất! Khi thì họ nói chính Trương Định là tác giả của câu, khi thì họ nói đó là "nghĩa quân", rồi khi lại là "nhân dân ba tỉnh", rồi "đồng bào miền Nam", rồi "nhân dân cả nước". Nghĩa là ai muốn nói sao thì nói, miễn cứ đem câu thần chú vạn năng "Phan Lâm mãi quốc, triều đình khí dân" ra mà niệm là đủ!

Đó là về **phương diện sử học**.

Còn trên **phương diện pháp lý,** trong phiên tòa để lên án "bán nước" cho Phan Thanh Giản trên tờ Nghiên Cứu Lịch Sử vào năm 1963, thì còn tệ hại hơn nữa. Vì câu "Phan Lâm mãi quốc, triều đình khí dân" đã được sử dụng triệt để như một **bằng chứng duy nhất** để buộc tội Phan Thanh Giản trong phiên tòa này. Và nếu như trên phương diện sử học nó là một "siêu tài liệu", thì trên phương diện pháp lý nó phải là một thứ **"siêu bằng chứng"**. Thế mà những tác giả đóng vai công tố viên buộc tội, và nhất là ông quan tòa Trần Huy Liệu, lại chẳng bao giờ bận tâm đến việc cho cử tọa biết rằng họ đã tìm được câu này ở đâu.

Như vậy, sử gia "người anh cả" Trần Huy Liệu đã biết rõ, đã nói ra, đã nêu cao tầm quan trọng của việc phải dẫn giải xuất xứ và kiểm tra tài liệu, và nhất là đã phê phán "tệ tục" nói trên của ngành sử học miền Bắc, khi các sử gia đàn em không tuân thủ theo phương pháp sơ đẳng này. Nhưng rồi cũng chính "người anh cả của giới sử học miền Bắc" đó lại quay đi 180 độ, để không hề viết một chữ nào về xuất xứ của câu "Phan Lâm mãi quốc, triều đình khí dân" trong các bài viết của ông ta, đặc biệt là trong phiên tòa xử án "bán nước" cho Phan Thanh Giản.

Điều này đưa ta đến một kết luận hợp lý duy nhất: đó là ông Viện Trưởng Trần Huy Liệu đã **"cố tình", chứ không phải "vô ý"** khi phạm một lỗi lầm sơ đẳng về phương pháp sử học như vậy. Khi mà ông ta đã từng quyết liệt lên án cái "tệ tục" không chịu dẫn nguồn gốc xuất xứ tài liệu này của các sử gia miền Bắc. Rồi khi mà trong bao nhiêu năm trời ông ta đã lên án Phan Thanh Giản với một câu "Phan Lâm mãi quốc, triều đình khí dân", nhưng lại không hề ghi chú về xuất xứ của nó, cũng như không hề thẩm tra về mức độ tin cậy của nó, như ông ta vẫn hằng kêu gọi.

Tóm lại, ông Trần Huy Liệu chính là người đã từng viết bài dạy dỗ các cán bộ sử học miền Bắc trên tờ Nghiên Cứu Lịch Sử, rằng không được dùng sự suy nghĩ của thời nay để áp dụng vào lịch sử, rằng phải ghi chú xuất xứ của tài liệu và phải thẩm tra phẩm chất của tài liệu trước khi sử dụng. Những bài viết nói trên cho thấy rằng ông Trần Huy Liệu nắm rất vững những nguyên tắc sử học sơ đẳng nhập môn này.

Thế nhưng trong phiên tòa xét xử Phan Thanh Giản năm 1963 trên tờ Nghiên Cứu Lịch Sử thì ông Trần Huy Liệu cũng như tất cả các cây viết tham gia trong phiên tòa đã làm ngược lại tất cả những phương pháp sử học sơ đẳng mà ông Trần Huy Liệu đã từng rao giảng ở trên. Thêm nữa, sự vi phạm này của họ thô bạo và trắng trợn đến mức mà bất cứ một người không có chút căn bản gì về sử học cũng có thể dễ dàng nhìn thấy. Nghĩa là khi làm điều này, vị sử gia gạo cội Trần Huy Liệu đã phớt lờ với những phương pháp sử học đơn giản nhất mà một sinh viên năm đầu đại học, hay thậm chí một học sinh trung học, cũng phải biết đến.

Điều này chứng tỏ rằng có một **sự cố tình** của ông Trần Huy Liệu, khi đi ngược lại những phương pháp sơ đẳng nhất về sử học mà chính ông ta đã đề ra. Điều này cho ta thấy một **sự cố ý** dấu diếm không tiết lộ nguồn gốc xuất xứ của câu "Phan Lâm mãi quốc, triều đình khí dân", và bởi chính vị sử gia miền Bắc đã đưa nó ra ánh sáng lần đầu tiên, ông Trần Huy Liệu. Sau cùng, điều này cho thấy rằng ông Trần Huy Liệu ắt phải có một ý đồ gì đó, đằng sau việc cố tình cố ý phạm vào những lỗi lầm sơ đẳng về sử học như trên.

CHƯƠNG XIII

SỰ CỐ Ý IM LẶNG CỦA ÔNG TRẦN HUY LIỆU TRƯỚC NHỮNG VẤN ĐỀ LIÊN QUAN ĐẾN HÌNH THỨC CỦA CÂU "PHAN LÂM MÃI QUỐC, TRIỀU ĐÌNH KHÍ DÂN"

Tuy vậy, sự vi phạm các nguyên tắc sử học sơ đẳng như đã nói trong chương trên không phải là những bằng chứng duy nhất cho thấy sự cố ý làm sai của ông Trần Huy Liệu - khi ông ta sử dụng câu "Phan Lâm mãi quốc, triều đình khí dân" và câu chuyện chung quanh nó để lên án "bán nước" cho Phan Thanh Giản.

Bởi chính tự bản thân của cái "câu" này đã có rất nhiều vấn đề, mà người đem nó ra giới thiệu là ông Trần Huy Liệu lại không bao giờ nhắc tới hay giải thích cho người đọc. Và đó là những **vấn đề nổi bật về hình thức** của nó.

Trong chương XIII dưới đây, người viết sẽ xem xét đến những vấn đề về hình thức nói trên của câu "Phan Lâm mãi quốc, triều đình khí dân", để từ đó thấy rõ hơn **sự cố tình im lặng của ông Trần Huy Liệu trước những vấn đề về hình thức của câu này.**

A. Câu Đối, Khẩu Hiệu Hay "Tám Chữ Đề Cờ"? Vấn Đề Của Mỗi Định Nghĩa

Phải nhìn nhận rằng "Phan Lâm mãi quốc, triều đình khí dân" là một câu mà khi đọc lên nghe rất lọt tai. Nhưng nó lại là một câu với nhiều điểm kỳ lạ ngay trong hình thức của nó.

Trước nhất, không ai biết chắc chắn rằng thực sự thì tám chữ này là cái gì. Như có nói trong phần dẫn nhập, người viết đã gọi tám chữ này là "câu" cho dễ dàng, chứ thật tình thì người viết cũng không biết rằng tám chữ này thuộc về loại hay hình thức văn thơ nào.

Bởi thoạt nhìn thì nó có vẻ giống như hai vế đối. Vì có cặp chữ "mãi quốc" và "khí dân" đối với nhau. Ngoài ra, trong đó có hai động từ "mãi" và "khí" đối nhau, lại thêm hai chữ "quốc" và "dân" là hai danh từ để làm túc từ trong mỗi câu, và cũng đối nhau. Nhưng phần chủ từ thì lại hoàn toàn không đối nhau, vì "Phan, Lâm" là hai họ của hai người, và lại là hai danh từ riêng để chỉ hai vị đại thần trong vế đầu. Còn trong vế kia thì "triều đình" lại là một danh từ để chỉ một tòa dinh thự, một hệ thống, hay một cơ quan đứng đầu bởi nhà vua. Do đó, nếu cho rằng tám chữ này là hai vế đối của một câu, thì nó rõ ràng là một câu khá ư khập khiễng.

Mà với một cách đối ngẫu so le như vậy, thì câu này khó có thể đã được dùng để đề trên lá cờ khởi nghĩa của Trương Định. Nhất là một khi ta đã biết rằng Trương Định có nhiều đồng chí hoặc cố vấn là những nhà khoa bảng hay những sĩ phu thuộc loại giỏi chữ nho và nghệ thuật văn thơ, như Nguyễn Đình Chiểu, Hồ Huân Nghiệp, Thủ Khoa Huân...vv.

Có lẽ vì lý do này nên chính ông Trần Huy Liệu cũng như các sử gia miền Bắc đã tỏ ra khá lúng túng trong việc gọi tên cho tám chữ "Phan Lâm mãi quốc, triều đình khí dân". Các tác giả như Hải Thu và hai ông Đặng Huy Vận - Chương Thâu thì gọi nó là *khẩu hiệu* của nghĩa quân Trương Định. Nhưng rồi ông Trần Huy Liệu trong bài viết tuyên án cho Phan Thanh Giản lại gọi nó là *tám chữ đề cờ*, là *bản án lịch sử muôn đời*, và là *lời nguyền rủa của nhân dân*. Còn ông Trần Văn Giàu thì gọi nó là *tiếng thét*. Nghĩa là cách các sử gia miền Bắc gọi câu này rất ư tùy tiện.

Nhưng bên cạnh những cách gọi cường điệu như lời nguyền rủa, tiếng thét, bản án lịch sử... nói trên, thì hai cách gọi "khẩu hiệu" và 'tám chữ đề cờ" là thường thấy nhất, và cũng là cụ thể nhất. Những cách gọi như trên đã góp phần cho việc kể lại câu chuyện lịch sử chung quanh câu này của hai sử gia họ Trần. Nhưng đồng thời chúng cũng tạo ra nhiều câu hỏi với những danh hiệu đó.

Trước nhất, nếu như "Phan Lâm mãi quốc, triều đình khí dân" là "khẩu hiệu" của nghĩa quân Trương Định, thì tức là nó chỉ được dùng trong lực lượng nghĩa quân Trương Định mà thôi. Chứ nó không phải là "khẩu hiệu" của "nhân dân Nam Kỳ" hay "nhân dân cả nước".

Rồi thêm một vấn đề nữa là "khẩu hiệu" thì thường phải ngắn gọn. Trong khi "Phan Lâm mãi quốc, triều đình khí dân" có tới tám chữ; cho nên dài quá, khó mà nhớ được. Hơn nữa, câu này lại dùng toàn chữ Hán (Việt). Trong khi nghĩa quân của Trương Định, mà theo chính ông Trần Huy Liệu diễn tả, thì phần lớn là "nông dân", nên chắc rằng những người này không có bao nhiêu chữ nghĩa. Vậy mà bắt họ phải học thuộc lòng cái câu tám chữ Hán (Việt) nói trên, rồi sau đó phải "thét lên" như ông Trần Văn Giàu đã viết, thì thật là khó khăn cho họ quá! Hơn nữa, như đã nói trên, cái "khẩu hiệu" này quả tình rất ư rắc rối về mặt ý nghĩa. Bởi chính ông Giáo Sư trường Đại Học Sư Phạm Trần Văn Giàu mà còn sai tới sai lui về chữ "khí" trong câu. Như đã thấy, trong bộ sách "Chống Xâm Lăng" của mình, ông Trần Văn Giàu đã dịch nó ra là "dối", rồi là "khinh", để sau cùng tới "bỏ" mới đúng nghĩa cho!

Thế thì làm sao mà một câu **vừa dài lại vừa thuộc loại chữ nghĩa khá "cao siêu"** như vậy lại được đem ra để làm **"khẩu hiệu"** cho những người nông dân nghĩa quân của Trương Định?

Ấy là chưa kể trong cả câu "Phan Lâm mãi quốc, triều đình khí dân" không hề có một chữ nào để nói đến kẻ thù thực sự và trực diện chính thức của nghĩa quân Trương Định, là người Pháp! Tại sao người thủ lãnh đã từng tự xưng danh hiệu "Bình Tây Đại Nguyên Soái" mà lại không có một chữ nào để nói tới mục đích chính yếu nói trên trong "khẩu hiệu" của quân đội mình? Như khẩu hiệu "Bình Tây Sát Tả" chẳng hạn?

Do đó, trên đây là những vấn đề về hình thức có thể dễ dàng nhận thấy, nếu tám chữ "Phan Lâm mãi quốc, triều đình khí dân" quả tình đã được dùng làm "khẩu hiệu" cho nghĩa quân Trương Định, như ông Trần Huy Liệu dưới bút hiệu Hải Thu cho biết.

Còn nếu như cũng theo ông Trần Huy Liệu rằng đây là **"tám chữ" đã được đề trên lá cờ khởi nghĩa** của Trương Định, thì lại sinh ra thêm một vấn đề rắc rối khá lớn nữa. Bởi theo lẽ thường thì lá cờ hiệu thời xưa thường được dùng để cho biết vị chủ tướng là ai, có chức vụ gì, tên họ là chi. Cho nên nếu thật sự Trương Định có lá cờ hiệu, thì chắc chắn là lá cờ phải đề đúng quan chức của ông ta. Và đó là "Bình Tây Đại Nguyên Soái" như Trương Định tự phong, hay "Bình Tây Đại Tướng" như ông ta tuyên bố trong bài "Hịch Quản Định": *"Chốn biên thùy lãnh ấn Tổng Binh - Cờ đề chữ Bình Tây Đại Tướng"*. Hay ít nhất cũng phải là "Bình Tây Tướng Quân", như hai bản báo cáo của Võ Duy Dương cho biết. Vì những chữ như trên chẳng những đã nói lên chức vụ, mà còn nói đến mục đích khởi nghĩa chống Pháp của Trương Định.

Nhưng đàng này ông Trần Huy Liệu lại khẳng định rằng lá cờ của Trương Định đã được đề tám chữ "Phan Lâm mãi quốc, triều đình khí dân" lên trên. Mà nếu quả như vậy, thì lá cờ của Trương Định còn **chỗ đâu** cho chức tước hay danh hiệu "Bình Tây Đại Nguyên Soái" của ông ta?

Sau cùng, nếu thật sự Trương Định muốn lên án Phan Thanh Giản và Lâm Duy Hiệp là "mãi quốc" và triều đình của vua Tự Đức là "khí dân" như trong câu, thì **lá cờ của ông ta không phải là nơi hợp lý** để viết lên những chữ bộc lộ thái độ và chính kiến như vậy. Mà chúng phải được viết ra trong những văn kiện như bài Hịch Quản Định, hay thậm chí trong lá thư "tuyên ngôn" bằng tiếng Pháp gởi cho các quan tỉnh Vĩnh Long. Nhưng như đã thấy trong Phần 2, mặc dù Trương Định có làm ra nhiều tuyên ngôn, hịch văn, thơ từ, thì chưa bao giờ tám chữ này hay những ý tưởng gần giống như vậy lại được đưa ra trong những văn bản đó.

Tóm lại, các sử gia miền Bắc và nhất là ông Trần Huy Liệu đã tỏ ra rất lúng túng không thống nhất trong việc xác định tám chữ "Phan Lâm mãi quốc, triều đình khí dân" là cái gì. Hơn nữa, cách giải thích rằng đó là "khẩu hiệu" hay "tám chữ đề cờ" nói trên của ông Trần Huy Liệu càng tỏ ra bất hợp lý, nếu như tám chữ đó đã được dùng cho những mục đích này.

Và như đã thấy, ông Trần Huy Liệu lúc nào cũng im lặng mà không hề giải thích về những điều vô lý rõ rệt đó.

B. Mãi Và Mại

Tuy vậy, phải nói rằng độc đáo, lạ lùng và vô lý hơn cả về mặt hình thức chính là chữ **"mãi"** trong câu "Phan Lâm mãi quốc, triều đình khí dân". Đây là một chữ mà bất cứ người nào có chút hiểu biết về chữ Hán hay Hán Việt cũng đều phải có thắc mắc về sự hiện diện của nó trong câu. Để rồi từ đó dẫn đến sự thắc mắc về ý nghĩa và sự trung thực của cả câu này!

Bởi vì chữ "mãi" 買 trong tiếng Hán có nghĩa là "mua". Còn chữ "mại" 賣 mới có nghĩa là "bán". Do đó, "Phan Lâm mãi quốc" đúng ra phải được dịch thành Phan Thanh Giản, Lâm Duy Hiệp **"mua"** nước, chứ không phải là "bán" nước!

Theo người viết được biết, thì ở Nam Kỳ hai chữ "mãi" và "mại" thường bị lẫn lộn khi được dùng trong lúc nói chuyện. Thí dụ như "mãi dâm" thay vì "mại dâm", hay "mãi quốc" thay vì "mại quốc". Thậm chí có thể nói rằng phần nhiều những người bình thường ở Nam Kỳ chỉ biết và nghe về "mãi quốc", chứ chưa bao giờ biết và nghe tới chữ "mại quốc". Có lẽ vì âm điệu "mãi quốc" nghe thuận tai hơn là "mại quốc". Rồi do người Nam Kỳ luôn luôn viết như cách họ nói chuyện, và chữ quốc ngữ là loại chữ viết dựa trên tiếng nói, cho nên trong những sách báo bằng chữ quốc ngữ ở Nam Kỳ - đặc biệt trong những cuốn truyện Tàu được dịch ra chữ quốc ngữ - thì nhóm chữ "mãi quốc cầu vinh" xuất hiện rất thường xuyên. Tuy rằng nếu đúng theo nguyên văn chữ Hán thì chúng phải là "mại quốc cầu vinh".[125]

Như vậy, có thể thấy rằng ở Nam Kỳ thì trong khi nói chuyện hoặc trong sách vở bằng chữ quốc ngữ ta thường nghe và thường thấy chữ "mãi quốc". Không biết là từ khi nào, nhưng cách phát âm

---

(125) Thí dụ như trong cuốn tiểu thuyết "<u>Đai Nghĩa Diệt Thân</u>", tác giả Hồ Biểu Chánh, một nhà văn gạo cội Nam Kỳ, đã cho nhân vật Nhiêu Giám nói như sau: "... Phận tôi già yếu, không còn sức mà chống với giặc nổi, thì con tôi nó phải thay thế cho tôi mà hiệp với những người ái quốc khác đem thân ra ngăn giặc để gìn giữ nước nhà, bảo hộ dân chúng. Con tôi nó không chịu làm như vậy. Nó đành ra đầu giặc để **mãi quốc cầu vinh.** http://www.hobieuchanh.com/pages/truyendai/DaiNghiaDietThan/DaiNghiaDietThan16.html

"mãi quốc" nói trên chắc chắn đã được dùng thay cho "mại quốc" ở Nam Kỳ, và cách viết như vậy đã xuất hiện thường xuyên trong sách vở bằng chữ quốc ngữ, ít nhất là từ thế kỷ 19.

Một thí dụ điển hình là bài "Hịch Quản Định" mà học giả Petrus Ký đã chép lại bằng chữ quốc ngữ vào thế kỷ 19, trong đó có nhóm chữ "mãi quốc cầu vinh" như sau:

Thậm tiếc những người làm quan mà ăn lộc
Nỡ đem lòng mãi quốc mà cầu vinh[126]

Như vậy, vào khoảng từ giữa đến cuối thế kỷ 19, trong thời gian mà ông Petrus Ký chép lại tài liệu này, thì người Nam Kỳ chắc chắn đã "nói", hay đã dùng chữ "mãi quốc" thay cho "mại quốc". Và do đó, khi chép lại bài Hịch Quản Định (mà có lẽ đã được làm bằng chữ Nôm) ra chữ Quốc Ngữ, thì ông Petrus Ký đã viết đúng theo tiếng nói và cách dùng thông dụng trong thời gian ấy tại Nam Kỳ - là "mãi quốc" thay vì "mại quốc", như đã thấy trong câu hịch trên.

Cũng cần nhớ rằng vào thời điểm 1861-1863 của Trương Định thì tuyệt đại đa số người Việt chưa biết dùng chữ quốc ngữ, mà vẫn còn dùng chữ Hán hoặc chữ Nôm. Và trong hệ thống chữ Hán là loại chữ tượng hình chứ không dựa trên tiếng nói như chữ quốc ngữ, thì hai chữ "mãi" và "mại" được viết khác nhau rất rõ ràng. Do đó, một khi đã viết bằng chữ Hán thì không thể có vấn đề dùng lộn hai chữ "mãi" và "mại", như khi nói chuyện hoặc trong sách vở bằng chữ quốc ngữ ở Nam Kỳ được.

Và nếu như đây quả là tám chữ đã được long trọng đề trên lá cờ khởi nghĩa của Trương Định vào năm 1862-1863, khi Trương Định chống lại lệnh vua và lên án giai cấp phong kiến, thì chắc chắn 100% là chúng phải được **viết bằng chữ Hán,** chứ không thể nào bằng chữ quốc ngữ. Mà như vậy thì không thể nào chữ "mại" trong câu lại có thể bị viết sai thành "mãi" như trong trường hợp này được! Bởi lẽ đây là hai chữ Hán rất sơ đẳng và khác nhau rõ rệt, thậm chí còn đối nghịch ý nghĩa với nhau nữa. Như đã nói trên, "mãi" chính là "mua", còn "mại" mới là "bán".

---

(126) Hịch Quản Định, Ibid.

Cho nên nếu nghĩa quân Trương Định đã viết câu này bằng chữ Hán, mà lại viết thành "mãi quốc" thì đó là một điều rất khôi hài. Vì nếu thật sự câu "Phan Lâm mãi quốc, triều đình khí dân" bằng chữ Hán được long trọng đề lên lá cờ khởi nghĩa như vậy, mà lại bị viết sai thành Phan Lâm "mua" nước, thì chẳng lẽ cả lực lượng kháng chiến của Trương Định, gồm rất nhiều các nho sĩ danh tiếng, lại có thể phạm một lỗi lầm ấu trĩ và ngu xuẩn đến vậy hay sao?

Nhưng đó lại chính là nguyên văn cái câu "tám chữ" mà ông Trần Huy Liệu đã giới thiệu lần đầu với độc giả miền Bắc trên số 9 tờ Văn Sử Địa năm 1955: "Phan Lâm **mãi** quốc, triều đình khí dân". Và có lẽ do sợ rằng người đọc sẽ hiểu sai ý nghĩa của câu này bởi chữ "mãi" nói trên, cho nên ông Trần Huy Liệu đã phải chú thích rất cẩn thận ngay dưới đó là "họ Phan họ Lâm **bán** nước", cho ai nấy đều hiểu.

Rồi chẳng những vậy thôi, mà sau đó trong một bài viết "nhân dịp kỷ niệm 101 (năm) ngày Trương Định hi sinh" với tựa đề "Tài Liệu Về Cuộc Kháng Chiến Của Trương Định", chính tờ Nghiên Cứu Lịch Sử của ông Trần Huy Liệu **khẳng định** rằng tám chữ nói trên đã thực sự được **viết bằng chữ Hán**, như sau:

*"Rõ ràng là Trương Định và nghĩa quân của ông kiên quyết không thừa nhận hòa ước 1862. Ông tiếp tục kháng chiến. Ông mang đại quân về đóng ở Gò-công. Trên cờ nghĩa, ông cho đề **tám chữ Hán lớn** vạch rõ tội của Triều đình trước nhân dân "Phan Lâm mãi quốc, Triều đình khí dân" (Phan-thanh-Giản và Lâm-duy-Hiệp bán nước - Triều đình bỏ dân)"*[(127)]

Nhưng thế thì một điều rất oái oăm và buồn cười ắt đã phải xảy ra, khi Trương Định cho đề tám chữ này lên lá cờ của ông ta. Bởi vì nếu quả tình chữ "mãi" đã được viết bằng *"chữ Hán lớn"* một cách đàng hoàng trên lá cờ như vậy, thì câu này vốn có dụng ý để lên án Phan Thanh Giản là "bán" nước lại hóa ra thành một câu nói rằng (hay khen ngợi) Phan Thanh Giản đã "mua" nước! Tức là

<hr>

(127) T.X. "Tài Liệu Về Cuộc Kháng Chiến Của Trương Định", Nghiên Cứu Lịch Sử số 77 tháng 8, 1965, pp. 44-55, 53. https://nhatbook.com/2020/03/09/tap-san-nghien-cuu-lich-su-so-77-thang-07-1965/

sự sai lầm một cách rất ác nghiệt đó đã làm đảo ngược ý nghĩa của phân nửa câu này.

Chẳng lẽ nghĩa quân Trương Định đã dùng câu này để nói đến việc Phan Thanh Giản "mua" đất cho vua Tự Đức, bằng cách lấy lại được tỉnh thành Vĩnh Long theo điều số 11 của hòa ước 1862, qua việc giải giáp các lực lượng nghĩa quân ở Gia Định và Định Tường. Hoặc về việc Phan Thanh Giản đã dẫn phái đoàn Đại Nam đi Pháp để chuộc lại ba tỉnh miền Đông vào năm 1863? Và trong khi vẫn đang lên án triều đình Huế là "khí dân"?

Chắc là không phải vậy!

Rồi thú vị hơn nữa, nếu thật tình rằng đó là chữ "mãi" mà không phải "mại", thì chẳng lẽ người hay chữ Hán nhất nước Đại Nam thời đó là vua Tự Đức cũng... sai luôn, khi nhà vua làm ra bài thơ có câu ***"mãi quốc thế gian bình"*** như ông Trần Văn Giàu đã đưa ra?

Để nhắc lại, vào năm 1969, sau khi ông Trần Huy Liệu qua đời thì ông Trần Văn Giàu đã lên tiếng để biện minh cho việc ông và ông Trần Huy Liệu sử dụng câu "Phan Lâm mãi quốc, triều đình khí dân" để viết về lịch sử Việt Nam vào thế kỷ 19 như sau:

*"Câu "Phan Lâm mãi quốc, triều đình khí dân" nói lên tư tưởng của những người yêu nước xung quanh Trương Định, những câu ấy của Trương Định nêu lên khi chống lại mệnh vua, được người đương thời đồng ý cho đến cuối cùng, **ngay Tự Đức cũng phải nhận là không sai và lấy đó để tự trách** một cách bất lực và trễ tràng trong 8 bài vịnh về Nam-kỳ bị mất:*

"... 'Khí dân triều trữ cữu,
Mãi quốc *thế gian bình,*
Sử ngã chung thân điểm,
Hà nhan nhập miếu đình"...(1)

(Bỏ dân, triều đình làm một điều đáng trách,
Bán nước*, việc ấy thế gian ai nấy đều tức giận;*
Như vậy là một đời ta bị nhục nhã,
Còn mặt mũi nào mà vào được miếu đình khi chết?)'

(1) Đoạn thơ này trích ra từ "ngự chế thi tập" trả lời những bạn nói rằng câu "Phan Lâm mãi quốc, triều đình khí dân" là bịa và trả lời cho những ai nói rằng Trương Định khởi nghĩa là ngầm theo lệnh của Tự Đức. "[128]

Như vậy, ông Trần Văn Giàu đã chống chế cho cái lai lịch bất minh của câu "Phan Lâm mãi quốc, triều đình khí dân" bằng cách dẫn ra một bài thơ mà ông **nói là** của vua Tự Đức, và trong bài thơ đó có cặp chữ "mãi quốc" và "khí dân". Mặc dù bài thơ này hoàn toàn chẳng dính líu gì đến Phan Thanh Giản hay Trương Định cả, mà chỉ là do ông Trần Văn Giàu nói vậy!

Hơn nữa, cách ông Trần Văn Giàu trình bày rằng *ngay Tự Đức cũng phải nhận là không sai* chẳng hề cho ta biết rằng cái gì là không sai, và làm sao mà ông Trần Văn Giàu biết thế. Do đó, khi đưa bài thơ mà ông ta nói là của vua Tự Đức làm ra như trên, để giải thích cho nguồn gốc xuất xứ của câu "Phan Lâm mãi quốc, triều đình khí dân", thì ông Trần Văn Giàu thật sự đã chẳng đưa ra được điều gì mới để giải thích về lai lịch của câu này.

Nhưng do bài thơ này có cặp chữ đối "mãi quốc" và "khí dân" như trên, nên khi mới nghe là của vua Tự Đức thì ai nấy đều tưởng rằng nó quả tình có liên hệ với câu "Phan Lâm mãi quốc, triều đình khí dân" thật, và nếu là do nhà vua làm ra thì càng có vẻ chính thống hơn. Vì vậy, bài thơ này đã được các thế hệ sử gia miền Bắc sau ông Trần Văn Giàu đem ra sử dụng để tiếp tục chứng minh rằng câu "Phan Lâm mãi quốc, triều đình khí dân" là có thật trong lịch sử.

Theo nhà nghiên cứu Trần Viết Ngạc thì ông đã từng đưa vấn đề này ra để chất vấn ông Trần Văn Giàu tại buổi hội thảo về Phan Thanh Giản năm 2003, khi câu "mãi quốc thế gian bình" trong bài thơ "Ngự Chế" của vua Tự Đức lại được đưa ra để giải thích cho câu "Phan Lâm mãi quốc, triều đình khí dân". Và câu hỏi của ông Trần Viết Ngạc đã không bao giờ nhận được câu trả lời:

"Cũng trong cuộc tọa đàm: thế kỷ XXI nhìn về nhân vật lịch sử Phan Thanh Giản", tháng 8/2003, GS Trần Văn Giàu và PGS Vũ

---

(128) Ibid, Trần Văn Giàu "Các Nguyên Lý Của Đạo Đức Nho Giáo Ở Việt Nam Thế Kỷ XIX", Nghiên Cứu Lịch Sử số 128, tháng 11, 1969.

*Ngọc Khánh đều dẫn bài thơ 'Ngự Chế'... Phải chăng bài thơ này lấy ý từ câu "Phan Lâm mãi quốc, triều đình khí dân"? Và rõ ràng đã lặp lại lỗi từ ngữ **mãi** và **mại**. Chúng tôi, ngay tại buổi tọa đàm, đã yêu cầu dẫn xuất xứ của bài 'Ngự Chế' nhưng chỉ được đáp lại bằng sự im lặng... "*[129]

Ông Trần Văn Giàu đã "lặp lại lỗi từ ngữ mãi và mại" đó như thế nào vào năm 2003? Đây là những lời phát biểu của ông tại cuộc hội thảo này:

*"Dân Nam bộ cũng biết chữ Nho chứ! Nhưng mà họ hiểu cái chữ (sic) "Phan Lâm mãi quốc, triều đình khí dân" là như thế nào? Không phải Trương Định và những người theo Trương Định nêu cái câu này mà **Tự Đức cũng nêu**:*

Khí dân triều đình (sic) cứu,
Mãi quốc thế gian bình,
Sử ngã, chung thân điểm
Hà gian (sic) nhập miếu đình

*Câu Phan Lâm mãi quốc, tôi có nhờ ông Trần Huy Liệu giải thích. Ông nói câu đó là của Trương Định và những người theo Trương Định. Đó là nhân dân ở đây (Nam bộ) và nhân dân cả nước người ta lên án. **Chữ mãi ở đây có nghĩa là bán**. Chữ mãi quốc ở đây là cắt đất cầu hòa, nộp cho người ta đất của nước nhà để có hòa bình, không còn chiến tranh nữa! Thì rõ ràng cái việc mà dân mình nổi lên dưới lá cờ Phan Lâm mãi quốc, triều đình khí dân là đúng thôi! Không sai đâu!... "*[130]

Như vậy, cho đến năm 2003 thì ông Trần Văn Giàu vẫn khẳng định rằng chữ "mãi" trong câu "Phan Lâm mãi quốc, triều đình khí dân" có nghĩa là "bán". Và ông khẳng định thêm nữa là vua Tự Đức "cũng nêu", nhưng lại không nói rõ là nêu cái gì, bởi bài thơ mà ông tiếp tục dẫn ra và nói là của vua Tự Đức thì lại chẳng nói gì tới Phan Thanh Giản cả!

---

(129) Trần Viết Ngạc, "Suy nghĩ thêm về các cuộc kháng chiến chống Pháp xâm lược ở Nam Kỳ nửa sau thế kỷ XIX", Thành Phố Hồ Chí Minh, http://chimviet.free.fr/lichsu/tranviet-ngac/tvns058.htm

(130) Trần Văn Giàu, "Cần Có Một Người Để Mà Soi Gương, Phải 'Cần Kiệm Liêm Chính, Chí Công Vô Tư", In trong "Phan Thanh Giản, Trăm Năm Nhìn Lại", Nhiều Tác Giả, Hà Nội, Nhà Xuất Bản Thế Giới, Tạp Chí Xưa & Nay, 2017, pp. 579-580

Nhưng vua Tự Đức là một ông vua hay chữ nổi tiếng trong lịch sử, với nhiều tác phẩm bằng chữ Hán còn để lại đến nay. Cho nên có lẽ nào mà nhà vua hay chữ này lại từng *"nhận là không sai"*, rồi *"cũng nêu"*, chữ *"mãi quốc"*, một cách sai lầm thảm hại như trong câu "Phan Lâm mãi quốc, triều đình khí dân" thế được!

Và một điều mà ta có thể tin chắc là vua Tự Đức không (hoặc không muốn) biết chữ quốc ngữ. Cho nên nếu quả tình nhà vua đã có làm một bài thơ để tự trách như ông Trần Văn Giàu dẫn ra ở trên, và còn cho rằng *"bán nước, việc ấy thế gian ai nấy đều tức giận"*, thì bài thơ này ắt phải được làm bằng chữ Hán. Mà nếu bài thơ này có nguyên văn đúng như ông Trần Văn Giàu đã dẫn ra nhiều lần, thì chẳng hóa ra ông vua hay chữ Tự Đức lại không biết cả chữ "mại" ư? Cho nên nhà vua mới dùng chữ "mãi" thay vì chữ "mại" trong bài thơ của mình; giống như cách những người bình dân Nam Kỳ nói chuyện?

Chắc là không phải vậy!

Tóm lại, chữ "mãi" trong câu "Phan Lâm mãi quốc, triều đình khí dân" là một vấn đề nổi cộm với hình thức của nó, mà không bao giờ được người giới thiệu nó là ông Trần Huy Liệu giải thích, trong suốt mấy mươi năm trời. Và sự vô lý nói trên vẫn còn tồn tại cho đến tận ngày hôm nay.

Tuy vậy, có lẽ do thấy được sự sai lầm quá rõ rệt và quá vô lý này của câu "Phan Lâm mãi quốc, triều đình khí dân", nên những sử gia hay những nhà phê bình lên án Phan Thanh Giản bán nước thuộc các thế hệ sau, gần đây đã tự động sửa nó ra thành "Phan Lâm **mại** quốc, triều đình khí dân" cho bớt chướng![131] Hoặc là họ phớt lờ luôn hai chữ "mãi quốc", và viết hay dịch thẳng ra là "Phan Lâm bán nước", như ông Phạm Văn Sơn đã từng làm, để né luôn vấn đề nổi cộm này.

Nhưng những sự né tránh và sử dụng tiểu xảo để sửa đổi tài

---

(131) Nguyễn Văn Thịnh, "Phan Thanh Giản Là Người Thế Nào", Tuần Báo Văn Nghệ TPHCM, 18/3/2016. Có thể thấy rằng trong bài viết này ông Nguyễn Văn Thịnh chẳng những đã sửa "Phan Lâm mãi quốc" thành "Phan Lâm mại quốc", mà ông ta còn sửa cả câu "Mãi quốc thế gian bình" nói trên thành "Mại quốc thế gian bình" luôn cho mất dấu. http://tuanbaovannghetphcm.vn/phan-thanh-gian-la-nguoi-the-nao/

liệu theo kiểu đó của các sử gia hay nhà phê bình nói trên đã quá muộn! Và thật sự thì họ chỉ làm cho vấn đề này càng nổi bật hơn lên mà thôi. Bởi vì như đã thấy, hai vị sử gia đầu đàn của miền Bắc là ông Trần Huy Liệu và ông Trần Văn Giàu đã tốn rất nhiều giấy mực cho câu "Phan Lâm mãi quốc, triều đình khí dân" nói trên. Và nó đã được chính ông Trần Huy Liệu viết rất rõ ràng ngay từ năm 1955 là "mãi" chứ không phải là "mại". Rồi cho đến năm 2003 tại cuộc hội thảo về Phan Thanh Giản thì ông Trần Văn Giàu vẫn còn xác nhận là vậy.

Như người viết đã trình bày trong chương III, ông Trần Văn Giàu từng tự nhận là người không giỏi chữ Hán. Điều này giải thích cho sự lầm lẫn về chữ "khí" khi ông ta sử dụng và giải thích câu "Phan Lâm mãi quốc, triều đình khí dân". Hơn nữa, như ông Trần Văn Giàu cho biết vào năm 2003, trong đoạn văn vừa dẫn trên đây, thì ông ta đã phải *nhờ ông Trần Huy Liệu giải thích câu Phan Lâm mãi quốc*.

Có lẽ đó là lý do tại sao ông Trần Văn Giàu dám cho rằng chính vua Tự Đức đã dùng chữ "mãi quốc" thay vì "mại quốc" trong bài thơ tự trách!

Nhưng ông Trần Huy Liệu thì khác. Không như ông Trần Văn Giàu, ông Trần Huy Liệu chắc chắn là một người rất giỏi chữ Hán. Bởi ông là con của một ông đồ nho, và đã bắt đầu học chữ Hán từ thuở nhỏ để "báo thư cừu", tức là cố sức thi đậu để rửa hận cho cha anh đã từng thi rớt. Và trong khi đó, hai chữ "mãi" và "mại" lại là hai chữ quá sức dễ dàng và quá sức sơ đẳng. Cho nên có lẽ nào mà một người giỏi chữ Hán như ông Trần Huy Liệu lại không thấy ra điều vô lý thái thậm, là trên lá cờ của nghĩa quân Trương Định thì chữ "mại" đã bị viết sai thành "mãi", làm đổi ngược đi ý nghĩa của câu?

Thêm nữa, những bài viết của ông Trần Huy Liệu trên tờ Văn Sử Địa và tờ Nghiên Cứu Lịch Sử cho thấy rằng ông ta là một người viết lách rất cẩn thận và luôn luôn chú thích đầy đủ. Và riêng với những bài viết có trích dẫn thơ văn bằng chữ Hán, ông Trần Huy Liệu luôn luôn cho đăng cả vừa chữ Hán lẫn chữ Hán Việt kèm theo trong bài.

Trong số những thơ văn bằng chữ Hán mà ông Trần Huy Liệu trích dẫn, dưới đây là một **bằng chứng chính xác cho thấy ông Trần Huy Liệu đã biết rất rõ về chữ "mãi"**. Đó là khi viết về Tống Duy Tân, một lãnh tụ Cần Vương, ông Trần Huy Liệu đã trích đăng hai câu thơ của các sĩ phu ngợi khen Tống Duy Tân, cũng như lên án Cao Ngọc Lễ là kẻ đã phản bội Tống Duy Tân, như sau:

"Vô địa khả mai Cao Ngọc Lễ
*Hữu tiền nan **mãi** Tống Duy Tân"*

Ông Trần Huy Liệu đã dịch hai câu thơ đó ra tiếng Việt rằng:

"Không đất để chôn Cao Ngọc Lễ
*Có tiền khôn **chuộc** Tống Duy Tân"*[132]

Và như người viết đã trình bày, ông Trần Huy Liệu với sự cẩn thận cố hữu đã cho đăng cả chữ Hán bên dưới những chữ Hán Việt của hai câu thơ nói trên trong bài viết, để người đọc có thể kiểm tra.

Dưới đây là ảnh chụp của đoạn văn nói trên trong tờ Nghiên Cứu Lịch Sử số 33:

---

(132) Trần Huy Liệu, "Phong Trào Cách Mạng Việt Nam Qua Thơ Văn", Bài Số VI, Văn Sử Địa số 33, pp. 57-67, 65. https://app.box.com/s/amtpalcpbrvwebj0iikvxgr1k7jo9kk1

Nguyễn Văn Tường. Thằng Lễ vốn là học trò của Tống, làm tri huyện Cẩm-thủy. Mượn tiếng thày trò để theo rõi thăm hỏi Tống, làm gián điệp cho giặc, Lễ dò biết chỗ ẩn của Tống và báo giặc đến bắt. Ngày 24 tháng 8 năm nhâm thìn (15-9-1892), giặc Pháp đem nhà đại ái quốc Tống Duy Tân ra chém và bêu đầu tại bãi cỏ đầu làng Phú-cốc (khu phố 1 thị xã Thanh-hóa hiện nay) (1). Trước lúc chết, Tống có dặn con cháu viết hai câu để thờ :

> Nhi kim thủy liễu tiền sinh trái,
> 而　令　始　了　前　生　債
> Tự cổ do truyền bất tử danh.
> 自　古　猶　傳　不　死　名

Tạm dịch :

> *Tiền sinh nợ cũ hôm nay trả,*
> *Bất tử danh còn để mãi sau.*

Còn tên phản bội Cao Ngọc Lễ cũng được dư luận sĩ phu và nhân dân lên án bằng những câu :

> Vô địa khả mai Cao Ngọc Lễ,
> 無　地　可　埋　高　玉　醴
> Hữu tiền nan mãi Tống Duy Tân.
> 有　錢　難　買　宋　維　新

Tạm dịch :

> *Không đất để chôn Cao Ngọc Lễ,*
> *Có tiền khôn chuộc Tống Duy Tân.*

Cố nhiên là đánh giá nhà đại ái quốc của chúng ta không thể bằng tiền và tiền không thể mua được cũng như nhà đại ái quốc của chúng ta dầu bị chém bêu đầu, nhưng danh vẫn không bao giờ hết.

------

(1) Theo một tài liệu khác thì Tống Duy Tân bị bắt vào ngày 5-10-1892. Như vậy, ngày Tống bị chém nhất định phải là những ngày sau đó, chớ không phải 15-9-1892. Đợi tra cứu thêm.

65

Như vậy, đây là một bằng chứng rõ ràng nhất cho thấy rằng ông Trần Huy Liệu thừa biết chữ "mãi" có nghĩa là "mua" chứ không hề là "bán". Vì thế, ông đã dịch câu thơ trên là dù có tiền cũng không (mua) chuộc được Tống Duy Tân. Đồng thời, cách trích dẫn thơ văn bằng chữ Hán như trên cũng cho ta thấy được sự thận trọng cố hữu của ông Trần Huy Liệu khi trích dẫn tài liệu, như ông ta đã từng giảng dạy.

Thế nhưng, xin nhắc lại một lần nữa, rằng khi chính ông Trần Huy Liệu giới thiệu câu "Phan Lâm mãi quốc, triều đình khí dân" với độc giả lần đầu tiên vào năm 1955 trên số 9 tờ Văn Sử Địa, trong bài "Việt Nam Thống Nhất Trong Quá Trình Đấu Tranh Cách Mạng", thì ông ta lại chỉ chú thích rất đơn giản như sau về nó:

"Lá cờ khởi nghĩa với Tám chữ đề: "Phan Lâm mãi quốc, triều đình khí dân" ((Chú thích 3) Nghĩa là: họ Phan họ Lâm bán nước, triều đình bỏ dân) đã nói lên lòng công phẫn của nhân dân đối với lũ thực dân cướp nước và bọn phong kiến cắt đất đầu hàng... "[133]

Nghĩa là khi giới thiệu cái "siêu tài liệu" này với độc giả, chẳng những ông Trần Huy Liệu đã không viết lại những chữ trong câu ra chữ Hán như ông vẫn thường làm, mà ông cũng không hề giải thích tại sao lại là "mãi quốc" chứ không phải là "mại quốc". Trong khi ông lại cảm thấy cần phải giải thích với độc giả rằng đó là *"họ Phan họ Lâm bán nước"*.

Và như vậy, sự im lặng mà không giải thích lý do tại sao "tám chữ đề cờ" của nghĩa quân Trương Định có một chữ bị dùng sai - và lại là chữ quan trọng nhất để nói lên "lời nguyền rủa của nhân dân" dành cho kẻ bán nước là Phan Thanh Giản - cho thấy rằng đó là một **sự im lặng có tính toán của ông Trần Huy Liệu**.

Hay nói cách khác, đó là một sự **cố ý của ông Trần Huy Liệu**. Giống như việc ông ta đã cố ý áp dụng những chủ nghĩa và khái niệm của thế kỷ 20 vào thế kỷ 19. Giống như việc ông ta đã cố ý im lặng không bao giờ cho biết nguồn gốc xuất xứ của câu "Phan Lâm mãi quốc, triều đình khí dân". Và giống như việc ông ta cố ý không bao giờ thẩm tra lại xem câu đó có khả tín hay không.

Tóm lại, những sự việc nói trên cho ta thấy rõ rằng có một **sự cố ý của ông Trần Huy Liệu trong việc che giấu những điều cần**

---

(133) Trần Huy Liệu, "Việt Nam Thống Nhất Trong Quá Trình Đấu Tranh Cách Mạng", Văn Sử Địa số 9, tháng 8, 1955, pp. 53-64, p. 53 https://app.box.com/s/g3ckfkb066jbrejdw4o5x-uakzzma8xpk

phải được biết, hay phải được giải thích, về câu "Phan Lâm mãi quốc, triều đình khí dân" và câu chuyện chung quanh nó.

Và sự che giấu cố ý nói trên của ông Trần Huy Liệu, cùng với việc chính ông ta là người đã giới thiệu câu "Phan Lâm mãi quốc, triều đình khí dân" lần đầu tiên, khiến cho bất cứ một người đọc bình thường nào cũng phải đặt một câu hỏi, rằng **phải chăng câu "Phan Lâm mãi quốc, triều đình khí dân" chính là một sản phẩm được tạo ra bởi ông Trần Huy Liệu?**

Phải chăng vì cần viết lại lịch sử cho thích hợp với nhu cầu chính trị đương thời, cho nên ông Viện Trưởng Viện Sử Học Trần Huy Liệu đã phải **tạo ra một câu chuyện mới về lịch sử Việt Nam ở thế kỷ 19, rồi phải tạo ra một bằng chứng tiếp theo để chứng minh cho câu chuyện đó?** Cho nên ông Viện Trưởng đã chế tạo ra câu "Phan Lâm mãi quốc, triều đình khí dân" và câu chuyện chung quanh nó, để thực hiện được những mục tiêu này?

CHƯƠNG XIV

MỤC ĐÍCH CHO SỰ RA ĐỜI CỦA CÂU "PHAN LÂM MÃI QUỐC TRIỀU ĐÌNH KHÍ DÂN" VÀ AI LÀ TÁC GIẢ

Trong hai chương XII và XIII, người viết đã cho thấy **sự cố ý vi phạm** các nguyên tắc sử học sơ đẳng cũng như **sự cố tình im lặng** che giấu những điều bất hợp lý trong câu "Phan Lâm mãi quốc, triều đình khí dân" của ông Trần Huy Liệu. Mặc dù chính ông ta là người đã giới thiệu và sử dụng câu "Phan Lâm mãi quốc, triều đình khí dân" trong nhiều năm trời để lên án "bán nước" cho Phan Thanh Giản.

Những sự cố ý rất rõ rệt này trong suốt mấy mươi năm trời khiến cho người đọc phải thắc mắc rằng tại sao ông Trần Huy Liệu lại làm như vậy. Hay nói cách khác, **mục đích của ông Trần Huy Liệu là gì, khi ông cố tình phạm vào những lỗi lầm mà chính ông đã từng cảnh cáo người khác là không nên mắc phải, và khi ông cố tình che giấu những điều mà ông biết rõ là sai?**

Để tìm hiểu mục đích nói trên của ông Viện Trưởng Viện Sử Học Trần Huy Liệu, người viết cần phải đi ngược thời gian và trở lại thời điểm khi hiệp định Genève sắp sửa được ký kết để chia cắt nước Việt Nam thành hai miền Nam Bắc năm 1954. Đó chính là lúc mà các sử gia miền Bắc, lãnh đạo bởi con chim đầu đàn Trần Huy Liệu, bắt đầu công việc **viết lại lịch sử Việt Nam thời cận đại.**

Và qua hai bài viết quan trọng dưới đây của ông Trần Huy Liệu trong thời gian trên, ta có thể xác định được **lý do và mục đích** của ông ta trong việc viết lại lịch sử - qua cách thức ông Trần Huy Liệu thuật lại câu chuyện lịch sử của thời kỳ Pháp xâm chiếm Việt Nam.

Đó là để giành lấy chính nghĩa cho phe ông ta, cũng như đồng thời hạ nhục phe kia, với mục đích tối hậu là đánh bại phe kia để dành độc quyền cai trị đất nước, dưới chiêu bài chống ngoại xâm và giữ gìn độc lập cho dân tộc.

Quan trọng hơn nữa, cùng lúc với việc xác định mục đích giành lấy chính nghĩa nói trên, qua hai bài viết này ta lại có thể **xác định tác giả của câu "Phan Lâm mãi quốc, triều đình khí dân" là ai**.

Và tác giả của nó không ai khác hơn là ông Trần Huy Liệu, người đã giới thiệu câu "Phan Lâm mãi quốc, triều đình khí dân" với độc giả lần đầu tiên vào năm 1955 , trong bài "Việt Nam Thống Nhất Trong Quá Trình Đấu Tranh Cách Mạng" trên số 9 tờ Văn Sử Địa.

Hai bài viết được dẫn dưới đây của ông Trần Huy Liệu sẽ cho ta thấy quá trình cấu tạo nên câu "Phan Lâm mãi quốc, triều đình khí dân" và câu chuyện chung quanh nó, bởi chính tác giả Trần Huy Liệu.

A. Chiến – "Đi Sâu Vào Cách Mạng Việt Nam", Tập San Nghiên Cứu Sử Địa Văn Số 1, Tháng 6, 1954

Sau trận Điện Biên Phủ và trước khi hiệp định Genève được ký kết vào tháng 7 năm 1954, một cơ quan mới được thành lập và có tên là Ban Nghiên Cứu Văn Học, Lịch Sử, Địa Lý (hay còn được gọi là Ban Nghiên Cứu Sử Địa Văn)[134] của chính phủ Việt Nam Dân Chủ Cộng Hòa, cho ra mắt tờ Tập San Nghiên Cứu Sử Địa Văn số 1, vào tháng 6 năm 1954, và với chủ đề là "Khoa Học Lịch Sử Và Công Tác Cách Mạng". Ban Nghiên Cứu Sử Địa Văn nói trên đã được thành lập vào tháng 12 năm 1953 và được lãnh đạo bởi ông trưởng ban Trần Huy Liệu ngay từ thời gian đó.

Và trong số báo đầu tiên của tờ tập san chuyên về lịch sử của miền Bắc nói trên, bài văn nghị luận trước nhất của nó là một bài viết có tựa đề "Đi Sâu Vào Cách Mạng Việt Nam". Điều đáng chú ý là tác giả của bài viết quan trọng này lại có một bút hiệu rất ngắn gọn độc đáo, là **"Chiến"** (tức không "hòa"?).

---

(134) Ban Nghiên Cứu Văn Học, Lịch Sử, Địa Lý https://vi.wikipedia.org/wiki/Ban_ng-hi%C3%AAn_c%E1%BB%A9u_V%C4%83n_h%E1%BB%8Dc_-_L%E1%BB%8B-ch_s%E1%BB%AD_-_%C4%90%E1%BB%8Ba_l%C3%BD

Tuy vậy, điều dễ dàng nhận thấy là tác giả "Chiến" nói trên có một văn phong, cách dùng chữ và cách lý luận giống y hệt như ông Trần Huy Liệu. Và quan trọng nhất, tác giả "Chiến" đã viết một đoạn văn trong bài viết này với đầy đủ những yếu tố và ý tưởng cho câu "Phan Lâm mãi quốc triều đình khí dân" mà ta sẽ thấy rất nhiều lần sau đó, trong các bài viết của chính ông Trần Huy Liệu. Đoạn văn đó trình bày như sau:

*"**1. Cần gắn liền cuộc cách mạng hiện nay với lịch sử cách mạng cận đại từ một trăm năm gần đây***

*Trước hết, chúng ta phải nhận rằng: khi nói đến cách mạng Việt-nam, người ta không thể tách riêng cuộc cách mạng tháng Tám với những cuộc tranh đấu từ hơn tám mươi năm về trước và cuộc kháng chiến hiện nay. Vì trong một giai đoạn lịch sử nhất định, **cách mạng tháng Tám là kết quả của một quá trình khởi nghĩa từ hồi Pháp thuộc và cuộc kháng chiến hiện nay là kế tục và hoàn thành cuộc cách mạng tháng Tám**. Trước khi thực dân Pháp đánh chiếm nước ta, mối quan hệ sản xuất giữa phong kiến và nông dân đã gây nhiều mâu thuẫn. Những cuộc nổi dậy của nông dân bị thất bại vì xã hội chưa có một sức sinh sản mới, một giai cấp tiền tiến để lãnh đạo cách mạng cho tới thành công. Tới khi tiếng súng xâm lược đầu tiên của thực dân Pháp nổ ra ở Đà-nẵng **thì mâu thuẫn giữa nông dân và phong kiến** phải nhường chỗ cho một mâu thuẫn chủ yếu khác là mâu thuẫn giữa dân tộc với giặc ngoại xâm (Cố nhiên là mâu thuẫn dưới; **về căn bản cũng vẫn là mâu thuẫn giai cấp**). Rồi lúc đầu, chúng ta thấy những người nào đã đứng ra chống ngoại xâm? Sau khi bọn phong kiến tại triều đã đầu hàng. Những văn thân thổ hào ở các nơi nổi dậy chống Pháp vì những đặc quyền đặc lợi hàng nghìn năm của họ đã bị rung động và chuyển sang tay ngoại địch. Những khẩu hiệu "Bình-tây", "**Cần-vương**", "**Sát-tả**" nêu ra rất thích hợp với nguyện vọng của một giai cấp thống trị vừa bị sô (sic) ngã, muốn trừ giặc ngoài để khôi phục chế độ cũ. Chúng ta không thể đòi hỏi một giai cấp lãnh đạo nào khác hơn giai cấp phong kiến bấy giờ. Nhưng lực lượng nghĩa quân chống Pháp hồi ấy vẫn là **lực lượng nông dân**. Nông dân bị cướp ruộng đất, bị lưu ly thất tán đã ủng hộ các lãnh* *tụ khởi nghĩa chống giặc giữ nước.* **Nông dân Gia-định, Chợ-lớn, Gò-công do Trương-công Định làm đầu, đã viết trên lá cờ khởi nghĩa kể tội bọn vua quan triều đình bán nước bỏ dân...**

Nhưng mâu thuẫn giữa đế quốc và phong kiến ở thuộc địa là mâu thuẫn tạm thời, có thể hòa giải. Chỉ có **mâu thuẫn giữa đế quốc và nhân dân thuộc địa mới là mâu thuẫn sâu sắc,** *không đội trời chung. Vì vậy, sau một hồi chống đánh yếu ớt,* **một bộ phận phong kiến đã quay ra đầu hàng, trở lại làm tay sai cho giặc.** *Về phần tư bản Pháp, mặc dầu đã làm cách mạng đánh đổ phong kiến chính quốc, nhưng một khi sang thuộc địa, chúng lại cần dựa vào phong kiến, hòa lẫn hình thức bóc lột của tư bản để kiếm được lợi nhuận và dùng bộ máy phong kiến để đàn áp nhân dân.* **Thế là đế quốc và phong kiến trở nên câu kết, một dây một buộc ai giằng cho ra.** *"...*

2. Vai trò vĩ đại của Đảng Lao động Việt-nam

Nghiên cứu cách mạng Việt-nam, nếu chúng ta không đi sâu vào lịch sử cách mạng Việt-nam thì sẽ không nắm được qui luật tiến triển của nó. Trong quá trình cách mạng một trăm năm gần đây, tính chất cách mạng cũng như đối tượng cách mạng đã thay đổi theo từng giai đoạn, vai trò lãnh đạo đã qua tay từ giai cấp này đến giai cấp khác, cho đến cả chiến lược, sách lược cũng tùy theo việc bố trí lực lượng, hoàn cảnh xã hội mà thay đổi. Tất cả những thay đổi ấy đều toát ra từ thay đổi của lực lượng sản xuất , quan hệ sản xuất của phân hóa xã hội. Tất cả những thay đổi ấy đều liên quan với nhau theo một đường lối nhất định. Chúng ta không thể đòi hỏi Đảng Cộng sản xuất hiện từ đầu thế kỷ thứ 20. Chúng ta cũng không thể đòi hỏi những tập đoàn Văn thân phải làm cái nhiệm vụ của cuộc tư sản dân chủ cách mạng. **Tuy vậy, nó vẫn nối tiếp nhau, bắc cầu cho nhau, theo một quá trình tất nhiên của lịch sử...**

25-5-1954

Chiến "[135]

---

(135) Chiến, "Đi Sâu Vào Cách Mạng Việt Nam", Sử Địa Văn Số 1, 1954, pp. 8-13, 8-9. https://app.box.com/s/au92tng8nd9i857aznbvr1pvfypbioqc

Như vậy, trong bài nghị luận đầu tiên trên số báo khởi đầu của tờ tập san chuyên về lịch sử này (mà tác giả "Chiến" đã cẩn thận đề ngày viết là 25 tháng 5 năm 1954), tác giả "Chiến" đã khẳng định rằng cuộc chiến chống Pháp mà "chúng ta" đang theo đuổi hiện thời là sự kế tục và kết quả của những cuộc kháng chiến chống Pháp từ hơn tám mươi năm trước, khi Pháp bắt đầu xâm chiếm Việt Nam.

Kế đến, tác giả "Chiến" vẽ ra một hình ảnh về thời cuộc tại Nam Kỳ trong thời gian này. Theo đó, có hai phe đối nghịch trong xã hội Việt Nam khi quân Pháp vừa mới đến: phe "nông dân" và phe "phong kiến". Hai phe này vốn đã có sẵn một sự "mâu thuẫn giai cấp" từ bao nhiêu năm trước. Nhưng khi quân Pháp xâm lăng Việt Nam thì thì sự mâu thuẫn này đã được phe "nông dân" gác qua một bên, do họ đã vì sự độc lập của dân tộc mà sát cánh đánh Pháp cùng với phe phong kiến. Và những "nông dân" này mới chính là lực lượng chủ yếu của "nghĩa quân". Trong khi ấy, phe "phong kiến" thì thời gian đầu còn chống Pháp một cách "yếu ớt', nhưng rồi sau đó lại phản bội phe nông dân để quay ra đầu hàng và chấp nhận làm "tay sai" cho Pháp. Rồi do sự cần dùng những tay sai bản xứ để "bóc lột" và để "đàn áp nhân dân", thực dân Pháp đã câu kết và vào chung phe với lực lượng "phong kiến" nói trên. Cho nên cả hai nhóm này tạo nên một liên minh bền vững *một dây một buộc ai giằng cho ra"*, theo sự nhận xét của tác giả "Chiến".

Và như vậy, tác giả "Chiến" đã mô tả cuộc chiến Việt-Pháp vào thế kỷ 19 với một cái nhìn cực kỳ đơn giản và rất ư là tiện lợi cho chủ nghĩa và chính phủ của ông ta. Đó là việc ông ta chia ra hai phe rõ rệt: chính và tà, ta và địch. Theo đó, phe "chính nghĩa" được lãnh đạo bởi giai cấp "nông dân" và đã rộng lượng bỏ qua hiềm khích với giai cấp phong kiến từ bao đời nay để cùng nhau chống thực dân và bảo vệ độc lập cho đất nước. Thế nhưng giai cấp "phong kiến" dù được giai cấp "nông dân" ủng hộ như vậy, lại quay ra đầu hàng và chấp nhận làm tay sai cho Pháp.

Rồi như tác giả "Chiến" đã khẳng định ngay từ đầu bài viết, thì cuộc Cách Mạng Tháng Tám mới đây dưới sự lãnh đạo của Đảng Lao Động Việt Nam và tiền thân của nó là Đảng Cộng Sản Đông

Dương chính là **"kết quả"** của những cuộc kháng chiến "nông dân" có chính nghĩa này. Do đó, tác giả "Chiến" đã **tự nhận rằng đảng của ông ta đang tiếp tục cuộc chiến chính nghĩa ấy** để chống lại bọn thực dân "đế quốc" Pháp và bọn "phong kiến" tay sai đang "câu kết" với nhau hiện thời.

Và khi đưa ra thí dụ điển hình cho những "lực lượng nông dân" có chính nghĩa nói trên, tác giả "Chiến" đã nhắc đến lực lượng của Trương Định đầu tiên. Theo đó, tác giả "Chiến" đã cố tình miêu tả và muốn cho người đọc phải chấp nhận rằng lực lượng Trương Định là một lực lượng của "nông dân". Cho nên không những ở Gò Công, Gia Định, mà đến cả... Chợ Lớn, những "nông dân" nói trên vì bị *"cướp ruộng đất"* nên đã ủng hộ kháng chiến để *"chống giặc giữ nước"*.

Đáng chú ý nhất là theo tác giả "Chiến" thì chính những người "nông dân Gia-định, Chợ-lớn, Gò-công" đó, *"do Trương-công Định làm đầu, đã viết trên lá cờ khởi nghĩa kể tội bọn vua quan triều đình bán nước bỏ dân"*.

Mặc dù tác giả "Chiến" không nói rằng họ đã viết bao nhiêu chữ và những chữ đó là gì, nhưng hànhđộng *"viết trên lá cờ khởi nghĩa"* của họ thì rất cụ thể, và nội dung của những điều họ viết thì rất rõ ràng. Đó là kể tội bọn *"vua quan triều đình bán nước bỏ dân"*.

Ở đây, các bạn đọc có thể dễ dàng nhận ra ngay lập tức rằng những dòng chữ trên chính là **tiền thân** của câu **"Phan Lâm mãi quốc, triều đình khí dân"** sau này.

Và cũng dễ dàng nhận ra rằng **câu chuyện chung quanh nó giống hệt như câu chuyện đã được ông Trần Huy Liệu thuật lại khi giới thiệu câu "Phan Lâm mãi quốc, triều đình khí dân" lần đầu vào năm 1955** trên số 9 tờ Văn Sử Địa và tiếp theo trong phiên tòa xử án Phan Thanh Giản vào năm 1963 trên tờ Nghiên Cứu Lịch Sử.

Bởi với đoạn văn trên đây thì rõ ràng là ngay từ năm 1954 tác giả "Chiến" đã thuật lại câu chuyện lịch sử tại Nam Kỳ vào thế kỷ 19 giống y như ông Trần Huy Liệu đã làm sau này. Đó là chia ra hai phe chính tà khi Pháp đánh Việt Nam. Đó là phe nhân dân/nông dân/ nghĩa quân Trương Định đã "kể tội" bọn *"vua quan triều đình bán nước bỏ dân"* với hành động *"đầu hàng"* giặc và *"câu kết"* với giặc của bọn này.

Để rồi chỉ một năm sau thì không mấy ngạc nhiên là chính ông Trần Huy Liệu đã kể ra một câu chuyện giống hệt như vậy, với những chữ y khuôn như vậy. Chỉ khác ở chỗ là câu "Phan Lâm mãi quốc, triều đình khí dân" lúc này đã được ông Trần Huy Liệu đem ra sử dụng, để thay thế cho bọn *"vua quan triều đình bán nước bỏ dân"* của tác giả "Chiến" một năm trước đó.

Xin nhắc lại, ông Trần Huy Liệu chính là người đã đem câu "Phan Lâm mãi quốc, triều đình khí dân" ra giới thiệu lần đầu tiên với độc giả miền Bắc trong một bài viết có tựa đề "Việt Nam Thống Nhất Trong Quá Trình Đấu Tranh Cách Mạng" trên số 9 của tờ Văn Sử Địa vào năm 1955 như sau:

"Nhưng nghĩa quân Gò-công, có cả đại biểu của nghĩa quân Tân-an, nhất định giữ Trương lại và cử Trương làm Bình Tây nguyên soái, chiến đấu với giặc. Lá cờ khởi nghĩa với Tám chữ đề: "Phan Lâm mãi quốc, triều đình khí dân" ((Chú thích 3) Nghĩa là: **họ Phan họ Lâm bán nước, triều đình bỏ dân**) *đã nói lên lòng công phẫn của nhân dân đối với lũ thực dân cướp nước và bọn phong kiến cắt đất đầu hàng..."*

Rồi tới năm 1963, trong bài viết cuối cùng trong phiên tòa đấu tố trên tờ Nghiên Cứu Lịch Sử để tuyên án "bán nước" cho Phan Thanh Giản thì ông Trần Huy Liệu viết rằng:

"Chưa nói đến bản án lịch sử muôn đời; dư luận nhân dân đương thời biểu hiện trong **tám chữ đề cờ** *của dân quân Tân-an Gò-công mà thủ lĩnh là Trương-Định cũng đã rõ ràng lắm. Nó kết án giai cấp phong kiến mà đại diện là triều đình Huế đã "bỏ dân" và kẻ trực tiếp phụ trách là Phan-thanh-Giản, Lâm-duy-Hiệp đã ký nhượng đất nước cho giặc. Dư luận nhân dân rất sáng suốt cũng như bản án rất công minh. Nếu vị 'trạng sư' nào còn muốn bào chữa cho một bị cáo đã bị bắt quả tang từ non một trăm năm trước thì chỉ là tốn công vô ích!"*

Tóm lại, câu chuyện, hay bức tranh lịch sử của thế kỷ 19 tại Nam Kỳ, đã được tác giả "Chiến" vẽ ra lần đầu vào năm 1954. Rồi sau đó câu chuyện này đã được ông Trần Huy Liệu cũng như các sử gia miền Bắc lặp lại y khuôn – câu chuyện về hai phe đối nghịch với một lằn ranh phân cách rõ rệt dựa trên sự mâu thuẫn giai cấp và lập trường dân tộc.

Và ở cả ba thời điểm nói trên, 1954, 1955, và 1963, thì câu chuyện nói trên lúc nào cũng vẫn giống hệt như nhau: Đó là lúc Pháp đánh Nam Kỳ thì cục diện đã tạo thành hai phe chính tà rõ rệt, và phe chính nghĩa nông dân của Trương Định đã **viết lên lá cờ khởi nghĩa** của mình **những lời kể tội phe phong kiến đã đầu hàng giặc**.

Chỉ có một điểm khác nhau là những chữ được sử dụng trong câu chuyện đã được thay đổi cho phù hợp với tình hình. Như năm 1954 thì tác giả "Chiến" cho rằng các *"nông dân"* do "Trương-công Định làm đầu" đã "kể tội" các *"vua quan triều đình bán nước bỏ dân"*. Rồi năm 1955 và năm 1963 thì *"nông dân"* đã thành *"nghĩa quân"*, sự *"kể tội"* biến thành *"bản án lịch sử muôn đời"*, còn ***"vua quan triều đình bán nước bỏ dân"*** thì được thay thế bởi câu tám chữ ***"Phan Lâm mãi quốc, triều đình khí dân"***.

Rất dễ dàng để nhận thấy rằng trong đoạn văn trên của tác giả Chiến vào năm 1954 đã có sẵn những chữ ***"bán nước"*** (mãi quốc), ***"bỏ dân"*** (khí dân), và ***"triều đình"***. Để cho trong một thời gian ngắn sau đó thì ông Trần Huy Liệu chỉ cần đưa *"Phan Lâm"* vào thế cho *"vua quan"* và chuyển dịch *"bán nước"* với *"bỏ dân"* ra chữ Hán Việt, là hoàn tất câu "Phan Lâm mãi quốc, triều đình khí dân" như đã thấy.

Để lặp lại, từ bài viết nghị luận đầu tiên trên số 1 của tờ Sử Địa Văn vào năm 1954, tác giả "Chiến" đã vẽ ra một bức tranh và vạch ra rõ ràng ranh giới cũng như **sự mâu thuẫn giữa hai phe "nông dân" và "phong kiến"** trong lịch sử cận đại Việt Nam thế kỷ 19. Theo đó, lực lượng chính nghĩa của giai cấp nông dân được lãnh đạo bởi một vị anh hùng là Trương (Công) Định. Còn lực lượng phong kiến được lãnh đạo bởi *"bọn vua quan"*. Nhưng rồi *"bọn vua quan"* này sẽ sớm nhường chỗ cho *"Phan Lâm"*, và Phan Thanh Giản sẽ được đưa ra để làm khuôn mặt đại diện cho lực lượng phong kiến phản động, như là một hình ảnh phản diện đối nghịch với anh hùng Trương Định.

Khi vẽ ra bức tranh lịch sử nói trên vào năm 1954, tác giả "Chiến" muốn cho người đọc thấy rằng lực lượng Việt Minh và Đảng Lao Động của ông ta chính là những người tiếp nối cuộc kháng chiến chống Pháp của phe chính nghĩa, và cũng là những người đại diện cho giai cấp nông dân chống lại sự câu kết *"một dây một buộc ai giằng cho ra"* của bọn thực dân và phong kiến tay sai - một sự câu kết mà đã được hình thành và tiếp tục từ đó đến nay.

Và như vậy, tác giả "Chiến" đã tạo ra một câu chuyện lịch sử chung quanh câu "Phan Lâm mãi quốc, triều đình khí dân" với **mục đích là để giành lấy chính nghĩa** về phía mình, trong khi gán ghép cho phía bên kia là bọn "phong kiến" đã toa rập với bọn "thực dân" và "đế quốc".

Điều cần nói là tác giả "Chiến" nói trên chắc chắn chỉ là một bút hiệu tạm thời để bày tỏ thái độ chính trị của một nhân vật có vai vế rất lớn trong tờ Sử Địa Văn. Vì bài viết này là bài văn nghị luận chính trị đầu tiên trong số báo đầu tiên của tờ Tập San đó. Và nó chiếm một chỗ trang trọng ở đầu tờ báo, chỗ mà thường chỉ dành cho vị Tổng Biên Tập hay Chủ Nhiệm là ông Trần Huy Liệu.

Bên cạnh đó, tưởng cũng cần ghi nhận thêm rằng ông Trần Huy Liệu có một người con trai tên là Trần Trường Chiến sinh năm 1951, mà sau này là nhà văn có bút hiệu Trần Chiến. Nhà văn Trần Chiến cũng là tác giả của cuốn "Cõi Người", một cuốn sách về cuộc đời của ông Trần Huy Liệu, mà người viết sẽ giới thiệu với bạn đọc trong một chương sau.[136]

Như vậy, người viết đã đưa ra những yếu tố trên đây nhằm mục đích để xác định rằng có phải tác giả với bút hiệu "Chiến" cũng chính là ông Trần Huy Liệu hay không. Nhưng thật tình mà nói thì

---

(136) Trần Chiến, "Cõi Người - Chân Dung Trần Huy Liệu", Nhà Xuất Bản Trẻ, TPHCM 2007.   http://thuvienquangbinh.gov.vn:81/bitstream/11744.23/1387/3/TRAN%20HUY%20 LIEU%20-%20COI%20DOI%20.pdf?fbclid=IwAR0BBsuTw604-PxuQ8wuLBcC8ISRcxptu- 0vzb-6iqtaLPkU3KCV9haDIFdk

không mấy khó khăn để nhận ra rằng tác giả mang tên "Chiến" nói trên không phải là ai khác hơn, bởi cách hành văn và những lý luận của ông ta giống y hệt như, ông Trần Huy Liệu. Và ông Trần Huy Liệu thì đã quá nổi danh với việc sử dụng rất nhiều bút hiệu. Đến mức sau khi ông chết thì tòa soạn tờ Nghiên Cứu Lịch Sử đã phải kêu gọi độc giả giúp cho, nếu họ biết thêm về những bút hiệu khác của "người anh cả" này.

B. Trần Huy Liệu - "Vấn Đề Phân Định Giai Đoạn Lịch Sử Cận Đại Việt Nam", Tập San Văn Sử Địa, Số 8, Tháng 7, 1955

Như đã nói trên, tiền thân của tờ Nghiên Cứu Lịch Sử là một tờ tập san có tên gọi Sử Địa Văn lúc mới thành lập. Nhưng sau khi ra được hai số thì tờ Sử Địa Văn này được đổi tên thành Tập San Văn Sử Địa, từ số thứ 3, cho dù lúc nào nó cũng vẫn ở dưới sự điều hành của ông Trần Huy Liệu trong vai trò trưởng ban.

Và đến số 8 của tờ Văn Sử Địa thì ông Trần Huy Liệu đã viết một bài với tựa đề "Vấn Đề Phân Định Giai Đoạn Lịch Sử Cận Đại Việt Nam" để cắt nghĩa rõ ràng hơn về những "mâu thuẫn" trong xã hội Việt Nam trước và sau khi Pháp tới. Đây **chính là đề tài mà tác giả "Chiến" đã bàn đến vào năm trước** trong số 1 Sử Địa Văn.

Trong bài viết này, lý luận của ông Trần Huy Liệu **giống y hệt** như tác giả "Chiến" một năm trước đó. Hơn nữa, trong bài này ông Trần Huy Liệu còn giải thích thêm những điểm mà tác giả "Chiến" trước kia đã bỏ lửng, về lý do tại sao sự mâu thuẫn giữa dân tộc và đế quốc về căn bản vẫn là mâu thuẫn giai cấp.

Để nhắc lại, năm 1954 tác giả "Chiến" viết rằng:

*"Tới khi tiếng súng xâm lược đầu tiên của thực dân Pháp nổ ra ở Đà-nẵng thì mâu thuẫn giữa nông dân và phong kiến phải nhường chỗ cho một **mâu thuẫn chủ yếu** khác là mâu thuẫn giữa dân tộc với giặc ngoại xâm (Cố nhiên là mâu thuẫn dưới; **về căn bản cũng vẫn là mâu thuẫn giai cấp)...*"

Và đến năm 1955 thì ông Trần Huy Liệu cảm thấy cần phải giải thích rõ ràng thêm về những "mâu thuẫn" do tác giả "Chiến" đã nêu lên trước đó, như sau:

*"... Như chúng ta đã biết, trước khi thực dân Pháp đánh chiếm Việt-nam, xã hội Việt-nam là một xã hội phong kiến... trong giai đoạn này, mâu thuẫn chủ yếu vẫn chỉ là giữa phong kiến và nông dân. Nó biểu hiện ra bằng những cuộc nông dân khởi nghĩa thường xuyên, làm rung động cả hệ thống phong kiến. Nhưng rồi chủ nghĩa tư bản từ châu Âu tràn sang, thực dân Pháp đánh chiếm Việt-nam, nước Việt-nam trở nên một thuộc địa. Do đó, mâu thuẫn giữa đế quốc và dân tộc trở nên chủ yếu. **Còn mâu thuẫn giữa nông dân với phong kiến mặc dầu gay gắt vẫn phải phụ thuộc vào mâu thuẫn chủ yếu**...*

Nhưng trong khi phân tích về đấu tranh giai cấp và mâu thuẫn chủ yếu, chúng ta không quên mâu thuẫn giữa dân tộc và đế quốc, về thực chất của nó, vẫn là mâu thuẫn giai cấp, hay nói rõ hơn, mâu thuẫn giữa đại đa số trong dân tộc mà chủ yếu là nông dân với bọn tư bản xâm lược câu kết với bọn phong kiến cầm quyền trong nước...

*Kiểm điểm lịch sử cận đại Việt-nam, trong giai đoạn thứ nhất, ngay từ đầu, triều đình Huế đã cắt dâng lục tỉnh Nam-kỳ cho giặc, đã ngăn trở cuộc khởi nghĩa của dân quân Gò-công, do Trương Định làm đầu, cùng nhiều cuộc khởi nghĩa khác... Việt-nam ta thì nước bị mất hẳn, triều-đình Huế chỉ còn làn (sic) một công cụ bù nhìn của thực dân Pháp. Vì vậy, **trong mâu thuẫn giai cấp, mâu thuẫn chủ yếu** càng rõ rệt là **giữa dân tộc Việt-nam với bọn tay sai của chúng là bọn phong kiến đầu hàng**"*[137]

Như vậy, với đoạn văn trên đây, **không khó khăn lắm để nhận ra ông Trần Huy Liệu với tác giả "Chiến" chỉ là một người.**

Bởi có lẽ vì bài viết dưới bút hiệu "Chiến" năm 1954 để giảng giải về những "mâu thuẫn" trong xã hội Việt Nam trên hai phương diện giai cấp và dân tộc chưa được rõ lắm, cho nên đến năm 1955 thì ông Trần Huy Liệu đã phải cắt nghĩa thêm cho rõ hơn. Nhưng cả hai bài viết nói trên đều chú trọng vào việc miêu tả xã hội Việt Nam trong thời gian 1860 như là một cuộc chiến đấu giữa hai phe

---

(137) Trần Huy Liệu, "Vấn Đề Phân Định Giai Đoạn Lịch Sử Cận Đại Việt Nam", Tập San Văn Sử Địa Số 8, tháng 7, 1955, pp. 6-17, pp. 10-12. https://app.box.com/s/dxwkvw3jeh-7fw3kyy1rdci6svq8w0w9z

chính tà, giữa một bên là "nông dân" hay "dân tộc" và bên kia là thực dân "câu kết" với phong kiến. Nghĩa là sự diễn giải theo kiểu này tiện lợi cả đôi bề, vì **vừa có cả lập trường dân tộc lẫn lập trường giai cấp.**

Như vậy, chẳng những là hai bài viết nói trên đều có **lý luận giống nhau,** rằng có đến hai sự "mâu thuẫn" giữa hai phe chính tà tại Việt Nam vào thế kỷ 19, mà bài viết sau của ông Trần Huy Liệu còn **bổ túc và giải thích** cho bài viết trước của tác giả "Chiến". Hơn nữa, cả hai bài viết nói trên đều chiếm ngự vị trí trang trọng nhất trong hai số báo của tập san Văn Sử Địa. Đó là ở đầu tờ báo, nơi thường chỉ dành riêng cho bài viết của vị chủ nhiệm/tổng biên tập. Và như đã nói, điều này chứng tỏ rằng tác giả "Chiến" là một nhân vật quan trọng ngang hàng với ông Trần Huy Liệu. Hay chính xác hơn, "Chiến" chính là một bút hiệu của ông Trần Huy Liệu.

Nhưng ngoài ra còn có một yếu tố khác nữa để nhận ra rằng cả hai tác giả "Chiến" và Trần Huy Liệu chỉ là một. Đó là **cách dùng chữ** khá đặt biệt của cả hai tác giả này, khi họ nói về lực lượng nghĩa quân mà do Trương Định **"làm đầu",** thay vì lãnh đạo. Tác giả "Chiến" viết là *"Nông dân Gia-định, Chợ-lớn, Gò-công do Trương-công Định làm đầu",* còn ông Trần Huy Liệu thì viết là *"cuộc khởi nghĩa của dân quân Gò-công, do Trương Định làm đầu".*

Và đây là một cách dùng chữ hay một dấu vết rất đặc biệt của ông Trần Huy Liệu. Bởi không chỉ có hai lần nói trên, mà sau đó trong một bài viết về Hoàng Diệu vào năm 1956, ông Trần Huy Liệu lại một lần nữa đem chữ *"làm đầu"* vào trong câu văn khi nói về lực lượng Trương Định:

*"Nghĩa quân Tân-an, Gò-công do Trương Định **làm đầu**, đã chống bọn thực dân cướp nước và bọn phong kiến bán nước bỏ dân (Phan, Lâm mãi quốc, triều đình khí dân), kéo dài cuộc kháng chiến tới ba năm (1862-1864)."*[138]

Tóm lại, theo nhận xét của người viết, chính ông Trần Huy Liệu dưới bút hiệu "Chiến" đã vẽ ra một câu chuyện chung quanh

---

(138) Trần Huy Liệu, "<u>Xung Quanh Cái Chết Của Hoàng Diệu</u>", Tập San Văn Sử Địa Số 16, Tháng 7, 1956, pp. 25-37, 36. https://app.box.com/s/gnztuyr6d4f70zhuot0xngqv6356ed44

tình hình Nam Kỳ vào thời gian Pháp bắt đầu xâm lược Việt Nam ngay từ tháng 6 năm 1954. Theo đó, ông ta cho rằng sự mâu thuẫn giai cấp giữa "nông dân" và "phong kiến" tại Việt Nam đã được nông dân tạm gác qua một bên và đứng chung với lực lượng phong kiến để bảo vệ đất nước, nhưng sau đó thì lực lượng phong kiến lại quay ra đầu hàng và làm tay sai cho Pháp. Do đó, những người "nông dân", lực lượng nòng cốt bảo vệ đất nước, đã lên án giai cấp phong kiến là **"bán nước"**, **"bỏ dân"**, và đã **viết bản án đó lên lá cờ khởi nghĩa của Trương Định**.

Để rồi một năm sau, trong bài viết vào tháng 7 năm 1955 với tên thật, ông Trần Huy Liệu đã giải thích thêm về lý luận này, đặc biệt là lý do tại sao theo ông thì mâu thuẫn giữa nhân dân với đế quốc vẫn là mâu thuẫn giai cấp. **Và đó là vì giai cấp phong kiến Việt Nam đã chọn sự gia nhập phe thực dân tư bản, nên đã bỏ rơi hay phản bội giai cấp nông dân**. Tức là đến đây thì ông Trần Huy Liệu đã hình thành việc chia ra hai phe chính tà rõ rệt, với đầy đủ các nhân vật thuộc hai phe, như đã thấy trong phiên tòa đấu tố Phan Thanh Giản. **Chỉ còn thiếu câu "Phan Lâm mãi quốc, triều đình khí dân" với các nhân vật "Phan Lâm".**

Nghĩa là hai bài viết này, mặc dù được ký hai bút hiệu khác nhau, nhưng đại ý của chúng bổ túc lẫn nhau, và cho thấy rằng đã được viết ra bởi một người duy nhất, là ông Trần Huy Liệu. Và cả hai bài viết nói trên đã dọn đường cho sự xuất hiện lần đầu của chính câu "Phan Lâm mãi quốc, triều đình khí dân" trên giấy tờ, và dưới ngòi bút của ông Trần Huy Liệu, trong bài "Việt Nam Thống Nhất Trong Quá Trình Đấu Tranh Cách Mạng" trên số 9 Văn Sử Địa vào tháng 8 năm 1955. Tức là chỉ một tháng sau bài viết "Vấn Đề Phân Định Giai Đoạn Lịch Sử Cận Đại Việt Nam" nói trên.

Và trong bài viết này, ông Trần Huy Liệu đã chính thức cho trình làng lần đầu câu "Phan Lâm mãi quốc, triều đình khí dân". Nếu như trước đó ông Trần Huy Liệu chỉ mới bắt đầu tạo nên hai phe đối nghịch nhau dựa trên lập trường giai cấp và dân tộc, thì bây giờ ông ta đã kiếm ra được nhân vật đại diện cho phe đối nghịch, là Phan Thanh Giản và Lâm Duy Hiệp.

Hơn nữa, câu chuyện chung quanh "8 chữ đề cờ" nói trên còn được ông Trần Huy Liệu thêu dệt với nhiều tình tiết hơn. Nếu vào năm 1954, dưới bút danh "Chiến", ông Trần Huy Liệu chỉ cho ta biết rằng "nông dân" dưới sự lãnh đạo của Trương Định đã "viết trên lá cờ khởi nghĩa kể tội bọn vua quan triều đình bán nước bỏ dân" - nhưng lại không cho biết rằng họ đã viết chính xác những chữ gì - thì bây giờ ông Trần Huy Liệu đã viết ra luôn nguyên văn tám chữ này bằng chữ Hán Việt trong ngoặc kép, rồi lại còn cẩn thận chú thích ý nghĩa tiếng Việt của chúng là gì (mặc dù không cho biết là lấy nó từ đâu ra).

Do đó, với cả ba bài viết trên tờ Văn Sử Địa vào hai năm 1954 và 1955, ở trước hai thời điểm quan trọng là Hiệp Định Genève và cuộc bầu cử thống nhất đất nước, ông Trần Huy Liệu đã cho thấy lý do tại sao câu "Phan Lâm mãi quốc, triều đình khí dân" và câu chuyện chung quanh nó cần phải được chính ông, trong vai trò lãnh đạo ngành sử học miền Bắc, cho ra đời.

Đó là vì nhu cầu cần phải giành lấy chính nghĩa chống Pháp cho phe ông, cũng như hạ nhục phe địch, bằng cách cho rằng họ là bọn "phong kiến" đã bắt tay với thực dân từ tám mươi năm nay.

Tóm lại, từ một thời gian rất sớm là năm 1954 thì ông Trần Huy Liệu đã chọn Trương Định và lực lượng của ông ta như là những đại diện cho "đồng bào miền Nam" đã anh dũng chống lại bọn thực dân xâm lược câu kết với bọn "phong kiến đầu hàng". Nhưng lúc đó thì ông Trần Huy Liệu vẫn chưa tìm được một đại diện nào cho phe phong kiến để đóng vai trò "câu kết" với thực dân. Ông chỉ nói là nhân dân kể tội *"bọn vua quan triều đình bán nước bỏ dân"* mà thôi.

Rồi đến năm 1955, khi cuộc tổng tuyển cử có vẻ sẽ không thành hình, thì *"Phan Lâm"*, và nhất là Phan Thanh Giản, đã được ông Trần Huy Liệu lựa chọn để lắp vào thế chỗ cho "vua quan", trong lời kết tội *"bọn vua quan triều đình bán nước bỏ dân"*, mà ông với bút hiệu "Chiến" đã viết ra vào năm 1954.

Nhưng tại sao ông Trần Huy Liệu lại chọn *"Phan Lâm"* làm mục tiêu, nhất là Phan Thanh Giản? Câu hỏi này sẽ được trả lời, khi ta đọc lại bài viết ký tên Hải Thu của ông Trần Huy Liệu trong phiên tòa đấu tố Phan Thanh Giản năm 1963 trên tờ Nghiên Cứu Lịch Sử. Và người viết sẽ xem xét bài viết nói trên trong chương XV dưới đây.

CHƯƠNG XV

TẠI SAO PHAN THANH GIẢN LẠI TRỞ THÀNH MỤC TIÊU

Như đã trình bày trong chương XIV, câu "Phan Lâm mãi quốc, triều đình khí dân" đã được ông Trần Huy Liệu chính thức cho trình làng lần đầu trong bài viết "Việt Nam Thống Nhất Trong Quá Trình Đấu Tranh Cách Mạng" trên số 9 của tờ Văn Sử Địa vào năm 1955. Nhưng trước khi giới thiệu câu này trong bài viết nói trên, ông Trần Huy Liệu đã chuẩn bị sẵn sàng cho sự ra đời của nó từ năm 1954, với bài viết ký tên "Chiến" về việc xứ Nam Kỳ bị cắt cho Pháp vào thế kỷ 19.

Rồi sau đó, vào năm 1955 thì ông Trần Huy Liệu mới chính thức giới thiệu nguyên văn câu "Phan Lâm mãi quốc, triều đình khí dân", nhằm minh họa cho câu chuyện lịch sử Nam Kỳ vào thế kỷ 19 mà ông ta đã kể. Và mục đích tối hậu của câu "Phan Lâm mãi quốc, triều đình khí dân", cũng như câu chuyện chung quanh nó, là để giành lấy chính nghĩa cho phe mình, dựa trên lập trường dân tộc và giai cấp. Trong khi đồng thời để hạ nhục kẻ địch là bọn phong kiến đã đầu hàng và câu kết với bọn thực dân đế quốc xâm lược.

Nhưng trong bài viết ký tên "Chiến" thì ông Trần Huy Liệu hoàn toàn không hề chứng minh cho người đọc thấy được sự **"câu kết"** giữa vua quan nhà Nguyễn với thực dân Pháp trong thập niên 1860 như ông kể. Mà ông Trần Huy Liệu chỉ mới vẽ ra được một bức tranh trắng đen với hai bên chính tà, rồi tự nhận phe mình là chính còn phe kia là tà.

Để làm được điều trên, ông Trần Huy Liệu đã không cần đếm xỉa đến sự thật lịch sử, khi ông nhập nhằng lẫn lộn thời gian triều đình Huế không còn quyền lực lúc sau này với thập niên 1860, thời gian mà vua Tự Đức vẫn còn có toàn quyền trên cả nước. Nhưng chỉ khi **nhập nhằng** giữa hai khoảng thời gian khác nhau như vậy thì ông Trần Huy Liệu mới có thể gán ép cho hai lực lượng "phong kiến" với "thực dân" là "câu kết" với nhau trong thập niên 1860 được. Và như vậy thì bức tranh lịch sử của ông mới phân chia ra trắng đen chính tà rõ rệt, dựa trên lập trường giai cấp và chủ nghĩa dân tộc được.

Tuy vậy, sự nhập nhằng của ông Trần Huy Liệu như trên lại là một vấn đề rất lớn. Vì trong thập niên 1860 khi Pháp vừa đánh Việt Nam thì triều đình Huế không hề "câu kết" với thực dân Pháp như ông Trần Huy Liệu muốn người đọc phải thấy như vậy - qua câu chuyện lịch sử của ông ta. Bởi vì như đã thấy, triều đình Huế do thua trận về quân sự nên phải chịu mất ba tỉnh miền Đông rồi ba tỉnh miền Tây cho Pháp. Nhưng lúc nào họ cũng muốn lấy lại Nam Kỳ, bằng cả hai con đường quân sự và ngoại giao, và bằng tất cả mọi giá.

Rồi như người viết đã giải thích trong chương IV, hòa ước 1862 thật sự là một chiến thắng về ngoại giao của nhà Nguyễn, khi họ có thể lấy lại được tỉnh thành lớn nhất miền Tây là Vĩnh Long, mà không phải đánh một trận nào; và cho dù họ đang ở trong một vị thế rất yếu. Nói cách khác, đây là một chiến thắng rực rỡ về ngoại giao không thể chối cãi được của Phan Thanh Giản. Mà như vậy thì rõ ràng là không hề có một sự "câu kết" nào hết giữa hai bên Pháp Việt trong thập niên 1860, nhất là khi mà hai bên phải thương thuyết rồi mới ký kết hòa ước 1862.

Do đó, có thể thấy rằng ông Trần Huy Liệu đã cố gắng vẽ ra một bức tranh lịch sử về hai phe chính tà đối nghịch tại Nam Kỳ vào thế kỷ 19 như trên trong năm 1954, nhưng lúc đó ông ta lại **không có một bằng chứng nào hết cho sự "câu kết" giữa Pháp và triều đình Huế của phe "tà" vào thập niên 1860.** Mà đó là vì lịch sử đã không xảy ra như vậy!

Nhưng rồi đến năm 1955, khi nhận thấy rằng miền Nam không chấp nhận một cuộc tổng tuyển cử, khi cảm thấy rằng cần phải dùng chiến tranh để chiếm miền Nam, khi cho rằng "đế quốc Mỹ" đang bắt đầu thế chỗ cho "thực dân Pháp" ở miền Nam, và khi nhìn thấy một chính phủ miền Nam đã được thành lập, thì sự cần thiết phải liên kết hai thế lực "phản động" này với nhau trong bức tranh lịch sử thế kỷ 19 càng trở nên khẩn cấp hơn cho vị sử gia "anh cả" Trần Huy Liệu.

Cho nên trong năm 1955 thì ông Trần Huy Liệu đã phải đưa ra **một sử liệu hay một bằng chứng** có vẻ khả tín để chứng minh cho sự **"câu kết"** giữa hai thế lực nội địa và ngoại bang vào thập niên 1860, như ông đã từng kể. Để cho tiếp theo đó thì ông Trần Huy Liệu mới có thể so sánh được sự "câu kết" này giữa triều đình Huế và thực dân Pháp với sự "câu kết" hiện thời giữa chính quyền miền Nam và đế quốc Mỹ.

Tức là trong năm 1955 thì ông Trần Huy Liệu cần phải, và đã, hoàn thành bức tranh lịch sử Nam Kỳ vào thế kỷ 19 của ông ta - bằng cách đánh đồng nhà Nguyễn với chính quyền miền Nam trong việc "bán nước bỏ dân" và "đầu hàng" ngoại bang.

A. Vì Phan Thanh Giản Là Người Thực Hiện Sự "Câu Kết" Giữa Phong Kiến Và Thực Dân.

Và để thực hiện việc đánh đồng nói trên, ông Trần Huy Liệu **cần dùng một sự kiện và một nhân vật** cụ thể mà đã thi hành sự "câu kết" hay "đầu hàng" Pháp của triều đình nhà Nguyễn. Do đó, **hòa ước 1862** giữa hai bên Pháp Việt, cũng như người thương thuyết và ký kết nó là hai đại thần **Phan, Lâm,** đã được ông Trần Huy Liệu tuyển chọn.

Đó là vì hai ông Phan, Lâm và đặc biệt Phan Thanh Giản, là một cái đích rõ ràng nhất và dễ nhắm bắn nhất - bởi Phan Thanh Giản là viên quan người Việt có liên hệ nhiều nhất và trực tiếp nhất với người Pháp. Trước hết, chẳng những là người đại diện chính của triều đình Huế để thương thuyết và ký kết hòa ước 1862, mà Phan Thanh Giản còn nhận lãnh thêm trách nhiệm giải giáp các lực lượng kháng chiến ở Gia Định và Định Tường như lực lượng Trương Định. Đồng thời, ông còn phải chứng minh cho người Pháp thấy rằng sở dĩ vẫn chưa giải giáp được các lực lượng kháng chiến này là bởi sự bất tuân vương mệnh của Trương Định.

Do đó, có thể thấy rằng những việc làm nói trên của Phan Thanh Giản đã được thi hành với mục đích **lấy lại Vĩnh Long** cho nhà Nguyễn, theo điều số 11 của hòa ước 1862.

Nhưng ông Trần Huy Liệu cũng như các sử gia của cả hai miền, nhất là miền Bắc, lại không hề nói tới hay thấy được lý do này, mà họ chỉ quy trách nhiệm "làm mất" ba tỉnh miền Đông cho Phan Thanh Giản với việc ký kết hòa ước 1862. Trong khi theo hiện tình thì Pháp đã chiếm hết ba tỉnh đó rồi; và còn chiếm thêm một tỉnh thủ phủ của miền Tây Nam Kỳ nữa là Vĩnh Long, vào năm 1862. Có lẽ do không hề đọc qua bản hòa ước này, hay thậm chí là tôn trọng lịch sử một cách tối thiểu, cho nên ông Trần Huy Liệu đã gọi hòa ước 1862 là một "hàng ước', và người thương thuyết cũng như ký kết nó, Phan Thanh Giản, là đại diện cho sự "đầu hàng", "bán nước" qua việc "cắt đất" của "nhân dân".

Rồi như đã thấy, cũng vì lý do là phải chứng minh với người Pháp rằng bên Việt đã thực hiện điều số 11 để đòi lại Vĩnh Long, nên Phan Thanh Giản đã chuyển giao những thư từ về việc thuyết phục Trương Định cho người Pháp đọc. Trong số đó, có lá thư "tuyên ngôn" của Trương Định bằng tiếng Pháp đã nói đến trong Phần 2. Nhưng ông Trần Huy Liệu đã nắm ngay lấy sự kiện và lá thư này để cho rằng Phan Thanh Giản đã "ba lần", "bốn lượt" dụ dỗ Trương Định đầu hàng, và do đó, đã đi ngược lại "nguyện vọng của nhân dân" hay "yêu cầu của thời đại", là đánh Pháp tới cùng.

Như vậy, có thể thấy rằng **hòa ước 1862** đã được ông Trần Huy Liệu lựa chọn để làm **sự kiện cụ thể** chứng minh cho việc "câu kết" giữa phe phong kiến và thực dân. Còn những người đã ký kết nó là **Phan Thanh Giản** và Lâm Duy Hiệp thì được ông Trần Huy Liệu lựa chọn để làm những **nhân vật cụ thể** chứng minh cho sự "đầu hàng" và "bán nước" cho Pháp của giai cấp phong kiến.

Và như đã thấy, ngay từ năm 1954 thì ông Trần Huy Liệu dưới bút hiệu "Chiến" đã soạn sẵn câu chuyện nghĩa quân nông dân Trương Định kể tội **"bọn vua quan triều đình bán nước bỏ dân"** trên lá cờ khởi nghĩa. Rồi đến **năm 1955, khi cần phải có một bằng chứng cụ thể** để chứng minh cho sự móc ngoặc giữa phong kiến và thực dân như trong bức tranh lịch sử mà ông đã vẽ ra trước đó như trên; thì ông Trần Huy Liệu chỉ cần đem nhân vật "Phan Lâm" vào câu chuyện đã soạn sẵn nói trên thay cho "vua quan", thế là có ngay câu "Phan Lâm mãi quốc, triều đình khí dân".

Tóm lại, Phan Thanh Giản đã được ông Trần Huy Liệu lựa chọn để làm đại diện cho phe "địch", vì Phan Thanh Giản là người của triều đình Huế có **sự liên hệ trực tiếp nhất với Pháp trong việc thương thuyết và ký kết hòa ước 1862**. Ngoài ra, Phan Thanh Giản còn lãnh thêm vai trò giải giáp các lực lượng kháng chiến ở Nam Kỳ sau hòa ước đó. Và những việc làm đó của Phan Thanh Giản, mặc dù đem đến một thắng lợi về ngoại giao cho nhà Nguyễn, lại bị ông Trần Huy Liệu mặc tình thao túng để diễn tả như là những hành động "câu kết', "đầu hàng", hay "bán nước'. Để từ thí dụ cụ thể đó, ông ta có thể nói rộng ra và chứng minh về sự "câu kết" giữa phe phong kiến của triều đình Huế với thực dân Pháp.

Và chính ông Trần Huy Liệu, dưới bút hiệu "Hải Thu", đã giải thích một cách khá tường tận về **sự cần thiết phải có một bằng chứng cụ thể cho sự liên kết giữa hai lực lượng này, qua nhân vật đại diện là "Phan Lâm"**.

Để nhắc lại, ở Chương II, trong một bài viết với tựa đề rất ôn hòa là "Góp Ý Về Phan-thanh-Giản" trong loạt bài đấu tố Phan Thanh Giản vào năm 1963 trên tờ Nghiên Cứu Lịch Sử, tác giả Hải Thu tức Trần Huy Liệu đã đưa ra những lý luận lót đường để chuẩn bị cho bản án xử tội Phan Thanh Giản sau cùng của chính ông ta. Và lập luận của Hải Thu - Trần Huy Liệu trong bài viết này là không thể khoan hồng cho tội bán nước của Phan Thanh Giản, do việc đi ngược lại nguyện vọng nhân dân của Phan Thanh Giản.

Nhưng cũng trong bài viết này, tác giả Hải Thu tức Trần Huy Liệu đã **hé lộ ra lý do tại sao Phan Thanh Giản đã được ông ta lựa chọn làm kẻ thù số 1, và tại sao câu "Phan Lâm mãi quốc, triều đình khí dân" lại là một bằng chứng rất cần thiết để chứng minh cho sự câu kết giữa hai lực lượng phong kiến và thực dân**, như sau:

"Cũng cần nói thêm về khẩu hiệu:
"Phan Lâm mãi quốc, triều đình khí dân".

*Lúc Phan Lâm ký hòa ước 1862, nghĩa quân Trương- Định đang hoạt động mạnh. Phan ba lần dụ Trương-Định theo chủ trương của triều đình mà bãi binh, Phan lại còn làm môi giới 4 lần đưa thư dụ hàng của Pháp cho Trương-Định. Lúc đầu Trương-Định đã muốn nghe theo lời Phan mà bãi binh, nhưng nghĩa quân khuyên Trương ở lại, và tôn Trương làm "Bình Tây đại nguyên soái", tiếp tục kháng chiến với khẩu hiệu: "Phan Lâm mãi quốc, triều đình khí dân". **Khẩu hiệu này chứng tỏ nghĩa quân rất sáng suốt sớm thấy rõ bản chất của Phan Lâm và triều đình nhà Nguyễn, biết gắn liền tội lỗi của Phan Lâm với triều đình một cách chính xác, gọn, cụ thể và đúng mức.** Đó là một lời nguyền rủa, một tiếng thét căm hờn của nhân dân khắp nước ném vào mặt triều đình và bè lũ Phan Lâm."*

Như vậy, ông Trần Huy Liệu dưới bút hiệu Hải Thu đã cho thấy lý do tại sao Phan Thanh Giản lại được ông ta chọn để làm nhân vật đại diện cho phe "địch", và tại sao câu "Phan Lâm mãi quốc, triều đình khí dân" lại rất cần thiết cho câu chuyện lịch sử của ông ta. Đó là vì "tội lỗi" của Phan Thanh Giản cần phải được ***"gắn liền"*** với "tội lỗi" của triều đình Huế. Và "tội lỗi" đó chính là tội "mãi quốc", "khí dân", đã được bộc lộ qua những hành động *ký hòa ước", dụ bãi binh", "đưa thư dụ hàng của Pháp"* cho Trương Định của Phan Thanh Giản.

Nói cách khác, ông Trần Huy Liệu đã cố gắng chứng minh rằng những hành động chung quanh hòa ước 1862 nói trên của Phan Thanh Giản là làm lợi cho Pháp, và là tiêu biểu cho chính sách "đầu hàng" cũng như "bán nước" của triều đình nhà Nguyễn.

Và đó chính là **lý do thứ nhất** cho việc ông Trần Huy Liệu đã chọn Phan Thanh Giản: **sử dụng nhân vật Phan Thanh Giản để chứng minh cho sự câu kết giữa giai cấp phong kiến nhà Nguyễn và thực dân Pháp.**

B. Vì Phan Thanh Giản Và Đường Lối Ngoại Giao Của Ông Đã Thành Công Với Hòa Ước 1862

Nhưng ông Trần Huy Liệu đã chọn Phan Thanh Giản làm nạn nhân không phải chỉ vì Phan Thanh Giản đã đóng vai trò đại diện cho phe phong kiến để ký hòa ước 1862 "bán nước" cho thực dân Pháp mà thôi.

Lý do thứ hai cho sự lựa chọn này là vì Phan Thanh Giản đã **thành công với phương pháp ngoại giao** của ông trong việc thương lượng và thi hành điều số 11 của hòa ước 1862. Để chỉ không đầy một năm sau đó thì Phan Thanh Giản đã lấy lại được tỉnh thành Vĩnh Long cho nhà Nguyễn mà không làm đổ một giọt máu nào của bên mình.

Nhưng chính đường lối ngoại giao thành công này của Phan Thanh Giản đã bị ông Trần Huy Liệu coi là cực kỳ nguy hiểm cho mục tiêu đánh chiếm miền Nam của miền Bắc, khi ông ta dưới bút hiệu Hải Thu trong bài "Góp Ý Về Phan-thanh-Giản" nói trên đã viết tiếp như sau:

*"Hòa ước 1862 thật vô cùng tai hại. Ngoài 12 điều khoản cụ thể phải thi hành một cách nhục nhã, ngoài ý nghĩa phản bội đối với nghĩa quân đương liên tiếp chiến thắng ở ba tỉnh miền Đông Nam-kỳ, **hòa ước còn có mặt vô cùng tai hại về chính trị và tư tưởng đối với từng lớp trung gian và những người do dự hoang mang.** Dưới một triều đại mục nát như triều đại Tự-đức, sau nhiều năm đói khổ và loạn lạc, số người do dự hoang mang trước nạn xâm lăng không phải là ít. Họ cũng yêu nước, không muốn tổ quốc bị xâm lăng, nhưng họ không biết cản trở xâm lăng bằng cách nào; có người sợ gian khổ, có người chán chường, có người nghĩ: thắng giặc chăng nữa cũng chả có gì mới hơn v.v... **Trong cuộc đấu tranh chống xâm lược, vấn đề sống còn là phải tranh thủ, phải củng cố tinh thần cho lớp người hoang mang do dự này, làm họ thấy không có con đường nào khác để bảo vệ tổ quốc ngoài chiến đấu. Nhưng chủ trương chủ hòa của Phan-thanh-Giản và bè lũ mà hòa ước 1862 là một biểu hiện cụ thể lại mở cho họ một ảo tưởng khác: có thể bảo vệ được độc lập bằng cách van xin địch, bằng cách thương lượng, nhượng bộ, bằng những hòa ước theo lối hòa ước 1862. Đấy là một liều thuốc ngủ vô cùng lợi hại, là một chén thuốc độc có khả năng làm tê liệt ý chí chiến đấu của một số người khá đông lúc bấy giờ (số người hoang mang do dự).** Chúng*

ta không lấy làm lạ là lúc ấy giặc Pháp tuyên truyền rất rầm rộ và rộng rãi 12 điều khoản của hòa ước 1862, chúng ta cũng không lấy làm lạ là ngót trăm năm về sau bọn thực dân cáo già còn khen ngợi Phan không tiếc lời.

Cần phải vạch mặt bọn đầu hàng, hiệu triệu đồng bào, cảnh tỉnh quốc dân, dắt họ ra khỏi những ảo tưởng sai lạc, bồi dưỡng quyết tâm chiến đấu, củng cố lực lượng kháng chiến. Khẩu hiệu "Phan Lâm mãi quốc, triều đình khí dân" trên thực tế đã góp phần thực hiện mục đích đó."

Như vậy, ông Trần Huy Liệu tức Hải Thu đã cho ta thấy thêm một lý do nữa vì sao Phan Thanh Giản cần phải bị ông ta lên án. Với những dòng chữ trên, ông Trần Huy Liệu đã lột bỏ tất cả những vỏ bọc của một "sử gia" để hiện nguyên hình là một cán bộ tuyên truyền[139] - khi ông ta vạch rõ **sự cần thiết phải tranh thủ sự ủng hộ của nhân dân miền Nam trong cuộc chiến tranh** đang xảy ra. Để đạt được mục tiêu này, nhiệm vụ của một cán bộ tuyên truyền như ông Trần Huy Liệu là phải đấu tranh tư tưởng bằng cách hạ nhục kẻ địch. Vì vậy, ông ta đã gọi đường lối ngoại giao của Phan Thanh Giản là *"ảo tưởng"*, là *"liều thuốc độc"*.

Nhưng rõ ràng là ông Trần Huy Liệu lại rất sợ rằng những người mà ông gọi là *"do dự hoang mang"* nói trên sẽ đi theo hay đồng ý với con đường ngoại giao của Phan Thanh Giản, mà không chịu theo con đường chủ chiến của phe ông ta. Như đã thấy, ông Trần Huy Liệu gọi đường lối ngoại giao này là *"một liều thuốc ngủ vô cùng lợi hại"*. Do đó, mặc dù lúc nào cũng tuyên bố rằng Phan Thanh Giản đã "đầu hàng", đã "câu kết" với giặc, thật sự thì ông Trần Huy Liệu cũng nhận biết rằng Phan Thanh Giản đã đạt được những kết quả rất khả quan cho nhà Nguyễn qua đường lối ngoại giao. Và ông Trần Huy Liệu cũng thừa biết rằng người dân miền Nam và các cán bộ tập kết từ miền Nam cũng đều biết như vậy.

Tuy nhiên, vì muốn cho những người *"do dự hoang mang"* này phải đi theo con đường chiến đấu cùng với phe chủ chiến của

---

(139) Hay đúng hơn, trong trường hợp này, là ông ta đã đột lốt một độc giả để viết bài "góp ý" dưới bút hiệu Hải Thu.

ông ta, nên ông Trần Huy Liệu đã phải "đánh" Phan Thanh Giản và đường lối ngoại giao này. Và câu "Phan Lâm mãi quốc, triều đình khí dân" là một vũ khí đã giúp cho ông Trần Huy Liệu thực hiện mục đích đó. Bởi khi hạ nhục tàn tệ một vị đại thần xuất xứ từ Nam Kỳ và đã được người miền Nam kính trọng trong bao nhiêu năm trời, bằng một câu vừa sai nghĩa vừa không có xuất xứ như vậy, ông Trần Huy Liệu đã **gửi một thông điệp** rất rõ ràng đến cho những người "do dự hoang mang" nói trên. Là nếu họ không chịu theo đường lối đấu tranh vũ trang của miền Bắc mà lại mong chờ một giải pháp khác, thì sẽ có kết quả giống như Phan Thanh Giản: mang cái án "bán nước", mang tội "đầu hàng" và "câu kết" với giặc.

Trong khi đó, về mặt khác, có thể thấy rằng bên cạnh và đi liền với chủ trương hạ nhục Phan Thanh Giản và đường lối ngoại giao với câu "Phan Lâm mãi quốc, triều đình khí dân" là **sự ngợi khen Trương Định**, một nhân vật chủ chiến ngược lại với Phan Thanh Giản.

Có thể thấy rằng Trương Định là một thí dụ hoàn hảo cho chủ trương đấu tranh vũ trang của miền Bắc, bằng xương máu của người miền Nam. Do đó, "tòa soạn" của tờ Nghiên Cứu Lịch Sử, hay chính ông Trần Huy Liệu, đã viết như sau về Trương Định, trong dịp kỷ niệm 100 năm ngày mất của ông ta:

"Ngày 20 tháng 8 năm 1864, cách đây tròn một thế kỷ, Trương Định, thủ lĩnh nghĩa quân Gò-công Tân-an và vị anh hùng của dân tộc ta đã anh dũng hy sinh trong một trận chiến đấu quyết liệt chống quân thù....

*Cuộc khởi nghĩa của Trương Định, cũng như bao nhiêu cuộc khởi nghĩa khác, đã xác định một dân tộc bị áp bức, bị làm nô lệ, chỉ có thể tự giải phóng cho mình bằng con đường vũ trang khởi nghĩa và nhất định **không thể ôm ảo tưởng "hòa bình"** đối với bọn đế quốc xâm lược.*

Cuộc kỷ niệm 100 năm ngày mất của Trương Định lại nhằm vào lúc đồng bào miền Nam nước ta dưới ngọn cờ của Mặt trận dân tộc giải phóng miền Nam Việt-nam, đương tiến hành cuộc chiến tranh yêu nước chống đế quốc Mỹ và bọn tay sai để giải

phóng miền Nam, tiến tới hòa bình thống nhất đất nước.... Đồng bào miền Nam đương phát huy truyền thống kiên cường bất khuất của nghĩa quân Gò-công Tân-an do Trương Định cầm đầu và đương làm nên những sự nghiệp vĩ đại cứu nước cứu dân mà trước kia nghĩa quân Trương Định chưa làm trọn được. Do đó, cuộc kỷ niệm Trương Định năm nay có một ý nghĩa lịch sử rất trọng đại và đồng bào cả nước, từ Nam chí Bắc, ghi nhớ ngày kỷ niệm này, càng đẩy mạnh thêm cuộc chiến tranh thần thánh của dân tộc, hoàn thành cuộc cách mạng dân tộc và dân chủ trong cả nước. ''[140]

Như vậy, Phan Thanh Giản và đường lối ngoại giao của ông đã bị ông Trần Huy Liệu dứt khoát coi là *"ảo tưởng"*. Hay ít ra đó là những gì mà ông Trần Huy Liệu muốn những *"đồng bào miền Nam"* phải thấy. Đồng thời, một nhân vật đánh Pháp ở Nam Kỳ là Trương Định đã được ông Trần Huy Liệu gọi là *"anh hùng dân tộc"*; và *"sự nghiệp vĩ đại cứu nước cứu dân"* của ông ta ngày nay cần phải được *"đồng bào miền Nam"* trong lực lượng *"Mặt Trận Dân Tộc Giải Phóng Miền Nam Việt Nam"* tiếp tục kế thừa.

Và đó là **lý do thứ hai** tại sao Phan Thanh Giản lại được chọn làm mục tiêu bởi ông Trần Huy Liệu: **vì phương pháp ngoại giao thành công của ông đã đi ngược lại với quyết tâm chủ chiến của miền Bắc.**

C. Vì Phan Thanh Giản Là Một Người Được Nhân Dân Kính Trọng

Sau cùng, cũng vẫn trong bài viết ký tên "Hải Thu", ông Trần Huy Liệu cho thấy thêm một lý do nữa về việc tại sao ông ta đã chọn Phan Thanh Giản để làm mục tiêu cần phải "đánh". Ông Trần Huy Liệu phải nhìn nhận rằng Phan Thanh Giản là một ông quan có uy tín với "nhân dân", vì những đức độ cao đẹp của ông. Và ông Trần Huy Liệu biết rằng những gì Phan Thanh Giản đã làm đều được người dân Nam Kỳ ngưỡng mộ. Nhưng ông Trần Huy Liệu lại rất sợ rằng chính cái uy tín này của Phan Thanh Giản sẽ làm cho

---

(140) Tòa Soạn Nghiên Cứu Lịch Sử, "Kỷ Niệm Một Trăm Năm Ngày Mất Của Trương Định", Nghiên Cứu Lịch Sử số 65, 1964, p. 6 https://nhatbook.com/2020/03/03/tap-san-nghien-cuu-lich-su-so-65-thang-08-1964/

những người dân miền Nam tin tưởng vào đường lối ngoại giao của ông hơn là đường lối chiến tranh của miền Bắc.

Do đó, ông Trần Huy Liệu, ẩn náu dưới bút hiệu Hải Thu, đã nói thẳng ra rằng chính vì cái uy tín hay đức độ này mà Phan Thanh Giản cần phải bị hạ bệ:

*"**Còn đời tư của Phan có nhiều điểm tốt ư?** Thanh liêm, cương trực, ít hách dịch, không trực tiếp làm việc với Pháp ư? Thơ văn của các nhân sĩ đương thời và tài liệu lịch sử có thể cho ta tin được điều đó. **Nhưng oái oăm thay, trên thực tế, điểm này lại có lợi cho địch hơn là lợi cho nhân dân. Do những đức tính đó, Phan được cảm tình của một số sĩ phu đương thời; và từ chỗ cảm tình với Phan, không thể tránh khỏi có người bị tiêm nhiễm nọc độc "chủ hòa" của Phan...***"*[141]

Như vậy, ông Trần Huy Liệu dưới bút hiệu Hải Thu đã cho ta thấy rằng **lý do thứ ba mà Phan Thanh Giản cần phải bị hạ nhục là bởi vì những đức tính của Phan Thanh Giản.**

Và đó là vì ông Trần Huy Liệu không thể nào chối cãi được với một sự thật lịch sử là Phan Thanh Giản đã có uy tín rất lớn với "nhân dân" Nam Kỳ. Nhưng ông Trần Huy Liệu lại rất sợ rằng chính vì cái uy tín đó mà đường lối ngoại giao hay "chủ hòa" của Phan Thanh Giản sẽ có ảnh hưởng sâu đậm đối với "nhân dân" miền Nam ngày nay - khiến cho họ chọn con đường của Phan Thanh Giản thay vì con đường chủ chiến của ông ta và đảng của ông ta. Điều này làm cho Phan Thanh Giản trở nên nguy hiểm bội phần dưới mắt ông Trần Huy Liệu. Và đó là **lý do thứ ba** cho việc tại sao Phan Thanh Giản lại được ông Trần Huy Liệu chọn làm nạn nhân.

Tóm lại, trong một bài viết tại phiên tòa đấu tố Phan Thanh Giản trên tờ Nghiên Cứu Lịch Sử vào năm 1963, dưới bút hiệu Hải Thu, bạn đọc có thể thấy được tất cả ba lý do vì sao ông Trần Huy Liệu đã chọn Phan Thanh Giản để làm mục tiêu tấn công, và đem làm nhân vật chính trong câu "Phan Lâm mãi quốc, triều đình khí dân" vào năm 1955.

---

(141) Ibid, Hải Thu, "Góp Ý Về Phan-thanh-Giản", Nghiên Cứu Lịch Sử số 53, 1963, pp. 48-52, 52.

Trước nhất, đó là vì Phan Thanh Giản đã đích thân thương thuyết và ký kết hòa ước 1862 cũng như thi hành điều số 11 của hòa ước này. Do đó, ông chính là khuôn mặt cần thiết để tạo ra sự liên kết trực tiếp, hay sự "câu kết" giữa triều đình Huế và thực dân Pháp vào thập niên 1860, như ông Trần Huy Liệu đã khẳng định.

Kế đến, đó là vì đường lối ngoại giao của Phan Thanh Giản đã thành công với việc đem lại Vĩnh Long cho nhà Nguyễn mà không làm mất một mạng người Việt nào. Nhưng ông Trần Huy Liệu với quyết tâm "Chiến" thì lại không thể chấp nhận được một sự thành công như vậy. Chính vì lý do đó, những thành quả về ngoại giao của Phan Thanh Giản đã được ông Trần Huy Liệu phù phép cho trở thành những việc làm "đầu hàng" và "bán nước".

Sau cùng, đó là vì Phan Thanh Giản là một vị quan đức độ và có uy tín sâu rộng trong nhân dân Nam Kỳ. Mà uy tín này có thể làm cho người dân miền Nam hiện thời tin tưởng rằng đường lối ngoại giao của ông là đúng. Do đó, những đức tính này của Phan Thanh Giản sẽ *"làm lợi cho địch"*, hay nói cách khác là làm hại cho "nhân dân", tức hại cho đường lối chiến tranh của phe ông Trần Huy Liệu.

Chính vì những lý do kể trên, Phan Thanh Giản đã được ông Trần Huy Liệu tuyển chọn để làm kẻ địch số một cần phải tiêu diệt. Và tiếp theo đó, ông ta đưa Phan Thanh Giản vào làm nhân vật chủ chốt hay kẻ tội phạm đứng đầu sổ trong câu "Phan Lâm mãi quốc, triều đình khí dân" mà đã do chính ông ta chế tạo ra. Đây là một việc làm cần thiết cho mục tiêu tối hậu của ông Trần Huy Liệu: giành lấy chính nghĩa và sự ủng hộ của người dân miền Nam cho đường lối chủ chiến của phe ông ta ở miền Bắc, trong cuộc chiến tranh đang diễn ra tại miền Nam.

CHƯƠNG XVI

ẢNH HƯỞNG CỦA PHAN BỘI CHÂU: TUYÊN TRUYỀN TỘI TRẠNG "ĐẦU HÀNG"

Như đã thấy, khi chế tạo ra câu "Phan Lâm mãi quốc, triều đình khí dân" và câu chuyện chung quanh nó, thì ông Trần Huy Liệu đã làm công việc của một cán bộ tuyên truyền thay vì một sử gia chân chính. Và khi xuyên tạc lịch sử để hạ nhục Phan Thanh Giản, trong mục đích tuyên truyền cho chủ trương dùng chiến tranh để "giải phóng miền Nam", thì ông Trần Huy Liệu cũng chẳng phải là người duy nhất đã làm một điều như vậy.

Vì trước ông Trần Huy Liệu mấy mươi năm, đã có một nhà cách mạng Việt Nam cũng chủ trương dùng bạo lực chủ chiến như ông ta, và cũng đã dùng một tác phẩm có tựa đề là một cuốn sử như ông ta, để làm điều đó. Hơn nữa, nhà cách mạng nổi tiếng này cũng đã xuyên tạc lịch sử và hạ nhục Phan Thanh Giản, bằng cách cho rằng Phan Thanh Giản vì hèn nhát nên đã mau chóng "đầu hàng" thực dân Pháp qua việc ký kết hòa ước 1862. Và mục đích của nhà cách mạng này có lẽ cũng không mấy gì khác ông Trần Huy Liệu: đó là **không chấp nhận đường lối đấu tranh nào khác ngoài việc dùng vũ trang bạo lực.**

Nhà cách mạng nổi tiếng đó lại là một người quen biết và cũng là thần tượng của ông Trần Huy Liệu, như chính ông Trần Huy Liệu đã tự nhận. Nhà cách mạng đó là Phan Bội Châu. Và tác phẩm mang danh "lịch sử" mà ông Phan Bội Châu đã dùng để kể tội "đầu hàng" Pháp của Phan Thanh Giản như trên là cuốn **"Việt Nam Vong Quốc Sử"**.

"Việt Nam Vong Quốc Sử" là một cuốn sách có mức độ ảnh hưởng rất lớn tại Việt Nam, vì lý do nó đã từng bị nhà cầm quyền Pháp cấm lưu hành. Theo ông Phan Khôi viết vào năm 1929 thì:

"Một cuốn sách, bất kỳ nội dung nó ra làm sao, cứ để yên không cấm thì người ta coi như thường. Dầu có lắm người khích thích vì nó chăng nữa, song cũng còn có lắm người coi như thường. Đến cấm đi một cái, thì hết thảy ai nấy đều chú ý vào nó. Cấm đi, là muốn cho người ta đừng đọc, mà không ngờ lại làm cho người ta càng đọc!

Người ta nói rằng một pho tượng gỗ đã sơn thếp rồi mà chưa khai quang điểm nhãn thì nó chưa linh, đến chừng khai quang điểm nhãn rồi thì nó mới linh. Ấy vậy, cấm cuốn sách nào, tức là khai quang điểm nhãn cho cuốn sách ấy.

Cho nên ở ta đây đã có nhiều sách linh lắm, có nhiều cuốn đã hiển thánh rồi. Việt Nam vong quốc sử và Hải ngoại huyết thơ đã hiển thánh hai mươi năm nay; còn mới đây Một bầu tâm sự cũng đòi đạp đồng ngang lên nữa. "[142]

Do đó, có lẽ ta sẽ không mấy ngạc nhiên khi đọc những dòng chữ sau đây do chính ông Trần Huy Liệu viết về ảnh hưởng của Phan Bội Châu đối với ông ta từ ngày còn nhỏ:

"Ngay từ lúc mới lớn lên và lòng yêu nước mới nảy nở, thì ba tiếng "Phan-bội-Châu" đã đến với tôi rất quen thuộc và rất âu yếm. Qua những câu chuyện của anh tôi và cha tôi, tôi rất thích thú những chuyện thuộc về cụ Phan mà có liên quan tới địa phương tôi... Dần dần lớn lên, tôi vẫn rõi theo đường đi nước bước của cụ, được đọc tập Việt-nam vong quốc sử đăng trên Tân dân tùng báo xuất bản ở Đông-kinh (Nhật-bản), tôi cảm động quá. "[143]

Rồi chẳng những vậy thôi, mà sau này ông Trần Huy Liệu còn nghiên cứu rất kỹ về cuốn sách cấm đó. Ông cho ta biết rất cặn kẽ về lai lịch của nó như sau:

---

(142) C.D. (tức Chương Dân, tức Phan Khôi, "Cấm Sách. Sách Cấm", Đông Pháp thời báo, Sài Gòn, số 763 (1.9.1928). http://www.viet-studies.net/Phankhoi/PKhoi_CamSach.htm.
(143) Trần Huy Liệu, "Nhớ Lại Ông Già Bến Ngự", Nghiên Cứu Lịch Sử số 47, pp. 40-44, 40. https://nhatbook.com/2020/02/23/tap-san-nghien-cuu-lich-su-so-47-thang-02-1963/

*"Năm 1905 , Phan Bội Châu sang tới Nhật-bản. Nghe lời khuyên của Lương Khải Siêu, lãnh tụ phái duy tân ở Trung- quốc dưới trào Mãn Thanh, Phan viết quyển Việt nam vong quốc sử, tả cái thảm trạng mất nước và kể tội ác của thực dân Pháp để gây dư luận với thế giới. Sách viết bằng chữ nho, có đăng trong Tân-dân tùng báo, cơ quan của phái duy tân Trung-quốc do Lương Khải Siêu làm chủ bút, xuất bản ở Đông-kinh nước Nhật. Ngoài ra, có đem về phổ biến ở trong nước độ mấy chục quyển. Sách viết theo những sự kiện riêng lẻ và những chuyện cá nhân, thiếu tổng hợp. Nhưng đây là một văn kiện tuyên truyền có **ảnh hưởng nhiều** cho cách mạng Việt-nam hồi đó và cũng là **một quyển sử đầu tiên** góp phần vào lịch sử cách mạng cận đại Việt-nam. Nhiều nhân sĩ Nhật-bản, Trung-quốc, Triều-tiên và các nước phương đông hiểu cách mạng Việt-nam qua quyển sách này."*[144]

Như vậy, ông Trần Huy Liệu đã biết rằng cuốn "sử" này của Phan Bội Châu chính là một văn kiện dùng cho **mục đích tuyên truyền** về việc đánh Pháp, nhưng được tác giả cho đội lốt "lịch sử"! Tuy vậy, ông Trần Huy Liệu cũng vẫn đồng thời cho rằng đó là "quyển sử đầu tiên" của cách mạng Việt Nam. Có lẽ chính điều này đã giải thích cho người đọc cái nhìn và sự hiểu biết về sử học của ông Trần Huy Liệu là như thế nào!

Ngoài ông Trần Huy Liệu, một tác giả khác là ông Chương Thâu, chuyên gia nghiên cứu về Phan Bội Châu, đã cho ta biết thêm về tầm quan trọng của tác phẩm "Việt Nam Vong Quốc Sử" như sau:

*"Về cuộc đời hoạt động cách mạng của Phan-bội-Châu thì như chúng ta đã biết... Năm 1905 Phan xuất dương sang Nhật. Đến Nhật, người đầu tiên Phan tìm gặp là Lương Khải-siêu, một chính khách quan trọng của Trung-quốc mà Phan hằng hâm mộ hiện sống lưu vong ở đấy... rồi do lời khuyên của Lương Khải-siêu mà Phan-bội-Châu đã viết **một loạt các tác phẩm tuyên truyền cách mạng**... Tác phẩm đáng kể đầu tiên của Phan-bội-Châu là quyển **Việt-nam vong quốc sử**.... Có thể nói, đó là **một quyển lịch***

---

(144) Trần Huy Liệu, "Phong Trào Cách Mạng Việt Nam Qua Thơ Văn (X)", Văn Sử Địa số 37, pp. 73-81, 73 https://app.box.com/s/vt6qgwqnoyybu5dltre1lh5jie7enzr9

*sử cách mạng đầu tiên của Việt-nam tố cáo sự tàn ác của thực dân Pháp. **Tác phẩm này được Lương Khải-siêu giúp cho in hàng nghìn bản để gửi về nước làm tài liệu tuyên truyền vận động cách mạng,** kêu gọi nhân dân đánh đổ thực dân xâm lược và phong kiến phản động. Tác dụng tốt của tác phẩm này thật là đáng kể, nó đã góp phần tích cực trong việc **giác ngộ tinh thần dân tộc** cho đông đảo thanh thiếu niên yêu nước thời bấy giờ bước vào con đường hoạt động cách mạng cứu dân cứu nước...*

*Tác phẩm Việt-nam vong quốc sử chẳng những khiến cho lòng căm thù giặc của người trong nước thêm sôi sục, mà đối với công cuộc vận động cách mạng của nước bạn Trung-quốc cũng có tác dụng tốt. Nội cái việc tác phẩm này được in đi in lại bằng tiếng Trung-quốc xuất bản ở Trung-quốc **những 4 lần**... đủ chứng tỏ rằng nó có một ảnh hưởng như thế nào đối với độc giả Trung-quốc."*[145]

Như vậy, ông Chương Thâu, lúc đó là một cán bộ có nhiều bài viết trên tờ Nghiên Cứu Lịch Sử của ông Trần Huy Liệu (như bài ông viết cùng với ông Đặng Huy Vận để mở màn cho phiên tòa đấu tố Phan Thanh Giản năm 1963, và đã được nói đến trong Chương II), đã nhận xét về cuốn sách này giống y như thủ trưởng của ông. Là mặc dù biết rằng nó chính là một tác phẩm tuyên truyền, nhưng ông Chương Thâu vẫn coi nó như một cuốn sử, mà lại là cuốn sử đầu tiên của cách mạng Việt Nam.

Sau cùng, chính tác giả của cuốn "Việt Nam Vong Quốc Sử" nói trên, nhà cách mạng Phan Bội Châu, đã thuật lại về hoàn cảnh ra đời của cuốn "sử" này như sau:

"... Đoạn, về Hoành Tân, cách vài ngày ông Lương (Khải Siêu) lại mời tôi đến, tính bàn những kế-hoạch đồ-tồn bút đàm vấn đáp với nhau rất kỹ, đại lược như sau nầy:

'Nước Trung-quốc với quý quốc, cứ theo quan hệ ở trong địa dư lịch-sử nhân-chủng, hai ngàn năm mật thiết có lẽ hơn anh em;

(145) Chương Thâu, "Một Số Tài Liệu Về Ảnh Hưởng Của Phan Bội Châu Đối Với Một Số Tổ Chức Cách Mạng Trung Quốc Đầu Thế Kỷ XX (1905-1925)", Nghiên Cứu Lịch Sử số 55, pp. 33-43, pp. 34-35. https://nhatbook.com/2020/02/27/tap-san-nghien-cuu-lich-su-so-55-thang-10-1963/

anh đứng dòm em chết mà không cứu, há có lẽ đâu? Tức cho bọn đương Triều, chỉ biết ăn thịt mà thôi, tôi lấy làm đau đớn. Tôi đã trù nghĩ hiện thời chỉ có hai kế-hoạch, có thể cống hiến cho ông:

1) Hết sức dùng văn tự đau đớn thống thiết và hăng hái, mô tả cho hết tình-trạng bệnh-thống của quý quốc, với mưu hiểm độc diệt chủng diệt quốc của người Pháp, tuyên bố cho người thế giới biết, họa may kêu dậy được dư luận của thế giới làm môi-giới ngoại-giao cho các ngài đó là một kế hoạch.

2) Ông có thể trở về nước, hay là đưa văn thư gửi về trong nước, cổ động những hạng người thanh-niên xuất dương cầu học, mượn đó làm cái nền tảng hưng dân khí, khai dân trí, lại là một kế hoạch.... '

Tôi được nghe bấy nhiêu lời, óc và mắt tôi bây giờ mới tỉnh táo được nhiều, mà phàn nàn những tư tưởng mình trước kia và những việc kinh dinh, thảy là hoang đường mạnh lãng, không tý gì thiết thực. Từ biệt về nhà trú, tôi mới bắt đầu thảo quyển VIỆT NAM VONG QUỐC SỬ. Thảo xong, đem tới ông Lương xem và nhờ ông xuất bản, ông ừ ngay. Chỉ một tuần lễ sách in xong, tôi mới tới nhà ông Lương xin từ biệt về nước.

Lúc đó là hạ tuần tháng 6 năm Ất-Tỵ (1905), khi đó ông Tăng (Bạt Hổ) ở lại Hoành-Tân, còn tôi gặp ông Đặng-tử-Kính mang 50 bản VIỆT NAM VONG QUỐC SỬ lén về nước. "[146]

Như vậy, cuốn "Việt Nam Vong Quốc Sử" đã được Phan Bội Châu viết ra **theo lời đề nghị của Lương Khải Siêu** và với **mục đích là tuyên truyền**, để kêu gọi lòng thương hại của ngoại quốc, để mong được họ giúp đỡ hòng đánh đuổi người Pháp, cũng như để vận động thanh niên trong nước. Vì vậy, cho dù chính tác giả Phan Bội Châu đã đặt cho nó cái tên là "sử", nhưng mục đích của ông khi viết nó ra đã rất rõ ràng. Đó là sau khi được Lương Khải Siêu mở mắt cho về công tác tuyên truyền, thì Phan Bội Châu đã lập tức tỉnh ngộ và bắt đầu viết cuốn sách này, cho mục đích ấy.

---

(146) Phan Bội Châu, "Phan Bội Châu Niên Biểu", Nhóm Nghiên Cứu Sử Địa 1973, Sài Gòn 1971, pp. 57-58. https://tusachtiengviet.com/images/file/QAOREAix1QgQALhW/phan-boi-chau-nien-bieu.pdf

Nghĩa là cuốn "Việt Nam Vong Quốc Sử" của Phan Bội Châu thật sự không phải là một cuốn "sử" như tên gọi của nó, mà chính là **một tài liệu tuyên truyền**, như tác giả của nó thú nhận. Thế nhưng cuốn sách này đã có một **ảnh hưởng rất lớn với các nho sĩ cách mạng** ở Việt Nam vào đầu thế kỷ 20. Vì đó là những người đọc được chữ Hán như ông Trần Huy Liệu, và vì cuốn sách này đã được Phan Bội Châu viết bằng chữ Hán. Trong đó, tác giả Phan Bội Châu mô tả "bệnh thống" của Việt Nam giống như lời đề nghị làm "mở mắt" ông của Lương Khải Siêu.

Và Phan Bội Châu đã viết về Phan Thanh Giản với hòa ước 1862 trong cuốn "Việt Nam Vong Quốc Sử" như sau:

"Năm Tự Đức thứ 15, người Pháp đem nhiều quân tập trung ở Sài Gòn, đòi Việt Nam ký thỏa ước giảng hòa. Vua nước Việt cho khâm sai đại thần đi họp. Việt đại thần vâng đem quốc chương đi Sài Gòn, quân Pháp lấy quân lực ức hiếp bắt ký vào tờ ước, nói rằng: 'Vua tôi nước Việt Nam cùng thuận tình xin được nước Đại Pháp bảo hộ, xin đem sáu tỉnh làm nhượng địa...'

*Bấy giờ toàn hạt 30 tỉnh chưa động đậy gì, binh tài sung túc, ví bằng người phụng mệnh giảng hòa có can đảm, có cơ mưu, chỉ y theo điều ước trước cho thông thương và giảng đạo, cương quyết tranh biện, thì cũng chưa đến nỗi mất hết quyền lợi. **Rất đáng giận lúc ấy Phan Thanh Giản, Lâm Duy Nghĩa là Khâm sai đại thần, hai người này gan dê lợn mà mưu chuột cáo, một khi trông thấy người Pháp liền run sợ, mồ hôi vã ra như mưa. Ví người Pháp đòi đem cha mẹ ra cho chúng ăn thịt, bọn ấy cũng cung kính hai tay bưng đến dâng ngay, huống chi sáu tỉnh!**...*

*Khi ấy có hương Tiến sĩ Nguyễn Huân, võ cử nhân Nguyễn Trung Trực, hương vi hộ (tức là Đề đốc hộ thành) Trương Định, Trương Bạch, khởi nghĩa chống Pháp. liền **mấy trăm trận** đánh. Nhưng vì quân giới không bằng Pháp, rồi bị thua, **toàn gia bị giết, phần mộ bị đào bới thành không cả**...* "[147]

[147] Phan Bội Châu, Việt Nam Vong Quốc Sử, "Phan Bội Châu - Tác Phẩm Chọn Lọc", NXB Thuận Hóa, 2009, Việt Nam Vong Quốc Sử, Chu Thiên và Chương Thâu dịch, pp. 115, Chương Thứ Nhất - Nguyên Nhân Và Sự Thực Về Việt Nam Mất Nước, p. 118-9. https://nhatbook.com/wp-content/uploads/2019/03/Nhatbook-Tac-pham-chon-loc-Phan-Boi-Chau-2009.pdf

[4]　　　嗣德十五年。法人以重兵厚集於西貢。要越南講
盟。越國君以欽差大臣往會。越大臣奉國章如西貢。法人以
兵劫盟。使紀盟詞曰。越南國君臣順情，願大法國保護。乞
以六省爲讓地。…

其時三十省全轄未動。兵財充裕。苟奉命講和之人。有
膽氣，有機略。但依通商，講道前約。諤諤與爭。亦未至權
利盡失。最可恨者。

當時，潘清簡，林維義爲欽差大臣。二人羊豚其肝。狐
鼠其技。一見法人。便戰戰慄慄。汗出如雨。倘法人要將
[5]　其父母，獻其供宰。敬敬雙手獻之。何況六省。…

其時有鄉進士阮勳，武舉人阮忠直，鄉團戶張定，張
白，舉義兵與法人抗累數百戰。然以軍械不及法。尋敗全家
被戮。墳墓一空。

*[4] Tự Đức thập ngũ niên. Pháp nhân dĩ trọng binh hậu tập ư
Tây Cống. Yêu Việt Nam giảng minh. Việt quốc quân dĩ khâm sai
đại thần vãng hội. Việt đại thần phụng quốc chương như Tây Cống.
Pháp nhân dĩ binh kiếp minh. Sử kỷ minh từ viết. Việt Nam quốc
quân thần thuận tình, nguyện Đại Pháp quốc bảo hộ. Khất dĩ lục
tỉnh vi nhượng địa....*

*Kỳ thời tam thập tỉnh toàn hạt vị động. Binh tài sung dụ. Cẩu
phụng mệnh giảng hoà chi nhân. Hữu đảm khí, hữu cơ lược. Đãn y
thông thương, giảng đạo tiền ước. Ngạc ngạc dữ tranh. Diệc vị chí
quyền lợi tận thất. Tối khả hận giả.*

*Đương thời, Phan Thanh Giản, Lâm Duy Nghĩa vi khâm sai
đại thần. Nhị nhân dương đồn kỳ can. Hồ thử kỳ kỹ. Nhất kiến Pháp
nhân. Tiện chiến chiến lật lật. Hãn xuất như vũ. Thảng Pháp nhân
yêu tương [5] kỳ phụ mẫu, hiến kỳ cung tể. Kính kính song thủ hiến
chi. Hà huống lục tỉnh...*

*Kỳ thời hữu hương tiến sĩ Nguyễn Huân, võ cử nhân Nguyễn
Trung Trực, hương đoàn hộ Trương Định, Trương Bạch, cử nghĩa
binh dữ Pháp nhân kháng luỹ sổ bách chiến. Nhiên dĩ quân giới bất*

cập pháp. Tầm bại toàn gia bị lục. Phần mộ nhất không.[148]

Như bạn đọc có thể thấy ngay lập tức, là chỉ trong một đoạn "sử" ngắn như trên của nhà cách mạng Phan Bội Châu về tình hình nước Đại Nam khi Pháp đánh Nam Kỳ, **hầu như bất cứ câu nào trong đó cũng sai sự thật.**

Rõ ràng nhất là việc tác giả Phan Bội Châu buộc tội đầu hàng cho vua tôi nhà Nguyễn khi họ ký kết hòa ước 1862 như sau: *"Vua tôi nước Việt Nam cùng thuận tình xin được nước Đại Pháp bảo hộ, xin đem sáu tỉnh làm nhượng địa"*. Trong khi như ta đã biết thì mặc dù Pháp đã chiếm được 4 tỉnh ở Nam Kỳ, nhưng theo hòa ước 1862 thì Việt Nam chỉ bị mất 3 tỉnh miền Đông; rồi có thể, và đã lấy lại được Vĩnh Long theo điều 11 của hòa ước, nhờ tài ngoại giao của Phan Thanh Giản. Cho nên chẳng làm gì mà có chuyện họ *"xin đem sáu tỉnh làm nhượng địa"*, và lại càng không hề có chuyện vua tôi nước Việt Nam cùng thuận tình *"xin được bảo hộ"*, như tác giả Phan Bội Châu đã viết.

Kế đến, và quan trọng hơn nữa, tác giả Phan Bội Châu cho rằng lúc đó *"30 tỉnh chưa động đậy gì, binh tài sung túc"*. Nhưng chỉ vì hai ông Phan Thanh Giản và Lâm Duy Hiệp có ***"gan dê lợn mà mưu chuột cáo"***, nên khi gặp người Pháp *"bắt ký vào tờ ước"* thì hai ông ***"liền run sợ, mồ hôi vã ra như mưa"***, rồi *"cung kính"* dâng ngay sáu tỉnh Nam Kỳ cho Pháp.

Và chưa ngừng lại ở đó, tác giả Phan Bội Châu còn viết rằng nếu người Pháp đòi ăn thịt cha mẹ của hai ông Phan, Lâm - thì hai

---

(148) Học giả Nguyễn Duy Chính dịch đoạn văn này như sau: "Tự Đức năm thứ 15. Người Pháp đem trọng binh hùng hậu đánh Saigon. Yêu cầu Việt Nam giảng hoà kết minh. Vua nước Việt mới sai khâm sai đại thần đến họp. Đại thần Việt Nam mang quốc ấn đến Saigon. Người Pháp đem quân uy hiếp để ký hoà ước. Lời trong hòa ước ghi rằng: Vua tôi nước Việt Nam thuận tình, mong được nước Đại Pháp bảo hộ. Vậy xin nhường đất sáu tỉnh. Khi đó ba mươi tỉnh trên toàn hạt chưa hành động gì. Quân lính, tiền bạc đều sung túc. Ví như những kẻ phụng mệnh giảng hoà. Có đảm khí, có cơ lược. Cứ như điều ước trước đòi thông thương, giảng đạo thẳng thắn mà tranh biện. Thì chắc chưa đến nỗi mất hết quyền lợi. Thật là hận lắm thay. Đương thời, Phan Thanh Giản, Lâm Duy Nghĩa [Thiếp] là khâm sai đại thần. Hai người gan dạ thì như dê như lợn, kỹ xảo thì như chuột như chồn. Vừa thấy người Pháp đã lẩy bẩy run sợ, mồ hôi vã ra như mưa. Ví như người Pháp có đòi đưa cha mẹ ra cho họ chém giết, chắc cũng hai tay kính cẩn dâng lên, huống chi là sáu tỉnh … Khi đó có hương tiến sĩ Nguyễn Huân, võ cử nhân Nguyễn Trung Trực, hương đoàn hộ Trương Định, Trương Bạch, dấy nghĩa binh chống lại người Pháp đánh hàng trăm trận. Thế nhưng vì quân giới không bằng người Pháp nên bị thua, toàn gia bị giết, mồ mả thành không …"

ông chắc cũng hai tay cung kính dâng ngay, chứ đừng nói chi sáu tỉnh Nam Kỳ!

Tóm lại, theo tác giả Phan Bội Châu thì việc nước ông bị mất đất Nam Kỳ là vì hai ông đại thần Phan Lâm đã quá nhát gan sợ Pháp mà dâng đất đầu hàng, chứ chẳng phải vì quân Pháp đã phá tan đại đồn Chí Hòa và chiếm hết bốn tỉnh Gia Định, Định Tường, Biên Hòa, Vĩnh Long. Cuốn *"vong quốc sử"* này, do đó, chẳng hề nói tới những sự kiện trên. Mà chỉ nói rằng Pháp đem nhiều quân tới Sài Gòn. Và thế là hai ông đại thần *"gan dê lợn mà mưu chuột cáo"* tức *"dương đồn kỳ can, hồ thử kỳ kỹ"* Phan, Lâm đã vì hèn nhát mà lập tức dâng ngay sáu tỉnh Nam Kỳ cho họ!

Khi đọc đoạn "sử" trên đây về Phan Thanh Giản, nhất là những chỗ tác giả Phan Bội Châu nhận xét về cá nhân - như câu mô tả *"gan dê lợn mà mưu chuột cáo"* - có lẽ người đọc nào cũng tưởng rằng đó là một trò đùa! Nhưng đấy lại chính là những gì mà nhà cách mạng Phan Bội Châu đã viết cho người Tàu, người Nhật, cũng như người Việt trong nước biết, về lý do tại sao Việt Nam bị mất Nam Kỳ vào tay Pháp. Không phải vì không đủ quân lính, tướng tài. Không phải vì đánh thua quân Pháp. Mà hoàn toàn chỉ vì hai ông đại thần *"gan dê lợn mà mưu chuột cáo"* đã cung kính đem dâng 6 tỉnh cho giặc. Chỉ vì hai ông đó hèn nhát và sợ người Pháp, đến mức vừa gặp mặt họ là đã đổ mồ hôi ra như mưa.[149]

Nhưng vẫn chưa hết, nếu người đọc đã phải khâm phục với trí tưởng tượng của sử gia Phan Bội Châu trong đoạn văn trên, khi diễn tả cảnh Phan Thanh Giản gặp người Pháp - thì ở đoạn dưới người đọc lại phải một lần nữa phải ngả mũ với câu mà tác giả cho rằng *"toàn gia"* của các lãnh tụ kháng chiến ở Nam Kỳ như Thủ Khoa Huân, Nguyễn Trung Trực, Trương Định đều bị Pháp giết hết, và *"phần mộ bị đào bới thành không cả"*.

---

(149) Một nhà nghiên cứu về Phan Thanh Giản ở Việt Nam hiện nay đã trân trọng đem câu trên ra như một dẫn chứng về "bản chất" của Phan Thanh Giản như sau: "Bản chất của con người Phan Thanh Giản đã bị nhà đại ái quốc Phan Bội Châu phanh phui: 'Gan dê lợn mà mưu chuột cáo.'"Nguyễn Văn Thịnh, "Phan Thanh Giản Là Người Thế Nào", Tuần Báo Văn Nghệ TPHCM, 18/3/2016, http://tuanbaovannghetphcm.vn/phan-thanh-gian-la-nguoi-the-nao/

Ấy là chưa nói đến những chi tiết lịch sử khá dễ dàng để kiểm chứng, mà lại sai sót thảm hại trong đoạn văn trên. Không biết do đâu mà cử nhân (Thủ Khoa) Nguyễn Hữu Huân lại được phong làm tiến sĩ, quản cơ Nguyễn Trung Trực trở thành võ cử nhân, còn lãnh binh Trương Định thì trở thành hương vi hộ. Cộng thêm vào đó một ông "Trương Bạch" mà ta không biết là ai, nhưng lại được gán vô cùng với Trương Định. Rồi tất cả được cho là có đến *mấy trăm trận"* đánh Pháp.

Do đó, khi đọc đoạn "sử" trên đây trong cuốn "Việt Nam Vong Quốc Sử" của Phan Bội Châu về Phan Thanh Giản, người đọc chắc chắn không khỏi chau mày với những sai lầm quá lớn, quá rõ ràng và quá thô thiển nói trên. Dù cho biết rằng mục đích của cuốn sách này là để **tuyên truyền** chống Pháp, nhưng những sai lầm đến mức độ như vậy khiến cho ta phải thắc mắc không hiểu rằng tác giả Phan Bội Châu đã viết như trên vì thiếu thông tin - hay do cố tình bịa đặt ra những chi tiết đó, nhằm kêu gọi sự thương hại của quốc tế và để khích động lòng yêu nước của người Việt.

Cố nhiên, lời giải thích dễ dàng nhất là không phải chỉ vì mục đích tuyên truyền mà Phan Bội Châu đã viết sai sự thật; nhưng do ông Giải Nguyên xứ Nghệ thật tình không biết về những sự kiện lịch sử trong thời điểm 1862-1863 tại Nam Kỳ. Vì vậy, việc quy định trách nhiệm mất đất Nam Kỳ lên cho cá nhân Phan Thanh Giản và Lâm Duy Hiệp của tác giả Phan Bội Châu, dù sai sự thật, nhưng không phải là vì có ác ý với cá nhân hai ông Phan Lâm, mà là do sự hăng hái nhiệt tình của tác giả gây nên.

Thế nhưng chính tác giả Phan Bội Châu đã thú nhận rằng việc ông viết ra cuốn "sử" đó là do ảnh hưởng và lời khuyên của Lương Khải Siêu: cần mô tả thảm trạng của nước mình để kêu gọi ngoại quốc giúp đỡ, cũng như để cổ động tinh thần cách mạng của người trong nước. Do đó, tác giả Phan Bội Châu đã không ngần ngại mà viết rằng Việt Nam bị mất sáu tỉnh hoàn toàn là do hai ông Phan, Lâm quá nhát gan, nên khi vừa gặp người Pháp thì đã run sợ và giao ngay đất đai cho họ.

Nếu như do thiếu thông tin mà không biết sự thực lịch sử lúc đó diễn ra như thế nào, thì chỉ cần nói rằng việc ký kết hòa ước là do hai ông Phan, Lâm sợ giặc mà ra, là đủ. Nhưng đàng này tác giả Phan Bội Châu lại sáng tác ra nào là *"gan dê lợn, mưu chuột cáo"* rồi *"mồ hôi vã ra như mưa"*, rồi *"dâng cha mẹ cho Pháp ăn thịt"*… Những điều thêm thắt nói trên cho thấy rõ ràng rằng đây là một sự bịa đặt trắng trợn để đổ lỗi hoàn toàn cho hai ông Phan, Lâm - với những thủ thuật tấn công để hạ nhục cá nhân, mà không có một bằng chứng nào hết.

Và có thể thấy rằng những gì ông Phan Bội Châu viết về Phan Thanh Giản như trên là **giống y hệt như** những gì ông Trần Huy Liệu viết về Phan Thanh Giản năm mươi năm sau: Đó là **vì nhát gan (Phan Bội Châu), hay vì theo "thất bại chủ nghĩa" (Trần Huy Liệu), cho nên Phan Thanh Giản đã ký hiệp ước 1862 để "dâng hết sáu tỉnh Nam Kỳ cho Pháp"**, mặc dù lực lượng quân đội còn rất mạnh và nếu tiếp tục chiến đấu thì chưa chắc đã thua.

Để nhắc lại, trong bài viết ký tên Hải Thu, ông Trần Huy Liệu đã nói rõ rằng việc Phan Thanh Giản ký hòa ước 1862 là *"do tư tưởng khiếp nhược, sợ địch"*.

Và tiếp theo, trong bài viết cuối cùng để phán quyết bản án bán nước cho Phan Thanh Giản trong phiên tòa đấu tố năm 1963, ông Trần Huy Liệu đã viết như sau:

"… Nhưng trong khi những nhân sĩ yêu nước trong giai cấp phong kiến và đông đảo nhân dân kiên quyết đánh Tây để giữ lấy nước, thà chết không làm nô lệ thì Phan trước sau vẫn theo **chiều hướng đầu hàng, từ ký nhượng ba tỉnh miền Đông đến ký nhượng ba tỉnh miền Tây** *(sic). Phan trước sau vẫn rơi vào* **thất bại chủ nghĩa, phản lại nguyện vọng và quyền lợi tối cao của dân tộc, của nhân dân"**

Như vậy, có thể thấy rằng cả hai ông Phan Bội Châu và Trần Huy Liệu đều không cần đếm xỉa tới sự thực lịch sử lúc đó - là nhà Nguyễn đã bị đánh thua một trận tan tác tại đại đồn Chí Hòa, cho dù với danh tướng số 1 triều đình là Nguyễn Tri Phương. Cả hai ông đều không cần biết rằng ngay sau đó thì Pháp đã dễ dàng chiếm luôn ba tỉnh lân cận là Mỹ Tho, Biên Hòa và Vĩnh Long, chỉ trong một thời gian ngắn. Hai ông không cần biết rằng nhà Nguyễn phải đối đầu với mối lo Lê Duy Phụng ở Bắc Kỳ. Và hai ông cũng không cần biết rằng chính hòa ước 1862 đã đem lại tỉnh thành Vĩnh Long, thủ phủ của ba tỉnh miền Tây, cho nhà Nguyễn.

Cho nên có thể thấy rằng những gì mà cả hai ông Phan Bội Châu và Trần Huy Liệu viết về Phan Thanh Giản chính là những dụng cụ phục vụ cho **mục đích tuyên truyền** của hai ông. Chứ không có một chút gì có thể gọi là "sử" cả, vì chúng hoàn toàn sai với sự thật. Nhất là những điều mà Phan Bội Châu viết về Phan Thanh Giản cho ta thấy một sự bịa đặt để tấn công cá nhân cực kỳ non nớt.

Thế nhưng vấn đề ở đây là những sự bịa đặt tuyên truyền hời hợt không có căn bản như vậy lại **theo uy tín của người viết** là một nhà cách mạng lão thành, là thần tượng của nhiều thế hệ làm cách mạng sau này, mà ảnh hưởng rất lớn đến sự suy nghĩ của họ về vị đại thần xuất thân từ Nam Kỳ. Trong số đó có ông Trần Huy Liệu, như chính ông ta thú nhận là đã "cảm động quá" sau khi đọc được cuốn "sử" của Phan Bội Châu.

Và do đó, cuốn "Việt Nam Vong Quốc Sử" đã trở thành một thứ "nguồn" hay "tài liệu" cho những người làm công tác tuyên truyền sau này - dù mang danh hiệu sử gia - như ông Trần Huy Liệu. Để rồi ông ta đã áp dụng những điều **vu cáo nói trên** và cho ra đời câu "Phan Lâm mãi quốc, triều đình khí dân" cùng câu chuyện chung quanh nó, với lý luận rằng Phan Thanh Giản vì theo "thất bại chủ nghĩa" mà đầu hàng giặc, nên không thể được khoan hồng.

Tóm lại, có thể thấy rằng do ảnh hưởng của Phan Bội Châu và cuốn sách tuyên truyền mang tên "Việt Nam Vong Quốc Sử" mà ông Trần Huy Liệu đã quy hết trách nhiệm làm mất Nam Kỳ cho Phan Thanh Giản vì đã ký hòa ước 1862 để "dâng" hết 6 tỉnh Nam Kỳ cho Pháp. Và do bị ảnh hưởng bởi nhận xét *gan dê lợn mà mưu chuột cáo* về Phan Thanh Giản của tiền bối Phan Bội Châu, nên ông Trần Huy Liệu đã gán luôn cả cái "thất bại chủ nghĩa" cho Phan Thanh Giản.

Như đã thấy, mục đích chung của cả hai ông là để cổ động tinh thần đấu tranh của phe mình - khi cho rằng kẻ địch là người Pháp thật sự không đáng sợ. Do đó, cả hai ông đều cho rằng người Việt nếu có bị mất đất khi xưa thì hoàn toàn là do những ông quan triều đình nhát gan sợ địch nên đầu hàng giặc, như Phan Thanh Giản mà thôi.

Nhưng ông Trần Huy Liệu còn đi xa hơn Phan Bội Châu rất nhiều về khoản hạ nhục Phan Thanh Giản. Trong khi tác giả Phan Bội Châu chỉ gọi Phan Thanh Giản là *"gan dê lợn mà mưu chuột cáo"*, như một sự so sánh và chê trách đởm lược yếu ớt của Phan Thanh Giản mà thôi, thì ông Trần Huy Liệu dưới bút hiệu Hải Thu đã **ví Phan Thanh Giản với những loài súc vật cần được nhốt trong "chuồng"**, như trong đoạn văn sau đây:

"Làm thiệt hại cho dân cho nước, Phan-thanh-Giản và bè lũ phải chịu lấy lời nguyền rủa của tổ quốc, của nhân dân. Lời nguyền rủa đó rất thỏa đáng đối với Phan sau hòa ước 1862, lại càng thỏa đáng sau việc dâng Vĩnh Long và ba tỉnh miền Tây Nam-kỳ cho giặc. ...

Riêng tôi, có một sự kiện mà tôi nhớ mãi. Một hôm, năm 1934, lúc tôi đang nghê nga về tài đức của Phan-thanh-Giản trong cuốn Quốc văn giáo khoa thư lớp ba thì bác tôi tới chơi. Bác tôi là một chiến sĩ Xô-viết Nghệ-Tĩnh mới ra tù. Bác giật sách, xé vụn trang giấy và viết cho thầy học tôi, bạn bác, mấy chữ như sau: "Anh T. có lẽ không nên cho con em ta noi gương xấu của loại Phan-thanh-Giản, Đỗ-hữu-Vị, Trương-vĩnh-Ký".

*Theo tôi, đấy là thái độ đúng đối với Phan-thanh-Giản, **tuy nhốt Phan cùng chung một chuồng với Vị và Ký thì cũng có phần chật hẹp.***

Có người sẽ nói: đánh giá Phan như vậy là phiến diện chỉ thấy hiện tượng, không thấy bản chất, không thấy hạn chế của lịch sử, khó khăn của thời đại, chỉ thấy cá nhân, không thấy giai cấp, không nhìn đến động cơ xuất phát của các hành động của Phan, không thấy "công trạng và "đức tốt" của Phan , không thấy "tấm lòng trong trắng không mảy may gợn đục, "vì dân, vì nước" của Phan v.v...

Xin trả lời gọn: Quyền lợi của tổ quốc, lợi ích của nhân dân, yêu cầu của lịch sử: Phan đều đi ngược chiều. Tội lỗi của Phan quá to, không thể có công trạng, đức tốt nào có thể chuộc lại được. Quyền lợi của tổ quốc, lợi ích của nhân dân, yêu cầu của thời kỳ lịch sử là điểm xuất phát duy nhất đúng để đánh giá nhân vật lịch sử."

Như vậy, ông Viện Trưởng Viện Sử Học Trần Huy Liệu có lẽ cảm thấy rằng việc ông ta gán tội vì theo thất bại chủ nghĩa nên đã "đầu hàng" giặc cho Phan Thanh Giản là chưa đủ, nên ông ta cần phải hạ Phan Thanh Giản xuống thấp hơn nữa, phải nhục mạ Phan Thanh Giản nặng nề hơn nữa! Bằng cách cho rằng những người như Phan Thanh Giản **cần phải được đối xử như súc vật và "nhốt" trong "chuồng"**. Không hiểu có phải vì biết rằng trong vị trí Viện Trưởng Viện Sử Học mà lại viết ra những câu nhục mạ người khác một cách thái thậm như vậy thì hơi mất tư cách, nên ông Trần Huy Liệu đã phải dùng bút danh Hải Thu để làm điều này?

Tóm lại, ông Trần Huy Liệu cho thấy rằng đã bị ảnh hưởng, hay đã "mượn" tội danh **"sợ giặc đầu hàng"** từ thần tượng của ông là nhà cách mạng Phan Bội Châu và tác phẩm tuyên truyền "Việt Nam Vong Quốc Sử". Để rồi từ đó ông ta sẽ lên án Phan Thanh Giản là vì theo "thất bại chủ nghĩa", nên đã mau mắn ký kết hòa ước 1862 và dâng hết Nam Kỳ cho giặc Pháp.

Nhưng bên cạnh sự nhục mạ cá nhân Phan Thanh Giản kèm theo tội danh "sợ giặc đầu hàng" dành cho Phan Thanh Giản giống nhau của cả hai ông Phan Bội Châu và Trần Huy Liệu, thì ông Trần Huy Liệu còn đi xa hơn Phan Bội Châu một bước nữa trong việc "đánh" Phan Thanh Giản.

Đó là vì ngoài tội theo "thất bại chủ nghĩa" nên đã "sợ giặc đầu hàng", ông Trần Huy Liệu còn gán thêm cái tội **"mãi quốc"** cho Phan Thanh Giản. Nghĩa là bên cạnh tội "thất bại chủ nghĩa", hay sự nhất gan do bản tính con người mà ra, thì ông Trần Huy Liệu còn gán cho Phan Thanh Giản thêm một cái tội nặng nề hơn nhiều. Vì khác với tội "sợ giặc đầu hàng", tội danh "mãi quốc" này đòi hỏi phải có một sự **cố ý phản bội để mưu lợi cho cá nhân**.

Và theo người viết tìm hiểu thì có rất nhiều khả năng là ông Trần Huy Liệu đã **mượn cái tội danh "mãi quốc"** cũng như bốn chữ **"Phan Lâm mãi quốc"** từ những nhà nho Nghệ Tĩnh ủng hộ phong trào Cần Vương; trong một tác phẩm có tên là "Việt Nam Chính Khí Ca". Người viết xin giới thiệu với bạn đọc sự ảnh hưởng hay đúng ra là sự "vay mượn" này qua tài liệu "Việt Nam Chính Khí Ca" trong chương kế tiếp.

CHƯƠNG XVII

ẢNH HƯỞNG CỦA PHONG TRÀO CẦN VƯƠNG QUA BÀI "VIỆT NAM CHÍNH KHÍ CA": TỘI "MẠI QUỐC"

Có lẽ nhờ duyên may mà người viết đã tìm ra được manh mối về hình thức của nhóm chữ "Phan Lâm mãi quốc" cũng như cả câu "Phan Lâm mãi quốc, triều đình khí dân" nói trên, trong một tài liệu xưa. Tài liệu này không chứa đựng trọn vẹn cả câu 8 chữ như ông Trần Huy Liệu đã trình bày vào năm 1955 trên số 9 tờ Văn Sử Địa. Nhưng nó lại có đầy đủ tất cả những phần tử quan trọng để cho thấy rằng câu "Phan Lâm mãi quốc, triều đình khí dân" đã được rút ra từ đó, hay ít nhất đã chịu ảnh hưởng rất lớn từ đó.

Tài liệu nói trên có tên là **"Việt Nam Chính Khí Ca"**, do một học giả nổi danh lâu năm là ông Lê Thước sưu tầm và cho đăng trên tờ Nghiên Cứu Lịch Sử[150]. Đó là một bài thơ trường thiên bằng thể lục bát, nhưng đặc biệt ở chỗ là được làm bằng chữ Hán chứ không phải bằng chữ Nôm (hay tiếng Việt). Do đó, khi đọc lên bằng tiếng hay âm Hán Việt, thì bài thơ này có đầy đủ âm điệu bằng trắc giống như bất cứ một bài thơ lục bát nào khác. Thêm nữa, nhiều chữ Hán (Việt) được dùng trong bài tương đối khá quen thuộc với người Việt. Do đó, có nhiều câu không cần phải dịch ra tiếng Việt mà người đọc vẫn có thể tương đối hiểu được ý nghĩa.

Bài thơ, hay tài liệu này, theo tờ Nghiên Cứu Lịch Sử chú thích (với giọng văn của ông Trần Huy Liệu), là do ông lương y

---

(150) Tạp Chí Nghiên Cứu Lịch Sử, "Một Tài Liệu Văn Sử - Chính Khí Ca Việt Nam", Nghiên Cứu Lịch Sử số 73, 1965, pp. 21-29. https://nhatbook.com/2020/03/07/tap-san-nghien-cuu-lich-su-so-73-thang-04-1965/

Phó Đức Thành lấy từ trong thư viện gia đình giao lại cho ông Lê Thước. Ông Lê Thước, một học giả cộng tác với tờ Nghiên Cứu Lịch Sử, đã theo lời yêu cầu của tờ này mà chép lại trọn bài bằng chữ Hán và chữ Quốc Ngữ (Hán Việt), cũng như dịch toàn bài ra thơ lục bát bằng tiếng Việt. Và tờ Nghiên Cứu Lịch Sử đã cho đăng trọn bài "Việt Nam Chính Khí Ca" nói trên bằng cả chữ Hán, chữ Quốc Ngữ (Hán Việt) và bài dịch bằng tiếng Việt của ông Lê Thước để tiện việc đối chiếu. Chính nhờ vậy, người đọc có thể xác định được ý nghĩa của các câu thơ trong bài, mà không phải dựa vào bản dịch của ông Lê Thước.

Cũng theo lời chú thích của tòa soạn tờ Nghiên Cứu Lịch Sử, hay đúng hơn là của ông Trần Huy Liệu vì giọng văn rất tương tự, thì khi đọc bài này "chúng ta càng thấy rõ **dư luận chính nghĩa của các sĩ phu và nhân dân đương thời**". Có lẽ vì lý do trên nên bản dịch của ông Lê Thước, vì phải theo nhu cầu chính trị thời đó, đã cố tình dịch sai hay thiếu nhiều chữ trong nguyên bản bằng tiếng Hán (Việt). Nhưng may mắn là bản dịch của ông ta lại có kèm theo nguyên văn bài thơ bằng chữ Hán. Do đó, để bạn đọc có thể kiểm tra những sai lạc cố ý trong bài dịch của ông Lê Thước, người viết đã chụp lại những trang liên hệ dưới đây.

Bài thơ "Việt Nam Chính Khí Ca" kể về cuộc chiến chống Pháp dưới cái nhìn của một nhà nho, và với ý niệm trung quân làm chủ đạo. Ngoài ra, tác giả bài thơ còn cho thấy một quan niệm đặc trưng của vua quan nhà Nguyễn thời đó: tự nhận mình là người "Hán" (Hoa), trong khi cho người Pháp là bọn "di địch" (Di).

Và với những sự kiện được thuật lại trong bài thơ, như có câu nhắc đến năm Thành Thái *"ất vị chi niên"* và được chú thích là năm 1895, tòa soạn báo Nghiên Cứu Lịch Sử trong phần giới thiệu đã cho rằng bài thơ này được làm ra vào khoảng thời gian sau phong trào Văn Thân, nhưng trước thời Đông Kinh Nghĩa Thục.

Một đặc điểm nổi bật của bài thơ là tác giả thuật lại rất kỹ càng chi tiết về những cuộc khởi nghĩa Cần Vương ở miền Bắc và miền Trung, đặc biệt là vùng Nghệ Tĩnh. Điển hình là việc tác giả đã dành mấy chục câu thơ trong bài chỉ để thuật lại một cuộc khởi nghĩa của Phan Đình Phùng. Trong khi những cuộc kháng chiến trước đó ở Nam Kỳ chỉ được nói đến rất sơ sài, và thậm chí còn sai rất nhiều với sự thật.

Tưởng cũng nên biết rằng ông Trần Huy Liệu chính là một chuyên gia về thơ văn của phong trào Cần Vương. Nhưng ông Trần Huy Liệu lại chọn cách gọi của ông là *"phong trào văn thân khởi nghĩa"* thay vì là phong trào Cần Vương.[151] Ông Trần Huy Liệu đã từng dành ra ba bài trong loạt bài "Phong Trào Cách Mạng Việt Nam Qua Thơ Văn" đăng trên tờ Văn Sử Địa để nói về phong trào này. Và ông Trần Huy Liệu cũng chính là tác giả một cuốn sách có tựa đề "Phong Trào Văn Thân Khởi Nghĩa - Tài liệu tham khảo lịch sử cận đại Việt-nam". Như vậy, ông Trần Huy Liệu là một người có sự hiểu biết rất sâu rộng về các thơ văn bằng chữ Hán của phong trào Cần Vương. Ngoài ra, ông Trần Huy Liệu cũng làm việc rất gần gũi với ông Lê Thước là người sưu tầm ra bài thơ này, như có thể thấy được qua việc ông ta yêu cầu ông Lê Thước dịch cả bài thơ ra tiếng Việt, bằng chính thể lục bát nguyên thủy của nó.

A. Tư Tưởng Trung Quân Của Một Nhà Nho Vùng Nghệ Tĩnh

Xuyên suốt trong cả bài thơ "Việt Nam Chính Khí Ca" nói trên là **tư tưởng trung quân**, đặc biệt trong đoạn đầu của bài. Điều này cho thấy rằng tác giả bài thơ chắc chắn phải là một nhà nho, và hơn nữa, là một vị quan cũ của triều Nguyễn. Đây là đoạn thơ đầu bài khi tác giả giới thiệu về nhà Nguyễn:

*"Gia-long kỷ hiệu **thánh minh**
Văn thần võ tướng thiên sinh nhân tài*

...

*Thái bình thập bát niên xuân
Tái truyền Minh-mạng **thánh quân** thiệu thừng*

...

---

(151) Trần Huy Liệu, "Phong Trào Cách Mạng Việt Nam Qua Thơ Văn", Bài Số VI "Văn Thân Khởi Nghĩa", Tập San Văn Sử Địa số 33 (10-1957), pp. 57-67. Tuy rằng theo lịch sử thì phong trào Văn Thân với khẩu hiệu Bình Tây Sát Tả do hai ông Trần Tấn và Đặng Như Mai lãnh đạo là một phong trào khác hẳn với phong trào Cần Vương. https://app.box.com/s/amtpalcpbrvwebj0iikvxgr1k7jo9kk1

Tam truyền Thiệu-trị thừa diêu
Thất niên tiến tộ thuận điều vũ phong

...

Tứ truyền quốc báu Dực anh
Lưỡng ban văn võ triều đình túc thương..."

Như vậy, theo tác giả bài thơ thì các vị vua nhà Nguyễn được coi như những bậc thánh quân, còn triều đình nhà Nguyễn thì rất hùng mạnh, với đầy đủ bá quan văn võ, suốt từ đời vua Gia Long cho đến đời vua Tự Đức (Dực anh).[152]

Thế rồi trong thời thái bình như vậy thì lại có chuyện xảy ra:

*"Vô đoan **Hán lãng** phiên dương*
Đà giang hốt báo Tây dương lai thuyền"

Tức là bỗng đâu mà nơi **sóng Hán** (Hán lãng) lại có bọn phiên dương hay Tây dương (Pháp) đem tàu thuyền đến. Hai câu thơ này cho thấy rằng tác giả tự coi mình là người Hán và triều đình nhà Nguyễn là một triều đình Hán, hay ít nhất cũng là người kế thừa thực sự của nhà Hán và nền văn minh Hoa Hạ. Còn trong khi đó thì người Pháp được coi là mọi rợ. Và điều này đã phản ánh đúng sự thật lịch sử lúc đó. Là vua tôi nhà Nguyễn đều tự coi mình là người Hán hay người thừa kế của nền văn minh Hán. Còn người "Tàu" thật sự thì lại được họ gọi là "Thanh Nhân" tức người nhà Thanh.[153]

Như tựa đề bài thơ cho thấy, ý chính của nó là để thuật lại sự **trung nghĩa** hy sinh của các vị cựu quan nhà Nguyễn, đặc biệt là trong phong trào Cần Vương chống Pháp - giống như Văn Thiên Tường, tác giả của bài "Chính Khí Ca" bên Tàu. Vì vậy, trong bài thơ dài 231 câu này thì phần lớn của bài - từ câu 61 *"Hội phùng Dực thánh tiên qui"* tức là sau khi vua Tự Đức mà tác giả gọi là Dực thánh (Dực Tôn Anh Hoàng Đế) qua đời, cho đến khi vị lãnh tụ cuối cùng của phong trào Cần Vương là Phan Đình Phùng chết

---

(152) Rất tiếc, như đã nói trên, có lẽ vì lý do chính trị nên ông Lê Thước đã dịch sai đi rất nhiều ý nghĩa của bài thơ. Thí dụ như câu "Gia-long kỷ hiệu thánh minh" đã được ông dịch ra là "Gia-long niên hiệu kỷ nguyên", bỏ mất đi phần tác giả khen tặng vua Gia Long là "thánh minh"

(153) Bộ sử đồ sộ Đại Nam Thực Lục cho thấy điều đó.

và Pháp khống chế toàn bộ Việt Nam, với câu 164 *"Tòng kim thùy giải Tây nhân đảo huyền"* - thì tác giả đã dùng để thuật lại những biến cố của triều Nguyễn cho đến phong trào Cần Vương. Trong hơn 100 câu thơ nói trên, tác giả đã đưa ra đầy đủ danh tánh cũng như thành tích của các vị lãnh đạo trong phong trào Cần Vương. Do đó, mặc dù có tựa đề là "Việt Nam Chính Khí Ca", nhưng phần lớn của bài thơ này thật ra chỉ tập trung vào phong trào Cần Vương ở miền Bắc và miền Trung mà thôi.

Ngoài ra, điều đáng chú ý là đối với các lãnh tụ nổi tiếng như Đinh Công Tráng, Tống Duy Tân, Nguyễn Thiện Thuật ... thì tác giả chỉ dành cho vỏn vẹn 1 hoặc 2 câu thơ. Trong khi đó, người được tác giả đặc biệt chú ý nhất là Phan Đình Phùng. Vì bài thơ đã dùng đến 16 câu để khen ngợi tài đức cũng như thuật lại chiến công chống Pháp của ông ta. Điều này cho thấy rằng tác giả bài thơ phải có mối liên hệ hay chính thị là người của vùng Hà Tĩnh, Nghệ An. Hơn nữa, như đã nói trên, bài thơ này là một bản sao đã được tìm thấy ở nhà ông lương y Phó Đức Thành, 79 tuổi (năm 1965), cán bộ viện Đông Y. Và ông Phó Đức Thành này là một người ngụ cư tại vùng Nghệ An Hà Tĩnh. Như vậy, có thể phỏng đoán rằng tác giả bài thơ này phải là người ở vùng Nghệ An Hà Tĩnh, qua việc bài thơ đã thuật lại về phong trào Cần Vương chủ yếu ở vùng này, và rồi chính bài thơ cũng đã được tìm thấy ngay tại vùng này.

Người viết phải dài dòng như vậy để cho thấy rằng bài thơ "Việt Nam Chính Khí Ca" đã được viết ra với cái nhìn của một nhà nho, hay là một vị cựu quan triều Nguyễn, nhằm thuật lại tấm gương trung nghĩa của các lãnh tụ Cần Vương tại vùng Hà Tĩnh, Nghệ An. Chứ nó không phải là một tác phẩm của "nhân dân" Nghệ Tĩnh, và **chắc chắn là nó không dính líu gì hết đến người dân xứ Nam Kỳ**. Bởi lúc đó, trong thời gian bài thơ này được làm ra vào khoảng cuối thế kỷ 19 đầu thế kỷ 20, thì xứ Nam Kỳ đã là thuộc địa Pháp hơn mấy mươi năm rồi.

Và đoạn thơ nói về Phan Thanh Giản trong bài "Việt Nam
Chính Khí Ca" này, từ câu số 25 đến câu 35, là đoạn thơ mà theo
người viết, **chính là nguồn gốc hay** ít ra đã tạo cảm hứng cho ông
Trần Huy Liệu **trong việc chế tạo ra câu "Phan Lâm mãi quốc,
triều đình khí dân"**. Bởi trong đoạn thơ ngắn gồm cả thảy 11 câu
mà tác giả bài thơ đã dùng để diễn tả tất cả những gì xảy ra ở Nam
Kỳ nói trên, có ba câu nói về Phan Thanh Giản. Hay chính xác hơn,
là nói về "Phan Lâm", như sau:

> *"Tố tòng Tự-đức nhị niên,*
> *Nam-kỳ Lục tỉnh kỷ phiên chiến trường*
> *Phi vô sĩ lệ binh cường*
> ***Gian thần*** *chú thác quai phương nhược hà*
> ***Phan Lâm*** *hà xứ nhân da*
> *Cam tâm* ***mại quốc*** *cầu hòa* ***khi quân***
> *Thương tâm nghĩa sĩ nghĩa* ***dân***
> *Trương An,* ***Trương Định*** *chích thân xanh phù*
> *Không lao khảng khái thôn Hồ*
> *Nguyễn Huân mạ tặc diệc đồ sát thân*
> *Hu ta ngã quốc Kỳ Mân..."*

Như vậy, theo đoạn thơ trên, kể từ năm Tự Đức thứ 2 (*nhị
niên*), Nam Kỳ Lục Tỉnh đã mấy phen (*kỷ phiên*) là bãi chiến
trường. Và tác giả cho rằng triều đình nhà Nguyễn có đầy đủ quan
binh hùng mạnh (*sĩ lệ binh cường*) để đương đầu với Pháp. Nhưng
cũng theo tác giả thì vấn đề là ở chỗ vua Tự Đức lại đem việc trọng
đại của nước nhà ra mà phó thác cho... *"gian thần"*, và gian thần
ở đây không ai khác hơn là Phan Thanh Giản và Lâm Duy Hiệp!

Tức là theo tác giả bài thơ thì với binh hùng tướng mạnh như
vậy, với vua thánh như vậy, nhà Nguyễn mà có thua Pháp thì cũng
chỉ vì nhà vua đã dùng nhầm *"gian thần"* mà thôi!

Và tiếp theo ngay sau đó là câu thơ cho rằng chẳng biết **PHAN
LÂM** là người xứ nào (*Phan Lâm hà xứ nhân da*) mà lại *"cam tâm*

MẠI QUỐC", tức chính thị là nỡ lòng "bán nước". Do đó, tác giả bài thơ đã chỉ đích danh và buộc tội hai ông *"gian thần"* Phan Thanh Giản và Lâm Duy Hiệp. Rằng mặc dù cả hai đều là con dân của đức thánh quân Dực Tôn (tức vua Tự Đức), chứ chẳng phải xứ nào khác, nhưng lại đem lòng làm chuyện *"mại quốc"* tức "bán nước".

Quan trọng hơn cả, tác giả bài thơ đã giải thích, hay đã chứng minh cho ta thấy lý do tại sao phải kết tội *"mại quốc"* cho Phan Thanh Giản. Và đó là vì hai ông Phan, Lâm đã *"cầu hòa khi quân"*. Tức là theo tác giả bài thơ thì hai ông *"gian thần"* này đã **tự tiện** cầu hòa với Pháp, trong khi với binh hùng tướng mạnh và vua thánh như vậy thì nhà Nguyễn không thể nào thua Pháp được. Và việc làm *"cầu hòa"* một cách tự ý này của hai ông chính thị là một hành động *"khi quân"*, bởi nó đã không theo lệnh của nhà vua.

Nhưng vẫn chưa hết, nhờ vào cách cấu trúc và phép đối ngẫu của lối văn chương thời xưa, mà ta có thể thấy rõ thêm những tư tưởng về *"quốc"* và *"quân"* của tác giả bài thơ. Trong câu thơ tám chữ *"Cam tâm mại quốc cầu hòa khi quân"*, có thể thấy rằng tác giả bài thơ đã sử dụng hình thức "tiểu đối" trong cùng một câu thơ để làm rõ ý mình:

Cam tâm mại quốc - Cầu hòa khi quân

Theo đó, *"cam tâm"* đối với *"cầu hòa"*, và **"mại quốc"** đối với **"khi quân"**. Với cách đối ngẫu này, có thể thấy rằng trong đầu óc hay ý nghĩ của tác giả, *"quốc"* và *"quân"* là hai khái niệm ngang hàng nhau, hoặc tương xứng với nhau. Tức là nước (quốc) và vua (quân) là hai thứ ngang vai nhau, hoặc thậm chí là đồng nghĩa với nhau. Chứ hoàn toàn chẳng hề có "dân" nào được chen chân vào đó.[154]

Và vì thế, theo tác giả bài thơ, thì tội bán nước hay tội *"mại quốc"* là ngang hàng với tội *"khi quân"*. Hoặc cả hai cũng chỉ là một.

Có nghĩa là, theo quan niệm của tác giả bài thơ "Việt Nam Chính Khí Ca", thì vua Tự Đức, hay đức "Dực thánh", **chẳng thể làm điều gì sai trái**, mà cũng chẳng hề đồng ý cho việc cầu hòa.

---

(154) **Nếu có**, thì chỉ là trong một câu sau đó, và lại đi sau cả "sĩ": "nghĩa sĩ nghĩa dân"

Những việc như vậy mà có xảy ra là do nhà vua đã quá tin tưởng mà phó thác đại sự cho hai "gian thần" Phan, Lâm; dẫn đến việc hai người này làm chuyện khi quân qua sự tự ý cầu hòa và *"mại quốc"*!

Chỉ có điều là giống như sự kết án của ông Trần Huy Liệu và tờ Nghiên Cứu Lịch Sử mấy mươi năm sau đó, tác giả bài thơ "Việt Nam Chính Khí Ca" không hề cho ta biết rằng hai ông Phan, Lâm đã *"mại quốc"* để làm gì, hay để được lợi lộc gì. Chẳng hạn như "cầu vinh", là lý do và cũng là những chữ thường đi cùng với "mại quốc". Vì ở đây, tác giả bài thơ chỉ nói rất sơ sài rằng Phan Lâm đã cam tâm làm chuyện *"mại quốc"*, nhưng lại không có bằng chứng nào cho tội danh này, ngoài việc cho rằng đó là sự *"cầu hòa khi quân"*.

Mà nếu cho rằng sự *"cầu hòa khi quân"* là bằng chứng cho hành động *"mại quốc"*, thì thật không ổn chút nào! Nhưng ít ra thì tác giả bài thơ này đã không chỉ tuyên bố tội danh "mại quốc" suông - với câu "Phan Lâm mãi quốc, triều đình khí dân" mà không hề có một chữ nào để chứng minh cho tội cố ý thông đồng đó - như ông Trần Huy Liệu và các sử gia miền Bắc sau này đã làm.

Rồi sau khi kết tội *"mại quốc"* cho Phan Lâm với bằng chứng *"cầu hòa khi quân"* như trên, thì tác giả bài thơ "Việt Nam Chính Khí Ca" mới nói đến các cuộc khởi nghĩa chống Pháp ở Nam Kỳ. Như đã giới thiệu, trong khi dành hầu hết bài thơ để nói về phong trào Cần Vương tại Bắc và Trung Kỳ, tác giả bài thơ lại đồng thời cho thấy một sự hiểu biết rất hạn hẹp về các cuộc khởi nghĩa ở Nam Kỳ. Và do tác giả là một người sống sau thời gian đó mấy chục năm, cũng như không phải là người sở tại có sự hiểu biết tường tận về xứ Nam Kỳ, cho nên bài thơ "Việt Nam Chính Khí Ca" này chỉ nói đến Trương Định và Nguyễn (Hữu) Huân, khi thuật lại các cuộc khởi nghĩa ở Nam Kỳ.

Và cũng giống như ông Giải Nguyên xứ Nghệ Phan Bội Châu đã từng cho một ông *"Trương Bạch"* nào đó làm một *"hương vì hộ"* lãnh tụ kháng chiến ngang hàng với Trương Định ở Nam Kỳ, tác giả bài thơ "Việt Nam Chính Khí Ca" đã thêm vô trong bài một nhân vật còn đứng trước cả Trương Định, khi nói về những cuộc kháng chiến chống Pháp ở Nam Kỳ. Người đó tên là *"Trương An"*, mà ta chẳng thể biết rằng đó là ai trong lịch sử!

Sau cùng, tác giả bài thơ còn có thêm câu *"Hu ta ngã quốc Kỳ Mân"* để tiếc thương (*hu ta* - than ôi) cho việc mất đất lập nghiệp (*Kỳ Mân* là đất cơ nghiệp của nhà Châu bên Tàu) Nam Kỳ của nước ta (*ngã quốc*). Câu thơ than thở này một lần nữa cho thấy tấm lòng yêu nước Đại Nam và nhà Nguyễn của tác giả, qua sự so sánh và ngợi khen rằng triều Nguyễn cũng là một triều đại huy hoàng như nhà Châu bên Tàu. Còn ta không hề thấy bóng dáng của cái gọi là "nguyện vọng của nhân dân" hay "yêu cầu của thời đại" trong việc tác giả lên án "mại quốc" cho Phan Thanh Giản trong bài thơ này.

Tóm lại, có thể thấy rằng qua việc buộc tội *"mại quốc"* cho hai ông *"gian thần"* Phan, Lâm, tác giả bài thơ "Việt Nam Chính Khí Ca" đã cố tình **biện hộ để gỡ tội mất đất cho vua Tự Đức.** Bởi vì theo tác giả, một bậc "thánh quân" cùng với bá quan văn võ, binh hùng tướng mạnh như vậy, thì không thể nào thua bọn man di Pháp được. Mà đó chỉ là do *"gian thần"* Phan, Lâm đã *"cam tâm mại quốc cầu hòa khi quân"* thôi.

Sự biện hộ khá thô thiển vì quan điểm trung quân này, cộng thêm với sự hiểu biết rất hạn chế về tình hình thời sự lúc đó của tác giả, đã làm cho lời buộc tội Phan Thanh Giản, là *"cam tâm mại quốc cầu hòa khi quân"* trong bài thơ, trở nên vụng về ngô nghê và không có bao nhiêu giá trị. Tương tự như những lời buộc tội "đầu hàng" cho Phan Thanh Giản vì có *"gan dê lợn mà mưu chuột cáo"* của nhà cách mạng Phan Bội Châu.

Nhưng như bạn đọc đã thấy, những đoạn thơ bằng chữ Hán về phong trào Cần Vương ở miền Bắc và miền Trung nói trên lại có những chữ và những chi tiết cực kỳ giống như câu "Phan Lâm mãi quốc, triều đình khí dân" của ông Trần Huy Liệu mấy mươi năm sau.

Dưới đây là ảnh chụp mấy trang đầu của bài thơ "Việt Nam Chính Khí Ca" đăng trong số 73 tờ Nghiên Cứu Lịch Sử:

CHÍNH KHÍ CA VIỆT-NAM

Chúng tôi nhận được bài sau đây do cụ Lê Thước sưu tầm gửi cho. Bài làm bằng chữ Hán theo thể trên sáu dưới tám (lục bát), ca ngợi khí tiết trung nghĩa của những người đã khẳng khái hi sinh vì nước, giống như bài « Chính khí ca » của Văn Thiên-Tường tại Trung-quốc ngày trước nên cũng gọi là Chính khí ca. Tác giả không đề tên, cũng không ghi rõ năm tháng. Nhưng căn cứ vào nội dung của nó, chúng ta có thể khẳng định là : bài làm sau khi phong trào cần vương chống Pháp đã bị tan vỡ và trước những phong trào Đông du và Đông-kinh nghĩa thục đầu thế kỷ thứ hai mươi.

Đọc bài này, chúng ta càng thấy rõ dư luận chính nghĩa của các sĩ phu và nhân dân đương thời. Chúng ta không đòi hỏi ở nó những quan điểm ngày nay, nhưng thấy ở nó tinh thần yêu nước, hăng hái chống ngoại xâm và lấy tinh thần ấy làm tiêu chuẩn đánh giá các nhân vật lịch sử. Đặc biệt là tác giả đã dùng hình thức văn lục bát của Việt-nam mà nội dung là chữ Hán. Để cho việc phổ biến được rộng rãi, chúng tôi đã đề nghị cụ Lê Thước — người sưu tầm và dịch thuật, dịch ra tiếng Việt cũng bằng thể thượng lục hạ bát và dùng theo số câu, số chữ để cống hiến cho các bạn đọc.

Tạp chí NGHIÊN CỨU LỊCH SỬ

越南正氣歌

南國山河南帝居
乾坤定分天書猶傳
鴻龐顧碌何年
丁黎陳李以傳至今
國朝皇阮一臨
江山一統大南兩圻
王師到處平夷
春京定鼎邊隆憂事
嘉隆紀號聖明
10　文臣武將天生人材
蠻夷大小綏懷
高蠻南掌咸來稱臣
太平十八年春
再傳明命聖君紹承
日之升月之恆
二十一載咸稱治朝
三傳紹治承祧
七年踐祚順調雨風

嗣何統緒東宮
20　腋庭兆亂自從此生
四傳國寶覓英
兩班文武朝廷油諭
無端逆浪翻揚
沱江忽報西洋來船
潮從嗣德二年
南圻六省幾番戰場
非無士廣民強
奸臣措置乖方若何
潘林何處人耶
30　甘心賣國求和欺君
偽心義士義民
張安張定整身撐扶
空勞謙憊吞胡
阮勳亂賊亦徒殺身
吁嗟我國岐邠
天心何忍沈淪舊回

物於同穎則傷
同吾氣血吾當扶持
間吾吾胡不知
210 本來面目覷眉覬形
南越提南越生
黃皮野顏弟兄同胞
云胡離輪嘈嘈
逢迎白種如獒獵前
云胡車蓋馬鞭
恭恭敬敬如天上神
非吾族類何親
吾奔吾走吾身奴婢
堂堂一個男兒
220 頂天履地人誰非吾

吾奮梁吾擒胡
鹹章關渡亦吾人前
破明賊走元船
吾名赫赫猶傳至今
天行自西而南
時來火旺則金休囚
不共戴天之讐
願存勾踐沼吳壯懷
兵智兵財皆財
230 合源成海合材成林
231 願吾千萬一心

(東醫院幹部傅德誠家藏抄本)

Phiên âm

VIỆT-NAM CHÍNH KHÍ CA

Nam quốc sơn hà Nam đế cư,
Càn khôn định phận thiên thư do truyền,
Hồng-bàng, Âu-lạc hà niên,
Đinh Lê Trần Lý dĩ truyền chi kim (câm)
Quốc triều Hoàng Nguyễn nhất lãm,
Giang sơn nhất thống Đại-nam lưỡng kỳ,
Vương sư đáo xứ bình di,
Xuân kinh định đỉnh biên thùy án ninh.
Gia-long kỷ hiệu thánh minh.
10 — Văn thần võ tướng thiên sinh nhân tài.
Man di đại tiểu tuy hoài,
Cao-miên, Nam-chưởng hàm lai xưng thần.
Thái bình thập bát niên xuân,
Tái truyền Minh-mạng thánh quân thiệu
        thừng.
Nhật chi thăng, nguyệt chi hằng,
Nhị thập nhất tải hàm xưng trị triều.
Tam truyền Thiệu-trị thừa diêu.
Thất niên tiển tộ thuận điều vũ phong.
Vị hà thiện phế đông cung.
20 — Dịch đình triệu loạn tự tông thứ sinh.
Tứ truyền quốc báu Dực anh,
Lưỡng ban văn võ triều đình túc thương.
Võ đoan Hán lãng phiên dương.
Đà-giang hốt báo Tây dương lai thuyền.
Tố tòng Tự-đức nhị niên,
Nam-kỳ Lục tỉnh kỷ phiên chiến trường.
Phi võ sĩ lệ binh cường.
Gian thần chú thác quai phương nhược
        hà.

Dịch nghĩa

CHÍNH KHÍ CA VIỆT-NAM

Vua Nam ở đất nước Nam,
Bản đồ trời định đã truyền từ lâu.
Hồng-bàng Âu-lạc mở đầu,
Đinh Lê Trần Lý nối nhau trị vì.
Đến triều Hoàng Nguyễn ta nay.
Giang sơn gồm cả hai kỳ Bắc Nam.
Vương sư khắp chốn dẹp yên,
Quốc đô mới đóng tại miền Phú-xuân.
Gia-long niên hiệu kỷ nguyên.
10 — Văn thần võ tướng trời ban nhân tài.
Võ vẽ dân tộc mọi nơi,
Cao-miên, Nam-chưởng tới lui xưng thần.
Thái bình mười tám năm xuân,
Hai truyền Minh-mạng thành quân kế
        thừa.
Đảm đương mọi việc sớm trưa,
Hăm mốt năm chẵn nước nhà trị yên.
Ba truyền Thiệu-trị dấy lên,
Bảy năm gió thuận mưa êm trong ngoài.
Bổ chính lớp thứ bởi ai.
20 — Trong triều gây mối bất hài từ đây.
Bốn truyền Tự-đức lên thay,
Hai ban văn võ hàng bày nghiêm trang.
Bỗng đâu sóng gió một phương.
Cửa Hàn tin báo Tây dương chiến thuyền.
Kể từ Tự-đức nhị niên,
Nam-kỳ lục tỉnh mấy phen chiến trường.
Há không tướng mạnh binh cường,
Nào ngờ phó thác phải phường tối
        gian.

Phan Lâm hà xứ nhân da,
30 — Cam tâm mại quốc cầu hòa khi quân.
Thương tâm nghĩa sĩ nghĩa dân,
Trương An, Trương Định chích thân
       xanh phù.
Không lao khẳng khái thôn Hồ,
Nguyễn Huân mạ tặc diệc đồ sát thân.
Hu ta ngã quốc Kỳ Mân (1),
Thiên tâm hà nhẫn trầm luân mạc hồi.
Mạc phi thời sự tương thôi,
Nhất hòa ngộ Tống dĩ phôi thai
       thành.
Tọa khan đã tiến Hà-thành,
40 — Bắc-kỳ tứ tỉnh tung hoành khuyến
       dương.
Khả liên lão tướng Tri-Phương,
Bối thành nhất chiến dương trường
       quyền khu.
Nhân sinh tự cổ thùy vô,
Anh hùng tâm sự thiên thu bi truyền.
Hồi đầu tài thập dư niên,
Thủ thần Hoàng Diệu thành tiên vẫn
       thân.
Thung dung định thụ qui thần,
Cửu nguyên hạ kiến Nguyễn quân vô
       tàm.
Tây nhân phong thuận chinh phàm.
50 — Pháo thanh lôi chấn Sơn-nam quận thành
Võ thần Đề Điểm tiến chinh, .
Thủ thành án sát Hồ Quỳnh-đôi ông
Nhất tâm thệ hứa cô trung
Hạo nhiên chính khí Gòi phong trường
       thùy.
Ô hô! nhất mộc nan chi,
Nhị công tử hậu hựu thùy chiến tranh!
Phong thanh hạc lệ giai binh,
Bắc quân Vĩnh-Phúc, Đinh-Canh mạc hà.
Thủy chung không thủ nhất hòa,
60 — Nhẫn tương bản bức sơn hà khí chi.
Hội phùng Dực thánh tiên qui,
Triều trung phế lập quyền qui tướng thần.
Tiền-Thành nhất ngu lão nhân,
Bất tri Dục-đức tự quân cựu hà.
Gian mưu phần lập Hiệp-hòa,
Phủ trung phiến khởi can qua thị thùy.

Người xứ nào, bọn Lâm Phan (2)?
30 — Cam tâm bán nước mưu toan cầu hòa.
Nghĩa dân nghĩa sĩ xót xa.
Trương An, Trương Định quyết ra hộ
       phù.
Uổng công khẳng khái diệt thù,
Nguyễn Huân mắng giặc chẳng lo mất đầu.
Than ôi sáu tỉnh cơ đồ,
Lòng trời sao nỡ giày vò không thôi !
Bởi thời nhưng cũng bởi người.
Chữ hòa lừa Tống đành ngồi chủ
       trương (3).
Hà-thành tàu giặc thuận đường,
40 — Bắc-kỳ bốn tỉnh khuyên dương tung
       hoành.
Tri-Phương lão tướng liều mình,
Cầm quân quyết giữ vững thành không
       nao.
Người ta không kẻ thời nào,
Anh hùng tâm sự nghìn thu bia truyền.
Ngoảnh xem vừa chẵn mười niên,
Thủ thần Hoàng Diệu lại liền bỏ
       thân.
Gốc cây khi đã về thần,
Suối vàng không thẹn mặt nhìn Nguyễn
       quân.
Thuyền Tây thuận gió liền dần,
50 — Sơn-nam súng nổ sấm ran tỉnh thành.
Võ thần Đề Điểm liền chinh.
Thủ thành án sát Hồ Quỳnh-đôi ông (4).
Một lòng giữ vững cô trung,
Bừng bừng chính khí Gòi (5) phong lầu
       dài.
Một cây khó chống than ôi !
Hai ông đã chết, ai người chiến tranh?
Hạc kêu gió thổi đều kinh, (6)
Bắc quân Vĩnh-Phúc, Đinh-Canh ích gì(7).
Chữ hòa trót đã chủ trì,
60 — Nỡ đem nửa nước bỏ đi mặc người !
Gặp khi Tự-đức qua đời,
Quyền thần liền tính đến bài đổi thay.
Tiền-Thành già cả ngu si. (8)
Chẳng hay Dục-đức tội gì gạt ra.
Mưu gian lại lập Hiệp-hòa,
Trong triều gây việc can qua tức thì.

---

(1) *Kỳ Mân* : hai tên đất : cơ nghiệp nhà Chu thời xưa khởi đầu từ hai đất này ; ý nói Nam-kỳ là nơi dấy nghiệp của nhà Nguyễn.

(2) Phan-thanh-Giản và Lâm-duy-Hiệp.

(3) Nhà Tống đã mắc lừa cầu hòa với Kim nên bị mất nước.

(4) Đề Điểm người Thanh-hóa ; Hồ Quỳnh-đôi ông, tức Hồ-bá-Ôn người Quỳnh-đôi, huyện Quỳnh-lưu, Nghệ-an.

(5) Núi Gòi thuộc huyện Vụ-bản, tỉnh Nam-định.

(6) Ý nói khiếp sợ rất mực, nghe chim kêu gió thổi, ngỡ là giặc đến.

(7) Tên những tướng của quân Cờ đen có giúp ta đánh Pháp.

(8) Tức Trần-tiền-Thành, đứng đầu phe chủ hòa, bị Tôn-thất-Thuyết sai lính đến nhà giết chết.

C. *"Phan Lâm" "Mại Quốc" "Cầu Hòa Khi Quân" Đã Trở Thành "Phan Lâm Mãi Quốc, Triều Đình Khí Dân"?*

Như vậy, khi đọc qua đoạn thơ trên, có lẽ không khó khăn lắm để nhận ra rằng tất cả những phần tử cấu tạo nên câu "Phan Lâm mãi quốc, triều đình khí dân" cũng như câu chuyện chung quanh nó, đều đã có mặt đầy đủ trong đoạn thơ này.

Trước nhất, và rõ ràng nhất, là có hai nhân vật **"Phan Lâm"**, đi chung với tội danh "bán nước" hay **"mại quốc"**.

Kế đến, đoạn thơ nói về "quân" tức nhà vua, tức **triều đình**.

Sau cùng, đoạn thơ cũng có **"dân"**, và thậm chí còn có cả **Trương Định**, trong câu "nghĩa sĩ nghĩa dân".

Như vậy, khi so sánh với câu "Phan Lâm mãi quốc, triều đình khí dân" và câu chuyện chung quanh nó, thì rõ ràng là đoạn thơ trên đã cung cấp đầy đủ tất cả những yếu tố quan trọng để hình thành câu trên.

Chỉ khác nhau ở chỗ là chữ "mại" đã biến thành "mãi", chữ "khi" đã biến thành "khí", và chữ "quân" được thay thế bằng chữ "dân".

Và những phần tử "Phan Lâm", "mại quốc", "cầu hòa khi quân" đã được phối hợp để cấu tạo thành câu "Phan Lâm mãi quốc, triều đình khí dân".

Có thể thấy rằng sự thay đổi từ đoạn thơ này đến câu "Phan Lâm mãi quốc, triều đình khí dân" chỉ là một bước rất ngắn và rất nhỏ! Chỉ cần một chút sáng tạo - thì *"Phan Lâm", "mại quốc", "cầu hòa khi quân"* - sẽ trở thành *"Phan Lâm mãi quốc, triều đình khí dân"*.

Nhất là khi trước đó một năm thì tác giả Trần Huy Liệu dưới bút hiệu "Chiến" đã từng lên án **"bọn vua quan triều đình bán nước bỏ dân"**. Tức là đã có gần đầy đủ câu này.

Như vậy, về hình thức, có thể thấy rằng đây là một sự trùng hợp gần như hoàn toàn giữa bài thơ "Việt Nam Chính Khí Ca" và câu "Phan Lâm mãi quốc, triều đình khí dân" của ông Trần Huy

Liệu. Sự trùng hợp rất đáng để ý này có lẽ không phải là ngẫu nhiên, và do đó cần phải được nêu ra, để thấy rằng câu "Phan Lâm mãi quốc, triều đình khí dân" của ông Trần Huy Liệu có thể đã được ảnh hưởng bởi tài liệu này.

Nhưng đó là sự giống nhau về mặt hình thức. Còn về mặt ý nghĩa thì sự khác biệt giữa đoạn thơ trên và câu "Phan Lâm mãi quốc, triều đình khí dân" không thể nào lớn hơn.

Bởi một đàng là góc nhìn của một nhà nho hay một viên cựu quan triều Nguyễn với lòng trung quân nhiệt thành, nên không thấy được điều gì sai lầm do đức vua của mình làm. Vì vậy, tác giả bài thơ mới đổ lỗi hoàn toàn cho hai *"gian thần"* Phan Lâm và kết luận rằng do hai gian thần này bán nước (*mại quốc*) và *khi quân,* cho nên Đại Nam mới mất đất cho Pháp.

Còn đàng kia, câu "Phan Lâm mãi quốc, triều đình khí dân" của ông Trần Huy Liệu lại là một sự minh họa cho thấy rằng câu này là "tiếng thét", là "bản án" của "nhân dân" Nam Kỳ lục tỉnh đã dùng để ủng hộ anh hùng nhân dân Trương Định, và để lên án Phan Thanh Giản cũng như cả chế độ phong kiến nhà Nguyễn là đã dâng đất cho giặc và câu kết với giặc.

Do đó, nếu đem một cái nhìn hạn hẹp thiếu thông tin, thiếu suy luận, và nặng nề tư tưởng trung quân lạc hậu nói trên của một nhà nho vùng Nghệ Tĩnh sống vào thế kỷ hai mươi về Phan Thanh Giản, để tuyên bố rằng đó chính là "bản án" của "nhân dân" dành cho Phan Thanh Giản từ một trăm năm trước, thì sẽ là một việc làm liều lĩnh.

Mà một chính trị gia lão luyện như ông Trần Huy Liệu chắc chắn không làm.

Nhưng nếu chỉ sửa đổi vài chữ của hai câu thơ *"Phan Lâm hà xứ nhân da/Cam tâm mại quốc cầu hòa khi quân"* trong bài thơ lục bát "Việt Nam Chính Khí Ca" của các nhà nho Nghệ Tĩnh vào cuối thế kỷ 19 nói trên - để biến hóa cho chúng trở thành câu *"Phan Lâm mãi quốc, triều đình khí dân"* vào năm 1955, để hoàn thành một "khẩu hiệu" cần thiết và thích hợp với chủ đề **vua quan triều**

đình bán nước bỏ dân đã từng nêu ra vào năm 1954 dưới bút hiệu "Chiến" - lại là một điều khá dễ dàng.

Và đó là chính là điều mà ông Viện Trưởng Viện Sử Học Trần Huy Liệu rất có khả năng đã làm.

Rồi sau đó thì trùm một bức màn bí mật lên câu "Phan Lâm mãi quốc, triều đình khí dân" này, bằng cách kể một câu chuyện chung quanh nó, như là giai thoại "tám chữ đề cờ" của nghĩa quân Trương Định. Rồi ra tín hiệu cho tất cả các "sử gia" đàn em khác là không được thắc mắc, mà phải chấp nhận câu chuyện nói trên như một sự thật lịch sử.

Đó chính là lý do tại sao mà câu "Phan Lâm mãi quốc, triều đình khí dân" đã lừng lững đi vào lịch sử Việt Nam và tồn tại trong đó hơn sáu mươi năm nay. Mặc cho cái quá khứ mịt mờ của nó.

Tuy nhiên, vẫn còn một điểm khúc mắc cần phải giải quyết, là tại sao chữ "mại" trong bài thơ "Việt Nam Chính Khí Ca" nói trên lại trở thành chữ "mãi" trong câu "Phan Lâm mãi quốc, triều đình khí dân"? Nhất là tại sao một người rất giỏi chữ Hán như ông Trần Huy Liệu lại không thấy được điều nghịch lý này, nếu như ông ta chính là người đã chế tạo ra câu đó?

Người viết nghĩ rằng có thể tìm ra câu trả lời, một khi ta xét đến tôn chỉ viết sử và bản lãnh chế tạo bằng chứng của ông Trần Huy Liệu, trong chương kế tiếp.

CHƯƠNG XVIII

TÔN CHỈ VỀ CÔNG TÁC LỊCH SỬ VÀ BẢN LÃNH CHẾ TẠO BẰNG CHỨNG CỦA ÔNG TRẦN HUY LIỆU

Như người viết đã trình bày trong các chương trên của Phần 3, ông Trần Huy Liệu, vị Viện Trưởng Viện Sử Học của miền Bắc, chính là người đã chế tạo ra câu "Phan Lâm mãi quốc, triều đình khí dân", cũng như câu chuyện chung quanh nó.

Chính ông Trần Huy Liệu là người đầu tiên giới thiệu câu này và câu chuyện về nghĩa quân Trương Định, trong một bài viết vào giữa năm 1955 trên số 9 tờ Văn Sử Địa.

Còn trước đó, vào năm 1954, trong số 1 của tờ Văn Sử Địa (Sử Địa Văn), ông Trần Huy Liệu đã viết một bài nghị luận dưới bút hiệu "Chiến" để giành lấy chính nghĩa cho phe mình, khi cho rằng đảng và chính phủ của ông ta đã tiếp nối sự nghiệp chống Pháp của những lực lượng như Trương Định, trong việc chống lại bọn phong kiến bán nước quay ra câu kết với thực dân đế quốc.

Trong bài viết vào năm 1954 nói trên, ông Trần Huy Liệu đã lên án bọn phong kiến là *"bán nước bỏ dân"*, và do đó lực lượng nghĩa quân của Trương Định đã đem điều này để đề lên trên lá cờ khởi nghĩa của mình. Tức là ông đã có đầy đủ những yếu tố cho câu; chỉ còn thiếu nhân vật *"Phan Lâm"*.

Để rồi chỉ một năm sau đó, trong một bài viết đăng trên số 9 Văn Sử Địa vào năm 1955, thì nhân vật "Phan Lâm" đã được ông Trần Huy Liệu thêm vào, và tội *"bán nước"* đã thành ra *"mãi quốc"*. Và câu "Phan Lâm mãi quốc, triều đình khí dân" đã được hoàn tất.

Trong cả hai bài viết nói trên, cũng như trong các bài viết sau này dùng để lên án Phan Thanh Giản vào năm 1963, ông Trần Huy Liệu đã cho thấy mục đích tối hậu là giành lấy chiến thắng ở miền Nam. Và do đó, ông đã viết lại lịch sử để chứng minh rằng chế độ của ông có chính nghĩa - vì đứng trên lập trường dân tộc nhân dân cũng như lập trường giai cấp nông dân để chống lại bọn phong kiến đầu hàng và câu kết với giặc Pháp/Mỹ ở miền Nam. Cho nên bên cạnh việc tranh thủ cảm tình của *"nhân dân miền Nam"* với sự ca ngợi họ qua hình ảnh *"anh hùng dân tộc"* Trương Định, thì ông Trần Huy Liệu còn cần phải lên án phe *"địch"*, mà người đại diện (đã được chính ông chọn) là Phan Thanh Giản.

Nhưng việc lên án hay bôi nhọ kẻ địch số 1 này chứng tỏ là rất khó khăn, vì Phan Thanh Giản từ lâu nay đã đi vào lịch sử như một vị quan thanh liêm tài đức, vừa thương dân lại vừa trọn nghĩa với vua. Cũng vì lý do đó nên ông Trần Huy Liệu đã từng phải sáng chế ra những bằng chứng khá nhảm nhí để cho rằng "nhân dân" đã lên án Phan Thanh Giản. Như việc ông mập mờ sửa chữ *"danh nho"* mà dân chúng Nam Kỳ dùng để gọi Phan Thanh Giản, Phan Hiển Đạo và Tôn Thọ Tường ra thành *"danh nhơ"*, mà người viết đã dẫn ra trong các chương trên.

Rồi có lẽ vì việc giả vờ chơi chữ kiểu này không thuyết phục được ai, nên sau đó thì không bao giờ ông Trần Huy Liệu nhắc tới "giai thoại" ấy nữa. Nhưng qua việc sửa chữ kiểu này của ông ta, có thể thấy được rõ ràng hai điểm. Trước nhất, ông Trần Huy Liệu rất thiếu thốn, hay nói thẳng ra là **không có một bằng chứng nào** hết để cho thấy là "nhân dân" Nam Kỳ đã lên án Phan Thanh Giản. Thứ hai, nếu không có bằng chứng thì ông Trần Huy Liệu **sẵn sàng chế tạo ra bằng chứng**. Như việc ông đã giả vờ cho rằng có lẽ "nhân dân" Nam Kỳ gọi Phan Thanh Giản là *"danh nhơ"* thay vì *"danh nho"* nói trên.

Mà thật sự thì những bằng chứng theo loại chơi chữ kiểu này của ông Trần Huy Liệu không thể nào đáp ứng được cho yêu cầu cụ thể của ông ta trong việc viết lại lịch sử Nam Kỳ vào thế kỷ 19, là chia ra hai phe chính tà theo lằn ranh giai cấp và dân tộc chống ngoại xâm. Nó không thể tạo nên cái chính nghĩa như đã được ông

Trần Huy Liệu gán cho Trương Định và nghĩa quân "nông dân" của ông ta, trong tư cách là đại diện của "nhân dân" Nam Kỳ. Và nó cũng không nói lên được việc "nhân dân" Nam Kỳ - khác với các sĩ phu Nam Kỳ đương thời luôn luôn khen ngợi Phan Thanh Giản - đã "nguyền rủa" và đã "lên án" Phan Thanh Giản như thế nào.

Giống như câu "Phan Lâm mãi quốc, triều đình khí dân" và câu chuyện chung quanh nó.

Chính vì vậy, cho nên câu "Phan Lâm mãi quốc, triều đình khí dân" và câu chuyện chung quanh nó phải, và đã, được ông Trần Huy Liệu cho ra đời. Để đáp ứng tất cả mọi yêu cầu của ông ta trong công việc viết lại lịch sử nhằm mục tiêu đem lại thắng lợi cho chế độ mà ông ta phục vụ.

Và ông Trần Huy Liệu chứng tỏ là một người hoàn toàn có đầy đủ khả năng cũng như bản lãnh để chế tạo ra câu "Phan Lâm mãi quốc, triều đình khí dân" và câu chuyện chung quanh nó, nhằm đáp ứng nhu cầu viết lại lịch sử để trợ giúp cho mục đích đánh chiếm miền Nam của ông ta.

Nhưng trước khi xét đến khả năng và bản lãnh nói trên, hãy nhìn lại tôn chỉ hay vấn đề đạo đức trong công việc viết sử của ông Viện Trưởng Viện Sử Học Trần Huy Liệu.

A. Tôn Chỉ Về Công Tác Lịch Sử: Nghiên Cứu Để Phục Vụ Chế Độ, Không Phải Chỉ Để Nghiên Cứu

Trước nhất, cứu cánh luôn luôn biện minh cho phương tiện, qua cái nhìn của một sử gia Cộng Sản như ông Trần Huy Liệu. Do đó, với mục đích tối hậu là *"giải phóng miền Nam"*, thì một sử gia đầu đàn như ông ta phải dẫn đầu trong việc hạ nhục địch thủ cũng như khen tặng phe mình. Chứ không thể chỉ làm nhiệm vụ của một sử gia chân chính, là đưa ra những suy nghĩ vô tư dựa trên những tài liệu uy tín khi viết sử.

Và chủ trương hay **tôn chỉ** nói trên đã do chính ông Trần Huy Liệu khẳng định trong một bài viết để giảng dạy cho các cán bộ của mình. Theo ông Trần Huy Liệu trong bài viết này thì nhiệm vụ của một sử gia hay một cán bộ sử học trong chế độ xã hội chủ nghĩa của miền Bắc Việt Nam là để **phục vụ chế độ, chứ không phải là để viết sử**. Và đây là điều mà ông Trần Huy Liệu đã không chút ngại ngùng khi viết ra cho các cán bộ của ông noi theo, về công tác nghiên cứu lịch sử:

*"Ba là đứng trên cương vị **công tác sử học để phục vụ cho cuộc đấu tranh thống nhất Tổ quốc** và **xây dựng chủ nghĩa xã hội ở miền Bắc**. Đây là một điểm rất quan trọng, vì những người công tác sử học, cũng như các người công tác khoa học khác, **không phải nghiên cứu để nghiên cứu**, nhất là **không được phép đứng bên lề cuộc đấu tranh của dân tộc** và cuộc xây dựng của nhân dân. Nắm vững vũ khí của mình, những người công tác sử học hãy đề cao lòng tự tin dân tộc, tin vào lực lượng vĩ đại của nhân dân qua những cuộc chiến đấu chống ngoại xâm và sản xuất xây dựng đất nước; hãy phát huy tinh thần yêu nước, **gắn chặt việc yêu nước với việc yêu chế độ xã hội chủ nghĩa**; **chứng minh Tổ quốc ta là một khối thống nhất** về lãnh thổ, kinh tế, ngôn ngữ và văn hóa; **chứng minh chế độ ta là một chế độ tốt đẹp hơn hẳn chế độ thối nát của Mỹ - Diệm ở miền Nam**. Thực ra, khoa học lịch sử tự bản chất của nó đã chứa đựng những tính chất chiến đấu rất sôi nổi, rất mãnh liệt. Để phục vụ cho hai nhiệm vụ lớn kể trên, những người công tác sử học nhất định phải giành được thắng lợi trong **cuộc đấu tranh trên mặt trận tư tưởng**...*

*... Vì, **như chúng tôi đã nhắc đến nhiều lần**, các nhà công tác lịch sử của chúng ta **không phải nghiên cứu để nghiên cứu, mà là nghiên cứu để phục vụ cho những nhiệm vụ công tác trước mắt**."*[155]

Như vậy, ông Trần Huy Liệu đã lặp đi lặp lại nhiều lần rằng một cán bộ sử học của miền Bắc khi nghiên cứu lịch sử thì không phải *"chỉ để nghiên cứu"* một cách đơn thuần. Mà là để phục vụ cho công tác trước mắt, và đó là phải *"đề cao lòng tự tin dân tộc"* và phải *"gắn chặt việc yêu nước với việc yêu chủ nghĩa xã hội"*, để đánh thắng *"chế độ thối nát của Mỹ- Diệm ở miền Nam"* nhằm *"thống nhất"* *"lãnh thổ"*.

---

(155) Trần Huy Liệu, "Mấy Ý Kiến Về Công Tác Sử Học Của Chúng Ta", Nghiên Cứu Lịch Sử Số 3, 1959, pp. 9-16, 13-14. https://nhatbook.com/2020/02/02/tap-san-nghien-cuu-lich-su-so-3-thang-5-1959/

Và để thực hiện những mục tiêu cụ thể nói trên, ông Trần Huy Liệu nói rõ ra rằng các cán bộ sử học cần phải chứng tỏ là chế độ của mình ưu việt hơn và có chính nghĩa hơn, vì đứng về phía "nhân dân" trong việc đấu tranh cho "độc lập" dựa trên lập trường dân tộc. Trong khi cần phải gán cho phe bên kia là phong kiến đầu hàng và câu kết để bán nước cho bọn thực dân đế quốc.

Nghĩa là ông Trần Huy Liệu đã nói huỵch toẹt ra hết trong đoạn văn trên, lý do tại sao ông ta và các sử gia miền Bắc cần phải viết lại lịch sử cận đại của Việt Nam.

Rồi ông Trần Huy Liệu đã làm đúng với những điều ông viết trên đây, như ta đã thấy. Đó là việc ông ta đã dùng lịch sử Nam Kỳ của thế kỷ 19 để so sánh với tình trạng đương thời. Và mục đích là để phong cho lực lượng Mặt Trận Giải Phóng Miền Nam lòng yêu nước giống như lực lượng nghĩa quân Trương Định trước kia, trong khi so sánh chính quyền miền Nam đương thời với Phan Thanh Giản và triều đình Huế, trong việc "bán nước" cho ngoại bang.

Thế nhưng việc khen tặng Trương Định là điều tương đối dễ dàng, vì dù sao đi nữa ông ta cũng là một người đã hết lòng vì chủ mà đánh giặc, để đến cuối cùng phải hy sinh tính mạng do lý tưởng này. Và người dân miền Nam cũng đã tỏ rõ lòng kính trọng của họ đối với Trương Định, khi họ gọi ông ta là Trương "Công" Định. Do đó, việc ông Trần Huy Liệu mập mờ gán cho Trương Định cái mác "nông dân" để làm đại diện cho nhân dân Nam Kỳ, hay thậm chí là một "anh hùng dân tộc", đã không hề gặp một sự chống cự hay phản đối nào.

Trong khi đó, như đã thấy, việc ông Trần Huy Liệu muốn bôi nhọ và hạ bệ Phan Thanh Giản chứng tỏ là một điều cực kỳ khó khăn. Vì ông ta **không thể kiếm đâu ra được tài liệu hay bằng chứng nào** để làm điều này. Như đã trình bày trong Phần 2, toàn thể Nam Kỳ, từ sĩ phu cho tới thường dân, đều kính mến tài đức của Phan Thanh Giản. Do đó, việc tìm ra bằng chứng "nhân dân" Nam Kỳ đã hạ nhục Phan Thanh Giản trong khi ngợi khen Trương Định - giống như câu chuyện mà ông Trần Huy Liệu muốn kể về hai phe chính tà tại Nam Kỳ vào thế kỷ 19 - là một điều bất khả thi.

Vì vậy, không mấy ngạc nhiên khi ông Trần Huy Liệu đã phải vay mượn tội "đầu hàng" từ một tài liệu tuyên truyền của vị tiền bối cách mạng Phan Bội Châu, và tội "mãi quốc" từ một bài thơ với ý niệm trung quân của các nhà nho Nghệ Tĩnh trong phong trào Cần Vương. Để từ đó chế tạo ra câu "Phan Lâm mãi quốc, triều đình khí dân" và câu chuyện chung quanh nó, như đã trình bày trong các chương trên.

Tóm lại, vì đã từng dạy dỗ đàn em và tự nhận là có trách nhiệm phải trợ giúp chế độ trong công cuộc *"giải phóng miền Nam"*, nên khi muốn đáp ứng yêu cầu này để *"phục vụ"* cho công tác trước mắt, là giành thắng lợi trên mặt trận tư tưởng qua việc *"chứng minh chế độ ta là một chế độ tốt đẹp hơn hẳn chế độ thối nát của Mỹ-Diệm ở miền Nam"*, ông Trần Huy Liệu phải, và đã, sáng tạo ra câu "Phan Lâm mãi quốc, triều đình khí dân" cùng với câu chuyện chung quanh nó, để thực hiện điều trên.

Chứ ông Trần Huy Liệu hoàn toàn không bận tâm với nhiệm vụ đích thực của một sử gia, là viết lịch sử một cách chân thực, dựa trên những tài liệu khả tín.

Và ông Trần Huy Liệu chứng tỏ là một người hoàn toàn có đầy đủ bản lãnh cũng như thành tích để thực hiện **tôn chỉ phục vụ chế độ** này. Tuy vậy, sự chế tạo bằng chứng để phục vụ tôn chỉ này của ông ta, cho dù có khéo léo cỡ nào đi nữa, thì cũng vẫn còn những nhược điểm mà ta sẽ thấy sau đây.

B. Bản Lãnh Chế Tạo Bằng Chứng Và Lỗi Lầm Của Ông Trần Huy Liệu Qua Câu Chuyện "Người Bác Cách Mạng"

Trong thời gian sau này, tên tuổi ông Trần Huy Liệu được vực dậy và biết đến nhiều nhờ câu chuyện về một "anh hùng cách mạng" của miền Nam, mà ông Trần Huy Liệu được cho là tác giả đã sáng tạo ra nhân vật đó. Theo lời kể của giáo sư Phan Huy Lê, một đàn em và là một cộng sự viên thân tín của ông Trần Huy Liệu, thì **nhân vật "cây đuốc sống" Lê Văn Tám là một nhân vật không có thật - mà do ông Trần Huy Liệu đã chế tạo ra**. Rồi cũng theo lời kể nói trên thì ông Trần Huy Liệu có nhắn nhủ với giáo sư Phan Huy Lê là sau này hãy nói lên sự thật rằng nhân vật Lê

Văn Tám cũng như câu chuyện đốt kho xăng là do chính ông Trần Huy Liệu sáng chế ra.[156]

Cần biết rằng trong thời gian của câu chuyện Lê Văn Tám, với tư cách là bộ trưởng Bộ Tuyên Truyền của miền Bắc, ông Trần Huy Liệu rất có khả năng cũng như có động lực để làm việc này. Và ông Trần Huy Liệu đã được phong làm bộ trưởng Bộ Tuyên Truyền cũng có lý do rất ư chính đáng. Đó là vì ông Trần Huy Liệu đã từng là một nhà báo lão luyện, với nhiều năm lăn lộn trong trường văn trận bút, từ thập niên 1920 ở Sài Gòn. Do đó, ông Trần Huy Liệu có thừa bản lãnh để sáng tạo ra những câu chuyện kiểu như Lê Văn Tám nói trên, nhằm mục đích khích động lòng dân.

Tuy vậy, giáo sư Phan Huy Lê chỉ thuật lại câu chuyện và lời nhắn nhủ của ông Trần Huy Liệu với ông ta. Mà giáo sư Phan Huy Lê lại không hề cho biết rằng ông Trần Huy Liệu đã sáng tạo ra nhân vật Lê Văn Tám lúc nào, ở đâu, trong bài viết nào, và trên tờ báo nào. Nghĩa là giáo sư không đưa ra một bằng chứng nào cả cho sự chế tạo câu chuyện này của ông Trần Huy Liệu.

Trong khi đó, chỉ cần xem những bài viết về Phan Thanh Giản của ông Trần Huy Liệu mà người viết đã dẫn ra trong bài viết này không thôi, thì ta cũng đã có thể thấy rằng ông Trần Huy Liệu là người có bản lãnh, và chuyên môn sáng tác ra những câu chuyện trong bài viết, để làm cho ý tưởng và lập luận của mình thêm phần vững chắc.

Hãy xét đến tài nghệ sáng tác nói trên của ông Trần Huy Liệu, qua một thí dụ điển hình dưới đây:

Trong bài viết "Góp Ý Về Phan-thanh-Giản" dưới bút danh Hải Thu mà đã được nói đến nhiều lần trong các chương trên, ông Trần Huy Liệu có thuật lại một câu chuyện để minh họa cho bài viết của ông ta về thái độ của "nhân dân" đối với Phan Thanh Giản - qua hành động của nhân vật "bác tôi" là một chiến sĩ Xô Viết Nghệ Tĩnh. Đó là khi người bác này của ông Trần Huy Liệu biểu hiện đạo đức cách mạng cũng như sự căm thù của mình, trong việc xé

---

(156) https://vi.wikipedia.org/wiki/L%C3%AA_V%C4%83n_T%C3%A1m

vụn trang Quốc Văn Giáo Khoa Thư có bài khen ngợi Phan Thanh Giản, trang sách mà tác giả Hải Thu - Trần Huy Liệu đang học.

Xin chép lại câu chuyện nói trên, do ông Hải Thu tức Trần Huy Liệu kể, như sau:

*'Riêng tôi, **có một sự kiện mà tôi nhớ mãi.** Một hôm, **năm 1934**, lúc tôi đang nghê nga về tài đức của Phan-thanh-Giản trong cuốn **Quốc văn giáo khoa thư lớp ba** thì bác tôi tới chơi. Bác tôi là một chiến sĩ Xô-viết Nghệ-Tĩnh mới ra tù. Bác giật sách, xé vụn trang giấy và viết cho thầy học tôi, bạn bác, mấy chữ như sau: "Anh T. có lẽ không nên cho con em ta noi gương xấu của loại Phan-thanh-Giản, Đỗ-hữu-Vị, Trương-vĩnh-Ký".*

Như vậy, ông Hải Thu - Trần Huy Liệu đã thuật lại cho ta một câu chuyện để cho thấy rằng bọn "thực dân" và "phong kiến" đã câu kết với nhau, qua việc đề cao Phan Thanh Giản trong cuốn sách giáo khoa mà họ viết cho bọn trẻ con như ông học, như thế nào, vào năm 1934.

Trong khi đó, "nhân dân" ta, nhất là những chiến sĩ cách mạng như ông bác cựu chiến sĩ Xô Viết Nghệ Tĩnh từng đi tù của ông Hải Thu - Trần Huy Liệu, đã thấy rõ ràng âm mưu đó, và đã sớm vạch ra cho ông Trần Huy Liệu cũng như gia đình ông ta được biết.

Thật không còn gì rõ ràng hơn để chứng tỏ việc "nhân dân" ta đã lên án Phan Thanh Giản, như sự kiện một chiến sĩ cách mạng, người bác anh hùng của ông Trần Huy Liệu, đã xé vụn trang giấy trong cuốn Quốc Văn Giáo Khoa Thư lớp ba nói trên! Vì trong cuốn sách đó các tác giả thuộc bọn phong kiến như Trần Trọng Kim đã ca ngợi Phan Thanh Giản. Rồi chẳng những vậy thôi, mà ông bác cách mạng này còn khuyên thầy học của ông Hải Thu - Trần Huy Liệu là không nên cho "con em ta" học hỏi từ những tấm gương xấu như Phan Thanh Giản.

Tóm lại, có lẽ vì cảm thấy rằng câu "Phan Lâm mãi quốc, triều đình khí dân" và câu chuyện chung quanh nó như đã kể vẫn chưa đủ sức để chứng minh việc "nhân dân ta" đã lên án Phan Thanh Giản như thế nào, cho nên trong bài viết "Góp Ý Về Phan-thanh-

Giản" dưới bút danh Hải Thu nói trên, ông Trần Huy Liệu đã kể ra thêm một câu chuyện có vẻ rất riêng tư và có vẻ rất "thật", vì chính ông là người trong cuộc, để minh họa cho sự lên án đầy kịch tính này. Bởi câu chuyện nói trên tuy rất ngắn gọn nhưng lại diễn tả đầy đủ tất cả những đại ý về sự lên án Phan Thanh Giản bởi "nhân dân" đương thời, qua đại diện là một nhà cách mạng đã từng đi tù, người bác anh hùng của ông Hải Thu - Trần Huy Liệu.

Tuy nhiên, nếu xét kỹ về một vài chi tiết của câu chuyện này, thì ta sẽ thấy rằng nó được ông Trần Huy Liệu bịa ra để minh hoạ cho bài viết lên án Phan Thanh Giản của ông ta. Đó là vì ông Trần Huy Liệu sinh năm 1901. Và lúc ông mới ngoài 20 tuổi, tức trong thập niên 1920, thì ông đã vào Nam và làm chủ bút một tờ báo lớn ở Sài Gòn. Rồi sau đó ông theo Việt Nam Quốc Dân Đảng làm chính trị và bị đi tù Côn Đảo hết mấy năm trời; cho đến năm 1934 mới được thả ra. Vậy thì làm sao mà ngay trong năm 1934, tức là khi đã 33 tuổi rồi, ông Trần Huy Liệu lại có thể hóa phép để biến thành một đứa con nít đang học lớp 3 và đang ê a đọc bài Quốc Văn Giáo Khoa Thư về Phan Thanh Giản, như ông đã kể trong chuyện nói trên cho được?

Nhưng nếu suy nghĩ kỹ thì ta sẽ thấy là ông Trần Huy Liệu có ý tứ lắm chứ không phải không, khi ông chế tạo ra câu chuyện này với những chi tiết như trên. Đó là vì phong trào Xô Viết Nghệ Tĩnh chỉ vừa mới xảy ra vào đầu thập niên 1930. Và cuốn Quốc Văn Giáo Khoa Thư cũng vừa được nhà xuất bản Đông Pháp phát hành vào cuối thập niên 1920 (rồi tái bản nhiều lần trong thập niên 1930). Do đó, nếu muốn cho một nhân vật có thẩm quyền "cách mạng" và đại diện "nhân dân" với thành tích đã từng tham gia Xô Viết Nghệ Tỉnh và bị Pháp bỏ tù lên án Phan Thanh Giản và chế độ thực dân phong kiến - như ông "bác" của ông đã làm trong câu chuyện - thì ông Trần Huy Liệu phải cho câu chuyện nói trên lùi lại đến thập niên 1930 mới hợp tình hợp lý.

Rồi cẩn thận hơn, ông Trần Huy Liệu còn dùng một bút hiệu ít ai biết đến là "Hải Thu", thay vì tên thật Trần Huy Liệu, để viết bài này. Chỉ có điều là sau khi ông ta chết thì tòa soạn tờ Nghiên Cứu

Lịch Sử lại tiết lộ rằng Hải Thu chính là một bút hiệu của ông Trần Huy Liệu, trong phần thư mục của ông ta. Qua đó, có thể thấy rằng ông Trần Huy Liệu là một người sử dụng rất nhiều bút hiệu, đến mức tờ Nghiên Cứu Lịch Sử đã phải lên tiếng yêu cầu các độc giả của tờ báo là nếu có biết thêm bút hiệu nào khác nữa của ông Trần Huy Liệu thì xin cho họ biết để bổ sung![157]

THƯ MỤC CỦA TRẦN HUY LIỆU

Dưới đây là bản thư mục bao gồm những tác phẩm và các báo, tạp chí mà đồng chí Trần Huy Liệu đã viết từ năm 1917 đến 1969, dưới các bút danh khác nhau như Đầu Nam, Côi Vị, Hải Khách, Hải Thu, Nam Kiều, Kiếm Bút, Ẩm Hận...

Chúng tôi mong bạn nào biết các tác phẩm khác của đồng chí Trần Huy Liệu xin cho biết để chúng tôi bổ sung.

Tạp chí NCLS

Như vậy, qua câu chuyện ông bác cách mạng nói trên, có thể thấy rằng với kinh nghiệm làm báo cũng như làm chính trị, cộng thêm tài nghệ sáng tác, khi ông Trần Huy Liệu cần sáng tạo một câu chuyện để minh họa cho lập trường và lý luận của mình thì ông ta đã dựa vào những sự kiện hay nhân vật có thật để tạo nên câu chuyện, rồi sau đó mới thêm thắt hay sửa đổi chút xíu cho hợp tình hợp lý hơn.

Vì vậy, câu chuyện về ông bác cách mạng của ông Trần Huy Liệu khi mới nghe qua thì rất ư là xúc động lòng người. Bởi đó là một chiến sĩ cách mạng đã từng đi tù vì chống thực dân, lại là một chiến sĩ thuộc phe "nhân dân" trong phong trào Xô Viết Nghệ Tĩnh. Và vị chiến sĩ cách mạng đại diện cho "nhân dân"này đã hùng hồn lên án cả nền giáo dục của bọn phong kiến câu kết với thực dân, với một hành động đầy kịch tính là xé vụn trang giấy ngợi khen Phan Thanh Giản trong cuốn Quốc Văn Giáo Khoa Thư!

Câu chuyện "xé sách" này cũng tương tự như câu chuyện chung quanh câu "Phan Lâm mãi quốc, triều đình khí dân", khi "nhân dân" miền Nam, mà đại diện là nghĩa quân và anh hùng

---

(157) Ibid, Thư Mục Của Trần Huy Liệu, Nghiên Cứu Lịch Sử số 125, 1969, p. 21

Trương Định đã từng "nguyền rủa" và "lên án" Phan Thanh Giản, bằng cách dùng câu này làm "khẩu hiệu", rồi thậm chí đề lên cả lá cờ khởi nghĩa của mình, như một bản tuyên ngôn để chống lại cả triều đình phong kiến lẫn bọn thực dân cướp nước! Cả hai câu chuyện đều có mục đích làm xúc động lòng người, trong khi cùng lúc minh họa cho lý luận của tác giả. Và lý luận đó trong cả hai câu chuyện nói trên cũng chỉ là một, rằng "nhân dân ta" đã lên án Phan Thanh Giản.

Chỉ có điều là bất cứ việc gì nếu không có thật thì sớm muộn gì cũng sẽ bị phát giác và lôi ra ánh sáng. Cho nên mặc dù ông Trần Huy Liệu đã dùng một bút hiệu khác cho bài viết, đã khéo léo sắp đặt cho những sự kiện trong câu chuyện xảy ra đúng theo thứ tự thời gian, đã dàn dựng nên nhân vật "bác tôi" với đầy đủ thành tích cách mạng và thẩm quyền để phê phán Phan Thanh Giản, nhưng ông Trần Huy Liệu chắc không thể ngờ rằng bút hiệu Hải Thu của mình sẽ được tiết lộ bởi các đàn em sau này.

Tóm lại, "giai thoại" về người bác cách mạng nói trên đủ để chứng minh về tài nghệ và bản lãnh của ông Trần Huy Liệu trong việc sáng tạo ra những câu chuyện nhằm minh họa cho lý luận của mình. Và đó là do ông ta biết sắp xếp, biết thay đổi một vài chi tiết nhỏ nhặt, để cho câu chuyện trở thành hợp tình hợp cảnh. Và thật sự nếu người đọc không biết rằng Hải Thu cũng chính là Trần Huy Liệu, cũng như không biết rằng năm 1934 ông đã 33 tuổi, thì câu chuyện nói trên quả là khó để mà bắt bẻ.

Phan-thanh-Giản

Ông Phan-thanh-Giản làm *kinh-lược-sứ* ba tỉnh phía tây trong Nam-kỳ. Khi chánh-phủ Pháp đánh lấy ba tỉnh ấy, ông biết rằng chống với nước Pháp không được nào, mới truyền đem thành trì ra nộp. Nhưng ông muốn tỏ lòng trung với vua và tự trị tội mình không giữ nổi tỉnh thành cho nước, ông bèn uống thuốc độc *tự-tử*.

Chánh-phủ Pháp thấy ông là một bậc vĩ-nhân mà chết như thế, lấy làm cảm-phục lắm, mới làm ma cho ông rất trọng thể, cho một chiếc tầu chiến đem linh-cửu ông về quê ông, lúc chôn có lính tây làm lễ chào.

Giải nghĩa. — *Kinh-lược-sứ* = quan đại-thần vua cho rộng quyền cai-trị một hạt. — *Tự-tử* = tự mình giết mình.

Học tiếng. — Chánh-phủ, — nộp thành, — cảm phục.

Câu hỏi. — Ông Phan-thanh-Giản làm gì? — Ông mất ra làm sao? — Khi ông mất rồi thì chánh-phủ Pháp làm gì cho ông?

Người Pháp làm ma cho ông Giản rất trọng thể.

Trần Trọng Kim, Nguyễn Văn Ngọc, Đặng Đình Phúc, Đỗ Thận, <u>Quốc Văn Giáo Khoa Thư</u>, Lớp Dự Bị. In lần thứ tám (Hà Nội), Nha Học Chính Đông Pháp, 1933, trang 86

LECTURE (Cours préparatoire)

QUỐC-VĂN
GIÁO-KHOA THƯ

(Sách tập đọc và tập viết)

LỚP DỰ-BỊ

(Sách này do Nha Học-chính Đông-pháp đã giao cho ông
TRẦN-TRỌNG-KIM, ông NGUYỄN-VĂN-NGỌC, ông ĐẶNG-ĐÌNH-PHÚC
và ông ĐỖ-THẬN soạn)

In lần thứ tám

Nhà-nước giữ bản-quyền   Cấm không ai được in lại

NHA HỌC-CHÍNH ĐÔNG-PHÁP
XUẤT-BẢN
1933

C. Bản Lãnh Chế Tạo Bằng Chứng Và Lỗi Lầm Của Ông Trần Huy Liệu Qua Câu Chuyện "Người Vợ Miền Nam"

Nhưng ngoài thí dụ về người bác cách mạng nói trên, còn có một thí dụ khác nữa cho thấy tài nghệ và bản lãnh sáng tạo của ông Trần Huy Liệu, và cũng vẫn nằm trong một bài viết lên án Phan Thanh Giản của ông Trần Huy Liệu. Đó là bài "Việt Nam Thống Nhất Trong Quá Trình Đấu Tranh Cách Mạng" đăng trên tờ Văn Sử Địa số 9 vào tháng 8, 1955. Sau khi giới thiệu câu "Phan Lâm mãi quốc, triều đình khí dân" lần đầu tiên với độc giả, thì ông Trần Huy Liệu đã chấm dứt bài viết này bằng một câu chuyện minh họa như sau:

"Để kết luận bài này, tôi giới thiệu mấy câu thơ trong một bức thư của một phụ nữ miền Nam gửi cho chồng đi tập kết ngoài Bắc. Bức thư nói lên lòng mong mỏi thống nhất xây dựng miền Bắc, đẩy mạnh cuộc đấu tranh ở miền Nam, cột chặt hạnh phúc gia đình với hạnh phúc dân tộc:

'Ai đi non Tản sông Hồng
Để Cô-tô (1) với Cửu-long đợi chờ
Ai đi xây dựng cơ đồ
Ai ở lại phất cao cờ đấu tranh
Nước non chan chứa bao tình
Mong chóng thống nhất để mình trở vô
Mình vô chẳng một mình vô
Mình còn phải dẫn bác Hồ vào Nam'

(1)Cô-tô là một mỏm núi cao nhất trong giải núi Thất-sơn ở Châu-đốc"

Một lần nữa, trong bài viết để chuẩn bị cho công cuộc *"giải phóng miền Nam"* này, ông Trần Huy Liệu đã cho thấy tài nghệ khích động lòng người mà cũng đồng thời chứng minh cho những ý tưởng lập luận của mình, qua câu chuyện về người phụ nữ miền Nam có chồng đi tập kết như trên.

Bài thơ này, tiếc thay, lại cho thấy rằng nó là một sản phẩm của ông Trần Huy Liệu! Bởi vì người miền Nam, trừ những người ở tại địa phương Châu Đốc gần biên giới Cao Miên thì chắc không mấy ai biết rằng có một ngọn núi tên "Cô Tô" ở Nam Kỳ! Cùng lắm là họ biết có Thất Sơn. Bởi vì miền Nam là một vùng đất toàn sông nước, cho nên không mấy ai để ý rằng có những ngọn "núi" ở đây. Thêm nữa, họ chỉ biết đến những cái "núi" đó qua tên gọi bình dân của chúng như núi Cấm, núi Dài, núi Tô. Chứ không mấy ai để ý tới cái tên gọi văn hoa là "núi Cô-tô" như trong bài thơ nói trên!

Nhưng đối với một nhà báo, nhà nho, và nhà thơ như ông Trần Huy Liệu thì vấn đề lại khác. Bởi một khi đã nói về sông Cửu Long thì phải có một ngọn núi nào đó để đem ra để mà đối trọng. Cũng như khi bài thơ nói về miền Bắc với sông Hồng, thì cũng phải nói đến núi Tản (Viên) cho đối xứng. Do đó, nếu bài thơ này chỉ nói về sông Cửu Long cho miền Nam không thôi thì chắc là không hợp nhãn với nhà thơ Trần Huy Liệu. Thành ra ông ta phải đưa thêm ngọn núi "Cô-tô" nói trên vào câu thơ, cho đối xứng với sông Cửu Long, và cho ngang hàng với núi Tản sông Hồng của miền Bắc. Chỉ khổ nỗi là ông Trần Huy Liệu lại phải cất công chú thích về núi Cô Tô ngay dưới bài thơ, vì thật sự chẳng ai biết ngọn núi này ở chỗ nào và tại sao mà nó lại có mặt trong bài thơ như trên!

Nhưng vẫn chưa hết. Ông Trần Huy Liệu cho ta thấy tác giả của bài thơ là một người đàn bà miền Nam, qua cách cô/bà ta dùng chữ "vô" đến ba lần trong bài thơ, giống như kiểu *Vân Tiên cõng mẹ chạy vô*", như sau:

"Mong chóng thống nhất để mình trở vô
Mình vô chẳng một mình vô".

Tuy nhiên, sau khi đã dùng chữ *"vô"* nhiều lần như vậy, người phụ nữ miền Nam này lại bỗng nhiên chuyển sang dùng chữ *"vào"* ngay sau đó:

"Mình còn phải dẫn bác Hồ vào Nam"

Nếu đã dùng chữ "vô" một cách rặt Nam Kỳ ba bốn lần như trên, thì thật khó mà giải thích tại sao mà người phụ nữ miền Nam này lại bỗng nhiên quay sang dùng chữ "vào" cho một hành động cần dùng chữ "vô" như trong câu thơ nói trên. Trừ khi tác giả bài thơ không phải là người Nam, nhưng lại muốn giả giọng Nam, và cần đem một hình ảnh chính trị quen thuộc là *"bác Hồ vào Nam"* vào trong bài thơ, nên đã vô tình dùng chữ "vào" trong câu mà không để ý!

Và do đó, với thành tích và bản lãnh sáng tạo như đã thấy, tác giả bài thơ được cho là của một người "phụ nữ miền Nam" nói trên chắc chắn không phải là ai khác hơn ngoài ông Trần Huy Liệu! Chỉ có điều là giống như câu chuyện về ông bác cách mạng Xô Viết Nghệ Tĩnh, cũng bởi vì ông Trần Huy Liệu đã cố gắng thêm thắt một vài chi tiết cho câu chuyện hợp tình hợp lý hơn, nên đã lòi ra những điều bất hợp lý như trên.

Tức là vì quá cẩn thận cho nên ông Trần Huy Liệu đã bị tổ trác! Giống như trường hợp ông Trần Huy Liệu đã sáng tạo và sử dụng câu "Phan Lâm mãi quốc, triều đình khí dân" cùng câu chuyện chung quanh nó để lên án Phan Thanh Giản mà ta đã thấy.

Trong phần dưới đây, người viết xin nhắc lại về hai lỗi lầm rất lớn đó của ông Trần Huy Liệu, trong việc chế tạo ra câu "Phan Lâm mãi quốc, triều đình khí dân" và câu chuyện chung quanh nó để chứng minh cho lập luận của mình.

D. Bản Lãnh Chế Tạo Bằng Chứng Và Lỗi Lầm Của Ông Trần Huy Liệu Qua Câu "Phan Lâm Mãi Quốc, Triều Đình Khí Dân"

Như có thể thấy, ông Trần Huy Liệu đã chứng tỏ tài nghệ và bản lãnh sáng tạo của ông ta, khi sáng chế ra câu "Phan Lâm mãi quốc, triều đình khí dân" và câu chuyện chung quanh nó để minh họa cho bức tranh lịch sử Nam Kỳ vào thế kỷ 19 nhằm mục đích phục vụ chế độ. Tuy nhiên, cũng như hai thí dụ về "người bác cách mạng" và "người vợ miền Nam" kể trên, ông Trần Huy Liệu đã mắc phải những lỗi lầm khá hệ trọng trong việc chế tạo bằng chứng này.

Lỗi lầm thứ nhất là có lẽ vì quá cẩn thận muốn lên án Phan Thanh Giản bằng mọi giá, nên ông Trần Huy Liệu đã gán cho Phan Thanh Giản đến **hai tội cùng một lúc, là tội "đầu hàng" (thất bại chủ nghĩa) và tội "bán nước" (mãi quốc)**. Như người viết đã giải thích, hai tội này không thể nào đi chung với nhau được. Vì nếu đã "đầu hàng" rồi thì không thể "bán nước" được nữa, do chẳng còn gì để mà "bán".

Cho nên nhà cách mạng Phan Bội Châu trong cuốn sách tuyên truyền "Việt Nam Vong Quốc Sử" đã gán cho Phan Thanh Giản tội vì nhát gan sợ giặc mà đầu hàng và dâng đất cho Pháp. Nhưng ông ta không hề gán tội "bán nước" hay "mại quốc" cho Phan Thanh Giản.

Cho nên tác giả bài thơ "Việt Nam Chính Khí Ca" đã gán tội "mại quốc" cho Phan Thanh Giản, nhưng lại không hề cho rằng Phan Thanh Giản đã vì sợ giặc mà đầu hàng. Ngược lại, tác giả bài thơ này cho rằng Phan Thanh Giản là một "gian thần" đã phản chủ qua việc "cầu hòa" với Pháp, và là người mặc dù đã ăn lộc chúa ở xứ sở này nhưng lại không biết báo đền, mà còn "cam tâm" làm điều khi quân qua hành động "mại quốc".

Nhưng ông cựu bộ trưởng bộ Tuyên Truyền Trần Huy Liệu thì đã gán cả hai tội nói trên cùng một lúc cho Phan Thanh Giản, do ông ta quá cẩn thận không muốn cho Phan Thanh Giản thoát tội. Hơn nữa, như đã giải thích trong chương II, ông ta cần phải gán thêm tội "đầu hàng" để bác bỏ tất cả những lời xin khoan hồng cho tội "mãi quốc" vì đạo đức của Phan Thanh Giản. Đó là những lời xin khoan hồng mà ông Trần Huy Liệu không thể không nói đến, bởi tài đức và danh tiếng tốt đẹp của Phan Thanh Giản đã được lưu truyền ở Nam Kỳ trong bao nhiêu năm nay.

Lỗi lầm thứ hai là ông Trần Huy Liệu đã dùng chữ "mãi" mà không dùng đúng chữ "mại" theo tiếng Hán, như trong bài "Việt Nam Chính Khí Ca". Và một lần nữa, đó là vì ông Trần Huy Liệu đã **quá cẩn thận và muốn cho chữ này phải được phát âm đúng như giọng nói miền Nam** của Trương Định và các nghĩa quân người Gò Công của ông ta!

Và đó là vì chính Trương Định đã từng "nói" như vậy. Người viết xin nhắc lại với bạn đọc về một tài liệu đã được trích dẫn trong Phần 2, đó là bài "Hịch Quản Định" do học giả Petrus Trương Vĩnh Ký chép lại bằng chữ Quốc Ngữ. Như đã biết, Petrus Ký là một trong những người Việt tiên phong trong việc dùng chữ Quốc Ngữ tại Việt Nam vào thế kỷ 19. Vì là người Nam Kỳ, lại đang trong thời kỳ phôi thai của chữ Quốc Ngữ, nên Petrus Ký viết giống y như cách ông phát âm. Tức là ông viết như ông nói, theo "giọng Annam ròng"! Mà trong trường hợp này là giọng miền Nam. Và đó cũng chính là giọng nói hay cách phát âm của người Gò Công, của những nghĩa quân Trương Định. Thậm chí còn có thể của cả Trương Định, một người gốc gác ở miền Trung nhưng sinh sống ở miền Nam lâu năm, rồi lấy vợ và lập nghiệp luôn ở miền Nam.

Cho nên trong bản chép bài "Hịch Quản Định" bằng chữ Quốc Ngữ của Petrus Ký, đã có những câu như sau:

> *"Thậm tiếc nhg. (những) ng. (người) làm quan mà ăn lộc*
> *Nỡ đem lg (lòng)* **mãi quốc mà cầu vinh**
> *Tiếc nhg (những) tay tham lợi an mình*
> *Mà lại khiến vong ân bội tổ"*.[158]

Như vậy, trong bài hịch mà cũng là lời tuyên bố này của Trương Định, ông Petrus Ký đã chép ra rất rõ ràng chữ *"mãi quốc"*. Và đó là cách chép ra chữ Quốc Ngữ theo giọng nói của người Nam Kỳ, như ông Petrus Ký đã làm.

Rồi trong thời gian của Petrus Ký và cả mấy chục năm sau đó, sách vở miền Nam vẫn tiếp tục thường dùng chữ "mãi" thay vì chữ "mại". Như đã trình bày, nhóm chữ **"mãi quốc cầu vinh"** là những chữ rất thường được gặp trong sách truyện miền Nam, nhất là loại sách dịch truyện Tàu. Còn "gái mãi dâm" cũng là những chữ thường gặp trong sách báo miền Nam.

Mặc dù đúng ra nó phải là chữ "mại"!

Và như đã biết, ông Trần Huy Liệu là một người từng làm chủ bút một tờ báo lớn ở Sài Gòn, lại từng sống trong Nam nhiều năm. Cho nên ông ta chắc chắn rất có ý thức về giọng nói, về cách phát âm của người miền Nam, và về cách dùng chữ của người miền Nam. Nhất là một khi nói đến chuyện "bán nước" thì người miền Nam hẳn là đã quá rành và quá quen thuộc với cái tội *"mãi quốc cầu vinh"* mà họ thường thấy trong các sách báo bằng chữ Quốc Ngữ.

Do đó, với kiến thức cũng như ý thức về những điều này, đặc biệt là với tài liệu "Hịch Quản Định" nói trên, ông Trần Huy Liệu

---

(158) Hịch Quản Định, Ibid

chắc chắn đã phải cân nhắc rất kỹ lưỡng trước khi đi đến quyết định gọi tội danh của Phan Thanh Giản là tội "mãi quốc", thay vì "mại quốc", cho câu "Phan Lâm mãi quốc, triều đình khí dân".

Và đó là do ông Trần Huy Liệu có quá nhiều kinh nghiệm. Lại thêm sự cẩn thận thường có của ông khi sáng tác một câu chuyện, bằng cách thêm thắt hay sửa đổi một vài chi tiết cho hợp tình hợp cảnh. Cho nên nguyên văn tội danh "bán nước" mà ông đã từng sử dụng trong năm 1954 đã được ông Trần Huy Liệu dịch ra và sửa lại thành *"mãi quốc"*, cho đúng theo kiểu người miền Nam thường nói, thay vì là *"mại quốc"* như trong bài "Việt Nam Chính Khí Ca".

Nhưng nếu như ông Trần Huy Liệu dùng đúng chữ Hán (Việt) là "mại quốc" thì câu này sẽ trở thành "Phan Lâm mại quốc", và do đó sẽ khác hẳn với cách nói của người Nam Kỳ. Cho nên, khi ông Trần Huy Liệu sửa ra thành"mãi quốc" như vậy, thì đó là một sự dụng tâm rất công phu của ông, chứ không phải là một sự hớ hênh, đặc biệt với một người rất giỏi chữ Hán như ông.

Và như người viết đã trình bày, đây là một câu nghe rất lọt tai. Và nếu ông Trần Huy Liệu chỉ nói rằng đó là một "khẩu hiệu" của nghĩa quân Trương Định mà thôi, thì cách dùng chữ *"mãi quốc"* như trên của ông có lẽ rất ư hợp lý, cho dù sai ý nghĩa. Bởi vì đó chính là cách nói hay cách phát âm thường thấy của "nhân dân" Nam Kỳ.

Nhưng khổ nỗi là đằng này ông Trần Huy Liệu lại muốn làm cho câu "Phan Lâm mãi quốc, triều đình khí dân" long trọng hơn và chính thức hơn - bằng cách cho tám chữ đó được **"đề lên lá cờ"** khởi nghĩa của Trương Định. Mà như người viết đã giải thích, một khi đã viết lên lá cờ thì phải viết bằng chữ Hán, nhưng vậy thì "mãi quốc" lại là **"mua nước"** chứ không còn là "bán nước" nữa.

Tức là nếu ông Trần Huy Liệu chỉ giới thiệu câu "Phan Lâm mãi quốc, triều đình khí dân" như một "khẩu hiệu" không thôi thì đã không có vấn đề. Nhưng vì ông phải kể thêm một câu chuyện chung quanh câu này để vẽ lại bức tranh lịch sử Nam Kỳ thời đó, để cho thấy rằng phe ta đã dùng câu này như một bằng chứng, như một lời tuyên ngôn, hay như một bản án, để kết tội phe địch. Và như vậy thì còn có chỗ nào long trọng hơn và oai hùng hơn, là ngay trên lá cờ khởi nghĩa của vị anh hùng dân tộc Trương Định!

Nhưng khi sáng tác ra câu "Phan Lâm mãi quốc, triều đình khí dân" và câu chuyện chung quanh nó thì chắc ông Trần Huy Liệu đã không nghĩ đến một chi tiết; là Trương Định và nghĩa quân của ông ta tuy là người miền Nam và tuy có thể nói hay phát âm "mãi quốc", nhưng họ lại không viết như vậy. **Vì họ không biết chữ Quốc Ngữ, và chắc chắn cũng đã không dùng chữ Quốc Ngữ để đề câu này lên trên lá cờ khởi nghĩa của họ**.

Và có lẽ đã thấy ra điều này sau khi sáng tác và phổ biến câu "Phan Lâm mãi quốc, triều đình khí dân", nên ông Trần Huy Liệu đã giữ một sự im lặng tuyệt đối về chữ "mãi" nói trên, cũng như về nguồn gốc xuất xứ của câu , trong bao nhiêu năm trời.

Nhưng khi ông Trần Huy Liệu qua đời năm 1969 thì gánh nặng giải thích câu này được chuyển hết qua cho ông Trần Văn Giàu, người đã phổ biến nó cùng một lúc với ông Trần Huy Liệu. Và ông Trần Văn Giàu đã phải rất chật vật để giải thích câu này, bằng cách cho rằng chính vua Tự Đức cũng đã nói như vậy, và đưa ra một bài thơ mà ông nói là của vua Tự Đức, trong đó có chữ "mãi quốc".

Thế nhưng đến năm 2003 thì có lẽ đã quá chán ngán vì việc phải giải thích dùm cho ông Trần Huy Liệu, nên ông Trần Văn Giàu đã khéo léo trình bày như sau:

*"**Câu Phan Lâm mãi quốc, tôi có nhờ ông Trần Huy Liệu giải thích. Ông nói câu đó là của Trương Định và những người theo Trương Định**. Đó là nhân dân ở đây (Nam bộ) và nhân dân cả nước người ta lên án. Chữ mãi ở đây có nghĩa là bán.*"[159]

Như vậy, chỉ với một câu trên đây thì ông Trần Văn Giàu đã phủ nhận hoàn toàn mọi trách nhiệm về việc sáng chế ra câu "Phan Lâm mãi quốc, triều đình khí dân". Hơn nữa, ông còn **gián tiếp cho biết rằng tác giả của nó chính là ông Trần Huy Liệu**.

---

(159) Ibid, Trần Văn Giàu, "Cần Có Một Người Để Mà Soi Gương, Phải 'Cần Kiệm Liêm Chính, Chí Công Vô Tư"

Vì nếu ông Trần Văn Giàu là tác giả, thì không lý gì mà ông lại phải đi hỏi ý nghĩa của câu này với ông Trần Huy Liệu. Và có biết bao nhiêu là bậc túc nho ở miền Bắc trong thời gian đó, nhưng tại sao ông Trần Văn Giàu không nhờ họ giải thích dùm, mà lại đi nhờ ông Trần Huy Liệu! Rồi sau hết, ông Trần Văn Giàu cũng không quên nhắc lại với mọi người rằng chính ông Trần Huy Liệu đã cho ông ta biết là *"nhân dân ở đây (Nam bộ)"* nói vậy, và *"chữ mãi ở đây có nghĩa là bán"*. Trong khi ông Trần Văn Giàu lại là một người chính gốc Nam bộ! Nhưng lại phải đi hỏi ông Trần Huy Liệu, một người gốc miền Bắc, về ý nghĩa câu này, nhất là chữ "mãi"!

Hơn nữa, những sự việc kể trên quả đã diễn ra đúng như ông Trần Văn Giàu thú nhận trong đoạn văn này. Năm 1955, trên số 9 của tờ Văn Sử Địa, khi giới thiệu câu "Phan Lâm mãi quốc, triều đình khí dân" lần đầu với độc giả, mặc dù không cho biết nguồn gốc xuất xứ của nó, nhưng ông Trần Huy Liệu đã rất cẩn thận mà chú thích rằng "Phan Lâm mãi quốc" có nghĩa là *"họ Phan họ Lâm bán nước"*.

Sau cùng, điều ông Trần Văn Giàu tiết lộ là ông ta phải hỏi nhờ ông Trần Huy Liệu giải thích dùm ý nghĩa câu này cũng rất hợp lý. Vì như đã thấy, mặc dù từng phổ biến câu này, mặc dù đã từng đem nó vào trong bộ sách giáo khoa lịch sử của mình là bộ "Chống Xâm Lăng", nhưng ý nghĩa của câu "Phan Lâm mãi quốc, triều đình khí dân" thì rõ ràng là ông Trần Văn Giàu đã không nắm được. Cho nên mới có tình trạng ông dịch chữ "khí" trong câu ra thành hết *"khinh"* rồi *"dối"* trước khi dịch đúng là "bỏ".

Tóm lại, ông Trần Văn Giàu đã hùng hồn phủ nhận qua đoạn văn trên; rằng ông không phải là tác giả của câu "Phan Lâm mãi quốc, triều đình khí dân", cũng như không đủ trình độ để làm việc này! Rồi ông Trần Văn Giàu gián tiếp cho biết tác giả chính là ông Trần Huy Liệu, qua sự "tiết lộ" rằng ông ta phải hỏi ông Trần Huy Liệu về ý nghĩa của câu "Phan Lâm mãi quốc, triều đình khí dân", và chữ "mãi" trong câu đã được giải thích rõ ràng là "bán" bởi ông Trần Huy Liệu.

Như vậy, có thể cho rằng đây là **lỗi lầm thứ ba** của ông Trần Huy Liệu trong sự chế tạo ra câu "Phan Lâm mãi quốc, triều đình khí dân". Đó là việc ông không ngờ hay không chuẩn bị trước cho việc bí mật sẽ bị tiết lộ bởi một người cộng tác. Giống như việc bút hiệu "Hải Thu" đã bị chính tờ Nghiên Cứu Lịch Sử tiết lộ là của ông ta. Giống như câu chuyện "cây đuốc sống Lê Văn Tám" đã bị giáo sư Phan Huy Lê khai ra là bịa đặt.

Nhưng như người viết đã trình bày trong bài viết này, sự sáng tác câu "Phan Lâm mãi quốc, triều đình khí dân" và câu chuyện chung quanh nó của ông Trần Huy Liệu là một thành công rực rỡ trong sáu mươi năm qua. Bởi câu "Phan Lâm mãi quốc, triều đình khí dân" và câu chuyện "đề cờ" chung quanh nó đã được đưa vào lịch sử một cách chính thức tại Việt Nam, và đã trở thành một thứ "sự thật lịch sử", "siêu tài liệu" hay "siêu bằng chứng" được chấp nhận bởi hầu hết dân chúng ở Việt Nam.

Cho nên người viết đã gọi nó là một câu "thần chú vạn năng".

Mặc dù nó chính là một sản phẩm đã được chế tạo ra bởi ông Viện Trưởng Viện Sử Học Trần Huy Liệu!

THAY LỜI KẾT

Sau khi đạt được mục đích tìm ra tác giả của câu "Phan Lâm mãi quốc, triều đình khí dân" trong Phần 3 là ông Trần Huy Liệu; để thay lời kết cho bài viết này, người viết xin giới thiệu thêm một vài chi tiết có liên hệ đến phiên tòa đấu tố Phan Thanh Giản trên tờ Nghiên Cứu Lịch Sử vào năm 1963 mà tác giả Trần Huy Liệu cũng là quan tòa. Và những chi tiết này cho thấy rằng vị quan tòa Trần Huy Liệu đã áp dụng các phương pháp đấu tố mà ông ta học được trong phong trào Cải Cách Ruộng Đất tại miền Bắc trước đó trong thập niên 1950, vào phiên tòa xử án "mãi quốc" cho Phan Thanh Giản vào năm 1963.

Như người viết đã giới thiệu, con trai của ông Trần Huy Liệu là nhà văn Trần Chiến có viết một cuốn sách về ông ta, với tựa đề ***"Cõi Người - Chân Dung Trần Huy Liệu"***. Trong cuốn sách này, tác giả Trần Chiến đã dùng lời của nhân vật chính Trần Huy Liệu để viết về Phan Thanh Giản như sau:

"Sau một năm cật lực, năm 1960, "Lịch sử Cách mạng tháng Tám" và hai cuốn về Cách mạng tháng Tám ở các địa phương từ Thanh Hóa trở ra được đưa in. Vài tháng sau, quyển II, 462 trang, về các tỉnh từ Nghệ An trở vào ra đời.

Trên khen. *Nó ra kịp thời, tức là Viện đã làm xong cái việc lãnh đạo cần. Nhưng còn chất lượng, chắc **Liệu nghĩ có những đánh giá, kể cả tư liệu, còn chưa "chín".***

*Chẳng hạn, đánh giá các nhân vật lịch sử gắn liền với các sự kiện, trào lưu quan trọng trước năm 1930 thế nào cho thỏa đáng. Có phải những người không cộng sản, như những Phan Chu Trinh, Phan Bội Châu không đóng góp gì được cho dân tộc? **Và Phan Thanh Giản, tiêu cực hơn, Liệu thấy cũng phải nhìn ông ta trong***

Như vậy, theo ông Trần Chiến thì vào năm 1960 ông Trần Huy Liệu đã có một sự cảm thông với Phan Thanh Giản, bởi hoàn cảnh bất lực của Phan Thanh Giản trong thời gian ấy. Và ông Trần Huy Liệu cũng biết rằng khi chiến tranh đang bắt đầu ở miền Nam mà đánh giá Phan Thanh Giản như vậy thì chưa *"chín"*, và *"trên"* sẽ không hài lòng. Đó chính là những gì mà ông Trần Huy Liệu *"thấy thế"* về Phan Thanh Giản, **theo ông Trần Chiến**.

Thế nhưng một điều chắc chắn là ông Trần Huy Liệu đã không "làm thế", tức là không nỡ *"ép người vào thời thế không phải của họ"*, như ông ta đã từng *"thấy thế"*. Và đó là nếu cho rằng thật sự ông ta đã "thấy" như vậy vào năm 1960, như ông Trần Chiến cho biết.

Bởi vì qua tất cả những bài viết của ông Trần Huy Liệu về Phan Thanh Giản thì ông Trần Huy Liệu chưa bao giờ có một chữ nào để thực hiện cho sự *"thấy thế"* rất biết điều như trên. Mà ta chỉ thấy trong đó toàn những lời bịa đặt để lên án Phan Thanh Giản một cách độc địa, những lời mạt sát hạ thấp Phan Thanh Giản xuống hàng súc vật cần phải nhốt trong *"chuồng"*, hoặc những lời bình phẩm cho rằng Phan Thanh Giản khi sống đã không có gì hay ho, nên khi chết cũng chẳng có gì đáng nói!

Nhưng cũng nhờ ông Trần Chiến đã chép lại nguyên văn những trang **nhật ký** của cha mình là ông Trần Huy Liệu trong cuốn sách này, nên ta có thể thấy rõ ràng hơn **cách nhìn của ông Trần Huy Liệu về những cuộc đấu tố địa chủ ở miền Bắc**, mà ông ta đã từng tham dự. Theo đó, ông Trần Huy Liệu đã chê ban tổ chức của những cuộc đấu tố nói trên là không biết cách làm.

---

(160) Trần Chiến, Ibid

Như khi ông Trần Huy Liệu thuật lại cuộc đấu tố địa chủ Nguyễn Văn Bính tức Tổng Bính vào ngày 18-5-1953:

"Nếu mình hôm ấy chỉ là một người xa lạ đến dự thì sẽ không biết B. có phải là địa chủ cường hào gian ác không và vì sao phải đem ra đấu tố? **Khuyết điểm là chủ tịch đoàn, trước khi đem tố, không giới thiệu tóm tắt những tội trạng của y rồi mọi người đem bằng cớ ra để chứng thực. Những phần tử cốt cán đem ra tố, đã bị bồi dưỡng theo một kiểu cách sai lệch đến lố bịch.** *Đại để anh nào chạy ra cũng đầu tiên vỗ ngực bằng một câu hỏi: "Mày có biết tao là ai không?" và "Mày đã dựa vào thế lực nào?", "Đéo mẹ tiên sư mày, không nhận tao đánh bỏ mẹ bây giờ"... bằng những cử chỉ hùng hổ và quát tháo om sòm, lại không có lý lẽ gì cũng như không đem được ra chứng cứ. Ngu ngốc đến nỗi khi nhắc đến những việc làm thời Pháp thuộc của B, rồi hỏi: "Mày đã dựa vào thế lực nào?", là có ý chỉ vào thế lực đế quốc cái đó đã đành. Tới khi hỏi những việc làm của B. bằng danh nghĩa chính quyền của ta, cũng cứ gạn hỏi: "Mày đã dựa vào thế lực nào?"*[161]

Qua trang nhật ký trên, có thể thấy rằng ông Trần Huy Liệu chê "chủ tịch đoàn" tức chủ tọa phiên tòa, đã có hai khuyết điểm trong việc tổ chức cuộc đấu tố địa chủ Bính. Theo ông Trần Huy Liệu thì trước nhất phải *"giới thiệu tóm tắt tội trạng của y rồi mọi người đem bằng cớ ra để chứng thực"*. Kế đến, phải *"bồi dưỡng"* cho những người *"cốt cán"* đã được dàn xếp từ trước, để họ làm công việc *"tố"* này cho đúng cách, cho có *"lý lẽ"* và *"chứng cứ"*. Nhưng những chủ tọa của phiên tòa đấu tố địa chủ Nguyễn Văn Bính đã không làm hai điều này.

Và bây giờ nếu ta trở lại với phiên tòa đấu tố Phan Thanh Giản trên tờ Nghiên Cứu Lịch Sử đúng mười năm sau đó, tức là năm 1963, thì phải rùng mình mà nhận thấy rằng phiên tòa này đã được diễn ra giống y như những gì mà ông Trần Huy Liệu đã phê bình cho rằng cần phải làm trong một phiên tòa đấu tố, như ông ta đã viết ra trong những dòng nhật ký nói trên.

---

(161) Ibid

Trước nhất, ông Trần Huy Liệu đã dàn xếp để cho hai ông Đặng Huy Vận - Chương Thâu đi tiên phong và *"tóm tắt"* những *"tội trạng"* của Phan Thanh Giản ngay từ đầu phiên tòa. Rồi sau đó, những *"phần tử cốt cán"*, tức những cán bộ của ông Trần Huy Liệu, và ngay cả chính ông ta, những người đã được *"bồi dưỡng"* đúng cách từ trước, mới cùng nhau *"tố"* Phan Thanh Giản và *"chứng thực"* những tội trạng này. Có nghĩa là phiên tòa đấu tố Phan Thanh Giản phải và đã được dàn xếp chu đáo từ đầu đến cuối, để cho những sai lầm *"ngu ngốc"* như trong cuộc đấu tố Tổng Bính nói trên không thể xảy ra.

Và những *"phần tử cốt cán"*, tức những người nhận lãnh vai trò *"tố"* nạn nhân, phải *"tố"* như thế nào thì mới hữu hiệu? Cũng vẫn theo nhật ký của ông Trần Huy Liệu, nhưng lần này ông ta nói về cuộc đấu tố bà Nguyễn Thị Năm tức địa chủ Cát Hanh Long, thì phải như sau:

*"Rút kinh nghiệm lần trước, chủ tịch đoàn tuyên bố đề nghị quần chúng phải giữ vững trật tự và không cần đánh đập tội nhân hay bắt quỳ, bò. Bọn mẹ con và tay sai địa chủ được ngồi trên một cái bục dưới gốc cây. Quần chúng lần lượt vào tố, từ loại vấn đề kinh tế đến chính trị và sau hết là chống chính sách chính phủ và nói xấu cán bộ. **Những người đấu tố hôm nay cũng có một phong độ và một nghệ thuật khác hôm đấu Tổng Bính.** Những tiếng hò hét "Mày có biết tao là ai không?", "Mày dựa vào thế lực nào?" kèm theo cái tát để xuống đài không còn nữa. Những người tố được quần chúng cảm động và tán thưởng nhiều nhất là bà Sâm, chị Đăng và anh Cò. Bà Sâm, với một **giọng gợi cảm**, kể lể vì Thị Năm mà mình phải suốt đời cô độc, có người rơi nước mắt. **Nhưng sự thực, nội dung câu chuyện không có gì.** Chị Đăng, một người ở với Thị Năm lâu ngày, tố lên rất nhiều sự việc bí mật và chi tiết. Nhưng, **với một giọng lưu loát quen thuộc, chị trở nên một tay "tố nghề" và ít làm cho ai cảm động.** Còn anh Cò, một người thiểu số đã bị Hoàng Công, con Thị Năm, bắt vì có tài liệu Việt Minh, trước cuộc Cách mạng tháng Tám, bị tra tấn rất dã man, rồi trốn thoát trước giờ Công định lấy đầu nộp cho Cung Đình Vận. **Bằng một*

Như vậy, những dòng nhật ký trên đây cho thấy rằng ông Trần Huy Liệu đã nghiên cứu rất kỹ lưỡng cách thức đấu tố sao cho có ***"phong độ và nghệ thuật"***. Như là phải *"tố"* sao cho ***"gợi cảm"***, và phải dùng lời lẽ có vẻ ***"ngây ngô"*** để thích hợp với vai trò của mình. Nhưng lại không nên ***"lưu loát"*** quá mà lộ tẩy rằng mình chính là một tay ***"tố nghề"***!

Nghĩa là ông Trần Huy Liệu quả tình đã áp dụng triệt để bài học và kinh nghiệm về những cuộc đấu tố địa chủ tại miền Bắc nói trên vào việc "đánh giá" viên đại thần người Nam Kỳ là Phan Thanh Giản vào năm 1963 trên tờ Nghiên Cứu Lịch Sử.

Như khi ông Trần Huy Liệu học được bài học từ anh Cò trong cuộc đấu tố địa chủ Nguyễn Thị Năm vào năm 1953, là sự tố cáo địa chủ hay bị cáo của "nhân dân" cần phải có vẻ *"chân thành"* và *"ngây ngô"*. Cho nên sau này ông ta đã bắt các ông "nông dân" Nam Kỳ tức nghĩa quân Trương Định phải dùng chữ *"mãi quốc"* theo kiểu "ngây ngô" Nam Kỳ mà họ thường dùng, thay vì dùng đúng chữ "mại quốc", trong câu "Phan Lâm mãi quốc, triều đình khí dân" để "tố" Phan Thanh Giản là bán nước.

Nhưng vẫn chưa hết. Những *"phần tử cốt cán"* từng được ông Trần Huy Liệu *"bồi dưỡng"* đúng cách cho phiên tòa đấu tố Phan Thanh Giản trên tờ Nghiên Cứu Lịch Sử năm 1963 đã chứng tỏ rằng họ rất xứng đáng với công việc được giao phó. Ngoài hai ông Đặng Huy Vận - Chương Thâu với trách nhiệm buộc tội Phan Thanh Giản ngay từ đầu, tác giả Nguyễn Anh bên cạnh việc "tố" Phan Thanh Giản, còn nói rõ thêm sự quan trọng và mục đích của cuộc đấu tố này:

"Hoàn cảnh lịch sử ngày nay và ngày xưa - thời Phan-thanh-Giản - tuy có nhiều điểm khác nhau, nhưng có một điểm giống nhau là ngày trước nhân dân Nam-kỳ đứng lên kháng chiến chống xâm lược bước đầu của giặc Pháp, và ngày nay, cũng trên mảnh đất Nam bộ mến yêu, nhân dân miền Nam ruột

---

(162) Ibid

thịt của chúng ta đang anh dũng chống bè lũ Mỹ-Diệm để hòa bình thống nhất đất nước. Việc nghiên cứu đánh giá Phan-thanh-Giản không phải chỉ là tìm hiểu sự thật về công tội của Phan mà còn có một ý nghĩa, một tác dụng tích cực trong giai đoạn hiện nay. Lịch sử sẽ mãi mãi ghi nhớ và ca tụng những người con của Tổ quốc đã đấu tranh quên mình vì dân vì nước và cũng mãi mãi phê phán bất cứ ai đi ngược lại nguyện vọng của nhân dân, ngăn cản bước tiến của lịch sử."[(163)]

Chính vì lý do trên mà Phan Thanh Giản đã bị toàn thể các sử gia miền Bắc noi gương "người anh cả" Trần Huy Liệu để hạ nhục. Nhưng chẳng những vậy thôi, mà trong thời gian này, bất cứ một người nào có lời khen Phan Thanh Giản cũng sẽ bị trừng phạt đích đáng. Cho dù người đó đã thực hiện đúng chỉ thị là niệm câu thần chú "Phan Lâm mãi quốc, triều đình khí dân" mỗi khi nói về Phan Thanh Giản. Thí dụ như trường hợp của ông Đào Duy Anh, một học giả quá nổi tiếng mà người viết tưởng không cần phải giới thiệu là ai.

Số là trong năm 1955 ông Đào Duy Anh cho xuất bản một cuốn sử có tựa đề **"Lịch Sử Việt Nam"**. Trong đó, ông Đào Duy Anh đã theo đúng chính sách là phải lên án Phan Thanh Giản, và bằng cách lặp lại y hệt những gì mà ông Trần Huy Liệu đã từng giới thiệu về câu "Phan Lâm mãi quốc, triều đình khí dân". Thế nhưng hình như đây là việc thêm vào sau này, khi ông Đào Duy Anh đã gần hoàn thành cuốn sách nói trên, để cho đúng chủ trương. Vì vậy, trong cuốn sách vẫn còn sót lại một đoạn văn mà trong đó ông Đào Duy Anh gọi Phan Thanh Giản là một *"nho sĩ khai thông"*.

Và thế là cánh tay mặt của ông Trần Huy Liệu, ông Văn Tân, đã viết ngay một bài trên tờ Văn Sử Địa để phê bình cuốn sách này, cũng như nghiêm khắc dạy dỗ ông Đào Duy Anh như sau:

*"... Khi đã hiểu sự lầm lẫn về lập trường của tác giả Lịch-sử Việt-nam, chúng ta sẽ không ngạc nhiên khi thấy ông coi Phan Thanh Giản một tên quan lại đầu hàng giặc là **một nho sĩ khai thông** (Lịch sử Việt-nam quyển hạ trang 403)... Tám chữ "Phan*

---

(163) Nguyễn Anh, Ibid, p. 35

Lâm mãi quốc, triều đình khí dân" (1) viết ở cờ của nghĩa quân Trương Định lại càng chứng minh thêm rằng Giản chỉ là một kẻ bán nước giấu tên, nhưng không giấu nổi...

... Vì chưa dứt khoát về lập trường giai cấp, cho nên tác giả Lịch sử Việt-nam có thái độ thiếu rõ ràng đối với các nhân vật lịch sử. Như ở bên trên chúng tôi đã nói, tác giả coi Phan Thanh Giản là một nho sĩ khai thông, **nhưng ở trang 132, tác giả lại viết: "Hòa ước 1862 đã ký, Trương Định nêu lên cờ nghĩa những chữ "Phan Lâm mãi quốc, triều đình khí dân" để tiếp tục kháng chiến." Thế thì thật sự Phan Thanh Giản là một nho sĩ khai thông hay chỉ là một tên bán nước hèn nhát như nghĩa quân của Trương Định đã nhận định?**

Ở Lịch sử Việt-nam câu hỏi đó vẫn không được ông Đào Duy Anh giải đáp. Do đó đối với Phan Thanh Giản, thái độ của nhiều người cho đến nay vẫn lờ mờ không rõ Giản là phản dân hay yêu nước."(164)

Như vậy, có thể nói rằng toàn thể giới sử học miền Bắc dưới sự lãnh đạo của "người anh cả" Trần Huy Liệu đã phát động một chiến dịch hạ nhục Phan Thanh Giản, vì mục đích đánh chiếm miền Nam của chế độ. Và chiến dịch này, cộng với sự thành công về quân sự của miền Bắc vào năm 1975, đã khiến cho ngày nay cả nước Việt Nam đều nghĩ rằng câu "Phan Lâm mãi quốc, triều đình khí dân" là có thật, như người viết đã cho thấy trong phần Dẫn Nhập.

Những việc làm như trên của các "sử gia" miền Bắc có lẽ đã được tiên đoán phần nào, bởi một người cùng thời với Phan Thanh Giản và đã chứng kiến tất cả mọi sự việc xảy ra cho Phan Thanh Giản trong thời gian này. Đó là quan Án Sát tỉnh An Giang tên Phạm Viết Chánh. Theo nhà nghiên cứu Nam Xuân Thọ:

"Quan Án-sát tỉnh An-giang là Phạm Viết Chánh sợ người sau chẳng rõ nỗi-niềm người khuất, nên ấm ức bày lòng:

---

(164) Văn Tân, "Ý Kiến Trao Đổi Để Góp Phần Xây Dựng Quyển Thông Sử Việt Nam" Văn Sử Địa số 47, 1958, pp. 70-82, pp. 78-80. https://app.box.com/s/ryhmrv3ux7v9yhs91htgn-3rjn2n1zukv

"Phan-công tiết-nghĩa sánh cao dày
Thương bấy vì đâu khiến chẳng may
Hết dạ giúp vua trời đất biết
Nát lòng vì nước quỉ-thần hay
Tuyệt lương một tháng rau xanh mặt
Bị cách ba phen lửa đỏ mày
Chỉn sợ sử-thần biên chẳng ráo
Tấm lòng ấm-ức phải thày-lay"[165]

Như vậy, Phạm Viết Chánh đã biết trước, và đã viết rằng *"chỉn sợ sử-thần biên chẳng ráo"* về Phan Thanh Giản. Cho nên ông ta mới *"phải thày-lay"* để nói lên những lời cảnh cáo với hậu thế, về những gì mà các *"sử thần"* sẽ ghi, hay sẽ không chịu ghi, về Phan Thanh Giản.

Thế nhưng sự hạ nhục Phan Thanh Giản với mức độ khốc liệt và tàn bạo như các sử gia miền Bắc đã làm, nhất là trong cuộc đấu tố vào năm 1963 trên tờ Nghiên Cứu Lịch Sử, thì chắc chắn là Phạm Viết Chánh không thể nào nghĩ tới. Và hẳn là quan Án cũng khó thể ngờ rằng sẽ có ngày một "sử thần" ở miền Bắc lại chế tạo ra được một câu thần chú vạn năng như câu "Phan Lâm mãi quốc, triều đình khí dân", để buộc tội "bán nước" cho *"Phan công"* của ông.

Nhưng như người viết đã trình bày về những điều tìm thấy được chung quanh vụ án "Phan Lâm mãi quốc, triều đình khí dân" nói trên trong bài viết này, thì những sự bịa đặt hay những điều ngụy tạo, cho dù có khéo léo che đậy cỡ nào, thì cuối cùng cũng sẽ lòi ra dưới ánh sáng. Mà cây cao thì nào sợ gió lớn. Cho nên một người có tầm cỡ như Phan Thanh Giản, thì dù cho tay "sử thần" hậu sinh đó có xuyên tạc lịch sử cách nào đi nữa để hạ bệ, rốt cuộc cũng chỉ làm cho vị "quan Phan" trở nên cao cả hơn mà thôi.

Do đó, để chấm dứt bài viết ***"Phan Thanh Giản Và Vụ Án Phan Lâm Mãi Quốc, Triều Đình Khí Dân"***, cũng như để bổ túc thêm cho lời tiên đoán của quan Án Sát Phạm Viết Chánh, người viết xin mạo muội họa lại bài thơ nói trên về *"Phan công"* của quan Án:

---

(165) Nam Xuân Thọ, Ibid, pp. 95-96

Chống đỡ trời cao giữ đất dày
Anh hùng hành sự chẳng cầu may
Nhận thua cho chúa nào ai biết
Chịu nhục vì dân mấy kẻ hay
Đòi Pháp trả thành khua tấc lưỡi
Qua Tây chuộc đất nhíu đôi mày
Sử thần bày chuyện "đề cờ" nọ
Bia miệng, lòng người, há dễ lay!

Winston Phan Đào Nguyên kính họa
Tháng Sáu, 2021

Mục lục

Vài Nét Về Tác Giả

Winston Phan Đào Nguyên là Luật Sư Tiểu Bang California và Liên Bang Mỹ. Hành nghề tại California từ năm 1990.

Cử Nhân Khoa Lịch Sử Bằng Danh Dự (B.A., cum laude, History Departmental Honors) tại UCLA, 1987, và Tiến Sĩ Luật Khoa (J.D.), Boalt Hall School of Law, UC Berkeley, 1990.

Là tác giả của hai bài nghiên cứu về Petrus Trương Vĩnh Ký:

- *Minh Oan Cho Petrus Trương Vĩnh Ký Về Câu "Ở Với Họ Mà Không Theo Họ", 2017*

- *Petrus Key Và Petrus Ký - Chuyện Một Lá Thư Mạo Danh Trương Vĩnh Ký Vào Thế Kỷ 19, 2018*

Liên lạc Nhà xuất bản
Nhân Ảnh
han.le3359@gmail.com
(408) 722-5626

www.ingramcontent.com/pod-product-compliance
Lightning Source LLC
Chambersburg PA
CBHW050612170726
48283CB00001B/219